AF519658

आधुनिक तंत्रज्ञान आणि अमेरिकेत सध्या जाणवत असलेला प्रायमरी केअर डॉक्टरांचा तुटवडा, या दोन संकल्पना एकत्र करून कुक यांनी त्यांच्या थ्रिलर मालिकेत आणखी एका चांगल्या पुस्तकाची भर घातली आहे. जॉर्ज विल्सन हा लॉस एंजलिसमध्ये रेडिऑलॉजी रेसिडेंट असतो. त्याची प्रेयसी केसी लिंच 'हायपोग्लायसीमिया'मुळे मरते. हे सगळं घडत असताना जॉर्ज तिच्या शेजारीच, पण गाढ झोपेत असतो. यामुळे त्याच्या मनात अपराधीपणाची भावना निर्माण होते. तो रेसिडेन्सीच्या शेवटच्या वर्षात प्रवेश घेत असताना पॉला स्टोनब्रेनर ही गतकाळातली त्याची मैत्रीण पुन्हा त्याच्या आयुष्यात येते. निमित्त असतं 'आयडॉक' या एका स्मार्टफोन ॲपचा लॉन्च. 'आयडॉक' हे एक असं ॲप आहे जे सतत पेशंटच्या तब्येतीवर देखरेख करतं आणि त्यानुसार तत्काळ रोगनिदान आणि उपचार सुचवतं – एवढंच, ते प्रत्येक व्यक्तीसाठी खास 'प्रायमरी केअर फिजिशियन'ची भूमिका बजावतं. हे सगळं, अविश्वास वाटावा इतकं छान भासतं. पण जेव्हा हे ॲप वापरणारे एक एक पेशंट मरू लागतात, तेव्हा जॉर्ज त्यामागचं रहस्य उलगडण्याच्या कामाला लागतो. शेवटी या प्रकारामागचं सत्य हे तर्कशुद्ध आणि तितकंच आश्चर्यकारक असतं. आणि या निमित्तानं कुक आपल्यासमोर वैद्यक व्यवसायाच्या संदर्भातल्या नैतिक बाबींचा ऊहापोह करतात.

– पब्लिशर्स वीकली

आपल्या स्नेहीजनांना पुस्तके भेट द्या

सेल

वैद्यकीय क्षेत्रात क्रांतिकारक, पण कदाचित प्राणघातक ठरू शकणारं ॲप – आयडॉक!

रॉबिन कुक

अनुवाद

डॉ. अजेय हर्डीकर

मेहता पब्लिशिंग हाऊस

All rights reserved along with e-books & layout. No part of this publication may be reproduced, stored in a retrieval system or transmitted, in any form or by any means, without the prior written consent of the Publisher and the licence holder.
Please contact us at **Mehta Publishing House Pvt. Ltd.**
✆ +91 020-24476924 / 24460313 / Mob. No. 9545000513
Email : production@mehtapublishinghouse.com
Website : www.mehtapublishinghouse.com

- *या पुस्तकातील लेखकाची मते, घटना, वर्णने ही त्या लेखकाची असून त्याच्याशी प्रकाशक सहमत असतीलच असे नाही.*

CELL by ROBIN COOK
Copyright © by Robin Cook 2014
All rights reserved including the rights
of reproduction in whole in part in any form
Translated into Marathi Language by Dr. Ajey Hardikar

सेल / अनुवादित कादंबरी
TBC-32 Book No. 2
अनुवाद : डॉ. अजेय हर्डीकर
author@mehtapublishinghouse.com
मराठी अनुवादाचे व प्रकाशनाचे हक्क : मेहता पब्लिशिंग हाऊस प्रा. लि.
संस्थापक : सुनील अनिल मेहता
प्रकाशक : मेहता पब्लिशिंग हाऊस प्रा. लि.
१९४१, सदाशिव पेठ, माडीवाले कॉलनी, पुणे ३०

मुखपृष्ठ : चंद्रमोहन कुलकर्णी
प्रथमावृत्ती : जानेवारी, २०२३
किंमत : ₹ ७००

P Book ISBN 9789357200080
E Book ISBN 9789357200097
E Books available on : amazonkindle Apple Books Google Play Books

---

* पायरेटेड पुस्तकांची खरेदी-विक्री हा कायद्याने गुन्हा आहे आणि अशा गुन्ह्याविरोधात कायदेशीर कारवाई होऊ शकते.

हे पुस्तक वैद्यकीय क्षेत्राच्या
'लोकशाहीकरणास' अर्पण

अनुवादकाचे मनोगत

प्रगत देशांतील आरोग्यसेवा मुख्यत: दोन प्रकारांत मोडतात. इंग्लंड आणि युरोपच्या बऱ्याचशा देशांत आरोग्यसेवांचं राष्ट्रीयीकरण झालेलं आहे आणि ढोबळमानानं सांगायचं झाल्यास त्या समाजवादी मूल्यांवर आधारित आहेत. पैशांअभावी कोणीही गरजू रुग्ण औषधोपचारांपासून वंचित राहता कामा नये, ही त्यामागची भूमिका आहे. याउलट अमेरिकेत खासगी वैद्यकीय व्यवस्था आहे आणि ती बऱ्याच अंशी इन्श्युरन्स कंपन्यांच्या कब्जात आहे. यामुळे जवळ जवळ ४ कोटी गरीब अमेरिकी नागरिकांना आरोग्यविम्याचे हप्तेही धड भरता येत नाहीत आणि परिणामी योग्य उपचार उपलब्ध होऊ शकत नाहीत. भारतातली स्थिती विचित्र आहे. एकीकडे मोठ्या शहरांमध्ये उत्तम दर्जाची, पण महागडी खासगी व्यवस्था आहे, तर अन्यत्र डबघाईला आलेली सरकारी आरोग्यसेवा आहे. दर्जेदार डॉक्टर्सची कमतरता ही आज सगळीकडेच मोठी समस्या होऊन बसली आहे.

प्रस्तुत कादंबरीत आयडॉक हे स्मार्टफोन ॲप आपल्याला आरोग्यसेवेच्या भविष्याची चाहूल देतं. सद्य परिस्थितीत अतर्क्य वाटणारं हे ॲप कदाचित वास्तवात येऊ शकतं, ही अस्वस्थ करणारी गोष्ट आहे. रॉबिन कुक यांच्या कादंबऱ्या 'थ्रिलर' जातकुळीतल्या असल्या तरी त्यांमध्ये सामान्य वाचकाला कळेल अशा भाषेत वैद्यकीय विषय हाताळलेले असल्यानं आपल्याला विचार करायला लावतात.

'सेल'चा अनुवाद करताना मी आरोग्यसेवेच्या संदर्भातले बरेचसे इंग्रजी शब्द तसेच ठेवले आहेत, कारण एक तर ते तसे बहुधा आपल्या रोजच्या वापरातले आहेत आणि ओढूनताणून त्यांचं मराठीकरण केलं असतं, तर ते फार बोजड झालं असतं. आपला देश आणि समाज आज मोठ्या स्थित्यंतराच्या उंबरठ्यावर उभा आहे. प्रस्तुत पुस्तकाच्या निमित्तानं 'आरोग्यसेवा कशी असावी, ती जास्तीत जास्त लोकांना उपयोगी पडेल अशी- दर्जेदार स्वरूपात, तरीही परवडण्यासारखी कशी करता येईल,' अशा प्रश्नांवर व्यापक विचारमंथन आणि चर्चा होणं ही काळाची गरज आहे, असं मला वाटतं.

– डॉ. अजेय हर्डीकर

लेखकाची टीप

माहिती तंत्रज्ञान, नॅनोतंत्रज्ञान आणि जिनोमिक्स या तीन शाखांच्या संगमामुळे वैद्यक क्षेत्रावर होणाऱ्या दूरगामी परिणामांबद्दल जर वाचकाला अधिक खोलवर अभ्यास करायचा असेल तर एरिक टोपॉल (एम.डी.) यांनी लिहिलेलं 'द क्रिएटिव्ह डिस्ट्रक्शन ऑफ मेडिसीन' हे पुस्तक मी आवर्जून सुचवेन.

'सेल' लिहिण्याच्या मध्यात असताना हे भन्नाट पुस्तक माझ्या हातात आलं. वैद्यक क्षेत्राच्या भविष्याबाबत टोपॉल यांच्या आणि माझ्या विचारात किती साधर्म्य आहे, हे या पुस्तकाची प्रस्तावना वाचताच माझ्या लक्षात आलं. हे पुस्तक वाचल्यामुळे 'सेल'ला एक वेगळंच 'वजन' प्राप्त झालं, जे एरवी होऊ शकलं नसतं.

उपोद्घात

एका पाठीमागून एक क्षेत्र पादाक्रांत करत जाणाऱ्या एखाद्या अतिसूक्ष्म सैन्याप्रमाणे इन्सुलिनच्या रेणूंनी चढाई केली. भराभर 'नीलां'मध्ये घुसून ते थेट हृदयात शिरले आणि तिथून धमन्यांमध्ये. काही क्षणांतच ते शरीराच्या कानाकोपऱ्यात, सर्वत्र पोहोचले. प्रत्येक पेशीच्या आवरणावर विवक्षित ठिकाणी चिकटून त्यांनी ग्लुकोजसाठी पेशींचे दरवाजे खुले केले. क्षणार्धात हे ग्लुकोज पेशींमध्ये भिनल्यामुळे त्याचं रक्तातलं प्रमाण झर्रकन खाली आलं. सर्वांत पहिल्यांदा याचा परिणाम मज्जापेशींवर झाला, कारण या पेशींना सतत आणि नियंत्रित स्वरूपात ग्लुकोजचा पुरवठा लागतो. हे आक्रमण असंच काही मिनिटं चालू राहिल्यावर मेंदूतल्या न्युरॉन्सची जणू गळचेपीच झाली. जीवनावश्यक ग्लुकोजच न मिळाल्यानं त्या बेताल झाल्या. लवकरच त्या एकमेकींना विचित्र संदेश पाठवू लागल्या, नाहीतर पूर्णपणे बंद पडल्या. आणि मग एका पाठोपाठ एक त्या मरू लागल्या...

वेस्टवुड, लॉस एंजलिस, कॅलिफोर्निया
सोमवार, ७ एप्रिल २०१४, पहाटेचे २.३५

केसी लिंच झोपेतून खडबडून जागी झाली. तिला पडलेलं स्वप्न भयंकर होतं. भीती आणि काळजी वाढवणारं. क्षणभर तिला काहीच समजेना.

कुठं होती ती? मग तिला आठवलं- ती तिच्या होणाऱ्या नवऱ्याच्या- डॉ. जॉर्ज विल्सनच्या घरी होती. तो एल.ए. युनिव्हर्सिटी मेडिकल सेंटरमध्ये तिसऱ्या वर्षाचा रेडिऑलॉजीचा निवासी डॉक्टर (रेसिडेंट) होता. गेल्या महिन्यापासून जेव्हा जेव्हा त्याला रात्री ड्यूटी नसे, तेव्हा तेव्हा म्हणजे आठवड्यातून दोन-तीन वेळा केसी त्याच्या घरी राहायला येत असे. आत्ता तो तिच्या शेजारीच झोपला होता. गाढ झोपेतला त्याचा हळुवार लयीतला श्वासोच्छ्वास तिला ऐकू येत होता.

केसी एल.ए. युनिव्हर्सिटीमध्ये बालमानसशास्त्रातील पदवीचं शिक्षण घेत होती. शिवाय गेल्या वर्षभरापासून मेडिकल सेंटरच्या बालरोग विभागात स्वयंसेविका म्हणून काम करत होती. तिथंच तिची जॉर्जशी भेट झाली होती. जेव्हा तिनं पहिल्यांदा बालरोग विभागातल्या तिच्या पेशंट्सना रेडिऑलॉजी विभागात तपासणीसाठी आणलं होतं, तेव्हाच तिचं लक्ष जॉर्जकडे गेलं होतं. त्याच्यातला सहज आत्मविश्वास आणि पेशंटशी- त्यातही लहान मुलांशी- वागण्याची त्याची पद्धत तिला आवडली होती. त्यातच तो दिसायलाही चांगलाच होता! तो तिच्यासारखाच प्रेमळ आणि सर्वांशी मिळूनमिसळून वागणारा होता. चार आठवड्यांपूर्वीच त्या दोघांचा वाङ्निश्चय झाला होता; पण त्यांनी अजून लग्नाची काही निश्चित तारीख ठरवली नव्हती. तिच्या आजारामुळे ती नेहमीच कुठलेही 'मोठे निर्णय' खूप विचारपूर्वक घेत असे. या पार्श्वभूमीवर जॉर्जनं लग्नाचं विचारल्यावर तिला आश्चर्याचा सुखद धक्का बसला होता. जॉर्ज आणि ती, दोघंही पहिल्यापासूनच एकमेकांकडे ओढले गेले होते. आपल्याही नकळत आपण इतकी वर्षं एकमेकांच्याच शोधात होतो, असं ते दोघं गमतीत म्हणत.

पण रात्री दोन वाजून पस्तीस मिनिटांनी यांपैकी कशाचाच विचार केसी करत नव्हती. उलट जाग येताक्षणीच काहीतरी भयंकर घडतंय हे तिला कळलं होतं. एखाद्या नुसत्या दुःस्वप्नापेक्षा हे कितीतरी पटींनी भयंकर होतं, कारण ती घामानं पूर्णपणे भिजली होती. लहानपणापासून तिला 'टाइप १ मधुमेह' असल्यानं या

घामाचा अर्थ काय, हे तिला चांगलंच माहीत होतं- हायपोग्लायसिमिया- तिच्या रक्तातली साखर खूपच कमी झाली होती. पूर्वीही काही वेळा तिला असं झालं असल्यानं आत्ता आपल्या शरीराला साखरेची नितांत गरज आहे आणि तीही तातडीनं, हे तिला कळलं होतं.

केसीनं उठायचा प्रयत्न केला; पण तिच्या डोळ्यांसमोर अंधारी आली. चक्कर आल्यानं तिची मान उशीवर कलंडली आणि तिच्या हृदयाचे ठोके खूप वाढले. तिनं आपल्या फोनसाठी हातानं चाचपडायला सुरुवात केली. ती फोन कायम आपल्या पलंगाजवळ चार्जिंग करत ठेवत असे. स्वयंपाकघरात जाऊन ऑरेंज ज्यूस घेईपर्यंत फोनवरून आपल्या नव्या डॉक्टरशी संपर्क साधावा असा तिचा विचार होता. तिचा नवीन फिजिशियन फारच मस्त होता, तो कोणत्याही प्रहरी उपलब्ध असायचा!

चक्कर जरा कमी झाल्यावर ती विचार करू शकली. आत्ताचा प्रसंग हा आधीच्या प्रसंगांपेक्षा खूपच जास्त भयंकर होता. कदाचित ती झोपलेली असल्यानं तिला उशिरापर्यंत साखर कमी झाल्याचं लक्षातच आलं नसणार. जर ती आधीच जागी झाली असती तर पटकन काहीतरी करू शकली असती. अशा प्रकारच्या इमर्जन्सीसाठी ती नेहमी फ्रूट ज्यूस जवळ ठेवायची, पण तोही तिला उठूनच घ्यावा लागणार होता. तिनं पुन्हा उठण्याचा प्रयत्न केला; पण तिला ते जमलं नाही. तिची ही सगळी लक्षणं वेगानं वाढत चालली होती आणि त्यामुळे तिच्या शरीरातली शक्तीच झपाट्यानं नाहीशी होत होती. काही क्षणांतच तिला काहीही करता येईनासं झालं. तिचा फोनही तिच्या हातातून गळून खाली कार्पेटवर पडला.

आपल्याला मदतीची गरज आहे, हे केसीच्या चटकन लक्षात आलं. तिनं जॉर्जला उठवायचा प्रयत्न केला; पण तिचा उजवा हात जणू मणभर वजनाचा झाल्यासारखा भासत होता. हातानं त्याला उठवणं तर दूरच, तिला हात गादीवरून उचलताही आला नाही. जॉर्ज किती जवळ होता तिच्या... पण त्याचं तोंड विरुद्ध दिशेला होतं आणि त्याला तिच्यावर ओढवलेल्या संकटाची पुसटशीही कल्पना नव्हती. होती नव्हती तेवढी शक्ती एकवटून तिनं पुन्हा प्रयत्न केला, या वेळी डाव्या हातानं, पण फक्त तिच्या बोटांची थोडीशी हालचाल तेवढी झाली. तिनं त्याला हाक मारायचा प्रयत्न केला; पण तिच्या तोंडून आवाजच फुटला नाही. तेवढ्यात पुन्हा तिला जबरदस्त चक्कर आली, मघापेक्षाही जास्त. तिची छाती जोरात धडधडत होती आणि तोंडानं श्वास घ्यायला तिला फारच कष्ट पडत होते. प्रत्येक मिनिटागणिक श्वास घ्यायला तिला अधिकच त्रास होत होता आणि ती गुदमरत होती. तिचं शरीर बधिर होत चाललं होतं.

त्याच वेळी संपूर्ण खोली तिच्याभोवती फिरल्याचा तिला भास होऊ लागला. कानात बधिर करणारा 'गूं-गूं' आवाज भरून राहिला. आजूबाजूचा अंधार जसजसा

तिला गिळंकृत करत होता, तसतसा तिच्या कानातला आवाज वाढत चालला होता. ती हालचाल करू शकत नव्हती... श्वास घेऊ शकत नव्हती... आणि कसलाच विचारही करू शकत नव्हती...

जॉर्जच्या स्मार्टफोनचा अलार्म सहा वाजल्यानंतर काही मिनिटांतच झाला आणि तो गाढ झोपेतून जागा झाला. केसीची झोपमोड होऊ नये म्हणून त्यानं पटकन अलार्म बंद केला आणि तो उठला. हे त्यांचं रोजचंच रुटीन होतं. केसीला लवकर झोप लागत नसे, म्हणून जॉर्ज तिला सकाळी शक्य तितक्या उशिरापर्यंत झोपू देई. तो फोन घेऊन हळूच बाथरूमपाशी गेला. हल्ली अनेकांना फोन सतत जवळ बाळगायची सवय असते; जॉर्जही त्याला अपवाद नव्हता. नेहमीप्रमाणे त्यानं दहा मिनिटांत अंघोळ आणि दाढी उरकली. स्वतःच्या या शिस्तबद्ध वागण्याचा त्याला अभिमान होता. मेडिकल कॉलेजच्या सात वर्षांच्या धावपळीच्या वेळापत्रकात या सवयीचा त्याला फायदाच झाला होता. कारण या क्षेत्रात 'जो सक्षम, तोच तगेल' ही केवळ उक्ती नव्हे, तर ते एक सत्य होतं.

सहा वाजून वीस मिनिटं! केसीला उठवायची वेळ झाली. त्यानं आपले केस पुसता पुसता बाथरूमचं दार उघडलं, तर तिचे डोळे उघडेच आहेत आणि ती छताकडे पाहतीये हे त्याच्या लक्षात आलं. अरे! हे काय? केसीला तर उठवायला नेहमी बराच वेळ लागायचा. तिची झोप चांगली गाढ असते.

"बराच वेळ जागी आहेस का?" टॉवेलनं केस पुसत त्यानं विचारलं.

काहीच उत्तर आलं नाही.

जॉर्जनं खांदे उडवले आणि तो दात घासायला परत आत गेला. त्यानं दार उघडंच ठेवलं होतं. केसीची तंद्री लागलेली पाहून त्याला फारसं आश्चर्य वाटलं नाही, कारण त्याला त्याची सवय होती. जेव्हा ती कसल्यातरी विचारात असे, तेव्हा अशीच तंद्री लावून बसत असे. आणि गेल्या काही दिवसांत पीएच.डी.साठी कोणता विषय घ्यायचा यावर तिचा बराच विचार चालू होता. अजून तरी तिला काही सुचलं नव्हतं. कालच रात्री जॉर्ज झोपायच्या आधी त्यांनी या विषयावर बरीच चर्चा केली होती.

तो बेडरूममध्ये आला. केसीनं तसूभरही हालचाल केली नव्हती. हे जरा विचित्रच होतं! दात घासत-घासतच तो पलंगाजवळ गेला.

"केसी, काय गं, अजून थिसिसचाच विचार करतीयेस?" त्यानं विचारलं.

पुन्हा काहीच उत्तर नाही. तिची एकटक नजर छताकडे लागलेली होती आणि तिच्या डोळ्यांतल्या बाहुल्याही मोठ्या झालेल्या दिसत होत्या.

जॉर्जच्या अंगातून भीतीची एक थंडगार लहर शिरशिरत गेली. काहीतरी भयंकर झालं होतं नक्की! ती फारच स्तब्ध होती. छातीत धस्स होऊन त्यानं आपला टूथब्रश फेकून दिला आणि तो तिच्या जवळ वाकला. तिला फिट आली होती की काय?

"केसी, माझा आवाज ऐकू येतोय का तुला? ऊठ ना!" त्यानं तिचे खांदे पकडले आणि तिला हलवलं. तेव्हा त्याला तिच्या शरीराचा विचित्र कडकपणा जाणवला. त्याच वेळी त्याच्या लक्षात आलं की ती श्वासच घेत नाहीये!

"केसी, राणी, प्लीज! प्लीज, देवा..." जॉर्जनं पलंगावर उडी मारली आणि तो तिच्या गळ्याच्या बाजूला नाडीचे ठोके लागतायत का हे पाहू लागला. तिच्या शरीराच्या थंडगार स्पर्शानं त्याला आणखीच भीती वाटली. मनातील शंकाकुशंका आणि भीतीला बाजूला सारायचा निष्फळ प्रयत्न करत त्यानं तिच्या अंगावरची चादर बाजूला सारली. त्याला तिला सी.पी.आर. द्यायचा प्रयत्न करायचा होता. पहिल्यांदा जेव्हा त्यानं दोन्ही हातांनी तिच्या छातीवर जोरात दाब देऊन तिचा श्वासोच्छ्वास परत चालू करायचा प्रयत्न केला, तेव्हाच त्याला तिच्या कडक शरीरात 'प्रतिकार' जाणवला. आणि त्याला कळलं की तिचे डोळे नुसते उघडे नव्हते, तर ते त्याच स्थितीत गोठलेले होते.

"अरे बापरे... देवा... केसी!" जॉर्ज आत्यंतिक भीतीनं मागे सरला. तिचं शरीर कडक होत चाललं होतं- ती 'रिगर मॉर्टीस'मध्ये चालली होती. केसी जॉर्जला सोडून गेली होती! त्याचं सर्वस्व- त्याची प्रेयसी- त्या रात्रीत कधीतरी हे जग सोडून गेली होती आणि तो- एक डॉक्टर- हे संपूर्ण नाट्य चालू असताना गाढ झोपलेला होता!

जॉर्ज जमिनीवर कोसळला. तब्बल वीस मिनिटं तो भिंतीला टेकून रडत बसला होता. त्यानंतर त्यानं कसाबसा ९११ या इमर्जन्सी नंबरला फोन लावला.

भाग १

१

जवळपास तीन महिन्यांनंतर
एल.ए. युनिव्हर्सिटी मेडिकल सेंटर
वेस्टवूड, लॉस एंजलिस, कॅलिफोर्निया
सोमवार, ३० जून २०१४, सकाळचे ८.३५

त्या दिवशी जॉर्जचा रेडिऑलॉजीच्या तिसऱ्या वर्षाचा रेसिडेंट विद्यार्थी म्हणून शेवटचा दिवस होता. उद्यापासून त्याचं चौथं आणि शेवटचं वर्ष सुरू होणार होतं. त्यानंतर तो खऱ्या अर्थानं पैसे कमवायला लागणार होता. इतक्या वर्षांचे मेडिकल कॉलेजमधले कष्ट आणि त्यासाठी काढलेलं दोन लाख डॉलरपेक्षाही जास्त कर्ज पाहता, आता कुठं त्याचं लक्ष्य त्याच्या दृष्टिक्षेपात येऊ लागलं होतं. आपल्या सर्वांत लाडक्या व्यक्तीला गमावल्याच्या दुःखातून सावरण्यासाठी, खूप पैसे मिळवण्याचं उद्दिष्ट ठेवून काम करणं हा त्याच्यापुढचा एकमेव मार्ग होता. दुःखातून बाहेर पडण्यासाठीचा त्याचा हा दृष्टिकोन फार काही बरोबर नव्हता, हे त्यालाही समजत होतं; पण आत्ताच्या घडीला त्याला दुसरा काहीच मार्ग दिसत नव्हता. चांगले पैसे मिळाले तर त्यातल्या त्यात इतक्या वर्षांचं शिक्षण वाया गेलं, असं तरी होणार नव्हतं. तसंही त्याला कर्जाचे पैसे परत करायचेच होते. निदान त्याचं आयुष्य व्यावसायिक पातळीवर तरी सुरळीत झालं असतं.

गेल्या काही महिन्यांच्या धावपळीच्या रुटीनमध्ये सगळ्यांशी मिळूनमिसळून वागणारा, जबाबदार आणि विनम्र असा एक मुखवटाच त्यानं धारण केला होता; पण प्रत्यक्षात मात्र तो एखाद्या संन्याशासारखं आयुष्य जगत होता. त्याच्या या वरवरच्या वागण्याच्या आत- खोलात शिरायचा कोणी प्रयत्न केला तर हाती काहीच लागत नसे. जॉर्जनं आपल्या सगळ्या भावना मनाच्या तळात, जणू एखाद्या पेटीत कुलूपबंद

करून ठेवल्या होत्या. अशानं दुःख चार हात दूर राहील असं त्याला वाटलं होतं. पण मनातून त्याला माहीत होतं की केसीला दिलेलं वचन तो एकप्रकारे मोडतोय. त्यानं जेव्हा तिला लग्नाबद्दल विचारलं होतं तेव्हा तिनं सुरुवातीला हरकत घेतली होती. तिच्यासारख्या दुर्धर आजारानं ग्रस्त मुलीबरोबर संपूर्ण आयुष्य त्यानं घालवू नये, असं तिला वाटत होतं. तिचं जर काही बरं-वाईट झालं, तर जॉर्ज त्यातून बाहेर पडून पुन्हा लोकांमध्ये मिसळेल आणि एखादी दुसरी मुलगी शोधेल, असं वचनच तिनं त्याच्याकडून घेतलं होतं. त्याच अटीवर ती त्याच्याशी लग्न करायला तयार झाली होती आणि या आपल्या मुद्द्यावर अत्यंत ठाम होती; नव्हे तिनं तर चक्क तसं लिहूनच घेतलं होतं त्याच्याकडून.

जॉर्जनं सुस्कारा सोडला. तो खूप दमला होता. आदल्या रात्री त्याला जवळपास पहाटेपर्यंत झोपच लागली नव्हती. केसीला दिलेलं वचन आपण मोडत असल्याच्या भावनेनं त्याला अपराधी वाटत होतं. त्याहीपेक्षा तिच्या मुत्युसमयी आपण झोपलेलो होतो, ही अपराधी भावना त्याचं मन सतत कुरतडत होती. तिला किती त्रास झाला होता, की तिचा झोपेतच मृत्यू झाला होता, हे त्याला कधीच कळू शकणार नव्हतं. हा प्रश्न आयुष्यभर त्याचा पिच्छा पुरवणार होता. त्यामुळेच तिच्या मृत्यूनंतर त्याला हा निद्रानाशाचा त्रास जडला होता आणि दिवसागणिक वाढतच चालला होता.

त्यानं घड्याळ पाहिलं. सकाळचे आठ वाजून पस्तीस मिनिटं झाली होती. जॉर्ज एमआरआय स्कॅनिंगच्या खोलीत होता. दुसऱ्या वर्षाची विद्यार्थिनी क्लॉडीन बुशर त्याच्या मार्गदर्शनाखाली काम करत होती. रेडिऑलॉजी विभाग आणि त्यातही एमआरआय उपविभाग हॉस्पिटलला भरपूर पैसे कमावून देत असे. त्यामुळेच त्यांच्या विभागाला इमर्जन्सी विभागाच्या शेजारची पहिल्याच मजल्यावरची अगदी मोक्याची जागा मिळाली होती. जॉर्जच्या हाताखाली आळीपाळीनं विद्यार्थी काम करत. गेल्या महिन्यापासून काम करायची पाळी क्लॉडीनची होती. आणि ती आता कामात सराईत झाल्यानं जॉर्जला फारसं लक्ष द्यावं लागत नव्हतं.

रेडिऑलॉजी विषयाचं एक मासिक चाळत जॉर्ज एका बाजूला बसला होता. अधूनमधून तो समोरच्या कॉम्प्युटर स्क्रीनवर दिसत असलेल्या स्लाइड्सवर नजर टाकत होता. तो तसा बराच दूर बसला असल्यानं त्याला त्या इमेजेसमधले तपशील दिसत नव्हते; पण सगळं सुरळीत चालू असल्याचं मात्र त्याच्या सराईत नजरेला समजत होतं. एकीकडे तो आपल्या आवडत्या कोस्टारिकन कॉफीचे घोट घेत होता. जॉर्जला कॉफी भयंकर आवडत असे; तिचा वास, तिची उत्तेजक चव! पण त्याच्यावर कॉफीतल्या कॅफीनचा लगेच परिणाम होत असे. त्यामुळे त्याला इतरांसारखी खूप कॉफी पिता येत नसे. फार तर सकाळी एक कप- बस! नाहीतर त्याचं डोकं भयंकर ठणकत असे. त्याच्या सध्याच्या मनःस्थितीत त्यानं एक कप कॉफीसुद्धा खरंतर

प्यायला नको होती; पण 'आता आणखी काय वाईट होणार आहे', या विचारानं तो काहीसा बेफिकीर बनला होता.

मोठ्या काचेच्या खिडकीतून त्याला पलीकडच्या खोलीतलं ते अवाढव्य एमआरआय मशिन आणि त्यातून बाहेर डोकावणारे पेशंटचे पाय तेवढे दिसत होते. सूझन फोर्निअर ही एक अत्यंत कार्यक्षम रेडिऑलॉजी टेक्निशियन त्या एमआरआय स्कॅनवर देखरेख करत होती. सगळं व्यवस्थित चालू होतं. क्लॉडीन सूझनच्या शेजारी बसून, एकामागून एक दिसणाऱ्या यकृताच्या 'स्लाईसेस'च्या इमेजेस निरखत होती. ध्वनिरोधक काचेच्या भिंतीमुळे मशिनचा थोडा आवाज सोडला तर बाकी खोलीत संपूर्ण शांतता होती. मात्र पलीकडच्या खोलीत मशिनचा इतका मोठा आवाज होता की पेशंटला कानात इयरप्लग्स घालावे लागत.

आत्ताचा पेशंट, ग्रेग टार्किंग्टन हा ४८ वर्षांचा गृहस्थ एक यशस्वी हेजफंड मॅनेजर होता. खोलीतल्या तिघांनाही त्याच्या स्वादुपिंडाच्या कर्करोगाविषयी माहीत होतं. तसंच, त्याच्यावर आधी झालेल्या शस्त्रक्रिया आणि किमोथेरपी याबद्दलही त्यांना माहीत होतं. शस्त्रक्रियांमुळे त्याला मधुमेह जडला होता आणि किमोथेरपीमुळे त्याच्या किडनी तात्पुरत्या काम करेनाशा झाल्या होत्या. त्यामुळे त्याला डायलिसिसवर राहावं लागत होतं. या सगळ्या परीस्थितीत त्याचं यकृत नीट काम करतंय ना, याची काळजी त्याच्या कर्करोगतज्ज्ञाला वाटत होती.

"काय वाटतंय?" जॉर्जनं शेवटी शांततेचा भंग केला.

"सगळं ठीक वाटतंय, मला तरी," सूझन हलक्या आवाजात म्हणाली. पेशंटला काहीच ऐकू जाण्याची शक्यता नसली तरी डॉक्टर आणि टेक्निशियनना उगीचच हळू आवाजात बोलायची सवय लागली होती.

"मलाही," क्लॉडीन म्हणाली. मग जॉर्जकडे वळून, "तू पाहशील का एकदा?" अशी तिनं विनंती केली.

जॉर्ज उठला आणि स्क्रीनजवळ गेला. त्यानं बारकाईनं इमेजेस पाहायला सुरुवात केली. सूझननं पुन्हा पहिल्यापासून म्हणजेच यकृताच्या खालच्या भागापासून हळूहळू वर सरकत इमेजेस दाखवायला सुरुवात केली.

"एक मिनिट, तिथेच थांबव!" अचानक जॉर्ज म्हणाला.

टेक्निशियननं ती इमेज पॉझ केली. "याच्या आधीची स्लाइड दाखव जरा," आणखी बारकाईनं बघत जॉर्ज म्हणाला. सगळ्यांप्रमाणेच जॉर्जनंही जेव्हा रेडिऑलॉजीला सुरुवात केली होती तेव्हा त्याला वाटलं होतं की, रेडिऑलॉजी हे 'हार्ड' सायन्स आहे. म्हणजेच तिथं शंकाकुशंका, शक्यतांना वावच नाहीये. स्कॅनमध्ये शरीरात असलेली एखादी ॲबनॉर्मेलिटी एकतर दिसते किंवा नाही; पण आता गेल्या काही वर्षांच्या अनुभवानंतर त्याला कळून चुकलं होतं की गोष्टी इतक्या नीटपणे चौकटीत

बसणाऱ्या नसतात. अनेकदा जेव्हा कुठेतरी थोडासाच बदल दिसत असतो, तेव्हा आपल्याला अनुभवाच्या जोरावरच अंदाज बांधावे लागतात.

या इमेजमध्येही उजव्या बाजूला जॉर्जला असंच काहीतरी खटकलं. त्यानं डोळे चोळून पुन्हा पाहिलं.

"जरा एक सेंटिमीटर खालची स्लाइड दाखव!" तो उद्गारला. त्यानं ती इमेज नीट तपासली आणि त्याची खात्रीच पटली. नक्कीच त्या यकृतात एक नाही तर दोन ठिकाणी काहीतरी वेगळं दिसत होतं. "पुन्हा मला ती पहिली इमेज दाखव."

"हो," टेक्निशियन उत्तरली.

याही इमेजमध्ये तोच वेगळेपणा दिसत होता. जॉर्जनं त्याकडे निर्देश केला. "हं, फारसं काही चांगलं नाही हे," तो म्हणाला.

क्लॉडीन आणि त्या टेक्निशियननंही जवळ येऊन इमेज निरखली. ग्रे रंगाच्या विविध छटामधून त्यांना आता दोन ठिकाणी काहीतरी वेगळं, स्पष्टपणे दिसत होतं.

"अरे बापरे, खरंच की!" क्लॉडीन उद्गारली.

"अगदीच दिसेल न दिसेल इतपतच बदल आहे." सूझन म्हणाली.

जॉर्जनं पटकन कॉम्प्युटरवरून टार्किंग्टनच्या जुन्या एमआरआयच्या इमेज मागवल्या. मग याच भागाच्या इमेजेस शोधून त्यानं आत्ताच्या स्कॅनशी त्यांची तुलना केली. जुन्या इमेजेसमध्ये सर्व काही व्यवस्थित होतं! म्हणजेच आताचा बदल नव्यानं उद्भवलेला होता. याचा अर्थ काय असू शकतो याचा विचार करत जॉर्ज मिनिटभर स्तब्ध उभा राहिला. एका बाजूनं पाहिलं तर याचा अर्थ जॉर्ज त्याचं काम चोखपणे बजावत होता. पण दुसऱ्या बाजूनं- म्हणजेच त्या बिचाऱ्या पेशंटच्या बाजूनं विचार केला तर सगळंच चित्र पालटत होतं. ३ टेस्ला इतकी चुंबकीय शक्ती असलेल्या – म्हणजेच पृथ्वीच्या चुंबकीय शक्तीच्या ६० हजार पट जास्त- त्या एमआरआय मशिनच्या आत डोकं घालून झोपलेल्या त्या पेशंटला आपल्याला काय झालंय याची कल्पनाही नव्हती. अशा प्रकारच्या विरोधाभासांमुळे जॉर्ज नेहमीच अस्वस्थ होत असे. अचानक केसीच्या मृत्यूचं सगळं दुःख पुन्हा उमाळून आलं. तिचा थिजल्यासारखा चेहरा, डोळ्यांच्या मोठ्या झालेल्या बाहुल्या आणि शून्यात पाहणारी नजर- सगळं काही पुन्हा जॉर्जच्या डोळ्यांसमोर तरळलं.

"तू ठीक आहेस ना?" क्लॉडीन त्याच्या चेहऱ्याकडे पाहत म्हणाली.

"अं? हो... थँक्स!"

पण खरंतर त्याची मनःस्थिती अजिबात ठीक नव्हती. केसीच्या मृत्यूचं दुःख आत खोलवर दाबून ठेवल्यामुळे त्याला आणखी जास्तच त्रास होत होता. ज्या स्पष्टपणे त्याला आत्ता केसीचा चेहरा आठवला त्यानं त्याला घाबरायलाच झालं. तिच्या मृत्यूनंतर काही दिवसांतच त्याला समजलं होतं की तिला ओव्हरीजच्या

कर्करोगानं ग्रासलं होतं. तिचा रोग शेवटच्या, म्हणजे चौथ्या स्टेजपर्यंत पोहोचला होता. तिच्या मृत्यूच्या एक आठवडा आधी तिनं सँटा मोनिका हॉस्पिटलमध्ये सी.टी. स्कॅन करवून घेतला होता. त्यामुळे तिच्यापर्यंत ते भयंकर निदान पोहोचलंही नव्हतं. सँटा मोनिका हॉस्पिटल हे जॉर्जच्या हॉस्पिटलशी संलग्न असल्यानं त्यानं त्याच्या डॉक्टरचा 'कोड' वापरून तिच्या स्कॅनची माहिती मिळवली होती. हे खरंतर वैद्यकीय संकेतांमध्ये बसणारं नव्हतं; पण तो त्या वेळी स्वतःला हे करण्यापासून परावृत्त करू शकला नव्हता. त्याच्यावर ओढवलेली परिस्थिती पाहता, नशिबानं त्याच्यावर काही कारवाई झाली नव्हती; पण तरीही त्याला भीती वाटलीच होती.

''चल, हे काम संपवून टाकू,'' आपले नकोसे विचार बाजूला झटकत जॉर्ज म्हणाला.

''फक्त चौदा मिनिटं बाकी आहेत,'' सूझन म्हणाली.

खुर्चीवर बसून, कसलाच विचार न करण्याचा प्रयत्न करत जॉर्जनं स्वतःला पुन्हा मासिकात लक्ष घालायला भाग पाडलं. थोडा वेळ कोणीच काही बोललं नाही. स्कॅनमध्ये त्या दोन ठिकाणी दिसलेली रोगाची चाहूल वगळता अजून काही ॲबनॉर्मल त्यांच्या नजरेस पडलं नव्हतं. रोगाची चाहूल म्हणजे कसल्याशा गाठीच होत्या त्या, पण त्या नेमक्या कशाच्या असू शकतील हा प्रश्न त्या खोलीत अधांतरी लटकत राहिला होता.

शेवटी ते सगळेच जो विचार करत होते, तो क्लॉडीननं बोलून दाखवला, ''पेशंटच्या स्वादुपिंडाच्या मूळ कर्करोगाच्याच नव्यानं निर्माण झालेल्या या गाठी असतील अशी मला भीती वाटतीये.''

जॉर्जनं नुसतीच मान डोलावली. मग तो जरा उद्धटपणेच क्लॉडीनला म्हणाला, ''हे बघ, पुन्हा आठवण करून देतोय. आपण पेशंटला काहीच कल्पना द्यायची नाहीये. त्याची तपासणी व्यवस्थित पूर्ण झाली इतकंच त्याला सांगायचंय, कळलं? सीनियर रेडिऑलॉजी डॉक्टर या स्कॅनचा अर्थ लावेल आणि तो पेशंटच्या कर्करोगतज्ज्ञाकडे आणि प्रायमरी केअर डॉक्टरकडे रिपोर्ट पाठवून देईल. पेशंटला जे काही 'सांगायचंय' ते तेच सांगतील, समजलं?''

क्लॉडीननं होकारार्थी मान हलवली. तिला तर हे माहीतच होतं, पण जॉर्जच्या स्वरातल्या उद्धटपणामुळे ती जरा दुखावली गेली. खोलीत एक विचित्र शांतता पसरली. सूझन मुकाट्यानं मान खाली घालून आपलं काम करू लागली.

जॉर्जच्याही ते चटकन लक्षात आलं. त्याला खरंतर असं बोलायचं नव्हतं. तो पटकन स्वतःची चूक दुरुस्त करत म्हणाला, ''सॉरी, खरंच. मी उगाचच असं बोललो. तू तुझं काम खूपच व्यवस्थित करतीयेस क्लॉडीन, आजच असं नाही तर गेला महिनाभर. मी हे मनापासून बोलतोय.'' खोलीतलं वातावरण लगेच निवळलं.

क्लॉडीनही हसली. जॉर्जनं सुस्कारा सोडला. त्यानं स्वतःच्या वागण्या-बोलण्यावर जरा लक्ष द्यायलाच हवं होतं.

''बरं मग, आता उरलेल्या दिवसाची काय काय कामं आहेत?'' जॉर्जनं विचारलं.

क्लॉडीननं तिच्या आयपॅडवर पाहिलं. ''अजून दोन एमआरआय आहेत. एक अकराला आणि दुसरा दीड वाजता. आणि मग जे काय इमर्जन्सी म्हणून येईल ते.''

''जे दोन एमआरआय ठरलेले आहेत त्याला काही अडचण नाही ना येणार?''

''नाही; पण का रे?''

''मला जरा दोन-तीन तासांसाठी बाहेर जावं लागणार आहे. सेन्चुरी सिटीमध्ये मला एका कॉन्फरन्सला जायचंय. जी मोठी इन्शुरन्स कंपनी आपल्या हॉस्पिटलची आता मालक आहे ना- 'अमाल्गमेटेड हेल्थकेअर', त्यांनी त्यांच्या गुंतवणूकदारांसाठी एक प्रेझेन्टेशन ठेवलं आहे. प्रायमरी केअर डॉक्टरांची कमतरता भरून काढेल असा काहीतरी उपाय त्यांनी शोधलाय म्हणे. आपल्याकडची प्रायमरी केअरची समस्या एक हेल्थ इन्शुरन्स कंपनी सोडवतीये! जरा अतिच होतंय नाही का!''

''काय? हो ना! एखाद्या हेल्थ इन्शुरन्स कंपनीनं प्रायमरी केअर डॉक्टरांची कमतरता भरून काढेल असा उपाय शोधलाय, हे म्हणजे अगदी स्वप्नरंजनच वाटतंय. त्यातच, डबघाईला आलेल्या आपल्या या व्यवस्थेत आधीच 'ओबामाकेअर'नंसुद्धा इन्शुरन्स नसलेले ३ कोटी लोक समाविष्ट करून ठेवलेत.'' क्लॉडीन उपहासानं म्हणाली.

''तुझं हे प्रेझेन्टेशन डिस्नीलँडमध्ये तर नाहीये ना?'' सूझन शेजारच्या खोलीत जाता जाता म्हणाली. तिथं एक कर्मचारी पेशंटला एमआरआय मशिनमधून बाहेर येण्यास मदत करत होता.

''हो ना, असूही शकतं!'' जॉर्ज उत्तरला. ते जरी हा मुद्दा हसण्यावारी नेत असले तरी तो विषय गंभीरच होता. ''ते लोक काय सांगणार आहेत याची मला खरंच उत्सुकता वाटतीये. ही जी डॉक्टरांची कमतरता आहे ती भरून काढायला किमान दहा वर्षं तरी लागतील. तेही प्रायमरी केअरमध्ये जायला डॉक्टर तयार झाले तर! आणि तशी काही फारशी चिन्हं दिसत नाहीयेत. असो, पण त्याचं काय म्हणणं आहे ते मला ऐकायला आवडेल. पण म्हणजे, तुला काही अडचण नसली तर, हं.''

''मला?'' क्लॉडीननं नकारार्थी मान हलवली, ''मला काहीच अडचण नाहीये. तू जा बिनधास्त!''

''नक्की ना?''

''अरे हो! नक्की.''

“ठीक आहे मग. जर माझी गरज वाटलीच तर मला मेसेज पाठव. मी पंधरा मिनिटांत परत येऊ शकेन.”

“ओके. चालेल. मी इकडे सगळं सांभाळते.” क्लॉडीन म्हणाली.

“मी परत आलो की आपण ते स्कॅन पाहू.” जॉर्ज म्हणाला. मग क्षणभर थांबून त्यानं पुन्हा विचारलं, “माझ्या जाण्यानं तुला खरंच काही अडचण होणार नाही ना?”

“खरंच नाही. मी पुन्हा सूझनबरोबरच असेन. खरंतर आपण दोघंही नसलो तरी ती नीट काम करू शकते!”

या कौतुकोद्‌गारावर सूझन हसली.

“ओके. ठरलं तर मग! चला, आता आपण तिघंही जाऊन त्या पेशंटशी बोलू.” जॉर्ज दाराकडे जात म्हणाला.

आपापले चेहरे निर्विकार करून ते शेजारच्या खोलीत गेले. टार्किंग्टन पलंगाच्या कडेवर बसला होता. तो चांगल्या बातमीच्या अपेक्षेत होता आणि त्याच्या चेहऱ्यावर काळजीयुक्त हसू होतं.

त्याला वाईट बातमी न सांगण्याची खबरदारी तिघांनीही घेतली. कारण त्याचा स्कॅनचा अर्थ एकच होता- किडनी काम करत नसतानाही त्याला पुन्हा किमोथेरपी घ्यावी लागणार होती. क्लॉडीनच हळुवारपणे पेशंटशी बोलली. जॉर्ज आणि सूझन तिच्या म्हणण्याला दुजोरा देत बाजूला उभे होते.

मग हॉस्पिटलच्या कर्मचाऱ्यानं आणि सूझननं पेशंटला बाहेर नेण्यासाठी उठवलं, तसे क्लॉडीन आणि जॉर्ज आपल्या खोलीच्या ‘सुरक्षिततेत’ परतले. अतिशय वाईट बातमी नशिबात लिहिलेल्या पेशंटशी असं बोलून आल्यावर नेहमीच आयुष्याची अनिश्चितता अधोरेखित होत असे. त्यापासून दूर पळण्याचा किंवा अलिप्त राहण्याचा कोणताच मार्ग नव्हता.

“फारच वाईट झालं.” खुर्चीत स्वतःला झोकून देत क्लॉडीन म्हणाली, “अशी लपवाछपवी करायला खरंतर मला मुळीच आवडत नाही. मला वाटलं नव्हतं की डॉक्टर होण्यात हेही आलंच म्हणून!”

“तुला सवय होईल याची,” जॉर्जनं उसन्या बेफिकिरीचा आव आणून म्हटलं.

धक्का बसून तिनं त्याच्याकडे पाहिलं.

“मला असं म्हणायचं नव्हतं. पण खरंच, तुला होईल याची सवय.” जॉर्जला स्वतःलाच कळलं नाही तो असं का बोलला ते. त्याला तरी या सगळ्याची सवय झाली होती का? तो म्हणाला, “काही अंशी तरी होईलच सवय. म्हणजे तुला ती करून घ्यावीच लागेल. नाहीतर तू तुझं काम नीट करू शकणार नाहीस. आपण पेशंटशी खरं बोलत नाही, याचा मला त्रास होतोच; पण त्याहीपेक्षा जास्त तो पेशंट

ज्या परिस्थितीत असतो त्याचा त्रास होतो. आत्ताच आपण ज्या माणसाशी बोललो त्याचंच उदाहरण घे ना- ऐन उमेदीच्या वयातला, कुटुंब असलेला माणूस- आणि तो लवकरच मरणार आहे. अशी परिस्थिती नेहमीच भयंकर त्रासदायक असते.'' जॉर्जनं आपलं डोकं उगीचच फायलींमध्ये लपवलं आणि क्लॉडीनकडे पाहण्याचं टाळलं. ''पण जर नीट काम करायचं असेल तर तुला तुझ्या वेगवेगळ्या भावनांसाठी मनात कप्पे पाडायलाच लागतील. कारण तुझ्या कामानं शेवटी कितीतरी जणांचे प्राण वाचणार आहेत.''

तिनं त्याच्याकडे पाहिलं.

जॉर्जला तिची नजर जाणवली आणि वाईट वाटलं. अशा कितीतरी केसेस पाहूनही त्याला अजूनही त्याच्या भावनांना आवर घालायला जमलं नव्हतंच! त्यानं मान वर करून तिच्याकडे पाहिलं, ''हे बघ...'' नक्की काय बोलावं याचा विचार करत तो म्हणाला, ''मी याच कारणासाठी रेडिऑलॉजीमध्ये आलो. मला वाटलं होतं की इथं माझ्या आणि पेशंटच्यामध्ये एक अंतर, एक अदृश्य भिंत असेल. म्हणजे मी इमेजेसबरोबर काम करीन. डायरेक्ट पेशंटबरोबर मला बोलावं लागणार नाही. पण पाहिलंस ना, या भिंतीमध्येही बऱ्याच फटी असतात.''

ते दोघंही थोडा वेळ शांत बसून राहिले. मग जॉर्ज उठला आणि दाराकडे जात म्हणाला, ''बरं, मला आता निघालं पाहिजे...''

''मीसुद्धा,'' क्लॉडीन हळूच म्हणाली.

''मीसुद्धा? काय मीसुद्धा?'' जॉर्जनं गोंधळून विचारलं.

''मीसुद्धा त्याच कारणासाठी रेडिऑलॉजीत आले. तुझ्या मनातलं मला प्रामाणिकपणे सांगितल्याबद्दल थँक्स...'' क्लॉडीन म्हणाली.

जॉर्ज किंचित उदासपणे हसला आणि बाहेर पडला.

२

सेन्चुरी प्लाझा हॉटेल
सेन्चुरी सिटी, लॉस एंजलिस, कॅलिफोर्निया
सोमवार, ३० जून २०१४, सकाळचे ९.५१

जॉर्ज जेव्हा त्या प्रेझेन्टेशनला गेला, तेव्हा तिथल्या लोकांमध्ये त्याला उपरं वाटत होतं. कारण तो कार्यक्रम मुख्यतः अमाल्गमेटेड हेल्थकेअरच्या गुंतवणूकदारांसाठी होता. त्यामुळे खोलीत असलेले सगळेच लोक हे जॉर्जपेक्षा खूपच भिन्न होते. मोठमोठ्या ब्रॅन्डचे बिझनेस सूट्स, त्याला शोभेलसे कापलेले केस आणि एकूणच आपण कोणीतरी फार श्रेष्ठ असल्याचा आविर्भाव. अमाल्गमेटेडनं इतक्यातच काही हेल्थकेअर कंपन्या आणि त्याच्या हॉस्पिटलप्रमाणे इतरही काही हॉस्पिटल्स विकत घेतली होती, हे जॉर्जला माहीत होतं. राज्यांच्या पातळीवर इन्शुरन्स न देता देशव्यापी पातळीवर तो मिळावा यासाठी हे सगळं करण्यात आलं होतं. 'सर्वांसाठी हेल्थ इन्शुरन्स' या ओबामाकेअरच्या म्हणजेच 'अफोर्डेबल केअर ॲक्ट'मधल्या बदलांचा फायदा करून घेण्यासाठी अमाल्गमेटेडनं नक्कीच त्या अधिनियमाच्या २७०० पानी माहितीपुस्तकातला शब्दन्‌शब्द वाचला असणार, असा अंदाज जॉर्जनं बांधला.

खोलीच्या मागच्या भागातल्या गर्दीतून वाट काढत तो आत पोहोचला. आपला डॉक्टरचा पांढरा कोट हॉस्पिटलमध्येच ठेवायची सुबुद्धी सुचल्यानं त्यानं मनोमन 'हुश्श' केलं. तरीही, कोणीही आपल्याला कधीही इथून बाहेर हुसकावून लावेल की काय, असं त्याला वाटत राहिलं. खुर्च्यांच्या दोन रांगांमधून वाट काढत असतानाच त्याला कोणीतरी एक छापील माहितीपत्रक दिलं. त्यात आर्थिक बाबींची बरीच माहिती होती. आजूबाजूला बघताना त्याला असं वाटलं की हे एक वेगळंच जग आहे, ज्याकडे त्यानं आता पूर्णतः पाठ फिरवली आहे. कोलंबिया युनिव्हर्सिटीत

त्यानं पहिल्यांदा पाउल टाकलं तेव्हा तो एकतर मेडिकलला जाणार होता, किंवा मग बिझनेस स्कूलला; पण मग एक वर्षानंतर त्यानं मेडिकलची निवड केली होती. हा त्याचा निर्णय त्याचा त्यालाच समजून घ्यायला केसीची खूपच मदत झाली होती. तेव्हा जर त्यानं तो दुसरा मार्ग निवडला असता तर आज तो इथं घरच्यासारखाच वावरत असता! हेच कदाचित त्याचं आयुष्य असतं. आणि कदाचित कर्जाच्या डोंगराऐवजी त्याच्या बँकेत थोडी शिल्लकदेखील असती! हे एक पूर्ण वेगळं जग होतं, वेगळं स्वप्न... त्यानं हे असले विचार मनातून बाजूला सारायचा प्रयत्न केला आणि तो इकडे काय चाललंय याकडे लक्ष देऊ लागला.

शेकडो लोकांच्या बसण्याची व्यवस्था तिथं केलेली दिसत होती. ॲपल, गूगल, मायक्रोसॉफ्ट, ओरॅकल अशा मोठमोठ्या आय.टी. कंपन्यांतून मोठ्या हुद्द्यावरचे लोक तिथं आलेले होते. तसेच अनेक प्रसिद्ध 'हेज फंड' कंपन्यांचे लोक त्यांच्यासाठी खास राखीव असलेल्या जागांवर विराजमान झालेले होते. त्यातल्या काहींना जॉर्जनं टीव्हीवरच्या कार्यक्रमांमध्ये पाहिलं होतं. फारच मोठा कार्यक्रम दिसत होता हा! पांढऱ्या कपड्यांतल्या उंच, सडपातळ आणि सुंदर तरुणी पाहुण्यांना पेय पुरवत होत्या.

व्यासपीठावर चार अद्ययावत डिझाइनच्या, स्टीलच्या आणि पांढऱ्या रंगाच्या खुर्च्या ठेवलेल्या होत्या. एकेका खुर्चीची किंमत कदाचित जॉर्जच्या गाडीहूनही जास्त असेल! व्यासपीठाच्या मागे एक मोठा एल.इ.डी. स्क्रीन होता. तसेच आणखी दोन स्क्रीन ४५ अंशांच्या कोनात दोन बाजूंना ठेवलेले होते. प्रत्येक स्क्रीनवर 'अमाल्गमेटेड हेल्थकेअर' हे शब्द मोठ्या काळ्या अक्षरांत दिसत होते. खुर्च्यांसकट संपूर्ण खोलीच पांढऱ्या रंगाची होती. जॉर्ज या सगळ्यानं प्रभावित झाला. ॲपलच्या आयपॅडच्या अनावरण सोहळ्यासाठी ज्या कंपनीनं कार्यक्रमाची सर्व व्यवस्था केली होती, तीच कंपनी हाही कार्यक्रम हाताळतेय की काय, असं जॉर्जला वाटलं.

जॉर्जनं सर्वांत शेवटच्या ओळीतली एक खुर्ची पकडली आणि तो वाट पाहत बसला. बरोब्बर दहाच्या ठोक्याला खोलीतले दिवे मंद झाले आणि व्यासपीठावर तीन पुरुष आणि एक स्त्री अवतीर्ण झाले. त्याच वेळी मंद संगीताचे सूर उमटू लागले.

जॉर्जचं त्या स्त्रीकडे लक्ष गेलं. पॉला स्टोनब्रेनर तिचं नाव. तिनंच जॉर्जला या कार्यक्रमाला बोलावलं होतं. पॉलानं एक स्मार्ट बिझनेस सूट घातला होता. त्यातून मानेपाशी डोकावणारा तिचा नाजूक डिझाइनचा पांढरा शर्ट तिचं स्त्रीसुलभ सौंदर्य खुलवत होता.

कोलंबिया मेडिकल कॉलेजमध्ये असताना पॉला आणि जॉर्ज एकाच वर्गात होते. सुरुवातीपासूनच ते एकमेकांकडे आकर्षित झाले होते आणि त्यांची 'घसट'ही

बऱ्यापैकी वाढली होती. मग मित्रमैत्रिणींबरोबर बाहेर जाणं... एकातून एक गोष्टी वाढत गेल्या होत्या. कॉलेजमधल्या हॉस्टेलमध्ये किंवा हॉलच्या छपरावर पॉलाबरोबर गुपचूप घालवलेले क्षण म्हणजे जॉर्जच्या आयुष्यातलं सगळ्यात 'सनसनाटी' अफेअर असेल!

पण काही दिवसांनी जॉर्जला पॉलाबद्दल वाटत असलेलं आकर्षण अचानक आटून गेलं. कारण त्याला त्याची दुसरी वर्गमैत्रीण पिया ग्राइदानी अचानक आवडू लागली होती. इटालियन आणि अल्बानियन असलेली सावळी पिया लावण्यवती होती. तिच्या नुसत्या दर्शनानंच जॉर्ज वेडावून गेला होता. तिचं अलिप्त वागणं त्याला तिच्याकडे अजूनच खेचून घेत होतं. तिचं काहीसं निष्ठुर वागणं त्याच्या हृदयाला घरं पाडत होतं. रोमान्स तर दूरच, तिनं त्याच्याशी साधी मैत्री करणंही नाकारलं होतं. आत्तापर्यंत कधीच जॉर्जला मैत्रिणींची कमी भासली नव्हती. सगळ्याच मुली त्याच्यासोबत फिरायला एका पायावर तयार असत! कारण जॉर्ज हा खूप मिळूनमिसळून वागणारा, मोकळ्या स्वभावाचा होता आणि तो सगळ्या खेळांमध्येही भाग घेणारा होता. त्यामुळे मुलींच्या बाबतीत नेहमीच त्याचा शब्द शेवटचा ठरत असे; पण पियाच्या बाबतीच मात्र उलटंच घडलं होतं.

पियाच्या आधी कोणत्याही नात्यात जॉर्ज नेहमीच जबाबदारी घेणं टाळत असे. असं करून तो त्या मुलीवर उलट दयाच दाखवतोय, असं त्याचं म्हणणं होतं. यामुळे, दुःख झालं तरी ते थोडाच काळ होई आणि मग ते लवकर विसरता येई. याचा अर्थ तो स्वार्थी होता असं नाही; पण हायस्कूलपासूनच यशस्वी होण्यासाठी त्याची जिद्द इतकी होती, मग ते मेडिकल असो किंवा बिझनेस, की त्यापुढे या बाकीच्या गोष्टी त्याला गौण वाटत असत. मुलींबरोबरच्या अफेअर्सकडे तो केवळ एक मनोरंजन म्हणून पाहत असे.

पण हे सगळं त्याला आत्ता कुठं नीट समजत होतं. आणि तेही केवळ केसीमुळे. तिनंच त्याला या सगळ्या नात्यांमधल्या गुंतागुंतीची आणि त्यांच्या अर्थाची जाणीव करून दिली होती. तिला समोरच्या व्यक्तीबद्दल आपोआप सगळं समजत असे आणि या तिच्या गुणामुळे जॉर्ज तिच्याकडे आकर्षित झाला होता. केसी ही जॉर्जच्या आयुष्यातली एकमेव मुलगी होती, की जी त्याची प्रेयसी बनण्याआधी त्याची खूप चांगली मैत्रीण बनली होती. तिच्याशी तो सगळ्या गोष्टी शेअर करू शकत असे. या नवीनच अनुभवामुळे जॉर्जचे डोळे अक्षरशः उघडले होते. जणू त्याचा पुनर्जन्मच झाला होता. इतकी वर्षं त्याच्या आयुष्यात कशाची उणीव होती ते आत्ता कुठं त्याला कळलं होतं!

आज पॉला खरोखरच मस्त दिसत होती. ती खूप स्मार्ट आणि उत्साही होती, तिच्याबरोबर वेळ घालवायला खूप मजा येत असे, यापलीकडे जॉर्जला तिच्याबद्दल

काहीच माहिती नव्हती, हे त्याच्या अचानक लक्षात आलं. पियासाठी जॉर्जनं तिला सोडलं होतं. असं झिडकारलं गेल्यामुळे तिनं कित्येक दिवस, खरंतर ते संपूर्ण वर्षच जॉर्जशी अबोला धरला होता. पण मग दुसऱ्या वर्षात ती काहीच फिकीर नसल्यासारखं भासवू लागली होती. त्या वर्षी होस्टेलमध्ये ते दोघं नेमके शेजार-शेजारच्याच खोल्यांमध्ये राहत होते. तसंही आता आणखी काही काळ एकमेकांकडे दुर्लक्ष करणं त्यांना शक्य नव्हतं. त्यामुळे मेडिकलच्या शेवटच्या वर्षापर्यंत त्यांच्यात पुन्हा एक किमान पातळीवरची मैत्री झाली होती.

समोर जाऊन पॉलाला 'हॅलो' म्हणावं का, असा विचार जॉर्जच्या मनात डोकावला; पण मग त्याला जरा भीतीच वाटली. त्याऐवजी तो तिला निरखू लागला. ती अतिशय आत्मविश्वासानं आणि सहजपणे वावरत होती आणि त्या स्टेजवरच्या माणसांशी आणि इतर मोठमोठ्या व्यावसायिकांशी बोलत होती. मग ती स्टेजवरच्या एका खुर्चीत इतर दोघांशेजारी जाऊन बसली. तिसरा बोलायला उठला. जॉर्जच्या मते त्याचं व्यक्तिमत्त्व फारच प्रभावी होतं. अतिशय काटेकोरपणे केलेला वेष, एखाद्या लष्करातल्या माणसाप्रमाणे ताठ उभं राहण्याची पद्धत आणि दिव्यांच्या लखलखाटात चमचम करणारे रुपेरी केस. तो उभं राहिल्यावर मागच्या स्क्रीनवर मोठ्या अक्षरांत त्याचं नाव झळकलं- ब्रॅडले थॉर्न- अमाल्गमेटेडचा प्रेसिडेंट आणि सी.इ.ओ.

''आपलं सगळ्यांचं खूप खूप स्वागत!'' तो सुहास्य वदनानं म्हणाला. त्याच्या अंगावर कुठेच मायक्रोफोन दिसत नव्हता; पण त्याचा आवाज संपूर्ण सभागृहात भरून राहिला होता. जॉर्जला आश्चर्य वाटलं नाही; आजकाल सगळ्याच गोष्टी वायरलेस असतात ना!

सभागृहात एकदम शांतता पसरली. जे लोक अजून स्थानापन्न झाले नव्हते त्यांनी पटापट जागा धरल्या. जॉर्जनं पॉला आणि इतर दोघांकडे नजर टाकली आणि त्याला धक्काच बसला. त्या दोघांपैकी एकाला जॉर्जनं ताबडतोब ओळखलं आणि तो खुर्चीत शक्य तितका खाली, कोणाला दिसणार नाही अशा बेतानं सरकून बसला. त्याच्या छातीचे ठोके वाढले.

''आता तर मी मेलोच!'' तो स्वतःशी पुटपुटला.

३

सेन्चुरी प्लाझा हॉटेल
सेन्चुरी सिटी, लॉस एंजलिस, कॅलिफोर्निया
सोमवार, ३० जून २०१४, सकाळचे १०.०२

जागतिक कीर्तीचा ख्यातनाम रेडिऑलॉजिस्ट डॉ. क्लेटन हॅन्सन स्टेजवर बसलेला होता. तो एल.ए. युनिव्हर्सिटी मेडिकल सेंटरमधल्या रेसिडेन्सी ट्रेनिंग प्रोग्रॅमचा प्रमुख होता. इतर प्रोफेसर किंवा विद्यार्थ्यांपेक्षा जॉर्ज त्याला अधिक ओळखत होता. कारण तो जॉर्जचा बॉस होता! आणि आत्ता जॉर्ज कोणाचीही परवानगी न घेताच इकडे आलेला होता. एकमेकांना इतकं ओळखण्याचं आणखी एक कारण म्हणजे क्लेटन बायकांशी लगट करण्यात पटाईत होता आणि केसी ही जॉर्जची प्रेयसी आहे हे माहीत असूनही तीही त्याच्या नजरेतून सुटलेली नव्हती!

जॉर्ज त्या हॉस्पिटलमध्ये आला त्याच्या एक वर्षभर आधी क्लेटनचा त्याच्या बायकोशी घटस्फोट झाला होता. ती एक मावळती सिनेतारका होती. त्यांच्या लग्नाला बारा वर्षं झाली होती आणि त्यांचं एकमेकांशी अजिबातच पटत नव्हतं. त्यामुळे घटस्फोटानंतर इतक्या वर्षांचा 'वाया' गेलेला वेळ क्लेटनला लवकरात लवकर भरून काढायचा होता! बायकांच्या बाबतीतल्या क्लेटनच्या वागण्यामुळेच त्याच्या बायकोनं शेवटी घटस्फोट घेतला, अशीही अफवा जॉर्जच्या कानावर आली होती.

लग्न न झालेल्या काही मोजक्या रेसिडेंटपैकी जॉर्ज एक असल्यानं सुरुवातीला क्लेटननं त्याच्याशी जवळीक साधली होती. हेतू हा, की जॉर्जनं त्याची ओळख जॉर्जच्या काही 'आयटम' मैत्रिणींशी करून द्यावी. ('आयटम' हा क्लेटनचाच खास शब्दप्रयोग!) पण असं काहीच घडलं नव्हतं. तरीही हळूहळू त्यांची मैत्री झाली होती. मैत्री म्हणजे काय, तर बऱ्याचदा क्लेटन जॉर्जचं सूत एखाद्या मुलीबरोबर जुळवायचा प्रयत्न

करायचा. यामुळे मग क्लेटनलाही तिच्या इतर मैत्रिणींशी जवळीक करता यायची.

जॉर्ज कोणतीही अधिकृत सुट्टी न घेता, एवढंच नाही तर परवानगीही न विचारता हॉस्पिटलमधून सटकून इथं आला होता, हीच आता त्याच्यापुढे मोठी अडचण झाली होती. खुद्द त्याचा बॉस समोर बसला होता. त्या विभागातल्या 'रोटेशन'चा त्याचा हा शेवटचाच दिवस होता आणि तसं फारसं कामही नव्हतं, शिवाय त्यानं कामाची नीट व्यवस्थाही लावली होती; तरीपण त्याला आता अस्वस्थ वाटत होतं. थोडी भीतीही वाटत होती. सुदैवानं तो व्यासपीठापासून बराच लांब बसला होता आणि क्लेटननं त्याला पाहिल्याचं कोणतंही चिन्ह अजूनतरी दिसत नव्हतं.

जॉर्जनं आपली भीती कमी करण्यासाठी एकदा खोल श्वास घेतला. मग त्यानं आपलं लक्ष पुन्हा पॉलाकडे वळवलं. ती फारच सुंदर आणि धीट वाटत होती. कॉलेजमध्ये आपण उगाचच तिच्याशी ब्रेकअप केलं असं जॉर्जला वाटून गेलं. केसीला दिलेलं वचन पूर्ण करण्यासाठी पॉलाशी पुन्हा मैत्री वाढवावी का, असाही विचार त्याच्या मनात आला.

तेवढ्यात थॉर्ननं आपलं प्रेझेन्टेशन सुरू केलं आणि जॉर्जच्या विचारांची मालिका तिथंच खुंटली. अमाल्गमेटेडच्या यशस्वी घोडदौडीची माहिती तो देत होता. अफोर्डेबल केअर ॲक्टचा फायदा उठवणं इतर इन्श्युरन्स कंपन्यांना अशक्य वाटत असतानाच, अमाल्गमेटेडला मात्र त्याचा पुरेपूर फायदा कसा उठवायचा, हे बरोबर समजलं असल्याचं तो सांगत होता. या ॲक्टनुसार एखाद्या इन्श्युरन्स कंपनीला स्वतःचा फायदा करण्यावर बरीच बंधनं येणार होती; पण थॉर्ननं आणि त्याच्या टीमनं हे काम कसं शक्य करून दाखवलंय हे तो सांगत होता. फक्त आता कंपनीचा विस्तार करण्यासाठी आणखी लोकांनी त्यात गुंतवणूक करायची गरज आहे, असं त्याचं म्हणणं होतं.

"राजकीय नेत्यांच्या भूमिकेमुळे- मग ती मुद्दाम घेतलेली असो किंवा नकळत– इन्श्युरन्स कंपन्यांच्या हाती असे काही अधिकार आले आहेत, की आपल्याकडच्या दरडोई उत्पन्नाच्या जवळपास २० टक्के पैसा आम्हाला मिळेल." थॉर्न पुढे म्हणाला, "आपल्यापैकी प्रत्येकालाच मनातून कुठंतरी असं वाटत असतं, की सरकारनं सर्वांसाठी मेडिकेअर सुविधा द्यायला पाहिजे होती. पण त्यांच्यामध्ये तेवढं धैर्य नव्हतं असं आपण म्हणू. उलट असं करून त्यांनी आमच्याचकडे सगळी सूत्रं दिली आहेत, असं मी म्हणतोय. आमच्यासाठी ही अभूतपूर्व संधी आहे. आता आम्ही जे प्रेझेन्टेशन करणार आहोत त्यावरून मी काय म्हणतोय ते तुम्हाला समजेलच. 'मेडिकल केअर'च्या क्षेत्राला अखेर आजच्या डिजिटल युगात वैद्यकीय व्यावसायिकांच्या मनाविरुद्ध खेचून आणून फक्त अमेरिकेतच नाही, तर संपूर्ण जगात आमूलाग्र बदल घडून येणार आहे. आणि तो बदल अमाल्गमेटेड म्हणजेच

आम्ही घडवून आणणार आहोत.''

विजेचा झटका बसल्याप्रमाणे जॉर्ज दचकला. थॉर्ननं नेमकी त्याची दुखरी नस दाबली होती. गेल्या काही वर्षांपासून वैद्यकीय क्षेत्रात आणि त्यातही रेडिऑलॉजीमध्ये होणाऱ्या बदलांमुळे जॉर्ज अस्वस्थ होता. एकतर डॉक्टरांसाठी असलेल्या जागा कमी कमी होत चालल्या होत्या आणि पगारातही घसरण चालू झाली होती. हा काही एकदम झालेला खूप मोठा बदल होता अशातला भाग नाही; पण दखल घ्यावी असा नक्कीच होता. त्यामुळेच थॉर्नच्या आत्ताच्या शब्दांनी त्याच्या आत दडलेल्या भीतीनं पुन्हा डोकं वर काढलं होतं. कारण, आपण वैद्यकीय क्षेत्रात प्रवेश केला, त्यापूर्वीच त्या क्षेत्राचा कळस गाठून झालाय आणि आता त्याला उतरती कळा लागू शकते, अशी शंका जॉर्जला नेहमीच वाटत असे.

थॉर्न पुढे बोलू लागला, ''आपल्या देशात वैद्यक क्षेत्र लवकरच 'लोकसत्ताक' होणार आहे. वैद्यक क्षेत्रातील लोकांसाठी हा एक मोठा धक्का असेल, पण अमाल्गमेटेडसाठी नाही! पूर्वापार वैद्यकीय बाबींसाठी, माहितीसाठी लोक डॉक्टरांवर अवलंबून असायचे; पण यापुढे नाही. सध्या लोक इंटरनेट आणि सोशल मीडियावरूनच जास्त माहिती मिळवतात. माझा मुद्दा लक्षात येतोय का तुमच्या? वैद्यक क्षेत्राची तुलना एका उदाहरणावरून दुसऱ्या क्षेत्राशी करून दाखवतो. कोडॅक ही कॅमेराची फिल्म बनवणारी मोठी कंपनी; पण त्यांना वाटले की 'इमेज'च्या धंद्यात पडण्यापेक्षा 'फिल्म' बनवण्यात जास्त फायदा आहे. आणि त्याचे परिणाम काय झाले ते तर तुम्हाला सगळ्यांना माहीत आहेत!''

यावर सभागृहात खसखस पिकली. कारण २०१२ साली कोडॅक कंपनी पूर्णपणे कर्जबाजारी झाली.

''वैद्यकीय व्यावसायिकांना असं वाटतं, की 'आजारपण' हे त्यांचं कार्यक्षेत्र आहे; पण तसं नाहीये. खरंतर हे 'आरोग्याचं' क्षेत्र आहे. लोकांचं आरोग्य अबाधित राखणं आणि आधीच काळजी घेऊन आजार, रोग यांचा प्रतिबंध करणं, हे या व्यवसायाचं खरं भवितव्य आहे; जास्त जास्त, नवनवीन औषधं आणि उपचारपद्धती शोधणं, हे नव्हे! आणि मी खरोखरीच्या प्रतिबंधाबद्दल बोलतोय. वर्षातून एकदा आरोग्य तपासणी किंवा एकदा पूर्ण शरीराचा सी.टी. स्कॅन करणं म्हणजे प्रतिबंध नव्हे! तर खरा प्रतिबंध- म्हणजेच प्रत्येक पेशंटला त्याच्या त्याच्या गरजेनुसार योग्य सल्ला आणि उपचार!

''हे अत्यंत महत्त्वाचं आहे. कारण औषध कंपन्यांना लोकांकडून मिळणाऱ्या ४०० अब्ज डॉलरपैकी जवळपास एक तृतीयांश भाग पूर्णपणे वाया जात असतो. म्हणजेच १३० अब्ज डॉलर अक्षरशः पाण्यात जातात! त्यातही बऱ्याचदा औषधांचा काही पेशंट्सवर कोणताही उपयुक्त परिणाम दिसून येत नाही. औषधांची चाचणी

करताना समजा ५% लोकांना त्याचा फायदा होतोय, असा निष्कर्ष निघाला तर त्याच्या अर्थ, इतर ९५% लोकांना त्या औषधाचा काहीच उपयोग नाही. याउलट जवळपास प्रत्येकच औषधाचे वाईट 'साईड इफेक्ट' १००% लोकांना भोगावे लागतात!

"आम्हाला, म्हणजेच अमाल्गमेटेडला, निरुपयोगी औषधं आणि धोकादायक उपचारपद्धतींवर पैसा वाया जावा, असं मुळीच वाटत नाही. आम्हाला प्रत्येक व्यक्तीला त्याच्या गरजेनुसार उपचार द्यायचेत; कुठल्याही टक्क्यांच्या गणितानुसार नाही. आणि हे कसं शक्य होईल, तर या ॲप्लिकेशनद्वारा!" थॉर्ननं आपल्या मागच्या एल.इ.डी. स्क्रीनच्या दिशेनं हात केला. त्याच वेळी बीथोवेनच्या संगीताचे सूर उमटू लागले आणि स्क्रीनवर काळ्या रंगात 'आयडॉक' ही मोठी अक्षरं झळकली.

आपल्या बोलण्याचा लोकांवर झालेला परिणाम अजमावत थॉर्न दोनेक क्षण थांबला आणि मग पुन्हा प्रेक्षकांना उद्देशून म्हणाला, "आपल्याकडे प्रायमरी केअर डॉक्टरांची कायमच कमतरता भासत आली आहे. आणि हा प्रश्न अजूनपर्यंत सोडवता आलेला नाही, हेच सध्याच्या वैद्यकीय क्षेत्राचं अपयश आहे. यामुळे होतं काय, की पेशंटला उगीचच महागड्या इमर्जन्सी रूममध्ये तपासणीला जावं लागतं; गरज नसताना स्पेशलिस्ट डॉक्टरांना भेटावं लागतं आणि उगीचच अनेक चाचण्या, तपासण्या करून घ्याव्या लागतात. कित्येक पेशंटना गरज नसतानाही भरमसाट औषधं दिली जातात. या सगळ्यातच पैशाचा खूप अपव्यय होतो. पण मित्रांनो, हे चित्र लवकरच पालटणार आहे. कारण आपल्याकडे आता आहे एक नवीन डॉक्टर! २१व्या शतकातला प्रायमरी केअर डॉक्टर, एफ.डी.ए. (फूड अँड ड्रग ॲडमिनिस्ट्रेशन)नं प्रमाणित केलेलं हे स्मार्टफोन ॲप – आयडॉक!"

थॉर्ननं पुन्हा स्क्रीनकडे निर्देश केला. त्याबरोबर तिथं जगातल्या सर्वांत मोठ्या तीन मोबाईल कंपन्यांचे स्मार्टफोन झळकले- ॲपल, सॅमसंग आणि नोकिया. तीनही फोनच्या स्क्रीनवर एकच ॲप दिसत होतं- पांढऱ्या पार्श्वभूमीवर एक लाल रंगाचं 'अधिक'चं चिन्ह आणि त्यावरची 'आयडॉक' ही अक्षरं. जॉर्जला पुन्हा धक्का बसला. हा लोगो त्यानं आधी पहिला होता.

"या मोठ्या स्मार्टफोन कंपन्या आणि आम्ही एकत्र काम केलं आहे आणि त्याचीच परिणती म्हणजे 'आयडॉक' हे ॲप. इंटरनेट, मोबाईल फोनची टेक्नॉलॉजी, क्वान्टम क्लाउड कॉम्प्युटिंग, आमचा सुपर कॉम्प्युटर, सोशल नेटवर्किंग, डिजिटल मेडिकल जेनोमिक्स, वायरलेस बायोसेन्सर्स आणि ॲडवान्स्ड इमेजिंग, या सगळ्यांचं एकत्रित फळ म्हणजे आयडॉक. आयडॉक हाच उद्याचा डॉक्टर असेल आणि तो आम्ही आजच बनवलाय!

"आंतरराष्ट्रीय स्तरावरच्या 'रेड क्रॉस' या संस्थेचं लाल 'अधिक'चं चिन्ह वापरण्याचा परवाना आम्ही घेतला आहे, कारण एखादं जगप्रसिद्ध चिन्ह असणं

आम्हाला गरजेचं वाटलं. मूळ देणगीव्यतिरिक्त, या ॲपच्या प्रत्येक डाऊनलोडबरोबर अमाल्गमेटेड 'रेड क्रॉस' संस्थेला काही ठराविक रक्कम देणार आहे. एवढंच नाही, तर अमाल्गमेटेड या गोष्टी सर्वांना परवडू शकणाऱ्या दरात उपलब्ध करून, एक प्रकारे अफोर्डेबल केअर ॲक्टच्याच पावलावर पाऊल ठेवत आहे. ज्यांचं उत्पन्न दारिद्र्यरेषेच्या वर ४०० टक्क्यांपर्यंत आहे, अशांना त्यांचे स्मार्टफोन मोफत किंवा कमी किमतीत मिळतील. तुमचे मूळचे फोन प्लॅन तसेच राहतील. मात्र इंटरनेटचे प्लॅन 'अनलिमिटेड' करण्यात येतील. अफोर्डेबल केअर ॲक्टप्रमाणेच आम्ही हे नेटप्लॅनसुद्धा कमी दरात उपलब्ध करून देणार आहोत. या ॲपमध्ये निर्माण होणारा सगळा डेटा आमच्या 'क्लाउड'वर साठवला जाईल. त्यामुळे कमीत कमी ३२ जी.बी. मेमरी असलेला आणि ३जी इंटरनेट असलेला कोणताही स्मार्टफोन यासाठी चालू शकेल. आत्ता जे लोक हे ॲप घेतील, त्यांचे फोन जर यापेक्षा कमी पॉवरचे असतील तर ते आमच्या खर्चानं अपग्रेडही करून मिळतील.''

कोणा अनामिक भीतीनं जॉर्जच्या अंगावर शहारा आला. जणू तो इतिहासातील एका महत्त्वाच्या घटनेचा साक्षीदार होता. स्मार्टफोन हाच प्रायमरी केअर डॉक्टर बनणार, या कल्पनेनं त्याला धक्का बसला होता. कारण असाच काहीसा विचार त्यानं स्वतः यापूर्वी केलेला होता. या कार्यक्रमाच्या भव्यदिव्य स्वरूपाची आता त्याला खात्रीच पटली. हे फारच मोठं काहीतरी होतं. अमाल्गमेटेड स्वतः इतका खर्च करणार आहे आणि तरीही त्यांना कसा फायदा होणार या विचारानं त्याला आश्चर्य वाटलं. त्याच्या ऐकण्यातून कोणती गोष्ट सुटली तर नव्हती ना?

४

सेन्चुरी प्लाझा हॉटेल
सेन्चुरी सिटी, लॉस एंजलिस, कॅलिफोर्निया
सोमवार, ३० जून २०१४, सकाळचे १०.१४

जॉर्जनं आजूबाजूच्या लोकांवर नजर फिरवली. कोणीच बोलत नव्हतं, खाकरत नव्हतं की हलत नव्हतं. सभागृहात संपूर्ण शांतता होती. जॉर्जनं पुन्हा व्यासपीठाकडे पाहिलं. थॉर्न अजूनही मागे वळून स्क्रीनवर झळकणाऱ्या इमेजेस पाहत होता. जणू एखाद्या वडिलांनी अभिमानानं आपल्या मुलाकडे पाहावं तसा! जेव्हा तो वळला तेव्हा लोकांनी टाळ्यांचा कडकडाट केला.

"थांबा लोकहो, अजून माझं संपलं नाहीये!" तो म्हणाला, "आता आमचे इतर तीन वक्ते भाषण करतील. पहिल्यांदा बोलतील डॉ. पॉला स्टोनब्रेनर." त्यानं पॉलाकडे निर्देश केला. तिनं क्षणभर उठून वाकून प्रेक्षकांना अभिवादन केलं. ती अजिबातच घाबरलेली दिसत नव्हती. लोकांनी पुन्हा टाळ्या वाजवल्या.

"डॉ. स्टोनब्रेनर या वयानं लहान वाटल्या तरी एम.डी. आहेत, अशी मी तुम्हाला ग्वाही देतो! आयडॉक आणि त्याच्या कार्यपद्धतीवर त्या प्रेझेन्टेशन देतील. हे सांगण्यासाठी त्याच सर्वांत योग्य व्यक्ती आहेत, कारण या ॲपची मूळ कल्पना त्यांचीच आहे. तशी वेगवेगळ्या कामांसाठी वेगवेगळी मेडिकल ॲप उपलब्ध आहेत. मात्र त्या सगळ्यांचं एकत्रित एकच ॲप बनवायची, म्हणजेच एका अल्गोरिदमच्या साहाय्यानं प्रत्येकासाठी पर्सनल असा, चोवीस तास उपलब्ध असणारा डॉक्टर बनवण्याची ही भन्नाट कल्पना डॉ. स्टोनब्रेनर यांची आहे."

"क्काय!" जॉर्ज स्वतःशीच पुटपुटला. त्याचा चेहरा एकदम लालबुंद झाला. आत्ता जे ऐकलं त्यावर त्याचा विश्वासच बसला नाही. आणि जे ऐकलं त्याच्यामुळे

रागवायचं का ते स्वतःचं कौतुक समजायचं, हेच त्याला कळेना. पॉलानं त्याला या प्रेझेन्टेशनला का बोलावलं होतं हे आत्ता त्याला अचानक कळून चुकलं. याच विषयावर बऱ्याच वर्षांपूर्वी त्यांच्यात झालेलं संभाषण त्याला आठवलं. ही काही खरी तिची कल्पना नव्हती. स्मार्टफोनच्या प्रायमरी केअर डॉक्टरची मूळ कल्पना जॉर्जची होती!

जॉर्ज जेव्हा लॉस एंजलिसला रेसिडन्सी करण्यासाठी येणार होता, तेव्हा पॉलासुद्धा तिथं येणार होती असं त्याला कळलं होतं; पण ती रेसिडन्सीसाठी नाही, तर अमाल्गमेटेडमध्ये नोकरीसाठी येणार होती. आपण दोघं एकाच शहरात असू याबद्दल त्यांचं बोलणंही झालं होतं. मेडिकल कॉलेज करत असताना तिनं एम.डी.-एम.बी.ए. अभ्यासक्रम निवडला होता. त्यावरून त्या वेळी त्यांच्यात वादही झाला होता. जॉर्जचं मत होतं, की जर तिला एम.डी. होण्यात रस नसेल, तर तिनं उगाच तिथली सीट अडवू नये. कारण डॉक्टर होण्याची मनापासून इच्छा असणारे खूप लोक असतात, ज्यांना मेडिकलला सीट मिळत नाहीत. आणि याच कारणामुळे प्रायमरी केअर डॉक्टरांची कमतरता निर्माण झाली आहे. पॉलाचं मत अर्थातच वेगळं होतं. मेडिसिनचा 'बिझनेस'ही इतका महत्त्वाचा आहे, की त्यातही सर्व बाजू समजू शकणाऱ्या जाणकार लोकांची अत्यंत गरज आहे, असं तिचं म्हणणं होतं. त्या वेळी कोणीच दुसऱ्याला आपला मुद्दा पटवून देऊ शकलं नव्हतं.

लॉस एंजलिसला आल्यावर जॉर्जनं दोन-चार वेळा पॉलाशी संपर्क साधायचा प्रयत्नही केला होता, पण तिनं कधीच त्याला उलट फोन केला नव्हता. त्याच्याकडे तिचा घरचा फोननंबर किंवा पत्ता नव्हता त्यामुळे त्यानं फक्त अमाल्गमेटेडच्या नंबरवर निरोप ठेवला होता. तिला ते निरोप मिळाले की नाही, त्याला काहीच माहीत नव्हतं. पण मग २०११ सालच्या थँक्सगिविंगच्या सणासाठी स्वतःच्या घरी जाऊन आल्यानंतर जॉर्ज मानसिकदृष्ट्या पूर्णपणे गळून गेलेला होता. त्या वेळी पुन्हा एकदा त्यानं तिला संपर्क करण्याचा नेटानं प्रयत्न केला. कारण तो घरी गेला असताना त्याची आई- हॅरीएटचं अचानक निधन झालं होतं. लॉस एंजलिसला परतताना त्याला कधी नव्हे ते खूपच एकटं एकटं वाटत होतं. तशी काही आई त्याला फार जवळची होती असं नाही; पण स्वतःच्या डोळ्यांसमोर तिला जाताना पाहणं, हा त्याच्या आयुष्यातला सगळ्यात त्रासदायक प्रसंग होता.

जॉर्ज तीन वर्षांचा असतानाच त्याचे वडील वारले होते आणि तो चार वर्षांचा झाला तेव्हाच त्याच्या आईनं दुसरं लग्न केलं होतं. जॉर्जचं त्याच्या सावत्र वडिलांशी कधीच पटलं नव्हतं. त्यातच भरीला त्यांना जॉर्जहून तीन वर्षांनी मोठा असलेला एक मुलगा होता. मग पुढे त्याच्या आईला सावत्र वडिलांपासून एक मुलगी झाली आणि जॉर्ज त्या सगळ्या भावंडात आणखीच एकटा पडला. हायस्कूलची वर्षं तो त्याच्या

आजीच्या घरी राहत असे. त्याची आजीच त्याच्यासाठी खूप जवळची झाली होती. मग मेडिकल स्कूलला असताना त्याच्या सावत्र वडिलांचं निधन झालं होतं आणि आईच्या मागे बरीच दुखणी लागली होती. त्यांचं मूळ हे तिचं वजन आणि धूम्रपान यातच होतं. आणि त्यातच शेवटी, तिच्या सदुसष्टाव्या वाढदिवसाच्या केवळ चार दिवस आधी ती वारली होती.

त्या दिवशी सकाळी तर ती बरी होती; पण दुपारपासून तिच्या श्वासात घरघर जाणवू लागली होती आणि छातीतही दुखायला लागलं होतं. आपण डॉक्टरला बोलावू असं जॉर्जनं सुचवून पाहिलं; पण तिचा कोणी ठरलेला डॉक्टरच नव्हता. तिच्या प्रायमरी केअर डॉक्टरनं त्याच्या प्रॅक्टिसची पद्धत बदलली होती आणि नवी पद्धत जास्त खर्चिक असल्यानं जॉर्जच्या आईनं त्याच्याकडे जाणंच बंद केलं होतं. पासष्टाव्या वर्षी तिनं तिचा जुना मेडिकेअर इन्श्युरन्स स्वीकारेल असा डॉक्टर शोधायचा प्रयत्न केला होता; पण व्यर्थ!

त्यामुळे त्या थँक्सगिविंगच्या दुर्दैवी दिवशी घरी बोलवायला एकही डॉक्टर नव्हता. आणि तिनं हॉस्पिटलला जायला साफ नकार दिला होता. जॉर्जनं तिच्या खूप विनवण्या केल्या; पण 'तू मध्ये नाक खुपसू नकोस' असं म्हणून तिनं त्याला गप्प केलं होतं. जॉर्जनं इंटरनेटवरून दोन-चार डॉक्टरांचे नंबर मिळवून फोन केले, पण त्यातील कोणीच फोनवर भेटलं नव्हतं. तो फोन करत असतानाच आईला श्वास घ्यायला त्रास होऊ लागला होता आणि तिला अचानक घाम फुटला. त्यानं ९११ या इमर्जन्सी नंबरवर मग फोन केला होता. जवळपासची एकही रुग्णवाहिका उपलब्ध नव्हती त्यामुळे लांबच्या एका गावातून तिची सोय करावी लागणार होती. पण त्यातही ती कधी पोहोचेल हे काही त्या फोनवरच्या माणसाला सांगता आलं नव्हतं.

आईच्या चेहरा पांढरा पडू लागला तशी जॉर्जची पाचावर धारण बसली. आता आणखी थांबणं शक्यच नाही असा विचार करून त्यानं आईला, तिच्या विरोधाला न जुमानता, कसंबसं गाडीच्या मागच्या सीटवर बसवलं. मग तो जवळच्या हॉस्पिटलकडे भरधाव निघाला. हॉस्पिटलची इमर्जन्सी रूम बंद आहे असं तिथं पोहोचल्यावर त्याला समजलं. तो तसाच पुढच्या हॉस्पिटलच्या दिशेनं निघाला. हेही हॉस्पिटल त्याच संस्थेचं होतं. अर्ध्या तासाच्या अंतरावर असलेल्या या हॉस्पिटलमध्ये जॉर्ज पोहोचला आणि त्यानं घाईघाईनं गाडीचं मागचं दार उघडलं तोवर त्याची आई मरण पावली होती. या सगळ्या प्रसंगानं तो इतका निराश झाला, की आपण वेडे होऊ की काय, असं त्याला वाटलं! लहानपणापासूनच जॉर्ज कधी फारसा रडायचा नाही. पण त्या भयाण, थंडीच्या रात्री जॉर्ज आपल्या गाडीत बसून खूप वेळ रडला.

५

सेन्चुरी प्लाझा हॉटेल
सेन्चुरी सिटी, लॉस एंजलिस, कॅलिफोर्निया
सोमवार, ३० जून २०१४, सकाळचे १०.१८

जॉर्जनं डोळे चोळले आणि स्वतःला सावरलं. आईच्या मृत्यूच्या आठवणी त्याला नेहमीच त्रासदायक वाटत आणि त्यातच केसीच्या मृत्यूनंतर तर त्याला या प्रसंगांची वरचेवर आठवण होई. या दोन्ही प्रसंगांत एक साम्य होतं, ते म्हणजे त्या दोघींचाही मृत्यू त्याच्यासोबत असताना झाला होता.

जॉर्जनं डोळे मिचकावत पुन्हा एकदा व्यासपीठावर नजर रोखली. पॉला आता खाली बसली होती आणि थॉर्न बोलत होता, ''हे आहेत डॉ. क्लेटन हॅन्सन.'' आपल्याकडे थॉर्न निर्देश करत आहे हे पाहून क्लेटननंही पॉलाप्रमाणेच झुकून प्रेक्षकांना अभिवादन केलं. दिसण्याच्या बाबतीत म्हटलं तर क्लेटन थॉर्नइतकाच चांगला दिसत होता. उंची, महागडे कपडे, रापलेली त्वचा आणि चंदेरी केसांचा विचारपूर्वक केलेला 'कट' यामुळे खरंतर तो थॉर्नपेक्षाही रूपवान दिसत होता. विद्वान वाटण्यातकं त्याचं वय तर होतंच, शिवाय कोणत्याही वयाच्या बायकांना आकर्षित करू शकेल इतका तो तरुणही दिसत असे!

''हे डॉ. हॅन्सन. एल.ए. युनिव्हर्सिटी मेडिकल सेंटरच्या रेडिऑलॉजी विभागाचे व्हाइस चेअरमन. आयडॉकच्या इमेजिंगच्या उच्च क्षमतेबद्दल ते आपल्याला माहिती देतील; पण त्याआधी मी ल्युईस लँगली यांना बोलण्याची विनंती करतो. आयडॉकच्या एकमेवाद्वितीय अशा अल्गोरिदमबद्दल ते थोडी शास्त्रीय माहिती देतील.''

लँगलीनं आपल्या नावाचा उच्चार होताच किंचित मान झुकवून अभिवादन केलं; पण तो उठला मात्र नाही. तो अजिबातच 'टिपिकल सॉफ्टवेअरवाला' दिसत

नव्हता आणि व्यासपीठावरच्या इतर दोघांपेक्षा त्याचा अवतार पूर्णच वेगळा होता. मोठे स्टायलिश बूट, काळ्या रंगाच्या जीन्स आणि मोठं चंदेरी बक्कल असलेला कमरेचा पट्टा, त्यावर काळा शर्ट आणि काळंच जॅकेट!

थॉर्नच्या यानंतरच्या बोलण्यावर जॉर्ज लक्ष केंद्रितच करू शकला नाही. त्याला पुन्हा अचानक आठवलेल्या त्याच्या आईच्या मृत्यूच्या प्रसंगानं तो हादरला होता. प्रायमरी केअर डॉक्टरांची कमतरतासुद्धा तिच्या जाण्याला काही अंशी कारणीभूत होती, असे विचार आईच्या गावाहून परतताना त्याच्या मनात सारखे येत होते.

योगायोगानं तो विमानात जे मासिक चाळत होता, त्यात हार्टअटॅकची पूर्वसूचना देणाऱ्या फोनच्या एका ॲपबद्दल एक लेख होता. त्यामुळेच पुढे त्याच्या मनात, प्रायमरी केअर डॉक्टरचं काम करणारा फोन निघाला तर? अशी कल्पना आली होती. तसंही, जगभरात ६ अब्ज फोन होतेच आणि असं करू शकणारी टेक्नॉलॉजीसुद्धा होती; फक्त तिचा योग्य उपयोग करून घ्यायची गरज होती. अर्थात या कल्पनेबद्दल त्यानं पुढे काहीच हालचाल केली नव्हती. तसंही, पहिल्या वर्षाचा मेडिकलचा विद्यार्थी काय करू शकणार होता म्हणा! पण नंतर जेव्हा पॉलाशी त्याचा संपर्क झाला होता तेव्हा त्यानं तिच्या कानावर ही कल्पना घातली होती.

ते दोघं असंच सहज भेटले होते आणि इकडच्या तिकडच्या गप्पा झाल्यावर त्यानं त्याच्या आईच्या दुःखद निधनाची घटना आणि त्याला त्यावरून सुचलेली कल्पना तिला सांगितली होती. त्याला खात्री पटली होती, की असं काहीतरी जर त्याच्या आईकडे असतं तर तिचा जीव कदाचित वाचला असता.

पॉलानं ताबडतोब त्याची कल्पना उचलून धरली होती. तिच्या मते, ती अमाल्गमेटेडसाठी अगदी योग्य होती. तिच्या या पवित्र्यानं जॉर्ज चमकला होता. कारण त्याच्या मतानुसार अशी काही गोष्ट बनवणं हे वैद्यक क्षेत्राचं काम होतं, एका इन्श्युरन्स कंपनीचं नव्हे! कारण शेवटी तो स्मार्टफोन जरी असला, तरी तो एखाद्या खऱ्या डॉक्टरप्रमाणे काम करणार होता. पॉलानं त्याचं हे म्हणणं हसण्यावारी नेलं होतं. डॉक्टरांशी स्पर्धा करू पाहणाऱ्या फोनची कल्पना वैद्यक क्षेत्राला कधीच पटणार नाही, हा मुद्दा तिनं मांडला होता. मुळात या डिजिटल युगामुळे झालेल्या वैद्यक क्षेत्रातील बदलांशी जमवून घ्यायलाही डॉक्टर लोक कां-कू करत होते.

पुढे काही जॉर्ज पॉलाशी फारसा संपर्क ठेवू शकला नव्हता. पहिल्या वर्षाच्या अतिशय व्यस्त वेळापत्रकातून त्याला तिला फोन करायला बरेच महिने जमलंच नाही आणि शेवटी जेव्हा त्यानं तो केला, तेव्हा तिनं त्याला भेटायला नकार दिला. त्यानंतर आत्ताच पहिल्यांदा, म्हणजे गेल्या आठवड्यात अचानक या कार्यक्रमासाठी त्याला बोलवायला तिचा मेसेज आला होता. पण हे प्रेझेन्टेशन याच कल्पनेवर, म्हणजे प्रायमरी केअर डॉक्टर म्हणून स्मार्टफोनच्या वापराबद्दल असेल याची

जॉर्जला आधी काहीच कल्पना नव्हती.

मधूनच उठून निघून जावं का, असा विचार जॉर्जच्या मनात डोकावला. तिनं त्याचीच कल्पना चोरली होती, हे उघड होतं. शिवाय तिनं त्याला तसं कळवायची साधी तसदीही घेतली नव्हती. आता याबाबत काय भूमिका घ्यायची याचा विचार करत जॉर्ज खुर्चीतल्या खुर्चीत चुळबुळ करत बसला. एकदा तो अगदी उठायला निघाला, पण मग त्यानं विचार बदलला आणि तो पुन्हा आरामात टेकून बसला. असं निघून जाऊन काय साध्य होणार आहे? नुसतं निघून जावंसं वाटतंय, हे कारण तर अगदीच बालिश होतं.

तो थांबला हे एका अर्थी बरंच झालं. कारण थॉर्नकडे अजूनही पुष्कळ महत्त्वाच्या गोष्टी होत्या सांगायला. "या आयडॉक ॲपची आम्ही केलेली 'बीटा चाचणी' ही अत्यंत यशस्वीपणे संपन्न होण्याच्या मार्गावर आहे, हे मीडियाला सांगताना अमाल्गमेटेडला अतिशय अभिमान वाटतोय. गेले चार महिने ही चाचणी लॉस एंजलिसमधल्या सुमारे वीस हजार लोकांवर घेण्यात आली आणि त्यातून अतिशय चांगले निष्कर्ष आमच्या हाती आले आहेत. या चाचणीसाठी सहभागी झालेल्या सर्व लोकांनी 'याबाबत कुठेही वाच्यता करणार नाही' अशा अर्थाच्या करारांवर सह्या केल्या होत्या. प्रायमरी केअर डॉक्टर म्हणून आयडॉक हा विश्वासू आणि सध्याच्या वैद्यक क्षेत्राची परिस्थिती पाहता, खऱ्या डॉक्टरहूनही अधिक चांगला आहे, हे यामुळे सिद्धच झालं आहे. आणि हे केवळ आमचं म्हणणं नाही, तर या चाचणीत सहभागी झालेल्यांची ही प्रतिक्रिया आहे. त्या सगळ्यांना हे ॲप फारच आवडलं आहे!"

जॉर्जनं काहीशा मुश्किलीनंच आवंढा गिळला. त्याच्या तोंडाला कोरड पडली होती. त्यानं हे आयडॉक ॲप केसीच्या मोबाईलवर पाहिलं होतं, पण तिनं त्याला त्याबद्दल काहीच सांगितलं नव्हतं. हो, कारण तिनं तशा करारावर सही केली असणार ना! म्हणजे तीसुद्धा या बीटा चाचणीत सहभागी झाली होती तर! का कुणास ठाऊक, पण या बातमीमुळे जॉर्जच्या पोटात खड्डा पडल्यासारखं झालं.

आयडॉक कसं अत्यंत फायदेशीर ठरणार आहे ते थॉर्न पुढे सांगू लागला. कौतुकमिश्रित तिटकारा वाटून जॉर्जनं मान हलवली. आयडॉकमुळे संपूर्ण वैद्यकीय क्षेत्रात खळबळ माजणार होती. कारण आयडॉक हा स्वतःच डॉक्टर बनायला निघाला होता!

प्रेक्षकांमध्ये जोरातच कुजबुज सुरू झाली होती आणि थॉर्नला हे पाहून नक्कीच गुदगुल्या होत होत्या. मग काही सेकंदांनी त्यानं पुढे बोलणं चालू केलं, "हो, हो. डॉ. स्टोनब्रेनरकडे माईक देण्यापूर्वी मी अजून एक गोष्ट सांगू इच्छितो. बीटा चाचणी यशस्वी झाल्यामुळे आता अमाल्गमेटेड हा प्रोग्रॅम देशभरात सुरू करणार आहे.

त्याचबरोबर तो परदेशात, मुख्यत्वे युरोपमध्ये सुरू करण्यासाठी आम्ही प्रयत्नांत आहोत. त्यासाठी, उच्च प्रतीची वायरलेस सुविधा असणाऱ्या अनेक देशांबरोबर सध्या बोलणी सुरू आहेत. आणि लोकहो, ही बोलणी भराभर पुढे सरकत आहेत. कारण आयडॉकची गरज जगभर आहे. या सगळ्यातून हाच निष्कर्ष निघतो, की अमाल्गमेटेडमध्ये गुंतवणूक केल्यास ते अत्यंत फायद्याचं ठरू शकतं. सध्या अनेक मोठमोठ्या हेज फंडबरोबर आमचे या बाबतीत व्यवहार सुरू झालेच आहेत; पण आणखीही गुंतवणुकीची गरज आहे. आमचं मार्केट खूप मोठं आणि जगभर असणार हे नक्की. तर आता मी डॉ. स्टोनब्रेनर यांना बोलण्याची विनंती करतो.''

पॉला उठून बोलायला सुरुवात करेपर्यंत जॉर्जनं पटकन आपल्या मोबाईलच्या इंटरनेटवर बीटा टेस्टचा अर्थ शोधला. त्यानं या टेस्टबद्दल काहीतरी ऐकल्याचं त्याला अंधुक आठवत होतं; पण नक्की अर्थ काही त्याला सांगता आला नसता. त्याला समजलं, की सॉफ्टवेअर टेस्टिंगमधला हा दुसरा टप्पा असतो. त्यात लोकांच्या एका ठरावीक गटाला ते ॲप अथवा सॉफ्टवेअर वापरायला देऊन त्यांची मतं आणि अनुभव काय आहेत ते पाहायचं आणि जर सॉफ्टवेअरमध्ये काही अडचणी, चुका ('बग्ज') आढळल्या तर त्याही त्याच टप्प्यावर दुरुस्त करायच्या.

पॉलानं बोलायला सुरुवात केली. जॉर्जशी काहीच न बोलता, त्याला काहीही न विचारता तिनं त्याची कल्पना घेऊन हे जे सगळं काही केलं होतं, त्याबद्दल आपल्या मनात नक्की काय भावना आहेत तेच जॉर्जला कळेना. त्यानं तरी कुठे तिच्याशी नंतर काही संपर्क ठेवला होता, असंही त्याला वाटून गेलं..

''आयडॉक म्हणजे वैद्यकीय क्षेत्रातली 'स्विस नाईफ' आहे!'' पॉला सांगत होती, ''सहज जोडता येणारे सेन्सर्स आणि स्वतंत्र प्रोब्स हे फोनशी वायरलेस पद्धतीनं संपर्क साधतात, त्यामुळे असा फोन म्हणजे एक चालती फिरती लॅबोरेटरीच होईल.'' पॉला बोलत असताना मागच्या पडद्यावर फोनच्या क्षमता दाखवणारं एक प्रेझेन्टेशन सुरू झालं. ''स्मार्टफोनच्या स्क्रीनमध्ये आपल्या बोटांचा स्पर्श ग्रहण करण्याची क्षमता असते; पण या स्क्रीनमध्ये डी.एन.ए. किंवा प्रथिनांसारख्या आणखी अतिसूक्ष्म गोष्टी तपासण्याचीही क्षमता असणार आहे. त्यातून पुढे आजारांची लक्षणं शोधली जातील. उदाहरणार्थ, अमाल्गमेटेडचा एखादा ग्राहक आपल्या फोनच्या स्क्रीनवर थुंकी किंवा रक्ताचा नमुना टाकून त्याच्या आजाराचं निदान करून घेऊ शकतो. नंतर त्याच्या आजारांची किंवा एकूणच आरोग्याची पार्श्वभूमी लक्षात घेऊन त्याचा फोन त्याला योग्य ती तपासणी किंवा उपचारांचा सल्ला देऊ शकतो. सध्याच्या काळातल्या नॅनो टेक्नॉलॉजी, वायरलेस टेक्नॉलॉजी आणि सिंथेटिक बायोलॉजी यांच्या प्रगतीमुळे आज आयडॉकची निर्मिती शक्य झाली आहे. आमच्या सुपर कॉम्प्युटरवरून आम्ही सतत या सगळ्या ग्राहकांवर आणि

आयडॉकच्या कामावर लक्ष ठेवून असू. याच्यातील शक्यता खरोखर अमर्याद आहेत. आयडॉक हा मानसशात्रीय उपाचारांकडेही वळू शकतो, कारण तो पेशंटचे मूड, काळजी, डिप्रेशन या सगळ्यावरच लक्ष ठेवतो आणि त्या त्या वेळी स्वतःच कौन्सेलिंग करू शकतो किंवा पेशंटशी बोलून एखाद्या मानसोपचार तज्ज्ञाचं नाव सुचवू शकतो.''

फक्त अतिदक्षता विभागात केल्या जाणाऱ्या अनेक तपासण्या आयडॉक कशा करू शकतो, हेही पुढे पॉलानं सांगितलं. पेशंटनं जर ब्रेसलेट, रिंग, किंवा मनगटावर विशिष्ट पट्टा बांधला, तर त्यातील सेन्सर्सद्वारे फोनशी वायरलेस माध्यमातून संपर्क साधला जातो आणि आयडॉक अधिक गुंतागुंतीच्या तपासण्या करू शकतो. तिनं एका चश्म्याचं उदाहरण दाखवलं. हा विशिष्ट चश्मा घातला की फोनवरील आयडॉक नेत्रपटलामधील (रेटीना) सूक्ष्म रक्तवाहिन्या, मज्जातंतू यांवर बारीक लक्ष ठेवू शकतो. तिनं हेही सांगितलं की इ.के.जी.चं- म्हणजेच हृदयाच्या कार्याचं सतत रेकॉर्डिंग होत असतं आणि गरज वाटल्यास पेशंट केवळ आपल्या छातीला फोन चिकटवून हृदयाचं कार्य नीट चालू आहे की नाही, ते जाणून घेऊ शकतो.

पॉलानं क्षणभर थांबून प्रेक्षकांकडे बघितलं. अवाक् झालेले समोरचे चेहरे पाहून तिला कळलं, की सगळे जण आपलं बोलणं कानात प्राण आणून ऐकतायत. ''हं, तर मग ही सगळी माहिती गोळा करून आयडॉक काय करणार असा प्रश्न तुम्हाला पडला असेल. तर, कोणताही चांगला डॉक्टर जे करतो तेच आयडॉकही करणार, पण अधिक चांगल्या प्रकारे! प्रत्येक क्षणी फोनवरून क्लाउड कॉम्प्युटिंगद्वारा हा डेटा आमच्या सुपर कॉम्प्युटरला पाठवला जाईल. तिथं पेशंटची संपूर्ण मेडिकल हिस्टरी, त्याची जनुकीय माहिती साठवलेली असेल. त्याचबरोबर सध्याच्या वैद्यकीय क्षेत्रात होणारे बदल आणि प्रगती सतत कॉम्प्युटरवर अपडेट केली जाईल.''

यानंतर पॉलानं एक उदाहरण दिलं. आयडॉक हा एखाद्या पेशंटला येणाऱ्या हार्ट-अटॅकचं त्या वेळी नुसतं निदान करत नाही, तर तो कितीतरी दिवस आधीच पेशंटला धोक्याची सूचना देतो! याशिवाय मधुमेहासारख्या दीर्घकालीन आजारांवरही आयडॉक कसा उपचार करू शकतो, ते पॉलानं सांगितलं. आयडॉक ॲपच्या मदतीनं रक्तातील साखरेचं प्रमाण सतत मोजता येतं आणि शरीरात बसवलेल्या इन्सुलिनच्या साठ्याद्वारा आयडॉक योग्य प्रमाणात इन्सुलिन ठरावीक वेळानं रक्तात सोडतं. हे सगळं आपोआप घडतं आणि त्यामुळे पेशंटच्या शरीरातील साखरेचं प्रमाण कायम संतुलित राहतं. मधुमेहासारख्या आजारात आयडॉक खरोखरच 'उपचार' करणाऱ्याची भूमिका बजावतो.

जॉर्ज त्याच्याही नकळत संमतिदर्शक मान हलवू लागला. त्याला ताबडतोब समजलं, की केसीच्या मधुमेहावरसुद्धा आयडॉक उपचार करत होता; पण त्या

करारातील अटीमुळे ती त्याबद्दल जॉर्जला काहीच बोलली नव्हती. सतत कराव्या लागणाऱ्या साखरेच्या प्रमाणाच्या तपासण्यांमधून सुटका झाल्यानं ती किती खुशीत होती, हे त्याला आठवलं. तिच्या शरीरात इन्सुलिनसाठी काहीतरी बसवलंय हेही त्याला माहीत होतं. ते नक्की काय होतं हे आत्ता त्याला समजलं. पॉलानं सांगितल्याप्रमाणे तो इन्सुलिनचा एक साठा होता.

पॉला पुढे म्हणाली, की असे औषधांचे साठे इतरही बऱ्याच आजारांसाठी शरीरात बसवणं शक्य आहे. बरेच पेशंट वेळच्या वेळी औषध घेत नाहीत किंवा घ्यायला विसरतात ही गोष्ट ध्यानात घेता, आपोआप काम करणारे असे औषधांचे साठे किती उपयोगी ठरतील, ते उघडच आहे.

आपली कल्पना 'ढापली' म्हणून जॉर्जची चिडचिड होत असली तरी तो आत्ता जे काही ऐकत होता त्यानं तो प्रभावित झालाच. सभागृहातील प्रत्येकच जण प्रभावित झाला होता हे उघड दिसत होतं. सामान्यांना समजू शकेल अशाच भाषेत पॉलानं आपले मुद्दे मांडले होते आणि सर्व जण तिचं बोलणं काळजीपूर्वक ऐकत होते. आता जॉर्जला समजलं, की आयडॉक खरोखरच प्रायमरी केअर डॉक्टरला एक चांगला पर्याय ठरेल. तेही, आयडॉक दिवसाचे चोवीस तास उपलब्ध असणार, डॉक्टरची अपॉइन्टमेंन्ट घ्यायची काही भानगड नाही, ट्रॅफिकमधून धावतपळत हॉस्पिटलमध्ये जायची कटकट नाही आणि एवढं सगळं केल्यावर तो डॉक्टर पुन्हा घाईघाईत तपासणार, किंवा त्याचं लक्ष दुसरीकडे असणार किंवा त्याला ऐन वेळी तुमचे जुने रिपोर्ट सापडणारच नाहीत, किंवा आणखी वाईट म्हणजे, मेडिकल कॉलेजमध्ये शिकलेल्या अर्ध्याअधिक गोष्टी तो विसरून गेलेला असणार!

''प्रत्येक ग्राहकाला आवडेल असं आणि अतिशय सोयीचं होईल असं आम्हाला हे ॲप बनवायचं होतं,'' पुन्हा क्षणभर मुद्दाम विश्रांती घेऊन पॉला पुढे म्हणाली, ''स्वतःचा 'व्हर्चुअल' डॉक्टर, स्त्री असावा की पुरुष हेदेखील ग्राहक ठरवू शकतो. तसंच, डॉक्टरनं आईच्या ममत्वानं बोलावं की वडिलांसारखं धीर देण्याच्या सुरात बोलावं, हेही पेशंट ठरवू शकतो. एवढंच नाही, तर आत्तापर्यंत आम्ही या ॲपमध्ये वेगवेगळ्या ४४ भाषा आणि अनेक ठिकाणच्या वेगवेगळ्या उच्चारांचे पर्याय ठेवले आहेत. पेशंटच्या मानसिक अवस्थेचं सतत परीक्षण करत असताना जर आयडॉकला काही आढळल्यामुळे पेशंटशी बोलायचं असेल, तर तेव्हा त्यानं ते कशा प्रकारे सांगावं याचेही पर्याय ग्राहकासाठी उपलब्ध आहेत.

''मला आणखी एका मुद्द्यावर भर द्यायचाय, तो म्हणजे आयडॉक कधीही काहीही विसरत नाही, कधीही थकत नाही की चिडत नाही, कधीच सुट्टीवर जात नाही आणि स्वतः कधीच वेदनाशामक गोळ्या किंवा दारू किंवा कोणत्याही प्रकारचं झोपेचं औषध घेत नाही! शेवटचं म्हणजे, ग्राहक आपल्या डॉक्टरसाठी आपल्याला

हवं ते नाव ठरवू शकतात. किंवा आमच्याकडच्या यादीतून एखादं नाव निवडता येऊ शकतं. जर त्यांना तसं करायची इच्छा नसेल तर आम्हीच त्यांच्यासाठी एखादं नाव निवडतो. जर कधी पेशंटच्या मोबाईलचा स्पीकरफोन चालू असेल, तर डॉक्टर-पेशंट संबंधातली गोपनीयता ओळखून, बोलणं सुरू करायच्या आधी, स्पीकरफोन चालू असल्याचं आयडॉक निदर्शनास आणून देतो आणि इतरांसमोर बोलण्याची परवानगी घेऊन मगच बोलतो. अशा प्रकारे, सर्व प्रकारची नवीन टेक्नॉलॉजी वापरून आयडॉक कायम पेशंटच्या खासगी गोष्टी सुरक्षित ठेवतो.

"मी आत्ता जे काही सांगितलं, ते म्हणजे केवळ पटापट सांगितलेली वरवरची माहिती आहे. हे ॲप एक असामान्य, विलक्षण असा अल्गोरिदम वापरतं. थॉर्न यांनी मघाशी सांगितल्याप्रमाणे आम्ही घेतलेली बीटा चाचणी अतिशय यशस्वीपणे, आमच्या अपेक्षेपेक्षाही जास्त चांगली पार पडली आहे. जे लोक यात सहभागी झाले होते त्यांना आयडॉक इतकं आवडलं आहे, की त्यांना ते चाचणी संपल्यावर परत द्यावंसंच वाटत नाहीये. उलट त्यांना त्यांचे अनुभव आपापल्या कुटुंबीयांना, मित्रपरिवाराला सांगायचे आहेत, जे करण्याची परवानगी त्यांना आत्तापर्यंत नव्हती. आयडॉकनं लोकांचे जीव वाचवले आहेतच. त्याचबरोबर कितीतरी वेळ, कष्ट, त्रास आणि पैसाही वाचवला आहे." तिनं आत्ता सांगितलेली माहिती लोकांना पचेपर्यंत पॉला पुन्हा क्षणभर थांबली. तिचं बोलणं संपलं आहे हे समजल्यावर टाळ्यांचा कडकडाट झाला. आपलं कौतुक झेलत ती काही क्षण तिथंच थांबली आणि मग सर्वांना धन्यवाद देऊन जागेवर जाऊन बसली.

ही आयडॉकची कल्पना इतर कोणाला कशी सुचली नाही, याचं जॉर्जला आश्चर्य वाटलं. कारण सध्याची टेक्नॉलॉजीची प्रगती पाहता, ही कल्पना सहज साध्य करता येईल अशीच होती. तिसरा वक्ता बोलण्यासाठी उठला. पॉला जागेवर जाऊन बसेपर्यंत जॉर्ज तिच्याकडेच पाहत होता. कदाचित आपली नजरानजर होईल असं त्याला वाटलं; पण तिचं लक्ष त्याच्याकडे गेलं नाही.

ल्युईस लँगलीनं बोलायला फक्त दोन-चार मिनिटं घेतली. काऊबॉय स्टाईलचा त्याचा शर्ट, लांब केस आणि एकूणच स्टायलिश अवतारावरून तो या टीममधला 'क्रिएटिव्ह' गोष्टी सांभाळणारा माणूस असणार, असं जॉर्जला वाटलं. मेडिकल आणि फायनान्स या दोन क्षेत्रांतील इतर तिघा वक्त्यांपेक्षा तो खूपच वेगळा दिसत होता.

"मी तुमचा फार वेळ घेणार नाही," लँगलीनं सुरुवात केली, "थॉर्न आणि डॉ. स्टोनब्रेनर यांनी सांगितलेल्या गोष्टींव्यतिरिक्त मला आणखी फक्त तीन गोष्टी सांगायच्या आहेत. सगळ्यांत पहिली आणि महत्त्वाची गोष्ट म्हणजे, हा अल्गोरिदम 'ह्युरिस्टिक' प्रकारचा, म्हणजेच स्वतःचं स्वतः नवीन शिकत जाणारा आहे. त्यामुळे

तो सतत आपला आपण सुधारणा करत जातो. बीटा चाचणीमध्ये अगोदरच याचा प्रत्यय आम्हाला आला आहे. तरीही आयडॉकला बॅकअप म्हणून अमाल्गमेटेडनं अनेक डॉक्टर्स, सर्जन्स आणि इतर स्पेशलिस्ट डॉक्टर्स नेमले आहेत. हे सगळे आमच्या अत्याधुनिक कॉल सेंटरमध्ये चोवीस तास, शिफ्टमध्ये काम करत असतात. त्यामुळे दिवसाच्या कोणत्याही प्रहरी किमान पन्नास डॉक्टर्स उपलब्ध असतात.

"हे डॉक्टर्स आयडॉकच्या निदान आणि तपासणी प्रक्रियांवर लक्ष ठेवून असतात. कुठंही अगदी बारीकशी जरी अडचण किंवा चूक आढळली, तरी ते तिथं आयडॉकला सल्ला देतात. बीटा चाचणीच्या सुरुवातीच्या काही दिवसांमध्ये बऱ्याच वेळा म्हणजे वीस टक्के वेळेला या डॉक्टरांना मध्ये पडून आयडॉकला निर्णयप्रक्रियेमध्ये मदत करावी लागली होती; पण बीटा चाचणीच्या पुढच्या तीन महिन्यांच्या कालावधीत हे प्रमाण कमी कमी होत केवळ अकरा टक्क्यांवर आलं. याचा अर्थ, आयडॉकचा अल्गोरिदम खरोखरच स्वतःहून शिकत स्वतःमध्ये सुधारणा करत होता!

"मला दुसरीही एक महत्त्वाची गोष्ट तुम्हाला सांगायची आहे. विविध आजार, त्यांच्या उपचाराच्या वेगवेगळ्या पद्धती यांच्याशी निगडित असलेल्या इतर गोष्टी, म्हणजेच वेदना, पेशंटला सहन करावा लागणारा त्रास याचाही विचार अतिशय सूक्ष्म पद्धतीनं करण्यात आला आहे. पारंपरिक वैद्यकशास्त्रात उपचारांचा खरोखरच उपयोग होतोय की नाही, की त्यामुळे त्रासच जास्त होतोय, हा प्रश्न नेहमीच अनुत्तरित असतो. तसाच, पैसा हाही एक महत्त्वाचा मुद्दा आहे. पण आयडॉकच्या अल्गोरिदममध्ये या सगळ्याचा व्यवस्थित विचार करण्यात आलाय. उदाहरणार्थ, स्वस्त असलेली 'जेनेरिक' औषधं ही इतर 'ब्रँडेड' औषधांइतकीच गुणकारी असतील तर आयडॉक ती घ्यायचं सुचवतो; पण जर एखाद्या वेळी 'ब्रँडेड' औषध अधिक चांगलं असेल तर तो ते सुचवतो.

"तिसरी आणि शेवटची गोष्ट मला सांगायची आहे ती अशी की, आयडॉकमुळे खरोखरच वैद्यक क्षेत्राचं 'लोकशाहीकरण' होईल. डॉक्टर्सच्या सत्तेच्या पंजांतून सामान्य माणसाची सुटका होईल. आतापर्यंत नवीन औषधाची चाचणी काही लोकांवरच करून ते औषध बाजारात येई. आणि ते आपल्या पेशंटला उपयोगी पडेल या आशेवर डॉक्टर ते त्याला घेण्यास सांगत. पण यात नक्की उपयोग होईल की नाही, याची काहीच शाश्वती नसे. पण आता या क्षेत्रात मोठेच बदल घडून येणार आहेत. प्रत्येक माणसाच्या गरजेनुसार औषधं देणारा, आयडॉक हा एकमेव डॉक्टर असेल. कारण प्रत्येक माणसाची गरज ओळखून आयडॉक विशिष्ट औषध घेण्यास सुचवेल. या लोकशाहीकरणामुळे आयडॉकचा शोध हा या क्षेत्रातील एक महत्त्वाचा पथदर्शक ठरेल. कदाचित कॉम्प्युटर, इंटरनेट, मोबाईल या शोधांइतकाच किंवा त्याहूनही तो सरस ठरेल."

डॉ. क्लेटन हॅन्सन हा शेवटचा वक्ता होता. आपण मूर्खपणा करतोय हे माहीत असूनही जॉर्ज आपल्या खुर्चीत शक्य तितका लपून, खाली घसरून बसला. इतर वक्त्यांच्या मानानं त्याचं भाषण अगदीच सामान्य होतं. तो आयडॉकच्या इमेजिंगच्या क्षमतेविषयी बोलला. वायरलेस तंत्रज्ञान वापरून करता येणाऱ्या सोनोग्राफीबद्दल त्यानं काही माहिती सांगितली. पेशंटच्या हृदयाच्या कार्याची तपासणी आयडॉक घरच्या घरी कशी करू शकतो, हे उदाहरणादाखल त्यानं सांगितलं. आत्तापर्यंत अशा प्रकारच्या तपासण्यांसाठी आणि चाचण्यांसाठी हॉस्पिटलमध्ये खेटे घालावे लागत आणि वर कित्येक हजारांचा खर्च होई तो वेगळाच. त्याचा मुद्दा हा होता, की आयडॉक हा खऱ्या डॉक्टरपेक्षा जास्त चांगला प्रायमरी केअर डॉक्टर आहे; पण इतकंच नाही तर तो सामान्यांचे कितीतरी पैसेही वाचवणार आहे.

क्लेटनचं बोलणं संपल्यासंपल्या थॉर्न पुढे झाला. "तुम्ही सगळे या कार्यक्रमासाठी आलात त्यासाठी आभार. कोणाला काही प्रश्न असतील तर तुम्ही आता विचारू शकता; पण तत्पूर्वी मी एवढंच सांगू इच्छितो की, पहिल्या मजल्यावर जेवणाची सोय केलेली आहे. प्रेझेन्टेशन संपल्यावर आपण जेवणाचा आस्वाद घ्यावा आणि त्या दरम्यान तुम्ही आमच्याशी वैयक्तिक पातळीवरही बोलू शकता. बरं, तर मग कोणाला काही प्रश्न आहेत का?" लगेच एक-दोन हात वर झाले. लोकांमधली उत्सुकता आणि खळबळ खोलीतल्या वातावरणातच जाणवत होती.

६

सेन्चुरी प्लाझा हॉटेल
सेन्चुरी सिटी, लॉस एंजलिस, कॅलिफोर्निया
सोमवार, ३० जून २०१४, सकाळचे ११

जॉर्ज लिफ्टनं खाली पहिल्या मजल्यावरच्या रेस्तराँत गेला. आता पुढे काय पावलं उचलावीत या विचारात तो गढला होता. त्यानं खरंतर हॉस्पिटलमध्ये परत जाणं अपेक्षित होतं. इथं थांबल्यामुळे क्लेटनला तो दिसण्याची शक्यता होती तरी पॉलाला भेटण्याची ही नामी संधीही त्याला दवडायची नव्हती. फार वेळ इथं रेंगाळायचं नाही, असं मग त्यानं मनाशी ठरवलं. तसाही क्लॉडीननं काही त्याला इतक्या वेळात फोन किंवा मेसेज केला नव्हता, याचा अर्थ हॉस्पिटलमध्ये सगळं सुरळीत चालू होतं. क्लॉडीन एक हुशार विद्यार्थिनी असल्यानं यात तसं काही नवल नव्हतं.

अमाल्गमेटेडसाठी राखीव असलेल्या त्या रेस्तराँमध्ये तो शिरला आणि त्यानं बारच्या काऊंटरवरून एक डाइएट कोक घेतलं. सकाळीच त्याचा ठरलेला एक कप कॉफी प्यायल्यानं खरंतर त्यानं पुन्हा कॅफीन असलेलं पेय घ्यायला नको होतं, पण असो. आजचा दिवस इतर दिवसांसारखा होताच कुठं! कोक घेऊन तो एका कोपऱ्यात पॉलाची वाट पाहत उभा राहिला. त्याला इतर अनोळखी लोकांशी बोलणं शक्यतोवर टाळायचंच होतं. जॉर्जला या सगळ्या फायनान्स आणि मार्केटिंगवाल्या लोकांमध्ये वावरताना न्यूनगंड वाटत होता, हेच यामागचं खरं कारण होतं. हॉस्पिटलच्या मर्यादित अनुभवाच्या जगातून आलेल्या जॉर्जला हे सगळे लोक बाहेरच्या 'खऱ्या' जगातले वाटत होते.

इतर वक्त्यांबरोबर बोलत बोलत खोलीत शिरलेल्या पॉलाला जॉर्जच्या नजरेनं अचूक टिपलं. ते सर्व जण आत आल्याबरोबर लोकांनी पुन्हा टाळ्या वाजवल्या.

लोकांनी प्रेझेन्टेशन चांगलंच उचलून धरलं होतं, हे उघडच होतं. जॉर्जच्या नशिबानं, क्लेटननं ताबडतोब एका सुंदर दिसणाऱ्या बाईच्या दिशेनं आपला मोर्चा वळवला होता. जॉर्ज आपलं धैर्य गोळा करत पॉलाच्या दिशेनं चालू लागला. जवळून पाहिल्यावर पॉला त्याला अधिकच सुंदर भासली. त्याच्यासाठी पूर्णपणे परक्या असलेल्या या वातावरणात पॉला मात्र सहजतेनं वावरत होती. कॉलेजमध्ये असताना त्यानं गाढवपणा केला नसता तर त्या दोघांच्यात पुढे काय झालं असतं याचा विचार त्याच्या मनात तरळून गेला. नेमक्या त्याच क्षणी तिनं जॉर्जला पाहिलं आणि ती त्याच्याकडे पाहून तोंडभरून हसली. त्यामुळे जरा धीर येऊन जॉर्ज तिच्याकडे गेला.

"जॉर्ज, बरं झालं तू आलास!" ती उद्गारली.

"हॅलो, पॉला!" जॉर्जनं तिच्याशी हस्तांदोलन करायला हात पुढे केला; पण तिनं तर त्याला हाताला धरून स्वतःजवळ ओढत त्याच्या गालावर आपले ओठ टेकवले. त्याला पाहून ती खरोखरच खूश झालेली वाटली.

त्याचा हात न सोडताच तिनं खोलीत चौफेर नजर फिरवली. तिच्या मागेच थॉर्न एका माणसाशी बोलत असलेला तिला दिसला. "ब्रॅडले, हा माझा मेडिकल स्कूलमधला चांगला मित्र- जॉर्ज विल्सन."

आपल्या बारीक चश्म्यातून थॉर्ननं त्याच्याकडे पाहिलं.

"जॉर्ज, हा ब्रॅडले थॉर्न, माझा बॉस. जॉर्ज एल.ए. युनिव्हर्सिटी मेडिकल सेंटरमध्ये रेडिऑलॉजीचा रेसिडेंट आहे. म्हणजेच आता आपल्या नवीन कर्मचाऱ्यांपैकी एक!"

"आपल्याला भेटून आनंद झाला," थॉर्न म्हणाला, "माफ करा हं," असं म्हणून तो सीएनबीसीच्या एका मोठ्या अधिकाऱ्याच्या दिशेनं वळला.

पॉलानं हसून खांदे उडवले. "अरे, तो जरा 'बिझनेस मोड'मध्ये आहे आत्ता!" ती जॉर्जला म्हणाली आणि पुन्हा हसली. तिची प्रेझेन्टेशनची नशा बहुधा अजून उतरली नव्हती!

"हो, हो, काहीच हरकत नाही," जॉर्ज गडबडीनं म्हणाला.

"मला खरंच खूप आनंद झालाय, तू आलास म्हणून. थँक्स!" ती म्हणाली.

"मलाही. बरं झालं मला येता आलं ते!" जॉर्ज म्हणाला खरा, पण तो पॉलाशी बोलताना जरा नर्व्हस झाला होता. "या महिन्याच्या माझ्या पाळीतला आज शेवटचा दिवस होता आणि माझ्या हाताखाली काम करणाऱ्या रेसिडेंटला एकटीनं सगळं सांभाळायला काहीच प्रॉब्लेम नव्हता. हो, पण उद्या एक जुलै. उद्या हेच चित्र पूर्ण वेगळं असेल. उद्या माझ्या हाताखाली पहिल्या वर्षाचे विद्यार्थी असतील! तुला माहितेय ना?"

तिनं काहीच न कळून त्याच्याकडे पाहिलं.

"अगं, एक जुलै. देशभरातल्या मेडिकलच्या विद्यार्थ्यांचा रेसिडेन्सीचा पहिला

दिवस. आठवतंय?'' त्यानं तिला आठवण करून द्यायचा प्रयत्न केला.

"हां, हो. म्हणजेच पेशंटसाठीचा सगळ्यात महाभयंकर महिना!'' ती खिदळली. ती जरी हसली असली तरी ती म्हणत होती ते बरोबरच होतं. नवीन रेसिडेंट उपचार करत असल्यानं जुलै महिन्यात कोणत्याही हॉस्पिटलमध्ये पेशंटच्या मृत्यूचं प्रमाण वाढलेलं दिसत असे.

"पुढच्या महिन्यात मी इमर्जन्सी रूममध्ये असणार आहे. अरे, म्हणजे उद्यापासूनच की...'' जॉर्ज म्हणाला. "पहिल्या वर्षाच्या रेसिडेंटवर लक्ष ठेवायचं काम. आता हे माझं रेसिडेंट म्हणून शेवटचं वर्ष. आता एकदाचा मी खरोखर पैसे कमवायला लागेन.'' तो म्हणाला. त्याला ज्या भावनेनं हे म्हणायचं होतं तसं त्याच्या तोंडून बाहेर पडलं नाही. म्हणून त्यानं पटकन पॉलाची प्रतिक्रिया पहिली.

त्याच्या अस्वस्थतेचा अंदाज घेत काही क्षण पॉला त्याच्याकडे पाहत राहिली.

"तू आलास त्याबद्दल मी खरोखर तुझे आभार मानते,'' ती पुन्हा एकदा म्हणाली, "मला तू यायलाच हवा होतास. मग... आयडॉकबद्दल काय वाटलं तुला?''

"मला फारच भारी वाटलं हे ॲप. खरंच त्यामुळे मोठेच बदल घडणार आहेत आपल्या क्षेत्रात. मलाच का नाही सुचली आधी ही कल्पना?'' त्यानं मुद्दाम तिच्याकडे बारकाईनं पाहत म्हटलं.

"अरे, म्हणजे काय! तुझीच तर आहे ही कल्पना! मी विसरलीये असं वाटलं होय तुला? म्हणूनच तर मला तुला या कार्यक्रमाला बोलावायचंच होतं. म्हणजे तुझ्या कल्पनेला मूर्त स्वरूप प्राप्त झालेलं तुला पाहता आलं असतं. बघ, खरोखरच तुझी कल्पना सफल झालीये!''

जॉर्ज एकदम गडबडला. इतका प्रामाणिकपणा त्याला अपेक्षित नव्हता.

"खूप काम करावं लागलं अरे आम्हाला,'' ती पुढे म्हणाली, "अक्षरशः हजारो तास खर्ची पडले आहेत त्यासाठी. आणि कित्येक लाख डॉलर्ससुद्धा; पण शेवटी आम्ही हे करून दाखवलंच. आणि जॉर्ज, आमच्या कल्पनेपेक्षाही हे ॲप जास्त चांगलं चालतंय! आता अधिक चांगली सेवा आणि तीही कमी पैशात उपलब्ध होणार. अफोर्डेबल केअर ॲक्टला एकट्यानं हे कधीच साधलं नसतं.''

यावर काय प्रतिक्रिया द्यावी हेच जॉर्जला समजेना. मुळात ही त्याची कल्पना होती हे तिच्याकडून वदवून घेण्यासाठी त्याला तिच्याशी वाद घालावा लागेल असं त्याला वाटलं होतं पण तसं झालंच नव्हतं.

"तुझ्याकडे कुठेही न गुंतवलेले थोडेफार पैसे आहेत का?'' पॉलानं एकदम विचारलं.

"अं, क्काय?'' जॉर्ज गोंधळून म्हणाला.

"नाही, नाही, मला तसं म्हणायचं नव्हतं. म्हणजे असं, की जर काही शिल्लक पैसे असतील तर ते अमाल्गमेटेडच्या शेअर्समध्ये गुंतव. खूप भाव चढतोय आमच्या शेअर्सचा. मी काही तुला ही 'आतली' बातमी म्हणून सांगत नाहीये, तर आजच्या प्रेझेन्टेशननंतर ते उघडच–"

"ए... एक मिनिट, पॉला. अगं, मी मेडिकलचा रेसिडेंट विद्यार्थी आहे," जॉर्जनं आवाजात कोणतीही भावना न आणण्याचा प्रयत्न करत सांगितलं, "वर्षभरात मला पंचावन्न हजार डॉलर्सपेक्षा थोडे कमी पैसे मिळतात. तेही आठवड्याला ऐंशी तास काम करून! मी माझं मेडिकलचं कर्ज फेडण्याचा इथं प्रयत्न करतोय, तेही माझ्या आजीकडून थोडी आर्थिक मदत घेऊन. शेअर्स घेणं हा माझ्यासाठी पर्यायच असू शकत नाही. तुझ्यासारख्या लठ्ठ पगार घेणाऱ्यांना ठीक आहे, पण माझ्यासारख्यांसाठी नाहीये."

जॉर्जनं असं शाब्दिक फटकारल्यामुळे पॉला दोन पावलं मागे सरकली, जणू त्यानं तिच्या तोंडावर अचानक गार पाणीच मारलं होतं! "अरे, अरे, मी तुझी मैत्रीण या नात्यानं फक्त तुला सुचवलं इतकंच. तेही मी तुझ्या या कल्पनेची खूप कदर करते म्हणून. आता मला मिळणाऱ्या पगाराच्या पॅकेजसाठी मी तुझी माफी मागू की काय! मीही खूप कष्ट करते एवढा पगार मिळवायला. आणि माझं काम महत्त्वाचं आणि मौल्यवान आहे, हे येणारा काळ सांगेलच! म्हणजे माझ्या बॉससाठीच नाही तर एकूणातच आम जनतेसाठी माझं काम उपयोगी पडेल. त्यामुळेच आमच्या कंपनीचे शेअर इतके वाढतायत." ती क्षणभर थांबली. "जॉर्ज, आपण प्रत्येकच जण आपापल्या आयुष्यात काही मार्ग, गोष्टी निवडतो. मी माझ्या निवडीबाबत समाधानी आहे. तूही तुझ्याबद्दल असायला हवं."

यावर काय उत्तर द्यावं ते जॉर्जला समजलं नाही. पॉलाच्या यशामुळे ती त्याच्या पुढे गेली आहे असं त्याला एकीकडे वाटत होतं, तर दुसरीकडे तिच्या ऐटीमुळे त्याची चिडचिड होत होती; पण तिच्या प्रामाणिकपणामुळे तो प्रभावितही झाला होता.

"जॉर्ज, तुला आठवतं, मी जेव्हा एम.डी.-एम.बी.ए. करायचं ठरवलं होतं तेव्हा तुला ते सीट वाया घालवणं वाटायचं..." पॉलानं विचारलं. आता तिचा स्वर खेळकर होता.

"त्या वादात तूच जिंकलीस म्हणायचं!" जॉर्ज म्हणाला.

ती हसली आणि तिच्या चेहऱ्यावरचा तणाव लगेच निवळला. जॉर्जचा हात धरून मग ती त्याला खोलीच्या एका शांत कोपऱ्यात घेऊन गेली. "हे बघ, हे सगळं जाऊ दे. आपण मित्र आहोत ना, मग? तू माझ्या घरी का नाही येत एखाद दिवस? आपण खूप गप्पा मारू... इथल्यापेक्षा जरा खासगी वातावरणात!"

"अं..." जॉर्ज काहीसा अडखळला. तिनं पुन्हा त्याला बेसावध अवस्थेत

पकडलं होतं.

"ये की रे. मी आत्ताच नवीन घर घेतलंय आणि मला माझ्या स्विमिंग पूलमध्ये पोहायला अजून वेळच झाला नाहीये."

"अं... म्हणजे आपण दोघं एकत्र..."

"काय? आपला भूतकाळ पुन्हा उकरायला नको असं म्हणायचं का तुला? खरं सांगू का, मला ना इथं फारसे मित्र-मैत्रिणीच नाहीयेत. सोबत काम करणारे तसे खूप आहेत, पण मित्र नाहीयेत ते. मी गेला काही काळ इतकी कामात बुडालेली होते ना, अक्षरशः चोवीस तास मी कामाला वाहून घेतलं होतं. आता मला जाणवतंय, की मला लोकांच्या सहवासाची गरज आहे- असे लोक की ज्यांच्याबरोबर असताना माझा ताण दूर होईल, जिथं कोणतीच स्पर्धा किंवा डेडलाईन नसतील. कळलं, असे मित्र नाहीयेत मला." ती पुन्हा हसली. "खरंतर, असे काय नि तसे काय, मला एकही मित्र नाहीये सध्या! मग, काय वाटतं तुला? पण काही जबरदस्ती नाही हां!"

जॉर्जनं तिच्या चेहऱ्यावरचे भाव निरखले. ती मनापासून बोलत होती असं त्याला वाटलं. तसं जर असेल, तर बिचारीचं आयुष्य फारच एकाकी आणि बोअर जात असणार; पण त्याचीही परिस्थिती फार काही वेगळी नव्हती. तो म्हणाला, "हो चालेल, नक्की." ती अशी त्याच्यापाशी मन मोकळं करून बोलताना अधिकच छान दिसत होती.

"ग्रेट! मी माझा पत्ता पाठवते तुला. सँटा मोनिकामध्ये आहे माझं घर. या शनिवारी चालेल? एकच्या सुमारास?"

"अं... तशी तर मला आहे सुट्टी शनिवारी..." जॉर्ज म्हणाला.

"मग डोक्यात ठेव माझं आमंत्रण. मित्र-मैत्रिणीची डेट बरं का! आपण एकदा त्या 'दुसऱ्या' मार्गानं जाण्याचा अनुभव घेतलाय आणि तेव्हा त्यातून काही निष्पन्न झालं नव्हतं. हां, अजून एक अट आहे माझी. पिया ग्राझ्दानीचं नावसुद्धा माझ्यासमोर काढायचं नाही. ओके?" ती मस्त हसून म्हणाली.

"ओक्के!" जॉर्जनं कबूल केलं. तिच्या हास्याची लागण जॉर्जलाही आपोआप झाली होती. त्यामुळेच त्याला तिच्याभोवती राहावं असं वाटत होतं.

"मी तुला घ्यायलाही येऊ शकते हवं तर. तुला माहितेय, मला कंपनीनं आयडॉकच्या यशाबद्दल नवीकोरी पोर्श गाडी दिलीये!" ती म्हणाली.

'बापरे! एवढी श्रीमंती!' असं वाटून जॉर्जनं पटकन विषय बदलला. "खरंच आयडॉक इतकं चांगलं आहे का गं? म्हणजे मला असं म्हणायचं की, प्रेझेन्टेशनमध्ये तुम्ही तशी बरीच बेधडक विधानं करत होतात. तुमच्या भावी गुंतवणूकदारांसाठी जरा जास्त चढवून तर सांगत नव्हतात ना?"

“मुळीच नाही. एक कणभरही वाढवून सांगितलं नाहीये आम्ही. आयडॉक खरंच फार भारी आहे. कदाचित आम्ही सांगितलं त्याहीपेक्षा! खरं सांगू, आम्ही तर आज जरा हातचं राखूनच बोललो असं म्हटलं तरी चालेल!”

“म्हणजे कसं?”

“अं... म्हणजे हे बघ हां,” असं म्हणत तिनं पुन्हा त्याच्या दंडाला धरलं आणि म्हणाली, “आमच्या बीटा चाचणीतले लोक, अगदी तू वापरतोस तशाच पद्धतीनं स्मार्टफोन वापरतात, कळलं मिस्टर नोमोफोब?”

“काय? नोमोफोब? म्हणजे काय बुवा?”

“नोमोफोबिया म्हणजे मोबाईलच्या संपर्कातून आपण बाहेर तर जाणार नाही ना अशी भीती सतत वाटणं! आणि म्हणूनच सतत मोबाईल आपल्या हातात ठेवणं!”

खरंच जॉर्जच्या हातात आत्तासुद्धा त्याचा फोन होताच. त्याचा फोन सायलेंटवर असला तरी त्यानं तो व्हायब्रेशन मोडवर ठेवला होता. हो, क्लॉडीनचा फोन आला तर पटकन समजायला हवं ना?

“हां, तर मी काय सांगत होते... बीटा चाचणी सुरू असताना एका प्रॉब्लेमचं उत्तर आम्हाला सापडलं. ते आम्ही आजच्या प्रेझेन्टेशनमध्ये सांगितलं नाही. या स्मार्टफोनचा एकच प्रॉब्लेम, किंवा प्रॉब्लेमपेक्षाही गैरसोय म्हणू या, ती म्हणजे त्याची बॅटरी. आयडॉक ॲप सतत चालू असतं, त्याच्या तपासण्या, सेन्सर्स अविरत काम करत असतात आणि हे सगळं वायरलेस पद्धतीनं. त्यामुळे खूप बॅटरी खातं ते! सारखी बॅटरी संपते आणि चार्जिंग करावं लागतं. म्हणजे दिवसातून तीनदा आणि पुन्हा रात्रभर. ही तशी गैरसोयच म्हणावी लागेल ना.”

“मग यावर काय उत्तर शोधलंत तुम्ही?”

“ग्राफीन!” पॉला हळूच कुजबुजली.

“ग्राफीन? म्हणजे काय? मी कधीच ऐकलं नाहीये याबद्दल,” जॉर्जही हळू आवाजात म्हणाला.

“साधारण साठच्या दशकातच ग्राफीनचा शोध लागलेला होता. तसं काही ते सिक्रेट नाहीये, पण तरी मी जे सांगतेय ते आपल्यातच राहू दे. कारण आयडॉक आज जे काही आहे ते आम्ही गुंतवणूकदारांसमोर पेश करतोय, उद्याचं आयडॉक नाही. आम्ही जगातल्या सर्वांत मोठ्या काही स्मार्टफोन कंपन्यांशी व्यवहार करतोय यातही काही गुप्त बातमी नाही. आम्हाला खरंतर चुकून ग्राफीनचा शोध लागला. यू.सी.एल.ए.नं खूप ऊर्जा साठवू शकणारा आणि बिनविषारी असा एक पदार्थ कार्बनपासून बनवला. तो म्हणजेच ग्राफीन. तसं पहिलं तर ही टेक्नॉलॉजी अत्यंत साधी सोपी आहे. अतिशय लहान इलेक्ट्रोडच्या साहाय्यानं हे उत्पादन मोठ्या प्रमाणावर कसं बनवता येईल, या रीसर्चसाठी अमाग्लामेटेडनं त्यांना पैसे पुरवले.”

“आता मला काहीच समजत नाहीये.” जॉर्ज म्हणाला.

“अरे, हा एक सुपरकपॅसिटर आहे. केमिकल बॅटरीपेक्षा खूप जास्त पटकन तो चार्ज होतो. आणि तो हाय डेन्सिटी आहे- म्हणजेच त्याच्यात कित्येक इलेक्ट्रोड राहू शकतात; तरीही त्याचा आकार फक्त एका अणूइतका सूक्ष्म असतो! थोडक्यात काय, तर या नवीन टेक्नॉलॉजीमुळे स्मार्टफोन शून्य बॅटरीवरून १०० टक्के म्हणजेच पूर्ण चार्ज व्हायला फक्त एक सेकंद लागेल.”

“खरंच?”

“अगदी! या हिवाळ्यापर्यंत ग्राफीन बेसच्या बॅटरी असलेले फोन बाजारात मिळायला लागतील.” कोणी ऐकत नाहीये ना याची खात्री करत ती म्हणाली, “हां, आता हे तसं सिक्रेटच आहे बरं का. आम्ही या पेटंटमधले भागीदार आहोत त्यामुळे आम्ही मोबाईल कंपन्यांना इतक्यात याबद्दल जाहीर न करण्यासंबंधी सांगितलंय. आम्ही आयडॉकचा आणखी प्रसार केला की मग ते जाहीर होईल. आयडॉक अक्षरशः क्रांती घडवून आणतोय, असं लोकांचं मत बनवायचंय आम्हाला. आणि त्यासाठी हा बॅटरीचा शोध आणि आयडॉकचं ॲप अशा दुहेरी गोष्टींमुळे आणखी गुंतवणूकदार आकर्षित होतील आणि त्यांचा यावर जास्त विश्वासही बसेल. तसंच स्मार्टफोन नसलेले ग्राहकही बाजारात जाऊन स्मार्टफोनची मागणी करू लागतील.”

“आणि जर स्मार्टफोन परवडत नसेल तर?”

“आम्ही त्यावर सूट देऊ. किंवा आणखी अचूक सांगायचं तर ओबामाकेअरच असे फोन कमी किमतीत उपलब्ध करून देईल. या बातमीबद्दलसुद्धा अजून गुप्तता राखायची आहे हां!”

“हो, पण कसं?”

“अरे जॉर्ज, बीटा चाचणीत सहभागी झालेल्या प्रत्येकाला आयडॉक प्रचंड आवडलेलं आहे. खऱ्या डॉक्टरपेक्षा ते जास्त चांगलं आहे. कारण डॉक्टर उपलब्ध नसतो तेव्हा पेशंटला अनेक बारीकसारीक शंका असतात, प्रश्न विचारायचे असतात जे आयडॉक आता करू शकतो. लोकांनी ताबडतोब आयडॉकला उचलून धरलेलं आहे. ‘मेडिसीन’ची संपूर्ण व्याख्याच बदलून टाकेल ते! कारण ब्रॅडलेनं मघाशी सांगितलं तसं, इथं आम्ही ‘आरोग्य’सेवा पुरवतोय; ‘आजार’पणातली सेवा नाही! मी तुला माझंच उदाहरण देते ना. परवा एकदा सकाळी मी उठले तेव्हाच माझा घसा पार धरला होता. पहिल्यांदा मला स्ट्रेप्टोकोकस असावा अशी भीती वाटली. कारण माझ्या एका मैत्रिणीला अगदी असंच झालं होतं. मी माझ्या फोनच्या स्क्रीनवर माझ्या थुंकीचा नमुना टाकला आणि आयडॉकला निदान करायला सांगितलं. काही क्षणांतच माझ्या थुंकीच्या नमुन्यात स्ट्रेप्टोकोकसचे जंतू सापडल्याचं निदान झालं! आयडॉकनं माझ्या औषधांच्या दुकानाला परस्पर एक इमेल पाठवली आणि मी दुकानात

पोहोचले तेव्हा माझी औषधं तयार होती! नंतर मी काहीही न विचारता आयडॉकनं आपणहून माझी चौकशी केली आणि पुन्हा माझ्या थुंकीचा नमुना तपासला. मी एक वेळ विसरूनही गेले असेन, पण आयडॉक विसरत नाही!''

''पण मग हे कॉल सेंटरचं काय? ती चीटिंग नाही होत का एकप्रकारे? कारण शेवटी खरे डॉक्टरच बॅकअपसाठी आहेत.''

''अजिबात नाही. आयडॉक स्वतःहून शिकतोय आणि तेही पटापट. ल्युईस लँगलीनं सांगितलं ना की आधीपेक्षा आता आयडॉकला खऱ्या डॉक्टरांची मदत कमी कमी लागतीये.''

''कुठं आहे हे तुमचं कॉल सेंटर?''

''शेजारच्या इमारतीत सातव्या मजल्यावर. तिथंच अमाल्गमेटेडचं ऑफिस आहे. तुला आवडेल का बघायला? मला आनंदच होईल तुला सगळं दाखवायला.'' ती म्हणाली. तिला आतून गुदगुल्या होत असाव्यात, असं वाटत होतं.

''तुला निघता येईल का पण इथून?'' आजूबाजूच्या गर्दीकडे बोट दाखवत जॉर्जनं विचारलं.

''हो. मला न आवडणारी पण खरी गोष्ट अशी आहे की हे सगळे हेजफंडचे लोक अशा वेळी बायकांशी बोलण्यापेक्षा पुरुषांशीच बोलायला प्राधान्य देतात. माझ्याशी नुसतं गुलूगुलू बोलतील, पण सिरीयस बिझनेस आणि फायनान्सचा मुद्दा आला की यांना ब्रॅडलेच लागतो. मला तर अशी दाट शंका आहे की यांना मी कोणीतरी पी.आर.ची मुलगी वाटते!''

जॉर्जनं तिच्याकडे नीट पाहिलं. तिला यातील स्त्री-पुरुष भेदभावावर टीका करायची असेल, तर तिच्या आवाजात तरी तिनं तसं काही जाणवू दिलं नव्हतं. ती वस्तुनिष्ठपणे काय घडतं ते सांगत होती.

''चालेल की मग! चल जाऊ पाहायला,'' जॉर्ज म्हणाला.

जॉर्ज पॉलाच्या मागोमाग सेन्चुरी टॉवर्समध्ये गेला. अत्यंत स्टायलिश, अत्याधुनिक अशी ती इमारत मोठ्या दिमाखात उभी होती. पॉलानं त्याला सांगितलं की या इमारतीला एक टोपणनाव होतं- 'डेथ स्टार!' 'स्टार वॉर्स'मधलं सगळ्यात भयंकर शस्त्र! या नावाचा अमाल्गमेटेडशी काही संबंध नव्हता; पण त्या इमारतीच्या लॉबीचा भाग स्टार वॉर्स या सिनेमांच्या इंटेरिअरशी मिळताजुळता होता. त्याचबरोबर, हॉलिवूडच्या सगळ्यात उच्च, गोपनीय आणि वट असलेल्या 'टॅलेंट एजन्सी'चं ऑफिसही त्याच इमारतीत होतं. थॉर्नला मात्र या टोपणनावाचं काही एक वाटत नसे असं पॉला म्हणाली. उलट त्यामुळे त्यांच्या कंपनीला एक विशिष्ट वजन प्राप्त होईल आणि त्यांचा जास्त दबदबा निर्माण होईल, असं त्याला वाटत असे. अर्थात

यात काही तथ्य नव्हतं; पण थॉर्नला अशी कल्पना करायला आवडत असे.

पांढऱ्या रंगाच्या संगमरवरी फरशीनं सजविलेल्या प्रचंड, विस्तृत लॉबीमधून पॉला जॉर्जला एका काउंटरपाशी घेऊन गेली. तिथं तिनं जॉर्जच्या नावाची नोंद केली आणि त्याला पाहुण्याचा पास मिळाला. मग ते अनेक लिफ्ट्सपैकी एका लिफ्टसमोर जाऊन उभे राहिले. तिथं दोन उंच्यापुऱ्या सुरक्षारक्षकांनी त्यांची ओळखपत्रं तपासली.

''फारच व्यवस्थित तपासणी चालू आहे की,'' लिफ्टमध्ये चढता चढता जॉर्ज पुटपुटला.

''हे तर काहीच नाहीये, बघशीलच तू,'' पॉला म्हणाली.

लिफ्टमधून बाहेर पडल्यावर कॉल सेंटरच्या प्रवेशद्वारापाशी पुन्हा दोन सुरक्षारक्षकांना त्यांना कार्ड्स दाखवावी लागली. पॉलाला तर ते सगळे नीटच ओळखत होते; पण तिचंही कार्ड त्यांनी तपासलं. मग पॉला आणि जॉर्ज कॉल सेंटरच्या त्या अवाढव्य खोलीत शिरले. प्रचंड मोठ्या खोलीत अनेक क्युबिकल्सची रचना केली होती. प्रत्येक क्युबिकलभोवती सहा फूट उंचीच्या जाड काचेच्या भिंती होत्या. या प्रत्येक छोट्या ऑफिसमध्ये एक एक पांढऱ्या कपड्यातला डॉक्टर बसला होता. प्रत्येक क्युबिकलमध्ये एक काचेचं टेबल आणि एक खुर्ची होती, बस्स! अजून काहीच नाही. कॉम्प्युटर नाही, स्क्रीन नाही, हेडफोन नाही की कागद-पेन नाहीत. फक्त काही टेबलांवर कॉफीचे मग दिसत होते. त्या काचेच्या भिंतीच कॉम्प्युटरच्या मॉनिटरसारख्या वापरता येत होत्या, हे पाहून जॉर्ज चकित झाला. की-बोर्ड तर व्हर्चुअल म्हणजे काचेच्या टेबलांवर प्रोजेक्ट केलेले होते! मेडिकलच्या फाइल्स आणि इमेजेस हवेतूनच भराभर सरकताना जॉर्जला दिसत होत्या. स्काईप किंवा फेस-टाइमप्रमाणे डॉक्टर पेशंटशी बोलतानाही दिसत होते. टेबलावर बोटानं स्पर्श करून किंवा हवेतल्या हवेत हातानं ते लोक इमेजेस किंवा फाइल्स झूम करून पाहत होते. एक्स-रे किंवा एमआरआयमध्ये हाडांची रचना किंवा शरीराच्या आतले अवयव पाहण्यासाठी काही डॉक्टर थ्री-डी होलोग्रॅमसारख्या कशाचातरी वापर करत होते. त्या इमेजेसना फिरवून पाहण्याची सोय होती, तसेच त्यांच्यात बदलही करता येत होते! एका डॉक्टरकडून दुसऱ्याकडे व्हॉईस मेसेजसकट इमेजेस पाठवल्या जात होत्या. जॉर्जच्या तोंडून शब्दच फुटेना.

तो किती प्रभावित झाला आहे हे पॉलाला उघडच दिसत होतं.

''हे सगळं...''

''भारी आहे ना? अद्ययावत 'कटिंग-एज' टेक्नॉलॉजी आणि हॉलिवूडच्या सेट डिझाइनरकडून करून घेतलेलं काम यांचा एकत्रित परिणाम आहे हा!''

''टोनी स्टार्क!''

''अं... काय?''

“आयर्न मॅन सिनेमाची आठवण झाली मला हे पाहून.” जॉर्ज म्हणाला. कोणीतरी त्याला कुठल्यातरी भविष्यातल्या काळात अचानक नेल्यासारखं वाटत होतं त्याला.

“तू म्हणतोस त्यात तथ्य आहे. कारण आम्ही खरंच हॉलिवूडच्या काही सेट डिझाइनर्सकडून हे डिझाइन करून घेतलं आहे.” ती खोलीतलं एक एक वैशिष्ट्य दाखवत म्हणाली, “प्रत्येक क्युबिकलमध्ये आवाज आपोआप पोहोचतो, त्यामुळे हेडसेटची काहीच गरज भासत नाही. या काचेच्या भिंतींमध्येच कॅमेरे बसवले असल्यानं डॉक्टरला पेशंटशी थेट संपर्क साधता येतो. म्हणूनच तर ते असे डॉक्टरच्या पांढऱ्या कोटाच्या वेशात बसले आहेत ना. पेशंटला या आमच्या सिस्टमबद्दल पूर्ण विश्वास वाटावा यासाठी असा प्रोफेशनॅलिझम खूप महत्त्वाचा ठरतो. आमच्याकडे या लोकांसाठी केशभूषा आणि मेकअप करायचीही खोली आहे. हे सगळे खरे डॉक्टर आहेत आणि ते फक्त चार-चार तासांच्या शिफ्टमध्ये काम करतात. त्यामुळे ते कायम फ्रेश दिसतात आणि थकत नाहीत. या खोलीत केलेली हवेच्या पुरवठ्याची व्यवस्था अशी आहे की कोणी बोलत असेल, तर तो आवाज आजूबाजूला ऐकू जात नाही. त्यामुळे कोणत्याही पेशंटबद्दलची गोपनीयता जपली जाते. पेशंटचं मेडिकल रेकॉर्ड आणि लक्षणं या भिंतींवर दिसतात. त्यातलं जे काही पाहायचं असेल ते तो डॉक्टर टेबलावरच्या की-बोर्डच्या साहाय्यानं पाहू शकतो, टिपणं काढू शकतो, इमेज मोठी करून पाहू शकतो. आणि आमच्याकडच्या थ्री-डी होलोग्राफिक टेक्नॉलॉजीमुळे डॉक्टरांना अधिक चांगल्या प्रकारे इमेजमधले बारकावे दिसतात आणि अचूक निदान करता येतं.

जॉर्जनं पाहिलं तर एक स्त्री व एक पुरुष प्रत्येक क्युबिकलमध्ये जाऊन विविध पेय वाटत होते. जॉर्ज काय पाहत होता ते पॉलानं पाहिलं.

“या डॉक्टरांचं काम जास्तीत जास्त आनंददायक आणि सुसह्य व्हावं अशी आम्ही नेहमीच काळजी घेतो. त्यामुळे हवं तेव्हा ते हवं ते पेय मागवू शकतात; पण खायला मात्र इथं परवानगी नाहीये. त्यासाठी वेगळा डायनिंग हॉल आहे. चांगल्या प्रतीचं खायला मिळतं सगळं तिथे.”

“हो, नक्कीच मिळत असणार.”

“हवं तेव्हा हे डॉक्टर थोडी विश्रांती घेऊ शकतात. इथं काम सुरू करण्यासाठी कोणत्याही प्रकारचं कार्ड पंचिंग होत नाही. कोणताही स्पेशलिस्ट डॉक्टर तासाला जे कमावत असेल त्यापेक्षा साधारण तेवीस टक्के जास्त हे डॉक्टर्स कमावतात. कामाचा ताणही कमी असतो त्यांच्यावर, कारण या ऑफिसमधली कोणतीही जबाबदारी त्यांना उचलावी लागत नाही.”

“जॉर्जनं पुन्हा खोलीभर नजर फिरवली, “हे सगळे मेडिकल बोर्ड सर्टिफाइड डॉक्टर आहेत म्हणालीस ना?” खरोखरच ते चक्क आनंदी आणि तणावमुक्त

दिसत होते! पेशंटशी बोलणारे डॉक्टर्स अगदी हसून बोलत होते!

"हो. बरेच इंटर्न आहेत त्यातले, काही बालरोगतज्ज्ञ आहेत, काही प्रसूतिरोगतज्ज्ञ. आमच्याकडे इतर काही सर्जन, हाडांचे डॉक्टर, कान-नाक-घसा तज्ज्ञ, डोळ्यांचे डॉक्टर, त्वचारोगतज्ज्ञसुद्धा आहेत. आयडॉक पेशंटच्या गरजांनुसार त्याला त्या त्या स्पेशलिस्टकडे पाठवलं जातं. पण त्याआधी साधे इंटर्न डॉक्टर त्यांच्या केस हाताळतात."

जॉर्ज काहीसा नाराज, निराश झाला होता. जरी या खोलीतलं सगळं अत्याधुनिक आणि अत्यंत प्रभावी असलं, तरी इथं डॉक्टरांना केवळ कॉल सेंटरच्या ऑपरेटरसाखी आणि तितकीच भूमिका होती. "आयडॉक नीट चालणार नाही," आपण काय बोलतोय हे कळायच्या आत अचानक जॉर्ज बोलून गेला.

"का?" पॉलानं आश्चर्यानं विचारलं. त्याच्या अशा बोलण्यानं तिच्या सगळ्या उत्साहावर पाणी पडल्यासारखं झालं.

आपण बोलून बसल्याचा जॉर्जला लगेचच पश्चात्ताप झाला, पण आता तो त्याचे शब्द तर मागे घेऊ शकत नव्हता ना. मग तो स्वतःशीच विचार करत असल्यासारखा म्हणाला, "मला यात दोन मोठ्या महत्त्वाच्या अडचणी दिसतायत. एक म्हणजे, प्रत्यक्ष माणसाचा कमीत कमी सहभाग, म्हणजे खऱ्या डॉक्टरनं प्रत्यक्ष हात लावून पेशंटला तपासणं असं म्हणू हवं तर; कारण इथं शेवटी एक रोबॉट माणसाच्या जागी काम करतोय. दुसरी गोष्ट म्हणजे, गोपनीयता जपण्याचा प्रश्न. मोबाईलमध्ये लोकांच्या जवळ सतत त्यांची संपूर्ण मेडिकल हिस्टरी असेल. तेव्हा ती माहिती हॅक होऊ शकते किंवा मुद्दाम नाही तरी चुकूनसुद्धा कोणाच्याही हाती पडू शकते."

"मानवी स्पर्श हा मुद्दा काही तितका महत्त्वाचा नाहीये," पॉला एका झटक्यात मान नकारार्थी हलवत म्हणाली. "अरे, बीटा चाचणीमध्ये वीस हजार लोकांनी त्यांची प्रतिक्रिया कळवलीये ना. आणि हा आकडा काही लहान म्हणता येणार नाही. आयडॉकचं स्वागत आणि त्याचा स्वीकार अगदी ताबडतोब झाला आहे. आणि डॉक्टरकडे किंवा इमर्जन्सी रूममध्ये जाण्याचं प्रमाण तब्बल पंचेचाळीस टक्क्यांनी कमी झालंय. या चाचणीत सहभागी झालेल्या एकानंही हा मनुष्यस्पर्शाचा मुद्दा मांडला नाही. उलट चोवीस तास उपलब्ध असणारा डॉक्टर त्यांना किती सोयीचा वाटतोय आणि आवडतोय, हेच ते वारंवार सांगत होते. डॉक्टरशी कधीही, कितीही वेळ आणि कोणत्याही बारीकसारीक गोष्टीविषयी बोलता येणं हे त्यांना इतकं चांगलं वाटलं, की इतर गोष्टी त्यापुढे खूपच क्षुल्लक आहेत. हे बघ, जर पेशंटला आपल्या खऱ्या प्रायमरी केअर डॉक्टरला भेटायला किती वेळ मिळतो असा हिशेब मांडला ना, तर 'वर्षभरात फक्त अर्धा तास' असं उत्तर मिळतं! फक्त अर्धा तास!

याला तू 'मानवी स्पर्श' म्हणतोयस? माझ्या मते, तर डॉक्टर काहीच करत नसतो. डॉक्टरची उपलब्धता हा सगळ्यात महत्त्वाचा मुद्दा आहे. गेल्या कित्येक वर्षांपासून डॉक्टरला भेटता येणं अधिकाधिक अवघड बनत गेलंय. आता ई-मेलचा पर्याय उपलब्ध आहे; पण त्यानं खूप फरक पडेल इतके डॉक्टर अजून तरी तो पर्याय वापरताना दिसत नाहीत.''

जॉर्जनं काहीतरी उत्तर द्यायला तोंड उघडलं, पण त्याच्याकडे बोलायला काहीच नव्हतं.

आपण वादात जिंकतोय असं पाहून पॉलानं आपलं घोडं आणखी पुढे दामटवलं, ''आणि हॅकिंगबद्दल म्हणत असशील तर आयडॉकची फायरवॉल अतिशय जबरदस्त आहे. आत्ता उपलब्ध असलेली सर्वांत अत्याधुनिक फायरवॉल टेक्नॉलॉजी आम्ही वापरतोय. त्यामुळे सध्याच्या काळात गोपनीयता जपणं हे काही तितकंसं कठीण नाही. सध्या १०० टक्के जनतेला हेल्थ इन्श्युरन्स उपलब्ध आहे. तो मिळवण्यासाठी फार काही अटी नाहीयेत; त्यमुळे अशा परिस्थितीत गोपनीयता जपण्याला तितकंसं महत्त्व उरत नाही. आता तू मांडलेला शेवटचा मुद्दा- कोणाला चुकून माहिती मिळाली तर? तसं होणार नाही, कारण आयडॉक हे फक्त बायोमेट्रिकली ॲक्सेस होऊ शकतं- म्हणजे आयडॉक वापरणाऱ्या व्यक्तीनं आपल्या बोटाचा ठसा स्क्रीनवर उमटवल्याशिवाय ते चालू होत नाही. तसंच, उघडल्यानंतर एक मिनिटाच्यापेक्षा जास्त वेळ ॲप वापरलं नाही, तर ते आपोआप बंद होतं. ही फक्त पहिली पायरी आहे. आयडॉक त्या त्या व्यक्तीचा आवाज ओळखतं आणि इतर आवाजांना उत्तर देत नाही. त्याचबरोबर त्या व्यक्तीची ओळख पटवण्यासाठी आयडॉक आय-व्हेरीफाय- म्हणजेच डोळ्यांचा स्कॅनही करतं. पेशंटच्या 'व्हायटल साइन्सशी'- म्हणजे हृदयाचे ठोके इत्यादीशी, आयडॉक जोडलेला असल्यानं ती व्यक्ती फोनपासून किती दूर आणि कुठे आहे, कशी बसली-उभी आहे हे त्याला समजत असतं. शेवटचं म्हणजे, आयडॉक हे क्वान्टम क्लाउड बेस्ड आहे. त्यामुळे पेशंटची मेडिकलची अगदीच थोडी माहिती ही प्रत्यक्ष फोनमध्ये साठवलेली असते; बाकी सगळी क्लाउडमध्ये, कोडेड स्वरूपात साठवलेली असते. त्यामुळे समजा जरी कोणाचा फोन चोरीला गेला तरी त्यावरून फार काही माहिती चोरता येणार नाही. फोन चोरीला गेला किंवा हरवला असं जर त्या व्यक्तीनं आम्हाला कळवलं, तर आम्ही लगेच त्या फोनमधली सगळी माहिती पुसून टाकतो. पेशंटचा मृत्यू झाल्यावरसुद्धा आयडॉकला ते समजतं आणि सगळी माहिती पुसली जाते.''

जॉर्ज गप्पच होता. या लोकांनी सगळ्या मुद्द्यांची व्यवस्थित काळजी घेतलेली दिसत होती; पण हे सगळं इतकं 'गोड-गोड', व्यवस्थित आणि सुरळीत चालेल असं मानायला त्याचं मन अजूनही तयार होत नव्हतं. पण आत्ता बोलण्यासारखा

त्याच्यापाशी एकही मुद्दा नव्हता.

"तुझ्यासारख्या एखाद्या रेडिऑलॉजिस्टपेक्षा इथल्या डॉक्टरांचं काम काही फार वेगळं नाहीये. तुम्ही दोघंही शेवटी टेक्नॉलॉजीनं निर्माण केलेल्या इमेजेसवरूनच तर निदान करत असता."

जॉर्जनं तिच्या या बोलण्याकडे दुर्लक्ष केलं आणि म्हणाला, "डॉक्टर म्हणजे काय, याची सीमारेषाच तुम्ही पुसून टाकताय. कारण तुम्ही स्वतःच प्रायमरी केअर डॉक्टरची भूमिका बजावताय ना. तुम्ही म्हणजे 'अमाल्गमेटेड'- एक इन्श्युरन्स कंपनी. त्यांचे कर्मचारी कधी गेले होते मेडिकल कॉलेजला?"

ओठ घट्ट मिटून पॉला काही क्षण त्याच्याकडे पाहत राहिली. "या देशातल्या सर्वोत्कृष्ट डॉक्टरांपैकी काहींनी या प्रोजेक्टसाठी मदत केलेली आहे. त्यांचे अनुभव आणि ज्ञानाचा वापर करूनच हा अल्गोरिदम तयार केला गेलाय. आयडॉकनं उपलब्ध असलेली सगळी मेडिकलची पुस्तकं, लेख हेही रेकॉर्ड करून ठेवलेले आहेत. याचाच अर्थ, तो जगातला सगळ्यात जास्त माहिती असलेला डॉक्टर आहे. तो काहीही विसरत नाही आणि स्वतःला सतत अपडेट करत असतो. त्याचबरोबर सतत मोजल्या जाणाऱ्या व्हायटल साइन्सचाही त्याला फायदा होतोच. एका सेकंदाच्याही आत तो पेशंटची संपूर्ण मेडिकल हिस्टरी तपासू शकतो आणि पेशंटच्या सांप्रत परिस्थितीशी ती ताडून पाहू शकतो. तो नवीन तपासणीचे निकाल पाहून, त्यांची जुन्याशी तुलना करून अर्ध्या सेकंदाच्या आत निदान करू शकतो. मला तुझ्याविरुद्ध बोलायचं असं नाही, पण जर मला तुझ्यामध्ये आणि आयडॉकमध्ये एकाची निवड करायला सांगितलं ना, तर मी आयडॉक निवडेन हे नक्की."

"अहं..." जॉर्जनं घसा खाकरला, "तुझ्या बोलण्याचं कौतुकच वाटतंय मला. मला तुझा मुद्दा कळलाय." तिच्या इतक्या स्पष्ट वक्तव्यानं तो जितका चिडला होता, तितकाच आश्चर्यचकितही झाला होता. या लोकांनी सांगितल्याच्या निम्म्यानं जरी आयडॉक उपयोगी असेल तरी चांगलंच आहे. कोणी आजारी असेल तर आयडॉकचा कसा उपयोग होतो, हे त्यानं विचारायचं ठरवलं, "एखाद्याला जर इमर्जन्सी रूममध्ये जायची वेळ आली तर आयडॉक काय करतं?"

"सोपं आहे. जर ते हॉस्पिटल अमाल्गमेटेडच्या मालकीचं असेल, जी शक्यता बरीच आहे, कारण आम्ही बऱ्याच हॉस्पिटल चेन्स विकत घेतल्या आहेत, तर आम्ही त्या पेशंटसाठी वायरलेस यंत्रणेच्या साहाय्यानं सगळी व्यवस्था करून ठेवतो. जेव्हा एखादा पेशंट हॉस्पिटलमध्ये शिरतो तेव्हा आयडॉकला ते ताबडतोब समजतं आणि तो त्याप्रमाणे तिथल्या कर्मचाऱ्यांना आणि डॉक्टरांना पूर्वसूचना देऊन ठेवतो. पण बऱ्याचदा खुद्द आयडॉकनं त्या पेशंटला हॉस्पिटलमध्ये जायची सूचना केली असण्याचीच शक्यता जास्त आहे. खरं तर, पेशंटला हॉस्पिटलमध्ये जाऊन कोणाला भेटायचीही गरज नाही.

कोणीतरी आपणहून येऊन त्यांना भेटेल; कारण जी.पी.एस. आणि फेसरेकग्निशननं ते आधीच पेशंटला ओळखत असतील. त्याच्या तिथं येण्याचं कारणही हॉस्पिटलला माहीत असेल आणि त्याची मेडिकल हिस्टरीसुद्धा. थोडक्यात काय, तर तू गेल्या गेल्या तुझं काम होईल. जर ते हॉस्पिटल अमाल्गमेटेडचं नसेल, तर आयडॉक परस्पर तिथल्या इमर्जन्सी रूमच्या डॉक्टरशी बोलून घेईल आणि त्याला सगळं काही सांगून ठेवेल. त्या पेशंटची सगळी माहिती आणि हिस्टरी डाऊनलोड करता येईल, असं एक डिव्हाइस अमाल्गमेटेडद्वारा पुरवलं जाईल. सध्या आमच्या बीटा चाचणीच्या लोकांकडे हातात मावतील असे छोटे डाऊनलोडर्स आहेत.''

आयडॉक नीट का चालणार नाही, याबद्दल विचार केलेले आणखी मुद्दे आठवायचा जॉर्जनं प्रयत्न केला; पण आता त्याच्याकडे कोणताच मुद्दा नव्हता. ही सिस्टीम नीट चालू नये अशी जणू आशाच त्याला का वाटत होती, हे त्याचं त्यालाच नीट उमगत नव्हतं. पण बहुतेक आयडॉक हे खऱ्या डॉक्टरांना स्पर्धा निर्माण करेल, म्हणून त्याला असं वाटत असावं. मग त्यानं विषयच बदलला. ''तू स्वतः खरंच आयडॉक वापरतेस, की मघाशी सांगितलेला प्रसंग असाच होता?''

''अरे! अगदी खरंच वापरते मी आयडॉक आणि बाकी सगळ्यांप्रमाणेच मलाही आवडतं ते!''

''मला बघू देशील?''

''हिपा' नियमांचं काय, हां?'' पॉलानं त्याला चिडवलं. तिनं आपला फोन काढला आणि ॲप चालू केलं. मग तिनं फोन फूटभर अंतरावर समोर धरला आणि विचारलं, ''आज माझ्या व्हायटल साइन्स कशा आहेत?''

स्क्रीनमधून एका बाईचा आवाज आला, ''हॅलो पॉला, तुझा फोन स्पीकरवर चालू आहे. मी बोलले तर चालेल ना?''

''हो, हो, चालेल,'' तिनं जॉर्जकडे कटाक्ष टाकत उत्तर दिलं. फोन किंचित वाकडा केल्यावर जॉर्जला त्या बाईचा चेहरा दिसला. डॉक्टरच्या पांढऱ्या कोटातली आकर्षक बाईची एक ॲनिमेटेड इमेज त्याला दिसली.

''ठीक आहे तर मग!'' ती डॉक्टर बाई म्हणाली, ''तुझ्या सगळ्या साइन्स नॉर्मल आहेत; पण तासाभरापूर्वी तुझ्या मनात थोडी भीती, काळजी, टेन्शन जाणवत होतं. नेहमीपेक्षा काही वेगळं घडत होतं मघाशी, म्हणून माझ्या लगेच लक्षात आलं. तसंच, काल रात्री तुझी झोपही मध्येच चाळवली गेली होती. तू एकूण झोपलीसही कमी वेळ. कसं वाटतंय तुला?''

''आता खूपच बरं आहे. मला एका मोठ्या प्रेझेन्टेशनचं टेन्शन होतं. मी तुला आधी सांगायला हवं होतं.''

''हो, जितकी माहिती मला आधीच मिळेल तितकं चांगलं.''

''बरं, ठीक आहे. बाय,'' असं म्हणत पॉलानं ॲप बंद केलं.

जॉर्ज प्रभावित झाला होता. हा संवाद खूपच पर्सनल आणि खऱ्याखुऱ्या माणसासोबत केल्यासारखा वाटत होता, ''मस्तच. मला वाटलं होतं त्यापेक्षा हे खूपच चांगलं आहे.''

''हा प्रोग्राम स्वतः शिकत असतो हे तू मघाशी ऐकलंसच. खरंच आहे ते अरे. मला माझ्याशी काय प्रकारे बोललेलं आवडतं, ते ही माझी डॉक्टर भराभर शिकून घेतीये. आधी कोणत्याच डॉक्टरनं आयडॉकइतकी माझी दखल घेतल्याचं मला आठवत नाही.''

''तुझा मुद्दा बरोबर आहे,'' जॉर्ज आपल्या घड्याळात बघत म्हणाला, ''मला हॉस्पिटलला परत गेलं पाहिजे आता.''

''मीही बाहेरच पडते आता तुझ्याबरोबर. मला त्या पार्टीत जायला हवं परत.''

जॉर्जसोबत तीही बाहेर पडली. लिफ्टमध्ये ती जॉर्जला हळुवारपणे म्हणाली, ''तुझ्या आईकडे आयडॉक असायला हवं होतं.''

तिच्या या वाक्यानं जॉर्जला दचकायला झालं. ''थँक्स, मलाही तसंच वाटतंय!'' तो म्हणाला. खरंच त्याच्या आईकडे असं काहीतरी उपकरण असतं, तर ती आज जिवंत असू शकली असती, असं जॉर्जला एकदम जाणवलं.

''या सॉफ्टवेअरच्या चाचण्या चालू होत्या तेव्हा एका चाचणीचं नाव मी 'हॅरिएट' ठेवलं. तुझ्या आईच्या आठवणीसाठी.''

जॉर्ज एकदम वळला आणि त्यानं पॉलाच्या चेहऱ्याकडे निरखून पाहिलं. काय बोलावं हेच त्याला कळेना, कारण तिची कृती खरोखरच हेलावून टाकणारी होती. आज पॉलाला काय झालं होतं... एकावर एक आश्चर्याचे धक्के देत होती ती!

''त्याशिवाय मी एक व्यसनमुक्तीचा प्रोग्रॅमसुद्धा या ॲपमध्ये घालायला लावलाय. सिगारेट, दारू किंवा इतर अंमली पदार्थांच्या व्यसनाबद्दल आयडॉकला लगेच समजतं. आणि मग तो त्या व्यक्तीशी याबद्दल बोलेल अशी सोय केलेली आहे. हां, म्हणजे एखादा ग्लास वाइन प्यायल्यावर तो सूचना देणार नाही, पण बरीच दारू प्यायल्यावर तो ॲक्शन घेईल.''

आपल्या आईचा पॉलानं इतका विचार केलेला पाहून एकीकडे जॉर्जला खूप बरं वाटत होतं; पण तरीही या ॲपबद्दल त्याच्या मनात निर्माण झालेली अढी काही केल्या जात नव्हती. ''पण, आयडॉकच्या अशा सतत सूचना देण्यामुळे चिडचिड नाही का होणार लोकांची?''

''हो, काही लोकांना तसं वाटूही शकतं. पण आयडॉकशी बोलायचं की नाही हे ठरवणं त्यांच्याच हातात आहे ना? तसं केलं तर पुन्हा काही आयडॉक त्यांना

त्रास द्यायला जाणार नाही; पण बीटा चाचणीमध्ये असं काही घडलं नाहीये. उलट, बऱ्याच लोकांना सिगारेट सोडायला मदतच झालीये याची. सिगारेट ओढताना लगेचच कोणीतरी आपल्याला बोललं की जास्त फरक पडतो, असं या लोकांचं म्हणणं आहे. आयडॉकपासून ते काहीही लपवू शकत नाहीत ना!''

''हं, असेलसुद्धा हे उपयोगी,'' तो म्हणाला. आपल्या आईनं सिगारेट सोडली असती का, याचा विचार तो करत होता. पण नसतीच बहुधा! उलट तिनं ॲप बंद करून ठेवलं असतं.

''असो, मला हे सगळं दाखवल्याबद्दल थँक्स,'' लॉबीतून बाहेर पडता पडता जॉर्ज म्हणाला, ''आणि हो, मला प्रेझेन्टेशनला बोलावल्याबद्दलसुद्धा!'' केसीसुद्धा आयडॉक बीटा चाचणीत सहभागी झाली होती आणि त्या रात्री तिचा फोन चार्जिंगला लावलेला असल्यानंच कदाचित तिचा मृत्यू झाला होता हे सांगावं की कसं, असं क्षणभर जॉर्जला वाटलं; पण त्याच्या तोंडून काहीच बाहेर पडलं नाही. पॉलाबरोबर असताना त्याला केसीचा विचारही करायचा नव्हता. तिच्या मृत्यूबद्दल बोलणं तर दूरच.

''काय रे, तू ठीक आहेस ना? म्हणजे आज जे सगळं काही पाहिलंस, समजलं त्याबद्दल?'' जॉर्जच्या चेहऱ्याकडे बघत पॉला काळजीनं म्हणाली.

''मी ठीक असलो काय आणि नसलो काय, काय फरक पडणारे त्यानं?''

''मला पडेल फरक. कारण काही वर्षांपूर्वी आपलं जे बोलणं झालं होतं, त्यातूनच तुझ्या या कल्पनेचा पाठपुरवा करायची प्रेरणा मला मिळाली आहे.''

''थँक्स. पण प्रामाणिकपणे सांगायचं तर मला या सगळ्याविषयी काय वाटतंय ते ठरवताच येत नाहीये. हे सगळं पचायला वेळ तर लागेलच. तुम्ही- एक इन्श्युरन्स कंपनी- फारच मोठी जबाबदारी घेताय. असो, या इंटरेस्टिंग कार्यक्रमाबद्दल आभारी आहे.''

''हं. बरं झालं आलास ते. तुझं येणं माझ्यासाठी खूप महत्त्वाचं होतं.''

जॉर्जनं तिच्याशी हसून हस्तांदोलन केलं आणि तो जाण्यासाठी वळला. पॉलानं मागून हाक मारली, ''रेडिऑलॉजीच का पण?''

जॉर्ज मागे वळला, ''काय?''

''मी म्हटलं, रेडिओलॉजीच का निवडलंस? मला कधीपासून हे विचारायचं होतं तुला. माझ्या एम.डी.-एम.बी.ए. आणि सीट अडते वगैरे प्रकारावरून कॉलेजमध्ये माझं इतकं डोकं खाल्लंयस ना तू... आणि आता? स्वतः रेडिओलॉजी घेतलंयस, जिथं पेशंटशी डायरेक्ट फारसा संबंध येत नाही. परस्परविरोधी वागणं नाहीये का हे? आयडॉकमध्ये डॉक्टरांचे ॲनिमेटेड अवतार वापरतात आणि तुम्ही खऱ्या पेशंटऐवजी फक्त त्याचे एक्स-रे आणि स्कॅन पाहता!''

तिनं पुन्हा त्याच्या निवडीबद्दल विषय काढला होता. ती मुद्दाम डिवचत होती का त्याला? तिच्या आवाजावरून तरी असं वाटत नव्हतं; पण तो नक्की सांगू शकला नसता. "तू म्हणतीयेस त्यात थोडंफार तथ्य आहे," तो उत्तरला.

"मला नेहमी वाटायचं की तू जनरल प्रॅक्टिशनर तरी होशील, नाहीतर मग इंटर्निस्ट. रेडिओलॉजीची शंकासुद्धा आली नाही मला. कसा काय तिकडे वळलास तू?"

"असं काही खास कारण नाही सांगता येणार," जॉर्ज म्हणाला खरं, पण अचानक त्याच्या कानात केसीचा आवाज घुमू लागला. त्याचं करिअर निवडण्यात आणि त्या निर्णयाबाबत त्याला समजून घेण्यात तिची खूप मदत झाली होती. लोकांचा आदर संपादन करण्यासाठी वैद्यक क्षेत्रात जायचं, असं कुठंतरी त्याच्या मनात होतं. कारण लहानपणी आपल्या सावत्र वडिलांचा आदर संपादन करण्यासाठी जॉर्ज खूप धडपडायचा. ती पार्श्वभूमी कुठंतरी या निर्णयामागे होती. पण हे सगळं काही त्याला पॉलाला सांगत बसण्यात रस नव्हता.

"हं, पण मग तू कॉलेजमध्ये बोलायचास ते आणि आत्ताचं तुझं वागणं यात बराच फरक आहे."

"खरं सांगू का, मेडिकल जसजसं मी शिकत गेलो तसतसं पेशंटशी डायरेक्ट संबंध येण्याबाबत मी जास्त जास्त नाखूश होत गेलो. माझंच मला आश्चर्य वाटलं होतं. मी खरंच इतका उथळ आहे की काय, असंही मला वाटून गेलं होतं. कारण माझ्यासमोर कोणीही पेशंट आला की आपल्यालाही तोच आजार झाला आहे, असं मला वाटायचं."

"अरे, जरी आपण त्यावर बोलत नसलो, तरी हे तर आपल्यापैकी प्रत्येकानंच अनुभवलं आहे."

"तुलाही तसं वाटायचं?"

"हो म्हणजे काय! अरे, आपण माणसंच आहोत ना शेवटी. पण तुला रेडिऑलॉजीत रस असण्यामागे काहीतरी वेगळं कारण असणार. कारण जेव्हा पहिल्यांदा माझी रेडिऑलॉजीशी ओळख झाली, तेव्हा त्याबद्दल मला खूप भीती वाटली होती. तुला काय वाटलं होतं?" पॉलानं विचारलं.

"हो, मला पहिल्यापासूनच रेडिऑलॉजी आवडायचं. त्यातला 'ठोस'पणा मला भावला. कारण तिथं मी ठामपणे काहीतरी निदान करू शकतो, ज्यावरून पुढच्या उपचारांची दिशा ठरते."

"बघ, आता कसं बोललास! आता तुझ्या कृतीचा अर्थ लागतोय ना!" पॉला म्हणाली.

"अगदी प्रामाणिकपणे सांगू का... कोणीतरी मला सांगितलं की तुझ्याकडे

फारच सहानुभूती आणि दयाबुद्धी आहे, त्यामुळे तू पेशंटपासून जितका अंतर राखून असशील तितकं चांगलं. तरच तुला वस्तुनिष्ठ राहता येईल. म्हणजे उदाहरणार्थ, लोक कर्करोगतज्ज्ञ कसे काय बनू शकतात, हे माझ्या आकलनापलीकडचं आहे. कारण त्यासाठी तुम्ही आतून खूप खंबीर असायला लागतं. आपल्याला नाही बुवा जमणार असं कधीच.''

''हो, मला पूर्णपणे समजतंय तू काय म्हणतोयस ते. प्रांजळपणे कबूल केल्याबद्दल थँक्स!''

''वेलकम!'' जॉर्ज म्हणाला. आपल्या घड्याळात पाहत त्यानं जीभ चावली. ''चल मग, मला बोलावल्याबद्दल पुन्हा एकदा आभार. आता मला पळालंच पाहिजे हॉस्पिटलला.''

तिनं त्याला निरोपाची हलकीशी मिठी मारली.

''शनिवारी रात्री माझ्या घरी यायला जमतंय का ते पाहा काय, डॉ. प्रामाणिक!'' ती हसत हसत म्हणाली.

७

सेन्चुरी प्लाझा हॉटेल
सेन्चुरी सिटी, लॉस एंजलिस, कॅलिफोर्निया
सोमवार, ३० जून २०१४, सकाळचे ११.४२

ल्युईस लँगलीनं फोन ठेवला आणि थॉर्न कुठे दिसतोय का, हे तो पाहू लागला. त्याच्या चेहऱ्यावर त्रस्त भाव उमटले होते. तो दोन हेजफंडवाल्यांसोबत बोलताना लँगलीला दिसला. आत्ता थॉर्नला डिस्टर्ब केलं तर तो नक्कीच चिडणार हे लँगलीला माहीत होतं; पण त्याला अजिबात वेळ दवडायचा नव्हता. गर्दीतून वाट काढत तो आपल्या सी.ई.ओ.पाशी पोहोचला. थॉर्ननं त्रासिक कटाक्ष टाकतच त्याच्याकडे नजर वळवली. ''जरा एक मिनिट...'' लँगली त्याच्या कानात पुटपुटला...

''आत्ता? दिसत नाही मी कामात आहे ते?''

केवळ एक भुवई तिरकी वर उचलत लँगलीनं त्याच्या नजरेला नजर भिडवली.

थॉर्न काहीसा घुटमळला. आपल्या भावी गुंतवणूकदारांशी चाललेल्या इतक्या महत्त्वाच्या बोलण्यातून अर्धवट बाजूला होणं अगदी त्याच्या जिवावर आलं होतं. पण लँगली त्रासलेला दिसत होता. दुसरा पोप ज्युलिअस जसा फक्त क्वचित कामापुरता मायकेल अँजेलोशी बोलायचा, तसेच संबंध थॉर्न आणि लँगलीचे होते असा विनोद थॉर्न नेहमी करायचा! कारण लँगली जितका हुशार होता, तितकाच कधीकधी कटकटही करायचा.

''एक मिनिट हं, आलोच मी,'' असं म्हणत थॉर्न आपल्या टेक-मॅनेजरच्या मागोमाग एका बाजूला गेला.

''काहीतरी चांगलीच बातमी सांगशील अशी आशा आहे,'' काहीशा खवचटपणे पण शांत आवाजात तो म्हणाला, ''कारण माझी बोलणी अगदी ऐन भरात आली

होती आणि मी सांगत असलेलं सगळं ते मान्य करत होते.''

''आत्ताच एका बाबीबद्दल मला समजलंय. माझ्या एका आयटी कर्मचाऱ्यानं मला आत्ताच कळवलंय की आयडॉक ॲप्लिकेशनमध्ये काहीतरी बग आलाय. खरंतर 'पुन्हा' अवतीर्ण झालाय म्हणणं जास्त योग्य ठरेल.''

थॉर्नच्या चेहऱ्यावरचे भाव झरझर पालटले. आपल्या बॉसला आत्ता आपण जे काही सांगितलंय तशी बातमी त्याला ऐकायची मुळीच इच्छा नसणार, हे लँगलीला चांगलंच माहीत होतं. आणि आत्ताच्या कार्यक्रमात, तेही गुंतवणूकदारांच्या समोर तर नाहीच नाही; पण लँगलीला त्याच्याशी काही घेणं-देणं नव्हतं. मुत्सद्देगिरीनं वागणं त्याला कधीच जमलं नव्हतं. आणि थॉर्नची प्रतिक्रिया काय होईल याचीही त्याला काहीएक पडलेली नव्हती. पण आयडॉक यशस्वी होणं हे त्याच्यासाठी सर्वांत महत्त्वाचं होतं. ''हा प्रकार सँटा मोनिका हॉस्पिटलमध्ये घडलाय. म्हणजे जिथं पहिल्यांदा असं घडलं होतं तिथंच. आधी आम्हाला वाटलं की हा योगायोग असेल, पण आता तसं वाटत नाहीये.''

''काय प्रकारचा बग म्हणतोयस तू? काही गंभीर तर नाही?'' थॉर्ननं विचारलं. खरंतर आता काय ऐकायला मिळणार, याची त्याला धास्ती वाटत होती.

''माझ्या मते हो, गंभीर आहे असंच म्हणावं लागेल; म्हणजे जर मीडिया किंवा फेडरल ड्रग असोसिएशनला समजलं तर. बीटा चाचणीत सहभागी झालेल्यांपैकी दोन जणांचा मृत्यू झालाय.''

थॉर्ननं आवंढा गिळला, ''आणि याबद्दल किती जणांना माहितीये?''

''तो आयटी कर्मचारी, मी आणि आता तू.''

''नाही, मला याबद्दल काहीच माहिती नाहीये! समजलं? फक्त तुम्हाला दोघांना माहितीये. ही तुझी जबाबदारी आहे. यावर काय ॲक्शन घ्यायची ते ठरव, तशी ती घे आणि गुपचूप घे! ते तुझं काम आहे.'' थॉर्ननं आजूबाजूला पाहिलं आणि कोणी ऐकत नाहीये ना याची खात्री करून घेतली. ''आणि जर इतकं महत्त्वाचं आणि नाजूक बाबींबद्दल काही बोलायचं असेल, तर ही काही योग्य जागा नव्हे किंवा वेळही! काऊबॉयसारखा दिसतोस तिथपर्यंत ठीक आहे, पण तसाच वागू नकोस! आणखी एक, स्वतःच्या चुका सुधारायला शीक; कळलं लँगली? नाहीतर मग मला दुसऱ्या कोणाला तरी हे काम द्यावं लागेल!'' लँगलीकडे पाठ फिरवून थॉर्न आपल्या पाहुण्यांच्या दिशेनं निघून गेला.

''तुला समजतच नाहीये,'' लँगलीनं चिडून थॉर्नचा दंड पकडत म्हटलं. लँगलीनं दंडावरची पकड सोडेपर्यंत थॉर्न रागानं टक लावून त्याच्या हाताकडे पाहत राहिला. ''माझं असं मत आहे की हे चुकून होत नाहीये; म्हणजे टेक्निकली बोलायचं तर, आयडॉकचा प्रोग्रॅम जरा 'जास्तच' चांगला चालतोय, असं मला म्हणायचंय.

कदाचित आपल्याला तो दुरुस्त करायची गरजच पडणार नाही! समजतंय का, की हा बग काही जणांना ‘हवा’ असू शकतो... काही जणांना म्हणजे ज्यांच्याशी आपले व्यवहार चालू आहेत अशांना... म्हणजे मेडिकेअर सेंटर किंवा मेडिकेड सर्व्हिसेस! कदाचित त्यासाठीच सी.एम.एस.ला आयडॉक हवं असू शकतं.''

''नीट काय ते स्पष्ट बोल.''

''माझा असा अंदाज आहे, की अफोर्डेबल केअर ॲक्टनं चालू केलेल्या इंडिपेंडंट पेमेंट ॲडव्हायझरी बोर्डला हा बग फारच आवडेल! कारण त्याचा अर्थ, ऐंशी दशलक्ष क्लायंट ‘पेशंट’ झाले ना.'' अगम्य अशा ‘ग्रीक’ भाषेत बोलायची लँगलीला सवयच होती. पण थॉर्नलाही त्याची सवय होती. तरी त्याचा गोंधळ उडला होता.

''ठीक आहे, ठीक आहे; पण अजून स्पष्ट करून सांगावं लागेल तुला. पण आत्ता नको रे बाबा! प्लीज!'' त्यानं आपला टाय नीट केला आणि तोंडावर खोटं हसू आणत तो आपल्या हेजफंडवाल्यांकडे वळला.

८

एल.ए. युनिव्हर्सिटी मेडिकल सेंटर
वेस्टवुड, लॉस एंजलिस, कॅलिफोर्निया
सोमवार, ३० जून २०१४, सकाळचे ११.४५

ग्रेग टार्किंग्टन आपल्या कर्करोगतज्ज्ञाच्या- डॉ. पीटर व्हाईट यांच्या- ऑफिसमध्ये शिरला. तो अस्वस्थ होता. आज सकाळीच एमआरआय केल्यानंतर तिथल्या टेक्निशियननं आपल्या डोळ्याला डोळा देऊन बोलायची टाळाटाळ केली होती, हे त्याच्या नजरेतून सुटलं नव्हतं. तिथल्या डॉ. बुशरसुद्धा असंच वागल्या होत्या. याचा अर्थ काहीतरी वाईट बातमी असणार, एवढं ग्रेगला कळत होतंच. आता एवढ्या दिवसांत इतक्या सगळ्यातून गेल्यावर ग्रेगला इथले नियम माहीत झाले होते. अशा चाचण्या झाल्यावर पेशंटला टेक्निशियन किंवा तिथले डॉक्टर कोणतीही माहिती पुरवत नसत, पण त्याचा कर्करोगतज्ज्ञ या नियमाच्या पाठीमागे दडू शकत नव्हता! ग्रेगला सगळं खरं खरं सांगणं त्याला भागच होतं.

''एमआरआयमध्ये तुमच्या लिव्हरमध्ये अनेक ॲबनॉर्मल भाग सापडले आहेत. ते कर्करोगाचे आहेत की नाही याबद्दल आत्ता आपल्याला खात्रीपूर्वक काही सांगता येणार नाही. त्यामुळे बायॉप्सी करावी लागेल आणि ती लवकरात लवकर केलेली केव्हाही चांगलीच.''

एखादं उलटं वाढलेलं नखच काय ते कापायचं आहे, अशा आविर्भावात डॉक्टरनं अतिशय शांत आवाजात हे सांगितलं! निदान ग्रेगला तरी त्यांचा सूर तसाच वाटला.

त्याला या सगळ्या वरवरच्या चांगुलपणाचा, अशा समजावणीच्या सुरात बोललेलं ऐकून घ्यायचा आता वीट आला होता. खरंतर जेव्हा पहिल्यांदा त्याच्या

डोळ्यांत काविळीमुळे पिवळा रंग दिसू लागला होता, तेव्हापासूनच या दुःस्वप्नाची सुरुवात झाली होती. त्यानंतरच्या सगळ्या अनुभवानं त्याला अगदी नको नको झालं होतं. पहिल्यांदा चाचण्या, मग ऑपरेशन, मग किमोथेरपी... तो तर एका प्रकारे छळच होता.

"म्हणजे माझ्या स्वादुपिंडाच्या कॅन्सरनं पुन्हा डोकं वर काढलंय का?" त्यानं डॉक्टरवरच आरोप करत असल्याप्रमाणे विचारलं.

"अं... म्हणजे..."

"सरळ सांगा, डॉक्टर! मला या असल्या संदिग्ध बोलण्यासाठी मुळीच वेळ नाहीये." ग्रेगच्या सर्वांत मोठ्या भीतीनं पुन्हा डोकं वर काढलं होतं. त्याला सगळं काय ते खरं-खरं आणि तेही आत्ताच्या आत्ता ऐकायचं होतं! बस झाली खोटी आशा!

डॉ. व्हाईटनं सुस्कारा सोडला, "हे बघा, आपण आधी चर्चा केल्याप्रमाणे हा कॅन्सर बरा करायला खूप अवघड असतो. शरीरातल्या त्याच्या ठिकाणामुळे आणि तिथल्या रचनेमुळे उपचारांत अनेक अडचणी असतात. आम्हाला जे जे शक्य होतं ते ते आम्ही केलंच आहे. जर आत्ताच्या बायॉप्सीमधून हा कॅन्सरच आहे असं निदान झालं, तर आपल्याला आणखी जालीम उपचार करावे लागतील."

"म्हणजे पुन्हा एकदा 'कीमो', असंच ना?"

"अं... हो, बरोबर."

"पण ही कीमोच मला मारतीये, डॉक्टर! माझ्या किडनी त्यामुळेच बिघडल्या आहेत, मला अजूनही डायलिसिस करावं लागतंय. कमी वेळा पण तरी..."

"आपल्याकडे अजून काही पर्याय शिल्लक आहेत, ग्रेग. जर कीमो द्यायची वेळ आलीच तर ज्यांनी किडनीला काही त्रास होत नाही अशी दुसरी औषधं आपण वापरू."

"उदाहरणार्थ काय?" ग्रेगला सगळे तपशील जाणून घ्यायचे होते. शेवटी त्याचं आयुष्य इथं पणाला लागलं होतं!

"मी आत्ताच काही सांगू शकत नाही. जरा थांबू या आपण आणि काय निदान होतंय ते पाहून मग ठरवू या."

"माझ्याकडे किती वेळ आहे?" ग्रेगनं पुन्हा विचारलं.

"अजून आपण बायॉप्सी केली नाहीये, त्यामुळे..."

"जर बायॉप्सी 'पॉझिटिव्ह' आली, तर माझ्याकडे किती वेळ आहे?"

"मी नाही असं सांगू शकत."

"अंदाज तर करा!" ग्रेग जोरानं म्हणाला. डॉ. व्हाईट यांची अशी नेहमीची गुळमुळीत उत्तरं ऐकून आज तरी तो सहजासहजी त्यांना सोडणार नव्हता.

“असा बळजबरीनं अंदाज बांधायला सांगितल्यावर माझा अंदाज नेहमीच चुकतो. पण आपण एवढं म्हणू शकतो, की तुम्ही तुमच्या सगळ्या अर्धवट राहिलेल्या व्यवहारांची योग्य ती व्यवस्था लावणं गरजेचं आहे. पण सॉरी ग्रेग, तुम्हाला जरा घाईच करावी लागेल...”

डॉक्टरांचे शब्द त्या खोलीत नुसतेच अधांतरी राहिल्यासारखं झालं.

“घाई करू?” ग्रेग उपहासाच्या सुरात म्हणाला, “मी एवढ्या सगळ्या त्रासातून गेलोय आणि आता तुम्ही मला सांगताय, ‘घाई करा!’ अजून वाईट म्हणजे याआधी तुम्ही माझ्यापासून हे लपवून ठेवलंत; पण काही हरकत नाही. मी घरी गेल्यावर आयडॉकशी बोलेन आणि मला काय जे जाणून घ्यायचंय ते त्याला विचारेन.” तो फारच स्पष्टपणे बोलतोय हे ग्रेगला समजत होतं, पण आता त्याला कशाचीच पर्वा नव्हती. कारण तो आता मृत्यूच्या सीमारेषेवर येऊन ठेपला होता.

“मी काहीही लपवून ठेवत नाहीये. तुमच्या प्रश्नांना काही ठोस उत्तरंच नाहीयेत,” डॉ. व्हाईट म्हणाले. आयडॉक वापरणाऱ्या पहिल्या काही लोकांपैकी ग्रेग हा एक होता हे त्यांना माहीत होतं. डॉ. व्हाईटही या ॲपनं बरेच प्रभावित झाले होते. कारण वेळी-अवेळी त्यांना येणाऱ्या पेशंटच्या फोन्समध्ये बरीच घट झाली होती. त्याचबरोबर या लोकांच्या इमर्जन्सी रूमच्या वाऱ्याही कमी झाल्या होत्या. “पण मला तुम्हाला एक गोष्ट सांगायची आहे, ती म्हणजे आयडॉकला अजून एमआरआयचा रिपोर्ट माहीत नाहीये. मला आत्ताच तो रिपोर्ट रेडिऑलॉजीच्या रेसिडेंट डॉक्टरकडून मिळालाय. जेव्हा आयडॉकला तो रिपोर्ट मिळेल, तेव्हा त्याला काही दुसरा मार्ग सुचवायचा असेल तर मला जरूर सांगा. कारण मला माहीत आहे की त्या अल्गोरिदमकडे माहितीचे बरेच स्रोत उपलब्ध आहेत. तेव्हा, माझ्याकडून काही राहून जात असेल, तर मला ते जाणून घ्यायला नक्कीच आवडेल.”

त्यानं आपल्या डिजिटल टॅब्लेटवर नोट्स काढायला सुरुवात केली. “आणि हो, महत्त्वाचं म्हणजे आपल्याला लवकरात लवकर बायॉप्सी करायची आहे. आणि बायॉप्सीपूर्वी क्लॉटिंगची रक्ततपासणीही करावी लागेल.”

“बायॉप्सीच्या दिवशी सकाळी आयडॉक क्लॉटिंगची तपासणी करू शकतो.” ग्रेग म्हणाला.

“ठीक आहे. पण तरीही मी तुम्हाला हे प्रिस्क्रिप्शन देऊन ठेवतोय,” डॉ. व्हाईट टाईप करता करता म्हणाले.

ग्रेगला यापूर्वी इतकं असहाय कधीच वाटलं नव्हतं. अगदी शेवटच्या कीमोमध्येही त्याची आशा टिकून होती. पण आत्ता त्याला स्वतःच्या मनात कुठंही आशेचा

लवलेशही दिसत नव्हता. तेवढ्यात त्याचं आयडॉक ॲप वाजलं. त्यातल्या 'बाख'च्या संगीतामुळे ग्रेगला नेहमीच छान वाटायचं; पण आज मात्र तसं काहीच वाटलं नाही. आयडॉकला आपल्याशी बोलायचं आहे हे म्हटल्यावर त्यानं एका शांत कोपऱ्यात जाऊन ॲप चालू केलं. लगेचच त्याचा डॉक्टर स्क्रीनवर दिसू लागला.

"हॅलो, ग्रेग. आपण आत्ता बोलू शकतो का? तुझा फोन स्पीकरफोन मोडवर आहे."

"हो."

"मला आत्ताच तुझ्या एमआरआयचे रिपोर्ट मिळाले. त्यात तुझ्या लिव्हरमध्ये अनेक ॲबनॉर्मल भाग सापडले आहेत. ते तुझ्या इथल्या सिनियर रेडिऑलॉजिस्टनं दाखवून दिलेच होते. तुला त्याबद्दल आत्ता बोललेलं चालणार आहे का? का आपण नंतर बोलू या?"

"आत्ताच," ग्रेग लगेच म्हणाला.

"तुला मी सरळ सरळ सगळं सांगायला हवंय, का नुसताच आधार द्यायला हवाय?"

"शक्य असल्यास दोन्ही..."

"शक्य आहे ते. बरं, आता पहिल्यांदा सांगतो की आकडेवारी पाहता, हे कॅन्सरचं पुनरागमन असण्याचीच शक्यता जास्त आहे. तू ज्या काही अनुभवांतून गेलायस ते पाहता, ही नक्कीच चांगली बातमी नाहीये. आय ॲम सॉरी; पण आपण आधीच ठोस पावलं उचलली पाहिजेत. बायॉप्सी तर ठरलेलीच आहे. त्यातून ठोस निदान होईल. ते मिळाल्यावर आपण आपले पर्याय नक्की करू शकतो.

"मला हेही माहितीये की तू आत्ता तुझ्या डॉक्टरशी बोलूनच येत आहेस. त्यानं तुझ्या मेडिकल रेकॉर्डमध्ये आत्ता जी काही माहिती भरली त्यावरून मला हे समजलंय की तुझ्या परिस्थितीची तुला पूर्ण कल्पना आलेली आहे. हे सगळं तुझ्यासाठी खूप कठीण आहे, ग्रेग. मी समजू शकतो. कोणालाही ताण येणारच या सगळ्याचा. या ताणाचा परिणाम तुझ्या शरीरावरही होतोय. तू आत्ता घरी जाणंच योग्य ठरेल. माझ्या मते तर एखादी झोपेची गोळी घे आणि आराम कर. तुझ्या हृदयाची धडधड वाढलीये आणि घामही येतोय तुला. पण तू गाडी चालवेपर्यंत गोळी घेऊ नकोस..."

"एक मिनिट!" ग्रेग आता सगळं जाणून घ्यायला अधीर झाला होता. "मला फक्त सांग, की बायॉप्सीमध्ये हा कॅन्सर निघण्याची शक्यता किती आहे?"

"आत्ताच्या परिस्थितीत, ९४.३६ टक्के शक्यता आहे. हे तुला सांगताना मला खूप वाईट वाटतंय, पण मी अशा अनेक केसेसचा अभ्यास करून जास्तीत जास्त अचूक माहिती देण्याचा प्रयत्न केलाय."

ग्रेगला जसं डायरेक्ट जाणून घ्यायचं होतं, तसंच आत्ता आयडॉकनं सांगितलं होतं. त्याच्या डोळ्यांत पाणी जमा झालं.

"प्लीज, घरी जा आणि जरा आराम कर!" आयडॉक म्हणाला. "तुझे ठोके पुन्हा वाढतायत. तुला विश्रांतीची गरज आहे. घरी पोहोचल्यावर मला सांग. मग आपण पुन्हा बोलू. काही नवीन उपचारपद्धतीसुद्धा आता उपलब्ध आहेत."

"तुला माहितेय ना, की माझ्या किडनी अजूनही पूर्ण नीट काम करत नाहीयेत?"

"हो नक्कीच मला माहितेय. आता प्लीज घरी जा आणि विश्रांती घे."

ग्रेगनं आयडॉक ॲप बंद केलं. "बरं झालं, डॉ. विल्यम आहेत म्हणून!" ग्रेगच्या आयडॉक डॉक्टरचं नाव डॅन विल्यम होतं. हायस्कूलमध्ये डॅन विल्यम नावाचा त्याचा अत्यंत आवडता फुटबॉल कोच होता. त्यामुळेच त्यानं आपल्या डॉक्टरसाठी हे नाव ठेवलं होतं.

९

एल.ए. युनिव्हर्सिटी मेडिकल सेंटर
वेस्टवुड, लॉस एंजलिस, कॅलिफोर्निया
सोमवार, ३० जून २०१४, दुपारचे १२.०५

आपलं न सांगता बाहेर जाणं कोणाच्या लक्षात आलेलं नसावं अशी प्रार्थना करत, जॉर्ज घाईघाईनं हॉस्पिटलच्या मुख्य दारातून आत शिरला. तेवढ्यात त्याला ग्रेग टार्किंग्टन बाहेर पडताना दिसला. त्यानं आपला स्मार्टफोन गच्च आवळून धरला होता. त्याचा चेहरा खूप काळजीनं ग्रासलेला दिसत होता. थांबून त्याच्याशी काही बोलावं की नाही, या विचारात जॉर्जची पावलं मंदावली. आपल्याला आधीच उशीर झालाय अशी स्वतःच्या मनाची समजूत घालत, काहीच बोलायचं नाही असं त्यानं ठरवलं; पण तितक्यात टार्किंग्टनचंच लक्ष त्याच्याकडे गेलं.

"हॅलो, डॉक्टर... अं..," टार्किंग्टन जरा अडखळला.

"विल्सन," जॉर्जनं सांगितलं.

"हो, हो. सॉरी. माझ्या डोक्यात आत्ता इतकं काही चालू आहे ना..." त्यानं आपला फोन ठेवून दिला आणि तो गप्प उभा राहिला.

जॉर्ज पॉलाशी काही वेळापूर्वी जे बोलत होता, त्याचंच हे उदाहरण होतं. त्याच्या मनात या माणसाविषयी अपार सहानुभूती दाटून आली; पण त्याच्याशी काय बोलावं हे त्याला समजेना.

"माझा एमआरआयचा रिपोर्ट काही फारसा आशादायक नाही हे मला आत्ताच कळलं," टार्किंग्टन कसाबसा बोलला. "म्हणजे बातमी काही चांगली नाहीये. सॉरी. मी समजू शकतो. अशी बातमी कोणाला आपल्या तोंडानं पेशंटला सांगावीशी वाटेल का?" त्यानं हसण्याचा प्रयत्न केला.

जॉर्जला धक्काच बसला. टार्किंग्टनलाच त्याच्याबद्दल सहानुभूती वाटत होती! डॉक्टरबद्दल! जॉर्जला फारच अपराधी वाटलं.

टार्किंग्टननं खांदे उडवले आणि तो खाली पाहू लागला, "आयुष्यात असे कठीण प्रसंग येतातच नाही का!" जॉर्जच्या डोळ्यांकडे आपली नजर वळवत तो म्हणाला.

"हो..." जॉर्जला आता तर काहीच सुचेना. "पण अशा कठीण परिस्थितीशी सामना करणारे दिसताय तुम्ही," शेवटी तो म्हणाला. टार्किंग्टनच्या धीरानं तो चकित झाला होता. जर परिस्थिती उलटी असती, तर आपल्याकडे इतकं धैर्य असतं का, असा विचार जॉर्जच्या मनात आला. टार्किंग्टननं एमआरआय केलाच नसता तर बरं झालं असतं का, असंही त्याला वाटून गेलं.

"हो, मी कॅन्सरशी शेवटपर्यंत लढा देणार आहे! त्याला मी असाच सहजासहजी नक्कीच नेऊ देणार नाही!"

जॉर्जला वाटलं, आत्ता जर परिस्थिती वेगळी असती, तर त्याची आणि टार्किंग्टनची मैत्री झाली असती कदाचित. त्याला या माणसाचं कौतुक तर वाटत होतंच, पण त्याला तो आवडलाही होता. एक चांगला डॉक्टर होण्यासाठी आवश्यक असलेले गुण खरंच आपल्यात आहेत का, असा जॉर्जला प्रश्न पडला. लोकांना मृत्यूशी असा सामना करताना आणि त्याबद्दल बोलताना पाहणं खूप अस्वस्थ करणारं होतं.

"मला खात्री आहे की तुमच्या डॉक्टरनं काहीतरी उपचार योजले असतील," जॉर्ज म्हणाला. "आता तर एकापेक्षा अनेक पर्याय उपलब्ध झाले आहेत."

टार्किंग्टननं होकारार्थी मान हलवली, "हं... थँक यू. तुम्ही डॉक्टर्स जे करता त्याबद्दल मला आदर आहेच. पण मला आता घरी जाऊन जरा शांतपणे विचार करायला हवा." त्यानं जाता जाता जॉर्जचा दंड दाबला. त्या छोट्याशा उदास कृतीतून माणसाची स्पर्शाची गरज जॉर्जला जाणवली.

त्या माणसाला पाठमोरं पाहताना जॉर्जच्या मनात विचार आला- आपण याला आणखी आधार देऊ शकलो असतो का? पण मग तो वळला आणि हॉस्पिटलमध्ये शिरला. टार्किंग्टनशी बोलण्यापेक्षा त्याच्या एमआरआयबरोबर काम करणं किती सोपं आहे, याची जाणीव त्याला झाली. तसं करणं कितीतरी जास्त सायंटिफिक, कमी भावनाशील आणि जास्त बौद्धिक होतं. पण काहीही झालं तरी शेवटी तो एमआरआय एका माणसाचाच होता! आणि या परिस्थितीत त्या माणसाच्या मृत्यूला जणू जॉर्जच कारणीभूत ठरला होता. जॉर्जच्या अंगावर काटा आला. त्याला हाच विचार नेहमी नकोसा होई. कदाचित रेडिऑलॉजी ही शाखादेखील त्याच्यासाठी 'सुरक्षित' नव्हती. त्यानंही जर पॉलाप्रमाणे एम.डी.-एमबीए प्रोग्रॅम निवडला असता

तर? तर कदाचित तो आत्ता सँटा मोनिकामधल्या एखाद्या स्विमिंगपूल असलेल्या आलिशान घरात राहत असता आणि एखादी पोर्श गाडी चालवत असता. आणि त्याच्या आयुष्यात दूरान्वयेही कॅन्सरचा 'क'सुद्धा नसता.

जॉर्ज जेव्हा एमआरआयच्या खोलीत शिरला तेव्हा क्लॉडीन आणि एक दुसरा एक टेक्निशियन- मार्क सँड्स एका पेशंटच्या इमेजचा अभ्यास करत होते.

मार्क आफ्रिकन-अमेरिकन होता. जॉर्जनं यापूर्वी अनेकदा त्याच्याबरोबर काम केलं होतं आणि मार्क हा तिथल्या टेक्निशियनपैकी सगळ्यांत चांगला होता. त्याला एमआरआयमधील सर्व तांत्रिक बारकावे बरोब्बर समजत. त्याच्यासोबत काम करताना, तो ज्या प्रकारे एक एक इमेज पडद्यावर दाखवायचा, त्यातील त्याचं कौशल्य पाहून जॉर्ज नेहमीच प्रभावित व्हायचा. इतक्यात क्लॉडीनचं जॉर्जकडे लक्ष गेलं आणि तिनं आपला अंगठा उंचावून दाखवत 'सब ठीक'चा इशारा केला. म्हणजेच जॉर्जच्या अनुपस्थितीत सगळं काही सुरळीत झालं होतं तर!

जॉर्जनं काचेतून पलीकडच्या खोलीत पाहिलं. तिथं एमआरआय मशिनचं भलंमोठं चुंबक दिसत होतं. मशिनमधून एका बाईचे पाय बाहेर आलेले दिसत होते. तिच्या पायांच्या स्थितीवरून त्यानं ओळखलं की हासुद्धा पोटाच्या भागाचा एमआरआय काढला जात असणार.

मार्क चाचणी करत असताना क्लॉडीन दोनेक मिनिटं बाजूला झाली आणि काय काय झालं ते तिनं जॉर्जच्या कानावर घातलं. कोणीही त्याला शोधत आलं नव्हतं आणि कामातसुद्धा काहीच अडचण आली नव्हती. हे ऐकून जॉर्जच्या मनावरचा ताण खूपच कमी झाला. बरं झालं आपण बाहेर जाऊन आलो ते, त्याच्या मनात विचार आला.

क्लॉडीननं हाताळलेल्या केसेसच्या इमेजेस ती जॉर्जला दाखवू लागली. एकामध्ये गुडघ्यात तुटलेला लिगामेन्ट होता, तर दुसऱ्यात पाठीच्या इमेजेस होत्या. दोन्हीमध्ये तिनं अचूक निदान केलं होतं.

"या केसमध्ये काय आहे?" जॉर्जनं पलीकडच्या खोलीतील स्त्रीकडे पाहून विचारलं.

"क्लेअर वाँग नाव आहे त्या पेशंटचं. ती त्रेचाळीस वर्षांची आहे आणि यापूर्वी तिला ब्रेस्ट कॅन्सर झालेला होता. त्या वेळी तिची 'मॅस्टेक्टमी' झाली होती आणि शिवाय किमोथेरपी आणि रेडिएशनसुद्धा. सध्या ती बरी आहे; पण तिच्या कर्करोगतज्ज्ञाला फक्त खात्री करून घेण्यासाठी पोटाचा एमआरआय करून घ्यायचा होता. अजूनतरी काही प्रॉब्लेम दिसत नाहीये."

जॉर्जनं होकारार्थी मान हलवली. टार्किंग्टनशी आत्ताच झालेली भेट आठवून

त्याला पुन्हा अस्वस्थ वाटलं. आणि आता पुन्हा अजून एक कॅन्सरची केस पाहून तर तो आणखी अस्वस्थ झाला. मार्कपाशी जाऊन तो पडद्यावरच्या इमेजेस पाहू लागला. लगेचच त्याला काहीतरी दिसलं, जे क्लॉडीनच्या नजरेतून सुटलं होतं. ''ओह! इथं काहीतरी प्रॉब्लेम वाटतोय! इथं पाहा, नक्कीच या भागाला सूज आहे. दिसलं?''

''हो, आता तू दाखवल्यावर मलाही तसंच वाटतंय,'' क्लॉडीन म्हणाली. तिनं खिशातून लेझर पॉइंटर काढून त्या भागावर निर्देश केला.

''बरोबर. आधीच्या काही स्लाईसेस दाखवतोस का?'' जॉर्ज म्हणाला.

मार्कनं आधीच्या काही इमेजेस दाखवल्या. जॉर्जनं त्या बारकाईनं न्याहाळल्या आणि मग लहान आतड्याच्या एका भागाकडे बोट दाखवत तो म्हणाला, ''इथंसुद्धा आतड्याला सूज आलेली दिसतेय.''

जॉर्जनं दाखवल्यावर क्लॉडीन आणि मार्कलाही त्या ॲबनॉर्मलिटीज दिसू लागल्या.

जॉर्जच्या अंगातून भीतीची शिरशिरी गेली. ग्रेग टार्किंग्टनइतकीच याही केसमध्ये वाईट परिस्थिती होती. दोन्ही पेशंटवर याचा वाईट परिणाम होणार होता; पण तेवढ्यात क्लेटन हॅन्सन खोलीत डोकावला आणि जॉर्जच्या विचारांची मालिका तिथंच खुंटली.

''जॉर्ज, एक मिनिट येतोस का जरा?''

''हो, येतो ना,'' जॉर्ज म्हणाला खरं; पण त्याच्या छातीतली धडधड एकदम वाढली. क्लेटननं आपल्याला त्या प्रेझेन्टेशनला पाहिलं असणार याची खात्रीच पटली त्याला. परवानगी न घेता आपण हॉस्पिटलमधून बाहेर का गेलो होतो, याचं काहीतरी पटेल असं कारण जॉर्ज मनातल्या मनात शोधू लागला. त्याला माहीत होतं की क्लेटनच्या लेखी तो एक अत्यंत चांगला, इथल्या सर्वोत्तम रेडिऑलॉजी रेसिडेंटपैकी एक होता. त्यानं स्वतःच तसं जॉर्जला सांगितलं होतं. 'आपल्यापेक्षा वरच्या पोस्टवर असलेल्यांशी बोलताना मग अजूनही घाबरायला का होतं आपल्याला? आपण कधी या असल्या भीतीतून बाहेर पडणार?' असं जॉर्जला झालं. नाही म्हटलं तरी एका मेडिकलशी संबंधित कार्यक्रमालाच तो गेला होता. त्यानं हॉस्पिटलमध्ये सगळी व्यवस्थाही लावून दिली होती. आणि स्वतः क्लेटनसुद्धा होताच की तिथं!

जॉर्ज बाहेरच्या हॉलमध्ये गेल्या गेल्या क्लेटन त्याला म्हणाला, ''मी पाहिलं तुला त्या अमाल्गमेटेडच्या कार्यक्रमात.''

''हं, मीही पाहिलं तुला,'' जॉर्ज म्हणाला. नशीब क्लेटनचा सूर दटावण्याचा तरी नव्हता; हे एक आश्चर्यच होतं म्हणा! पण जॉर्जला 'हुश्श' वाटलं.

"मग, काय वाटलं तुला?"

"अं... इतक्या सगळ्या गोष्टी पचवायला तशा जडच आहेत," जॉर्जलाच अजून स्वतःच्या भावना काय आहेत हे नक्की कळत नव्हतं. त्यामुळे 'योग्य' उत्तर काय देता येईल याचा विचार करत तो म्हणाला. मुळात क्लेटन असा प्रश्न का विचारत होता हेच त्याला कळेना.

जॉर्ज बोलताना जरासा अडखळला, पण क्लेटन पुढे म्हणाला, "बरं, मला काय वाटतं ते सांगतो. तू जर गुंतवणुकीत रस असल्यानं तिथं गेला असशील, तर अमाल्गमेटेडमध्ये गुंतवणूक करणं केव्हाही चांगलंच, असं मी सुचवेन."

जॉर्जकडे गुंतवायला पैसा नाहीये हे क्लेटनला खरंतर चांगलंच माहीत होतं. त्यामुळे त्याच्या बोलण्यावर उत्तर देण्यापेक्षा जॉर्जनंच त्याला उलटा प्रश्न केला, "तू कसा काय तिथं होतास? म्हणजे तुझा काय सहभाग आहे या सगळ्यात?"

क्लेटननं क्षणभर जॉर्जचा अंदाज घेत म्हटलं, "माझी बऱ्यापैकी गुंतवणूक आहे अमाल्गमेटेडमध्ये. आयडॉकच्या निर्मितीत माझा सहभाग होता. म्हणजे मी आपल्या इमेजिंगच्या दृष्टिकोनातून त्यांना थोडीफार मदत केली होती."

"तेवढ्यासाठी तुला व्यासपीठावर स्थान मिळालं?" जॉर्जनं जरा उघडच धाडसी प्रश्न केला होता. क्लेटन सहज चिडू शकला असता त्यावरून, पण जॉर्जच्या मनात ही गोष्ट कधीपासून डाचत होती.

उत्तर देण्यापूर्वी क्लेटन काही क्षण शांत राहिला. जणू तो आपलं उत्तर मनातल्या मनात तोलून मापून बघत होता. "थॉर्न आणि मी, गेली बरीच वर्षं एकमेकांना चांगले ओळखतोय. खरं सांगायचं, तर तो माझा मेहुणा आहे- माझ्या धाकट्या बहिणीचा नवरा. इतक्या वर्षांच्या भेटीगाठी, त्या दरम्यान येणाऱ्या मेडिकल क्षेत्राविषयीच्या चर्चा, हेल्थकेअरबद्दलच्या चर्चा, यातून माझ्या मेडिकलसंबंधीच्या मतांचा तो आदर करू लागला नि त्यांवर त्याचा विश्वास आहे." जॉर्जची प्रतिक्रिया जाणून घेण्यासाठी क्लेटन त्याचा चेहरा नीट निरखत होता, पण जॉर्जनं ताकास तूर लागू दिली नाही. नातेवाईक असल्यानं वशिलेबाजीतून क्लेटनला व्यासपीठावर स्थान मिळालं होतं, हे उघड होतं; पण ते आपल्याला समजलंय असं जॉर्ज मुळीच भासवणार नव्हता. अगदी आपल्या हावभावांनाही त्यानं आवर घातला होता. कारण शेवटी जॉर्ज हा वास्तववादी होता. सध्यातरी आपलं करिअर क्लेटनच्याच हातात आहे, त्यामुळे जपूनच वागायला हवं, हे त्याला माहीत होतं.

"तुझं आणि पॉला स्टोनब्रेनरचं काय नातं आहे?" क्लेटननं विचारलं. तो भुवया उंचावून जॉर्जकडे पाहत होता. "ती तुला शोधत तुझ्या मागेमागे रिसेप्शनमध्ये फिरतेय असं वाटत होतं. तू काय तिच्या बरोबर झोपत होतास की काय?"

जॉर्ज एकदम हबकला. तसा क्लेटन त्याच्या बेधडक, ग्राम्य विधानांसाठी

प्रसिद्धच होता; पण बऱ्याचदा तो नकळत असं बोलून जाई. पण आत्ता तो मुद्दाम बोलल्यासारखा वाटला. थॉर्नशी असलेलं आपलं नातं आपल्या तोंडून वदवून घेतल्याचं उट्टं काढायचं म्हणून क्लेटन मुद्दाम जॉर्जला टोकतोय, असा जॉर्जनं अंदाज बांधला.

"आम्ही कोलंबिया मेडिकल स्कूलमध्ये एकत्र शिकत होतो."

"आणि..." क्लेटन त्याला सहजसहजी सोडणार नव्हता.

"पहिल्या वर्षी आम्ही थोडंफार डेटिंग केलं होतं," जॉर्जनं कबूल केलं. क्लेटन वरिष्ठ असल्याच्या नात्यानं आपला फायदा उठवतोय असंही त्याला वाटून गेलं. "आमच्यात फक्त मैत्री आहे. खरंतर 'मैत्री' हा शब्दही खूप मोठा ठरेल. आमची फक्त बऱ्यापैकी ओळख आहे, इतकंच."

"सॉरी. मी असं विचारायला नको होतं," क्लेटन अचानक उलटा सूर पकडत म्हणाला. "कारण माझा या सगळ्याशी काहीच संबंध नाहीये." जॉर्जच्या प्रेयसीच्या मृत्यूबद्दल क्लेटन जाणून होताच. पण गेले काही दिवस जॉर्जनं पुन्हा लोकांच्यात जावं, आनंद घ्यावा म्हणून तो प्रयत्न करत असे. आपल्या घराच्या एक-दोन पार्ट्यांनाही त्यानं जॉर्जला बोलावलं होतं, पण जॉर्जनं नम्रपणे नाकारलं होतं. क्लेटनचा हेतू चांगलाच असणार याबाबत जॉर्जच्या मनात शंका नव्हती; पण क्लेटन ज्या प्रकारे बायकांशी वागत असे ते जॉर्जला नेहमीच खटकत असे. जसं काही पुरुषांच्या मनोरंजनासाठीच बायकांचा जन्म आहे! केसीचं तर त्याच्याबद्दलचं मत फारच वाईट होतं. एक रेडिऑलॉजिस्ट म्हणून जॉर्जला क्लेटनबद्दल खूप आदर वाटे. पण एक माणूस म्हणून... असो!

"पॉलानं खरंच मला प्रभावित केलं, हं!" क्लेटननं आपलं मत दिलं. "आयडॉक प्रोजेक्टवर काम करताना आमची तशी बऱ्यापैकी ओळख झाली ना! बघ, तुमची जुनी मैत्री पुन्हा नव्यानं चालू करा... विचार कर..."

"हो ती भारी आहेच; पण पुन्हा डेटिंगबद्दल म्हणत असशील तर मला खरंच सांगता येणार नाही..."

"मला माहितेय, तू अजून सगळ्यांतून बाहेर यायचा प्रयत्न करतोयस... म्हणजे केसी वगैरे... अशा गोष्टी कधीच पूर्णपणे विसरता येत नाहीत, जॉर्ज. फक्त त्या मान्य करून त्यांच्यासोबत जगायला शिकावं लागतं. पॉला सुंदर आहे, हुशार तर आहेच, समजूतदारही आहे. आणि आता तर तिच्या करिअरमध्ये वर वर चढण्याच्या मार्गावर आहे. बघ, या सगळ्या गोष्टी विचार करण्यासारख्या आहेत."

जॉर्ज मान खाली घालून ऐकत होता. त्यानं होकारार्थी मान हलवली. क्लेटन पॉलाविषयी जे काही सांगत होता त्यात तथ्य तर होतंच. तो मनापासून बोलत होता. क्लेटनचं हे एक वैशिष्ट्यच होतं म्हणा ना- एका सेकंदात वाट्टेल तसं, ग्राम्य बोलत

असतानाच अचानक समजूतदारपणे बोलायचं! त्याच्या या वागण्यामुळेच त्याच्या इतर गोष्टींकडे जॉर्ज डोळेझाक करायचा.

"पुढच्या वेळी असं बाहेर जाताना व्यवस्थित सह्या करून परवानगी घेऊन जा, काय?'' जाता जाता क्लेटन म्हणाला.

जॉर्जला पुन्हा धक्काच बसला. आता परत क्लेटन एकदम पर्सनल गोष्टींवरून प्रोफेशनल बोलायला लागला होता.

"मी सगळी व्यवस्था लावून गेलो होतो,'' जॉर्ज आपलं गुळमुळीत बोलला.

"असू दे. मी रेडिऑलॉजी चीफला काही सांगणार नाही. पण आपल्या दोघांच्याही भल्यासाठी, पुढच्या वेळेपासून नीट नियमांना अनुसरून वागत जा. तुझ्या करिअरच्या या टप्प्यावर काही गडबड व्हायला नकोय मला. कारण तू इतकं चांगलं काम करतोयस...''

"हो, मी लक्षात ठेवेन. आणि थँक्यू.'' जॉर्ज म्हणाला.

"अरे ठीक आहे रे! आणि अमाल्गमेटेडच्या शेअर्सचाही विचार करून ठेव. तुझं घर भाड्यानं देऊन ते पैसे इकडे वळवता येतील... बघ!'' जॉर्ज काही उत्तर द्यायच्या आधीच क्लेटन झपझप चालत दिसेनासा झाला.

तो दिसेनासा होताना पाहत जॉर्ज तसाच उभा राहिला. मानलं पाहिजे बाबा याला! त्याच्या मनात आलं. लोकांना बरोब्बर कौशल्यानं कसं कोंडीत पकडायचं हे क्लेटनला बरोबर जमतं. जॉर्जला वाटलं की मोठ्यानं ओरडून क्लेटनला सांगावं, की बाबा रे, तू विसरला असशील तर पुन्हा सांगतो. माझ्याकडे स्वतःचं घर तर सोडाच, एक फुटकी कवडीही नाहीये. मी स्वतःच भाड्याच्या घरात राहतो, तेही कसाबसा भाडं भरत. स्वतःचं घर घ्यायचं तर कुठेतरी शहराच्या बाहेर घ्यावं लागेल; आणि मग इथं येण्याजाण्यात जो काही वेळ खर्च होईल, त्याबद्दल तर बोलायचीच सोय नाही! क्लेटनला खरं म्हणजे ही परिस्थिती व्यवस्थित माहिती होती; पण जॉर्जला त्रास द्यायला त्याला बहुधा आवडायचं!

१०

जॉर्जचं घर
वेस्टवुड, लॉस एंजलिस, कॅलिफोर्निया
सोमवार, ३० जून २०१४, संध्याकाळचे ५.४८

जॉर्जनं आपली जुनीपुराणी गाडी आपल्या बिल्डिंगच्या पार्किंगमध्ये लावली. सर्वत्र पैसा खेळत असणाऱ्या आणि संपत्ती हेच दैवत असणाऱ्या या मोठ्या शहरात जॉर्जकडे मात्र काहीच नव्हते, याचा आज बोलता बोलता क्लेटननं उल्लेख केला होता, त्यामुळे जॉर्जचा मूड काही फारसा बरा नव्हता. आपल्या छोट्याशा अपार्टमेंटमध्ये शिरल्या शिरल्या जॉर्ज प्रथम कपाटापाशी गेला आणि त्यानं एक खोका बाहेर काढला. त्या खोक्यात त्यानं केसीच्या वस्तू जपून ठेवलेल्या होत्या. फार काही नव्हतं त्यात, कारण ती काही तोपर्यंत कायमची त्याच्या घरात राहायला लागलेली नव्हती. फक्त काही कपडे आणि इतर वस्तू होत्या. तिच्या जाण्यानंतर काही काळ त्यानं या वस्तूंकडे पाहणं टाळलं होतं; पण आत्ता तो काहीतरी विशिष्ट वस्तू शोधत होता.

खोक्याच्या तळाशी, काही स्वेटर्सच्या खाली त्याला केसीचा मोबाईल सापडला. तिला नेहमीच थंडी वाजत असे म्हणून ती कायम हाताशी एक-दोन स्वेटर्स ठेवत असे. सोफ्यावर बसून सिनेमा पाहताना गुबगुबीत स्वेटरमध्ये स्वतःला लपेटून ती जॉर्जच्या अंगावर रेलून बसत असे, ही जॉर्जची एक अत्यंत आवडती आठवण होती. त्यानं तिचे विचार डोक्यातून प्रयत्नपूर्वक बाजूला सारले आणि केसीचा मोबाईल चार्जरला लावून तो प्लगमध्ये घातला. चार्जिंग सुरू झाल्यावर त्यानं तिचा पासवर्ड टाकून मोबाईल चालू केला. तिच्याकडे आयडॉक ॲप नक्की आहे की नाही याची त्याला खात्री करून घ्यायची होती. आणि खरंच तिच्या मोबाईलमध्ये होतं ते ॲप.

मोबाईलच्या स्क्रीनवर खालच्या कोपऱ्यात होता त्याचा आयकॉन, म्हणजेच ती कोणत्याही स्क्रीनवर असली तरी हे ॲप सतत उपलब्ध असणार होतं. त्यानं ते आधी पाहिलंही होतं, पण त्याबद्दल कधीच तिला विचारलं नव्हतं. तिनंही काही स्पष्टीकरण कधी दिलं नव्हतं. त्याचं कारण आता त्याला समजलं होतं- बीटा चाचणीसाठी सही केलेला तो करार.

ॲप चालू केल्यावर काय घडेल याची उत्सुकता वाटून जॉर्जनं त्याच्या आयकॉनवर क्लिक केलं. पण स्क्रीनवर फक्त आयडॉकचा लोगो झळकला. बाकी स्क्रीन रिकामाच राहिला. पॉलानं सांगितल्याप्रमाणे, बहुधा आयडॉकनं सगळं काही पुसून टाकलं असणार. बरोबरच आहे. केसीची प्रायव्हसी आणि आरोग्याबाबतची माहिती सुरक्षित ठेवण्यासाठी असं करावंच लागलं असणार. त्यानं फोन पुन्हा खोक्यात ठेवला आणि खोका कपाटात ठेवून दिला. फ्रिजमधून एक बिअर काढून तो आपल्या जुन्या सोफ्यावर जाऊन बसला. केसी नसण्याचं दुःख पुन्हा वर उफाळून आलं. निराशेनं त्याला चहूबाजूंनी घेरलं. त्याला तिची पदोपदी किती आठवण येते आणि तिची कमतरता जाणवते, हे त्याला नव्यानं उमगलं. त्याचबरोबर त्याला हेही पटलं, की त्यानं आपणहूनच यातून बाहेर पडायला हवं होतं आणि त्यानं तसं केसीला वचनही दिलं होतं.

पण अडचण ही होती की, काय करायचं हे नुसतं माहीत असणं वेगळं आणि प्रत्यक्ष कृती करणं वेगळं!

त्याच्या मते, लॉस एंजलिसमध्ये राहण्यानं गोष्टी काही सोप्या झालेल्या नव्हत्या. काही लोकांच्या मते हे शहर म्हणजे सर्व प्रकारची सुखं उपभोगायला योग्य असं ठिकाण होतं; पण जॉर्जला कधीच तसं वाटलं नाही. उलट बाहेरून इथं येणाऱ्यांसाठी त्याला हे शहर परकं, आपल्याला सामावून न घेणारं असं वाटायचं. मेडिकल रेसिडेंट असल्यानं त्याचा दिवस इतका धावपळीत जायचा की इतर लोकांना भेटायची फारशी वेळच यायची नाही. इतर रेसिडेंट, डॉक्टर्स, नर्सेस भेटायचे तेवढेच. त्याच हॉस्पिटलमध्ये केसी त्याला भेटणं हा एक सुखद योगायोग ठरला होता.

केसीला दिलेलं वचन पूर्ण करण्यासाठी, काही आठवड्यांपूर्वी जॉर्जनं, ऑनलाईन डेटिंग करणाऱ्या एक-दोन वेबसाईटवर जाऊन डेटिंगचा प्रयत्न केला होता; पण तो मुळीच सफल झाला नव्हता. कारण एकतर असल्या साईटवर कोणीच आपली खरी माहिती देत नाही. मग पॉलाशी मैत्री वाढवण्यात काय हरकत आहे? तशीही ती ओळखीचीच आहे. मान्य आहे की सात वर्षांपूर्वी त्यानं सगळा घोळ घालून ठेवला नि त्यांची चांगली फुलणारी रिलेशनशिप मोडली; पण आता पुन्हा नव्यानं सुरू करायला काय हरकत आहे? तसंही स्मार्टफोन डॉक्टरची त्याचीच मुळातली

कल्पना वापरून आज ती करिअरच्या शिखरावर पोहोचली आहे ना... त्यामुळे ही गोष्ट त्यांच्यातला दुवा ठरू शकते. तिनं दिलेलं आमंत्रण खरंच स्वीकारायचा विचार करायला हवा...

जॉर्जला कित्येक दिवसांत माणसांचा सहवासच लाभला नव्हता. आणि प्रत्येकालाच माणसाच्या स्पर्शाची, सहवासाची ओढ असतेच शेवटी. या अशा निराशेतून जॉर्जनं अजून एक बिअर फ्रीजमधून बाहेर काढली आणि तो बाहेर पडला. असाच चालत तो पार्किंगमध्ये पोहोचला. घरी येताना त्यानं त्याच्या शेजाऱ्याला- सॅल डी-अँजेलीसला- पार्किंगमध्ये पाहिलं होतं. तो आपली अत्यंत आवडती लाल रंगाची व्हिंटेज गाडी चकाचक करण्यात मग्न होता. या गाडीसाठी सॅल अक्षरशः वेडा होता.

आणि आत्ताही तो होताच तिथं, गाडीला पॉलिश करत. त्याच्या कानात इयरफोन्स होते. जॉर्ज जवळ गेला तसे त्याला संगीताचे मंद सूर ऐकू आले. जॉर्ज जरा मागेच थांबला आणि त्याचं काम न्याहाळू लागला. सॅलचं त्याच्याकडे पटकन लक्षच गेलं नाही. तो जॉर्जचा शेजारी होता. म्हणजे अगदी त्यांच्या घरांची एकच भिंत होती. त्यामुळे त्यांची ओळख झाली होती इतकंच. सॅल तसा मनमिळाऊ होता. लालबुंद चेहरा, बुटका आणि जाडा आणि बियर पिऊन पिऊन पोट चिकार सुटलेला सॅल रिटायर्ड प्लंबर होता. इतर आजारांसोबतच त्याला आता नुकतीच अल्झायमर्सची सुरुवातही झाली होती. आणि या सगळ्या मेडिकल प्रॉब्लेम्सविषयी जॉर्जशी बोलण्याची त्याला सवय होती. जॉर्ज हा रेडिऑलॉजिस्ट आहे; फिजिशियन नाही, हे त्याला कधीच समजत नसे. त्यामुळे तो कायम त्याला रेडिऑलॉजी सोडून इतर मेडिकल विषयातले प्रश्न विचारून हैराण करत असे; पण अचानक गेल्या काही महिन्यांपासून हे सगळं थांबलं होतं. एका प्रकारे जॉर्जला बरंच वाटलं होतं, त्याच त्याच प्रश्नांची पुन्हा पुन्हा उत्तरं देण्यापासून सुटका झाल्यामुळे. पण त्यानं अचानक प्रश्न विचारणं कसं काय थांबवलं याबद्दल जाणून घेण्याची मात्र त्याला उत्सुकता होती.

तब्बल तीन वर्षं लॉस एंजलिसमध्ये राहूनसुद्धा जॉर्जचा सगळ्यात जवळचा म्हणावा असा मित्र कोण होता तर सॅल! असा खिन्न विचार जॉर्जच्या मनात आला. कारण दुर्दैवानं त्या दोघांमध्ये ना फारशा समान आवडीनिवडी होत्या, की बोलायला फारसे समान विषय.

आपल्या शेजाऱ्याकडे पाहता पाहता जॉर्जनं कार्सविषयी बोलण्याची मनाची तयारी केली आणि मागच्या अनुभवांनुसार खरंतर एकाच विशिष्ट कारविषयी! जॉर्जला आता ऐकून ऐकून सॅलच्या व्हिंटेज गाडीविषयी खडा न् खडा माहिती पाठ झाली होती. त्याला स्वतःच्या गाडीच्या इंजिनबद्दल ओ की ठो काही माहीत नव्हतं; पण सॅलच्या गाडीचे सगळे तपशील त्याला पाठ झाले होते! शेवटी तो पुढे झाला आणि त्यानं सॅलच्या खांद्याला हलकेच स्पर्श केला.

सॅलच्या चेहऱ्यावर मोठ्ठं हसू पसरलं. त्यानं आपल्या कानातून इयरफोन्स काढून टाकले. ‘‘अरे, जॉर्ज! हे बघ ना,’’ जॉर्जला गाडीच्या दिशेनं ओढत तो म्हणाला, ‘‘हे बघ आजच मला या नवीन ओरिजिनल फ्लोअर मॅट्स मिळाल्या आहेत गाडीत घालायला.’’ त्यानं सीटवर प्लॅस्टिकमध्ये गुंडाळून ठेवलेल्या दोन मॅट्स दाखवल्या. ‘‘भारीएत न कसल्या! भारीच आहेत!’’ एकच वाक्य दोनदा म्हणायचीही सॅलला सवय होती.

‘‘मस्तच!’’ एवढंच जॉर्ज म्हणू शकला. त्याच्या दृष्टीनं तरी फ्लोअर मॅट्स या शेवटी फ्लोअर मॅट्स होत्या, त्यात भारी काय नि वाईट काय! पण त्याला सॅलच्या उत्साहावर पाणी ओतायचं नव्हतं. ‘‘मग, प्लॅस्टिकमधून बाहेर काढणार की नाही?’’

सॅल जरासा अडखळला, ‘‘मला त्या अजिबात खराब करायच्या नाहीयेत रे पण,’’ तो म्हणाला. मग त्यानं जॉर्जला गाडीच्या पुढच्या भागाकडे नेलं आणि तो उद्‌गारला, ‘‘ए, मी तुला माझा नवीन कार्ब्युरेटर दाखवलाय का?’’

जॉर्जनं यापूर्वी किमान तीनदा तरी तो कार्ब्युरेटर पहिला होता आणि त्याला आता तो चवथ्यांदा बघण्यात काडीचाही रस नव्हता. त्यानं मुद्दाम विषय बदलायचा प्रयत्न केला. ‘‘आता तुझे युरिनरी प्रॉब्लेम ठीक आहेत ना? का अजूनही त्रास होतोय?’’ अचानक जॉर्जची उत्सुकता चाळवली गेली होती. त्याचबरोबर त्याला सॅलची थोडी दयासुद्धा यायची. कारण त्या बिल्डिंगमधले इतर लोक त्याच्याशी बोलावं लागू नये म्हणून त्याला सतत टाळायचे. सॅलला दोन थोरल्या बहिणी होत्या हे जॉर्जला माहीत होतं. लॉस एंजलिसला आल्यावर पहिल्याच वर्षी एकदा तो त्यांना भेटलाही होता; पण त्यानंतर काही त्यानं त्या दोघींना इथं आलेलं पाहिलं नव्हतं. पण सॅल नेहमीच त्यांच्याविषयी जिव्हाळ्यानं बोलायचा. बिचारा सॅल, त्याचं या जगात फारसं कोणीच नव्हतं. त्याची गाडीच काय ती त्याच्यासाठी सर्वांत प्रिय वस्तू होती. आणि त्याखालोखाल जॉर्ज!

तेवढ्यात वाजलेल्या हॉर्ननं दोघंही दचकले. जॉर्ज इकडेतिकडे बघायला लागला, पण कुठंच कोणती गाडी नव्हती. हा हॉर्नचा आवाज म्हणजे सॅलच्या मोबाईलचा रिंगटोन होता! सॅलनं समोरच्या सीटवरून आपला फोन पटकन उचलला आणि स्पीकरफोन चालू केला.

‘‘हॅलो, सॅल, मी डॉ. विल्सन. तुझा स्पीकरफोन चालू आहे. तरी आपण आत्ता बोलू शकतो का?’’

‘‘हो, हो, चालेल.’’ सॅल म्हणाला.

‘‘गेल्या काही मिनिटांमध्ये एकदोन गोष्टी माझ्या लक्षात आल्या आहेत. तुझ्या रक्तातली साखर कमी होतेय आणि तुझ्या हृदयाची धडधड वाढलीये. जरा विश्रांती घे आणि काहीतरी साखरयुक्त पी, म्हणजे ऑरेंज ज्यूस वगैरे. ठीक आहे?’’

"मी माझी गाडी पॉलिश करतोय. ते झाल्यावर चालेल ना?"

"अं... नको. माझ्या मते तरी तुझ्या पोटात लगेच साखर गेली पाहिजे. आणि आरामही केला पाहिजेस तू. तुझा हार्टरेट सुरळीत झाला की मी सांगीन तुला, मग तू पुन्हा गाडी पॉलिश करू शकतोस."

"बरं बरं, ठीक आहे," सॅल म्हणाला आणि फोन बंद करत त्यानं अपराधी नजरेनं जॉर्जकडे पाहिलं.

"हा कोण डॉक्टर तुझा?" जॉर्जनं विचारलं. कारण त्याला माहीत होतं की सॅलच्या डॉक्टरचं नाव रोलँड श्वार्त्झ होतं आणि हा नक्कीच त्याचा आवाज नव्हता.

कोणी आजूबाजूला नाहीये ना याची खात्री करून घेत सॅल हळू आवाजात म्हणाला, "खरं तर मी हे कोणालाच सांगणं अपेक्षित नाहीये. पण आता तू तर डॉक्टरच आहेस, त्यामुळे तशी काही हरकत नाही. माझ्या नवीन डॉक्टरचं नाव आहे आयडॉक. ते एक–"

"मला माहितेय ते काय आहे ते," जॉर्ज त्याचं वाक्य पूर्ण न होऊ देताच म्हणाला. त्याला धक्काच बसला होता. पुन्हा आयडॉक! "तू कधीपासून वापरतोयस हे ॲप?"

"एक महिना-दोन महिने झाले असतील, मला वाटतं. मला नक्की आठवत नाहीये."

आजच आयडॉक ॲपबद्दल प्रेझेन्टेशन ऐकून आल्यावर जॉर्जला काय दिसलं तर, त्याचा शेजारीही त्या बीटा चाचणीत सहभागी झालेला आहे! म्हणजे केसीसुद्धा सहभागी झाली होती त्याचा त्याला जितका धक्का बसला होता अगदी तितका नाही, तरी आत्ताही त्याला धक्का बसलाच.

"मी तुझा फोन पाहू शकतो का?" जॉर्जनं विचारलं.

"हो, का नाही!" सॅलनं त्याच्याकडे फोन देत म्हटलं. जॉर्ज इतका रस घेतोय हे पाहून तो आनंदला होता.

जॉर्जनं फोन हातात घेत उलटसुलट करून पहिला. फोनचं कव्हर भडक केशरी रंगाचं होतं.

"चांगलाच भडक रंग आहे, नाही?" जॉर्ज उद्गारला.

"मी मुद्दामच निवडला तो रंग. मी सारखा फोन कुठेतरी ठेवतो आणि मग मला तो नंतर सापडत नाही. या भडक रंगामुळे पटकन दिसतो ना..."

जॉर्जनं मग स्क्रीनकडे आपला मोर्चा वळवला. केसीच्या फोनप्रमाणेच आणि आजच्या प्रेझेन्टेशनमधल्या मोठ्या स्क्रीनवर होता तसाच, यावरही आयडॉकचा लोगो झळकत होता. "किती दिवस झाले म्हणालास, हे वापरायला लागून?"

"नक्की नाही आठवत. मला हल्ली विस्मरण होतं ना!" सॅल स्वतःवरच हसत

म्हणाला. ''पण एक-दोन महिने झाले असतील.''

सॅलचे मेडिकलविषयी प्रश्न अचानक कसे बंद झाले होते ते आत्ता जॉर्जच्या एकदम लक्षात आलं! आता त्याच्याकडे चोवीस तास खिशातच डॉक्टर उपलब्ध होता ना! आणि तोही एकच प्रश्न पुन्हा पुन्हा विचारला तरी न चिडणारा. ''तुला आवडतोय का असा डॉक्टर... तुला त्याच्याशी हवं तेव्हा बोलता येतं ना?''

''हो, म्हणजे काय! फारच आवडलाय. मी सारखा वापरतो.'' सॅल सांगू लागला, ''आधी मी गोळ्या घ्यायलासुद्धा विसरायचो. पण आता माझी औषधं घ्यायची वेळ झाली की आयडॉक मला आठवण करून देतो. पण त्याहीपेक्षा महत्त्वाचं म्हणजे आता माझी इन्सुलिन घ्यायची कटकट बंद झालीये. ऑटोमॅटिक सोय झालीये ना, ऑटो-''

जॉर्ज पुन्हा त्याला तोडत म्हणाला, ''आणि मग डॉ. श्वार्त्झचं काय? तू तसं बऱ्यापैकी जायचास त्यांच्याकडे.''

''आता नाही जात पण. अंहं! त्यांनीच हा इन्सुलीनचा साठा बसवून दिलाय माझ्या शरीरात. पण त्यानंतर काही मी त्यांच्याकडे परत गेलो नाहीये.'' सॅलनं आपलं टी-शर्ट किंचित वर करून पोटावरचा एक अंधुकसा व्रण जॉर्जला दाखवला.

जॉर्जची प्रतिक्रिया काहीशी संमिश्र होती, पण त्याची अस्वस्थता वाढली होती हे नक्की.

''पण मला भेटलेल्या डॉक्टर्सपैकी तू सगळ्यात चांगला आहेस आणि प्रेमळसुद्धा,'' सॅल जॉर्जला म्हणाला. त्याला बहुधा जॉर्जचा निरुत्साह जाणवला असावा.

''आणि डॉक्टरचं नाव- डॉ. विल्सन? ते कुठून आलं?'' जॉर्जनं विचारलं.

सॅल लाजून लाल झाला, ''तुझी काही हरकत नसावी अशी आशा करतो. मला एखादं नाव निवडायचं होतं ना, म्हणून मग मी...'' सॅल अर्धवट बोलून थांबला.

''नाही, नाही, ठीक आहे. काही हरकत नाही! खरंच!'' जॉर्ज उत्तरला. ''उलट हा माझा गौरवच समजतो मी; पण मला आता निघायला हवं. तू आराम कर, आयडॉकनं सांगितल्याप्रमाणे. काय?'' जॉर्ज सॅलला फोन परत देत म्हणाला, ''चल मग, भेटूच पुन्हा!''

''येस डॉक! भेटू!'' सॅल उत्तरला. त्यानं आपला फोन खिशात ठेवला आणि तो पॉलिशिंगचं सामान आवरू लागला.

जॉर्ज मागच्या दारानं आपल्या घरात शिरला. घराची जुनाट आणि अस्ताव्यस्त स्थिती पाहून त्याचा मूड आणखीनच बिघडला. पॉलाच्या घराशी स्वतःच्या घराची तुलना करत तो कडवट हसला. तो तिच्या घरी गेला नसला तरी त्याला सँटा मोनिका किती उच्चभ्रू वसती आहे, ते चांगलंच माहीत होतं. त्या भागात बरेचसे प्रसिद्ध लोक आणि अभिनेते वगैरे राहत.

त्या तुलनेत जॉर्जची जुनी, साठच्या दशकात बांधली गेलेली बिल्डिंग आता बघवतही नव्हती. हलक्या प्रतीचं बांधकाम असलेली ती इमारत इंग्रजी 'यू'च्या आकारात होती. अशाच प्रकारच्या लाखो इमारती लॉस एंजलिसमध्ये असतील. या 'यू'च्या आकाराच्या आतल्या बाजूला एक घाणेरडा स्विमिंग पूल होता आणि त्याच्या बाजूनं मरतुकडी पामची झाडं. ही इमारत दोन मजली होती आणि बरीचशी घरं एक बेडरूमची होती. काही थोडीच घरं दोन बेडरूम असलेली होती. तळमजल्यावरच्या एका स्टुडिओ अपार्टमेंटमध्ये त्या इमारतीचा मॅनेजर राहत असे. गेल्या काही वर्षांपासून इथं राहिल्यानं आता जॉर्जला कळून चुकलं होतं की हा मॅनेजर इमारतीचं काहीही काम करत नाही. रोज न चुकता दुपारी तीन वाजल्यापासूनच त्याचं जे पिणं सुरू होई ते रात्रीपर्यंत चालत असे. कधीही पाहावं तेव्हा त्याच्या हातात आपला दारूचा ग्लास! आणि त्यामुळे रोज सकाळी हँगओव्हर!

तळमजल्यावरच्या घरांना मागच्या बाजूला स्विमिंग पूलसमोर छोटे व्हरांडे आणि अंगणं होती. त्यांच्या कुंपणांना तर शेवटचा रंगाचा हात कधी दिलेला होता कुणास ठाऊक! जॉर्ज आणि सॅल दोघंही एका बेडरूमच्या घरात राहत. जॉर्जच्या डावीकडच्या घरात सॅल राहत असे. तर उजवीकडे कोणीतरी लेखक-अभिनेता व्हायची धडपड करणारा तरुण राहत असे. त्याचं नाव जो होतं इतकंच जॉर्जला माहीत होतं. त्याचं आडनाव जाणून घ्यायचीही तसदी त्यानं कधी घेतली नव्हती.

जॉर्ज, सॅल आणि जो- सगळ्यांचीच घरं सारखी होती, पण दुर्दैवानं जोच्या घराची बेडरूम आणि जॉर्जची बेडरूम यांची एकच भिंत होती. त्यातून जॉर्जला त्या माणसाचं सगळं बोलणं ऐकू यायचं. आणि त्यातून त्याला बऱ्याच गोष्टी समजल्या होत्या. बेव्हर्ली हिल्समधल्या एका रेस्तरॉंमध्ये जो काम करायचा आणि बऱ्याचदा रात्री तिथं भेटलेल्या कोणा ना कोणा मुलीला घरी घेऊन यायचा. आणि मग जो काही धुमाकूळ चालायचा त्यानं जॉर्जची झोपमोड व्हायची. मग जॉर्ज रागानं भिंतीवर जोरजोरात हात आपटून निषेध व्यक्त करायचा, पण 'जो'वर त्याचा ढिम्म परिणाम होत नसे. क्लेटन आणि जो यांचा बायकांकडे पाहण्याचा दृष्टिकोन फार काही वेगळा नव्हता, हे उघडच होतं!

जॉर्जला बऱ्याचदा हॉस्पिटलमध्ये रात्रपाळी असे. त्यामुळेच त्यानं हा जोचा त्रास अजूनपर्यंत सहन केला होता; पण आता चौथ्या वर्षात त्याला रात्रपाळी नसणार होती त्यामुळे आता या जोचं काहीतरी करणं भागच होतं.

जॉर्ज पूलच्या कडेकडेनं फिरत होता. स्विमिंग पूलमध्ये दोन छपरी पोरी राफ्टवर तरंगत बिअर पीत पहुडल्या होत्या. त्यांनी जॉर्जकडे ढुंकूनही पाहिलं नाही. बहुधा आपल्या अंगभर टॅटू काढलेले नाहीयेत आणि आपले केस नीट विंचरलेले आहेत म्हणून त्यांना आपल्यात रस नसावा, असा जॉर्जचा कयास होता!

एका बिचाऱ्या मरतुकड्या पामच्या झाडाला वळसा घालून जॉर्ज आपल्या घराच्या दिशेनं गेला. सॅल सोडला तर त्याची अजून फक्त एकाशीच जरा मैत्री होती. त्याचं नाव झी होतं आणि जॉर्जला खरंतर त्याच्याबद्दल फारशी माहिती नव्हती. त्याचं खरं नाव झी होतं का असंच घेतलेलं, हेही त्याला माहीत नव्हतं. झी पंचविशीचा तरुण होता आणि तो एका कॉम्प्युटर गेमिंग कंपनीमध्ये काम करायचा; पण त्यांचं एक नवं प्रॉडक्ट जेव्हा साफ आपटलं, तेव्हा झीची नोकरी गेली. झीच्या म्हणण्यानुसार त्याचा त्या नवीन प्रॉडक्टशी काहीच संबंध नव्हता; पण कंपनीतल्या खालच्या स्तराचा कर्मचारी म्हणून त्याला नोकरी गमवावी लागली होती. आता तो इंटरनेटवर पोकर खेळून आपलं पोट भरत असे. असं खेळून पैसे कमावता येतात हे त्यानं सांगेपर्यंत जॉर्जला माहीतही नव्हतं!

झी हा कॉम्प्युटरमधला 'बाप माणूस' होता एवढं मात्र जॉर्जला माहीत होतं. त्याला कॉम्प्युटरच्या हार्डवेअर आणि सॉफ्टवेअरमध्ये वाट्टेल ते करता येत असे. त्यामुळेच त्यानं जॉर्जला पूर्वी आयफोन आणि आयपॉडच्या काहीतरी प्रॉब्लेममध्ये मदत केली होती. जॉर्जला हेही माहीत होतं की तो एक पट्टीचा हॅकर होता. कारण जॉर्जचा आयफोन दुरुस्त करता करता त्यानं त्याला आपल्या हॅकिंगचे बरेच किस्से ऐकवले होते. जॉर्जचा असा अंदाज होता की केवळ गंमत म्हणून झी सुरक्षित वेबसाईट हॅक करत असे. आपण कोणतीही साईट हॅक करू शकतो, अशी फुशारकीही मारायचा तो!

आपल्या घरात शिरून जॉर्जनं धाडकन दार लावलं. त्याची मनःस्थिती विचित्र झाली होती. त्याच्या नकळत अचानक आयडॉकनं त्याचं जीवन व्यापून टाकलं होतं. आणि मुळात ती त्याचीच कल्पना होती! या सगळ्यामुळे आपण निराश झालोय की आपली नुसतीच चिडचिड होतेय, हे जॉर्जला समजत नव्हतं. कदाचित दोन्हींनी काहीच फरक पडत नव्हता.

"शिट!" जॉर्ज फ्रिज उघडत ओरडला. फ्रिज सगळा रिकामा झाला होता आणि जॉर्जतर किराणा मालाच्या दुकानात जायलाच विसरला होता. तो रिकामा फ्रिज म्हणजे त्याच्या नीरस आयुष्याचं जणू प्रतीक होतं.

त्यानं खोलीत नजर फिरवली. काहीही चित्रबित्र नसलेल्या बोडक्या भिंती त्याला दिसल्या. केसीनं काही चित्रं लावलीही होती, पण तिच्या जाण्यानंतर त्यानं ती काढून टाकली होती. कारण रोज त्यांच्याकडे पाहून तिची आठवण येणं त्याच्यासाठी खूपच त्रासदायक होत होतं. घरात आधीपासून असलेल्या फर्निचरमध्ये एक टीव्ही आणि थोडी रेडिऑलॉजीची पुस्तकं सोडली, तर जॉर्जनं काहीच भर घातली नव्हती. खरंच, फारच वाईट प्रकारे जगणं होतं हे!

११

एल.ए. युनिव्हर्सिटी मेडिकल सेंटर
वेस्टवुड, लॉस एंजलिस, कॅलिफोर्निया
मंगळवार, १ जुलै २०१४, सकाळचे ७.३०

एका हातानं आपल्या मोबाईलवर मेसेज चेक करत आणि दुसऱ्या हातानं आपल्या आयपॅडवर कॉफीचा कप तोलून धरायची कसरत करतच जॉर्ज रेडिऑलॉजीच्या मुख्य सभागृहात शिरला. इथं पहिल्या वर्षाचे काही रेसिडेंट विद्यार्थी घोळका करून बसले होते. त्यांचा आज रेसिडेन्सीचा पहिला दिवस होता. जॉर्ज अजून कालच्याच मूडमध्ये होता आणि पॉला आणि आयडॉकबद्दल आपल्याला नक्की काय भावना आहेत, हे त्याला अजून नीटसं कळलं नव्हतं.

त्याला लोकांमध्ये अजिबात मिसळावंसं वाटत नव्हतं म्हणून त्यानं शेवटच्या रांगेतील कोपऱ्यातली जागा पकडली. त्याच्या बरोबरचे काही रेसिडेंट त्याला आवडायचे, काही खूप हुशार आणि चांगले डॉक्टर होते; पण त्यातलं कोणीच त्याच्या जवळचं म्हणावं असं नव्हतं. एकतर त्यातल्या बऱ्याच जणांचं लग्न झालं होतं, काहींना मुलंही होती आणि त्या सगळ्यांचं आयुष्य जॉर्जच्या आयुष्याहून खूपच निराळं होतं; पण खरं कारण हे होतं की त्यांना पाहून जॉर्जला त्यांचा हेवा वाटायचा आणि केसीची अजूनच जास्त आठवण यायची.

जॉर्ज कॉफीचे घुटके घेत होता. एकीकडे नवीन विद्यार्थ्यांचं स्वागत करणारी तीच ती भाषणं चालू होती. जॉर्जला एव्हाना ती सगळी तोंडपाठ झाली होती. पहिल्या वर्षाच्या विद्यार्थ्यांकडे पाहत एकीकडे तो जांभया दाबत होता. या वेळी मुलांपेक्षा मुलीच जास्त दिसत होत्या आणि त्या सगळ्या काम सुरू करायला अगदी अधीर वाटत होत्या. सगळ्यांच्या अंगावर शुभ्र इस्त्रीचे पांढरे कोट होते. काही

दिवसांपूर्वीच जॉर्जनं पहिल्या वर्षाच्या रेसिडेंटची यादी तपासली होती आणि सगळ्यांची लग्नं झालेली आहेत, हे त्यामुळे त्याला माहीत झालं होतं.

मीटिंग जसजशी पुढे सरकत होती तसतसं जॉर्जचं मन वेगळीकडेच भरकटू लागलं. त्याला चौथ्या वर्षासाठी रिसर्च प्रोजेक्टसाठी काहीतरी विषय निवडायचा होता; पण गेले काही महिने विचार करूनही त्यानं अजून काहीच ठरवलं नव्हतं. एकदा का शिक्षण संपलं की काय करायचं, हा मोठा प्रश्न शक्य तोवर टाळण्यासाठी अजून एक वर्ष रेडिऑलॉजीमध्येच सबस्पेशालिटी करावी का, असंही त्याला वाटत होतं. कालच पाहिलेल्या प्रेझेन्टेशनमुळे त्याला आधी आपल्या प्रोफेशनमध्ये करिअरबद्दल जेवढी आशा होती ती सगळी मावळली होती. कदाचित त्यालाही पुढे-मागे अमाल्गमेटेड किंवा तत्सम कंपनीसाठीच काम करावं लागेल की काय? दुर्दैवानं तशी पाळी यायची शक्यता बरीच होती.

मीटिंग संपली तसे सभागृहात कॉफी आणि डोनट्स वाटण्यात आले. विद्यार्थी खातापिताना आपापसात मिसळावेत, त्यांची ओळख व्हावी हा यामागचा हेतू. परकेपणाच्या भावनेतून जॉर्ज सगळ्यांना न्याहाळत बाजूला उभा होता. तेवढ्यात क्लेटननं त्याला पाहिलं आणि जॉर्ज सटकायच्या आत त्यानं त्याला गाठलं.

''काय रे, या मुली दिवसेंदिवस जास्त जास्तच सुंदर होत चालल्यायत, नाही?'' क्लेटन पुटपुटला.

''तसं काही नाही, आपण म्हातारे होत चाललोय इतकंच,'' जॉर्जनं उत्तर दिलं. ''आणि तसंही त्या सगळ्यांचं लग्न झालं आहे. त्यामुळे तसा काहीच फरक पडत नाही.''

क्लेटननं जॉर्जकडे रोखून पाहिलं, मग तो म्हणाला, ''एका माणसाचा मूड आज फारच वाईट दिसतोय! ते जाऊ दे. मला सांग, तुला या वर्षी पहिलं रोटेशन काय आहे?''

''इमर्जन्सी रूममध्ये इमर्जन्सी केसेसच्या इमेजिंगवर लक्ष ठेवण्याचं.''

''बरं झालं!'' क्लेटन आनंदून उद्गारला. ''मी सांगितलं होतं, वेळापत्रक बनवणाऱ्या माणसांना; पण काही सांगता येत नाही शेवटी ते काय करतील ते. ऐक, मी असं ऐकलंय की इमर्जन्सी रूममध्ये एक पहिल्या वर्षाची फाडू मुलगी आहे. आणि सिंगल आहे! म्हणजे तुला त्यामुळे फरक पडतो म्हणून सांगतोय! केली की असंच काहीतरी नाव आहे तिचं. बघ, काय जुळतंय का... अरे मित्रा, मी नेहमीच तुझ्या भल्याचा विचार करत असतो!''

''हं.. ठीक आहे,'' जॉर्ज म्हणाला. त्याला खरंतर मुळीच रस नव्हता; पण त्याला पुन्हा पुन्हा क्लेटनशी त्याच विषयावर बोलायचाही कंटाळा आला होता. जाऊ दे, त्याला जर असं वाटत असेल की तो जॉर्जचं सूत जुळवायचा प्रयत्न करून

त्याला खूप मदत करतोय, तर वाटू देत. कारण शेवटी जॉर्जला आपल्या बॉसच्या मर्जीत राहायला लागणारच होतं. तेवढ्यात जॉर्जला पहिल्या वर्षाचा विद्यार्थी कार्लोस सांचेझ दिसला, ज्याच्याबरोबर जॉर्जला उद्यापासून काम करायचं होतं. क्लेटनला डच्चू देण्याची ही नामी संधी होती. ती न दवडता जॉर्ज म्हणाला, ''सॉरी हं, माझ्या हाताखालचा तो विद्यार्थी आहे तिथं. मला जरा त्याला भेटलं पाहिजे.''

''हो हो, जा,'' जॉर्जच्या पार्श्वभागावर आपल्या हातातल्या फाइलनं फटका मारत क्लेटन म्हणाला. त्यानं स्वतःच एकदा जॉर्जपाशी कबूल केलं होतं, की अशी एखादी फाइल सतत जवळ बाळगली की तुम्ही फार कामात आहात असा लोकांचा समज होतो आणि केव्हाही कोणाशी बोलणं थांबवून फाइलकडे निर्देश करत काहीतरी कामाची सबब सांगून सटकताही येतं! जॉर्जच्या मते क्लेटन हा एक उत्तम शिक्षक आणि मोठा रेडिऑलॉजिस्ट होता; पण त्याच्या या असल्या कल्पना म्हणजे...!

जॉर्ज कार्लोसकडे गेला. तरतरीत, तेजस्वी डोळ्यांचा कार्लोस हा मेक्सिकन-अमेरिकन होता. जॉर्जनं त्याचं रेकॉर्ड आधीच पाहून ठेवलेलं होतं. कार्लोस यू.सी.एल.ए. मेडिकल स्कूलमधून उत्तम मार्कांनी पास झालेला होता. तसंही, रेडिऑलॉजी ही एक चांगली समजली जाणारी शाखा असल्यानं इथं ॲडमिशन मिळालेल्या सगळ्यांनाच चांगले मार्क मिळालेले असणार, यात काहीच शंका नव्हती. काही दिवसांपूर्वी तो कार्लोसला पहिल्यांदा भेटला होता तेव्हा त्याच्या काम करण्याच्या अधीरतेनं आणि उत्साहानं प्रभावित झाला होता. इमर्जन्सी इमेजिंगवर लिहिले गेलेले बरेच शोधनिबंध आणि इतर लिखाण कार्लोसनं आधीच वाचलेलं दिसत होतं; पण अभ्यासाची पुस्तकं वाचणं आणि प्रत्यक्ष काम करणं यात खूपच फरक असतो.

''हाय, कार्लोस!'' जॉर्ज आपला हात पुढे करत म्हणाला.

''डॉ. विल्सन!'' कार्लोस जॉर्जशी उत्साहानं हस्तांदोलन करत म्हणाला.

''अरे, जॉर्जच म्हण मला! मी तुला फक्त सांगायला आलो होतो की मी ऑफिसमध्ये जातोय. हे रिसेप्शन संपलं की तूपण ये इमर्जन्सी रूममध्ये.''

''नको, मी आत्ताच येतो तुझ्याबरोबर,'' आपली कॉफी बाजूला ठेवत कार्लोस म्हणाला.

''काही नको! हे बघ, इथं जास्तीत जास्त स्टाफ मेम्बर्सना भेटण्याचा प्रयत्न कर. इथली सगळी कार्यपद्धती समजायला मदत होईल तुला. भेटूच थोड्या वेळात!'' जॉर्ज क्लेटनची नक्कल करत हात उंचावून निरोप घेत बाहेर पडला.

''ओक्के बॉस!'' कार्लोस मागून म्हणाला.

१२

इमर्जन्सी विभाग, एल.ए. युनिव्हर्सिटी मेडिकल सेंटर
वेस्टवुड, लॉस एंजलिस, कॅलिफोर्निया
मंगळवार, १ जुलै २०१४, सकाळचे १०.१७

जॉर्ज आपल्या खुर्चीत मागे रेलून बसला. कार्लोसनंही नकळत त्याचं अनुकरण केलं. कार्लोस आपली मुद्दाम नक्कल तर करत नाहीये ना, हे जॉर्जनं आजमावून पाहिलं; पण तसं काही वाटलं नाही. इमर्जन्सी रूमच्या रेडिऑलॉजीच्या खोलीत ते बसले होते. इमेजेस पाहण्यासाठी लावलेल्या मॉनिटर्सचाच काय तो प्रकाश खोलीत होता. इमर्जन्सी रूमच्या स्टाफबरोबर मीटिंग असल्यानं त्यांनी आदल्या रात्रीचे सगळे एक्स-रे आत्ताच पाहून ठेवले होते. आत्ताच्या नवीन बॅचमधल्या इमर्जन्सी मेडिसीन रेसिडेंटनी त्यांपैकी तीन एक्स-रेचं निदान चुकीचं केलेलं जॉर्जला आढळलं.

"मीटिंगमध्ये तू प्रेझेन्टेशन करशील का?" जॉर्जनं कार्लोसला विचारलं.

"मी? नको रे बाबा! माझा पहिलाच दिवस आहे ना!" कार्लोसला जणू धक्काच बसला होता.

"अरे तुला नक्की जमेल. पण पाहा, ते मी तुझ्यावर सोडतो. तुला पुन्हा वाटलं प्रेझेन्टेशन करावंसं तर सांग मला," जॉर्ज म्हणाला. तो पहिल्या वर्षाचा विद्यार्थी असताना त्याचीही अशीच प्रतिक्रिया झाली होती, हे त्याला आठवलं.

तेवढ्यात दार किलकिलं झालं आणि प्रकाशाचा झोत खोलीत शिरला.

इमर्जन्सी रूमच्या एका सेक्रेटरीनं आत डोकावत विचारलं, "डॉ. विल्सन? डॉ. हॅन्सन मुख्य डेस्कपाशी तुमची वाट पाहतायत."

जॉर्जनं वैतागत डोळे फिरवले आणि खुर्चीतून बळेच उठला. "आज सकाळचे

एक्स-रे पाहायला सुरुवात कर. मी आलोच,'' तो कार्लोसला म्हणाला.

खोलीतून बाहेर पडल्यावर बाहेरच्या भगभगीत उजेडाला त्याचे डोळे सरावायला काही क्षण जावे लागले. बाहेर पेशंटची ही गर्दी उसळली होती. त्यातल्या कित्येक केसेस या खऱ्या इमर्जन्सीच्या नव्हत्या, त्यामुळे त्यांना थांबून राहावं लागत होतं. लोक जेव्हा इमर्जन्सी रूमचा वापर साध्या छोट्या-मोठ्या प्रायमरी केअरच्या तक्रारींसाठी करतात तेव्हा कसा गोंधळ उडतो, त्याचं हे उत्तम उदाहरण होतं.

मुख्य डेस्कपाशी क्लेटन डेबी वॉटर्सशी गप्पा मारताना जॉर्जला दिसला. डेबी ही इमर्जन्सी विभागाची मुख्य नर्स होती आणि आपल्या शिस्तशीर आणि कडक वागण्यासाठी आणि सगळा कारभार व्यवस्थित संभाळण्यासाठी प्रसिद्ध होती. जॉर्जला पाहताक्षणीच क्लेटननं आपलं बोलणं आटोपतं घेतलं आणि तो जॉर्जकडे आला.

''काय मग, अजून भेटलास की नाही त्या पहिल्या वर्षाच्या आयटम मुलीला?'' कोणाला ऐकू जाईल का याची पर्वा न करता तो म्हणाला, ''ती नाही का, मी सकाळी तुला म्हणालो होतो ती?''

''हे विचारण्यासाठी तू मला रीडिंग रूममधून बाहेर बोलावलंस?'' जॉर्जच्या किंचित उपरोधिक स्वराचा क्लेटनवर काहीही परिणाम झाला नाही.

''अरे माझ्या मित्रा, तुझ्या भल्याचा विचार कोणीतरी करायलाच हवा की नाही! आता बस झालं, तू तुझा भूतकाळ विसरायलाच हवास. बरं, मला सांग, तू किमान बघितलंस तरी का तिला?''

''नाही, मला नाही वाटत मला दिसलीये ती. काल रात्रीचे खूप एक्स-रे पाहायचे होते आम्हाला, त्यामुळे कामात होतो.''

तेवढ्यात जॉर्जचा हात पकडत क्लेटननं त्याला गप्प राहण्याची खूण केली. आणि एका खोलीतून बाहेर पडणाऱ्या एका मुलीकडे त्यानं निर्देश केला. ती मुलगी एखाद्या मॉडेलइतकी उंच होती आणि खूपच आकर्षकही. तिच्या डॉक्टरीच्या पांढऱ्या कोटातूनही तिची उत्तम फिगर पाहणाऱ्याला जाणवत होती. आपल्या टॅब्लेटवर काहीतरी टाईप करत ती त्यांच्या शेजारून चालत गेली.

''आता पाहिलंस तू तिला,'' क्लेटन म्हणाला, ''आहा! काय, आहे की नाही मस्त?''

क्लेटनला दिसू न देता जॉर्जनं आपले डोळे फिरवले. एखाद्या आज्ञाधारक विद्यार्थ्यासारखा तो तिच्याकडे पाहत राहिला.

''आता हिच्याहून चांगली कोण मुलगी असणार?'' क्लेटननं शेरा मारला.

''हो, आकर्षक आहे खरी.'' त्यानं क्लेटनकडे पाहत म्हटले. क्लेटन मात्र अजूनही निर्लज्जपणे तिच्याकडे टक लावून पाहत होता.

''बघ हां, दुसऱ्या एखाद्या सर्जरीच्या रेसिडेंटनं तिला गटवायच्या आत तुला

काहीतरी हालचाल केली पाहिजे. आणि तिथं काही नाहीच जमलं तर मी केव्हाही तुझी ओळख डेबी वॉटर्सशी करून देऊ शकतो.

"डेबी? शिस्तशीर आणि कडक!" जॉर्ज आश्चर्यानं म्हणाला. डेबीकडे कटाक्ष टाकताना त्याचा चेहरा लाल झालेला त्यालाच जाणवला.

"अरे! खरं सांगू का, तीच म्हणाली की तिला तुझ्यात रस आहे म्हणून," क्लेटन बचावात्मक पवित्र घेत म्हणाला. "आणि तुलाही आता जरा बाहेर पडून लोकांच्यात मिसळायला पाहिजे. मला काळजी वाटते तुझी; किती काम करतोस तू. आयुष्यात काम आणि आनंदाचा, मजेचा ताळमेळ घातला पाहिजे की नाही! एखाद दिवशी 'येतेस का एखादं ड्रिंक घ्यायला हॉटेलमध्ये 'असं तिला विचारून पाहा की. तिला ते 'डब्ल्यू' हॉटेल आवडतं हे मला माहितीये."

जॉर्जनं पुन्हा तिच्याकडे कटाक्ष टाकला. नशिबानं ती त्यांच्याकडे पाहत नव्हती. इमर्जन्सी रूमचा सगळा धावपळीचा कारभार डेबी इतका व्यवस्थित संभाळते याचं त्याला नेहमीच कौतुक वाटत असे.

"ती जरा 'बॉसी' आहे, पण तिच्याबरोबर धमाल येते," क्लेटन म्हणाला. "इथल्या इमर्जन्सी रूमच्या गोंधळातून एकदा का तिला बाहेर नेलं ना की बस. खरंच सांगतोय मी! तिचं असंच आहे, काम म्हणजे काम. आणि मजा म्हणजे मग मजाच! मुखपृष्ठावरून आतल्या पुस्तकाचा अंदाज बांधू नकोस!"

सगळे जण डेबीला वचकून, दबून असतात हे जॉर्जला माहीत होतं. रेसिडेंट असो की कोणीही मोठा सर्जन, ती कोणताही फरक न करता सगळ्यांवरच तोंडाचा पट्टा सोडताना जॉर्जनं पाहिलं होतं.

"तुझ्यासाठी डेबी अगदी योग्य आहे. अरे लग्नबिग्न कर तिच्याशी असं कोण म्हणतंय! पण मजा तर कर थोडी! हवं तर मी ओळख करून देतो, चल!"

"नको, नको! म्हणजे ती आकर्षक आहे हे मान्य आहे मला, पण ती किती... डॉमिनेटिंग आहे!" जॉर्ज म्हणाला, पण क्लेटन तो विषय सोडून द्यायच्या मनःस्थितीत दिसत नव्हता. "ती जेव्हा इतकी कामात नसेल तेव्हा मी बोलेन तिच्याशी," शेवटी जॉर्ज म्हणाला.

क्लेटननं खांदे उडवले. "बघ, तू ठरव!" मग घड्याळात पाहत म्हणाला, "चल, मला कामाला लागलं पाहिजे. या दोन पोरींपैकी एकीशी तरी काहीतरी जमवून मग सांग मला. तुझ्या या दुःखी अवस्थेतून तुला बाहेर काढलंच पाहिजे."

क्लेटनला जाताना पाहून जॉर्जनं आश्चर्यमिश्रित वैतागानं मान हलवली. एकीकडे त्याला जॉर्जची काळजी वाटत होती ही गोष्ट जॉर्जच्या हृदयाला भिडली, पण दुसरीकडे त्यानं क्लेटन आणि डेबीच्या अफेअरच्याही अफवा ऐकल्या होत्या.

काहीही असलं तरी जॉर्जला निश्चितच धक्का बसला होता. जर खरोखरच डेबी वॉटर्सला त्याच्याबरोबर बाहेर जाण्यात रस असेल, तर न जाणारा माणूस मूर्खच म्हणावा लागेल! इमर्जन्सी रूममध्ये काम करताना तर तिच्याशी जवळीक असणं केव्हाही फायद्याचंच होतं.

जॉर्ज उगाचच मुख्य डेस्कपाशी गेला आणि तिथले चार्ट्स चाळत एकीकडे डेबीकडे चोरून पाहू लागला. नेहमीप्रमाणे ती एका वेळी किमान दहा तरी गोष्टी करत होती. ती आपल्याशी आपणहून बोलतीये का, याचा अंदाज घेत जॉर्ज थांबला असतानाच एका ऑर्डर्लीनं कागदांचा गठ्ठा टेबलावर आणून ठेवला.

''सहा नंबरच्या 'अपघात' खोलीतला पेशंट आणला गेला तेव्हाच मृतावस्थेत होता,'' त्यानं माहिती पुरवली.

''नाव बिव काही सांगशील की नाही? का तुझी अशी अपेक्षा आहे की मी या सगळ्या गठ्ठ्यातून त्याचं नाव शोधून काढू?'' समोरच्या गठ्ठ्याकडे बोट दाखवत डेबी ओरडली.

''टार्किंग्टन,'' ऑर्डर्ली म्हणाला.

जॉर्जनं झटकन वर पाहिलं.

''थँक्यू! आता हे नाव सांगणं काही अवघड तर नव्हतं ना?'' डेबी म्हणाली. आणि तिनं समोरच्या यादीतील एका नावावर फुली मारली.

जॉर्जनं हळूच टेबलावरून झुकत टार्किंग्टनचे केसपेपर दिसतायत का ते पाहण्याचा प्रयत्न केला. खरंच तो कशानं मेला हे आपल्याला जाणून घ्यायचंय का, असा विचार त्याच्या मनात आला. त्यानं फक्त टार्किंग्टनचं पहिलं नाव ग्रेगरी आहे इतकं वाचेपर्यंत डेबीनं तो चार्ट हिसकावून घेतला. तिची आणि त्याची नजरानजर झाली तेव्हा तिच्या डोळ्यांत ओळखीची पुसटशी खूणही त्याला जाणवली नाही.

म्हणजे क्लेटन मनानंच काहीही सांगत होता तर! जॉर्जनं विचार केला. मग तो वळून सहा नंबरच्या खोलीकडे निघाला. मृत्यू पावलेल्या पेशंटला आडवं झोपवून त्याचा शर्ट काढण्यात आलेला होता. एक डॉक्टर बाजूला उभा राहून टॅब्लेटवर काहीतरी टाईप करत होता. एक पुरुष नर्स पेशंटच्या छातीला जोडलेल्या इ.के.जी.च्या नळ्या काढून टाकत होता. कडेला एका ट्रॉलीवर, विजेचा झटका देऊन बंद पडलेलं हृदय पुन्हा चालू करण्याचं यंत्र (डीफिब्रिलेटर) होतं.

जॉर्जनं पेशंटच्या चेहऱ्याकडे पाहिलं. हा तोच टार्किंग्टन आहे ना, याची त्याला खात्री करायची होती.

''मृत्यूचं कारण काय सापडलं?'' जॉर्जनं त्या डॉक्टरला विचारलं.

त्यानं वर पाहून खांदे उडवत उत्तर दिलं, ''माहीत नाही; पण मला वाटतं

हृदयविकाराचा झटका आला असावा. काहीही असो, तो इथं आला तेव्हा खूप उशीर झाला होता. त्याचं शरीर आधीच बर्फासारखं गार पडलेलं होतं.''

''मग त्याला पुन्हा जिवंत करायचा प्रयत्न केला होता का?'' डीफिब्रिलेटरकडे बोट दाखवत जॉर्जनं विचारलं.

''नाही, मी म्हणालो ना, त्याचं शरीर गार पडलेलं होतं म्हणून,'' असं म्हणून तो डॉक्टर बाहेर पडला.

तिथलं मशिन बाहेर नेण्यासाठी आलेल्या एका ऑर्डर्लीनं जॉर्जला विचारलं, ''तुम्ही ठीक आहात ना डॉक्टर?''

''अं.. हो, हो मी ठीक आहे,'' जॉर्ज गडबडीनं म्हणाला. कालच त्याला वाटलं होतं की टार्किंग्टनची परिस्थिती काही चांगली नाहीये; पण तो चोवीस तासांच्या आत मरेल असं काही त्याला मुळीच वाटलं नव्हतं! आयुष्याची क्षणभंगुरता, अनिश्चितता आणि या विश्वातला अन्याय आपल्याला पुन्हा पुन्हा वेगवेगळ्या प्रसंगांतून दाखवून दिला जातोय, त्यामुळे मिळालंय ते आयुष्य जास्तीत जास्त चांगलं जगलं पाहिजे, हा विचार पुन्हा जॉर्जचं मन कुरतडू लागला. त्याहीपेक्षा वाईट म्हणजे, या सगळ्या मृत्यूंसाठी आपणच जबाबदार आहोत अशी विचित्र भावना त्याच्या मनात घर करून राहिली होती. त्याला जर या माणसाच्या लिव्हरमध्ये काही दोष आढळला नसता तर कदाचित तो आज जिवंत असता आणि 'अज्ञानात सुख' या उक्तीप्रमाणे आपल्या कुटुंबासोबत आनंदात जगत असता.

जॉर्जला पुन्हा प्रश्न पडला, की त्यानं वैद्यकशास्त्र हे करिअर निवडून चूक तर केलेली नाही ना? कदाचित डॉक्टर होण्यासाठी आवश्यक असणारा भावनिक खंबीरपणा त्याच्याकडे नव्हता.

इतक्यात एका ऑर्डर्लीनं खोलीत डोकावून त्याला विचारलं, ''आपणच डॉ. विल्सन का?''

''हो...''

''डॉ. सँचेझनं आपल्याला रीडिंग रूममध्ये बोलावलं आहे. एक हिप फ्रॅक्चरचा एक्स-रे पाहायचा आहे.''

''ओह! बरं, थँक्स,'' जॉर्ज उत्तरला. एकदा पुन्हा टार्किंग्टनच्या मृत शरीराकडे नजर टाकत तो कार्लोसकडे निघाला. मुख्य डेस्कसमोरून जाता जाता त्यानं पुन्हा डेबीकडे नजर टाकली. ती अजूनही लोकांना सूचना देण्यात आणि त्यांच्यावर ओरडण्यात गुंतलेली होती. ती इतक्या तणावाच्या परिस्थितीत कशी काय काम करत राहू शकते हे जाणून घ्यायला पाहिजे, असं त्याला वाटून गेलं. आणि खरोखरच आपल्या 'सडक्या जिन्दगानी'तून आता बाहेर पडलंच पाहिजे याची त्याला नव्यानं जाणीव झाली.

१३

वेस्टवुड, लॉस एंजलिस, कॅलिफोर्निया
मंगळवार, १ जुलै २०१४, सकाळचे १०.४१

'काय छान दिवस आहे!' आकाशात विहरणाऱ्या ढगांकडे पाहताना सॅल डीअँजेलीसच्या मनात विचार आला. त्यानं आपल्या गाडीचं नाव लिहिलेला लाल रंगाचा टी-शर्ट घातला होता. त्याचा तो आवडता टी-शर्ट त्याच्या बहिणीनं – बार्बरानं त्याला भेट म्हणून दिलेला होता. त्याच्या गाडीला मॅचिंग असणारा लाल रंग आणि नावाची पांढरट अक्षरं, गाडीच्या सीटला मॅचिंग!

सॅलच्या एका हातात कार वॅक्सची डबी तर दुसऱ्या हातात टूलबॉक्स होता. त्यानं नुकतीच आपली गाडी धुतली होती. आणि आता तो वॅक्स लावून तिला पॉलिश करणार होता. शेवटचं पॉलिश आपण किती दिवसांपूर्वी केलंय हे त्याला आठवत नव्हतं; पण प्रत्यक्षात आदल्या दिवशीच आणि त्याच्या आदल्या दिवशीही त्यानं हा सगळा कार्यक्रम यथासांग पार पाडला होता.

त्यानं ग्रिलपासून सुरुवात केली, पण तो वरच्या हूडपर्यंत पोहोचूच शकला नाही. अचानक त्याला कसंसंच होऊ लागलं. आयडॉक त्याच्याकडे असण्यापूर्वी, जेव्हा तो कधी खायला विसरत असे तेव्हा अशीच विचित्र भावना त्याच्या शरीरभर पसरत असे; पण आयडॉक आल्यापासून असा प्रसंग कधीच आला नव्हता. आत्ता त्याला पुन्हा त्याची जोरदार जाणीव झाली.

त्यानं वॅक्सचा डबा खाली ठेवला आणि धावतपळतच आपल्या घरात शिरला. आत गेल्याबरोबर तो तडक फ्रिजकडे गेला आणि त्यानं ऑरेंज ज्यूसचा टेट्रापॅक बाहेर ओढला. थरथरत्या हातांनी तो एक ग्लास ज्यूस गटागटा प्यायला. मग येणारी चक्कर थांबण्याची वाट पाहत तो काही क्षण स्तब्ध उभा राहिला.

पण दुर्दैवानं त्याला मुळीच बरं वाटलं नाही. कसाबसा त्यानं अजून एक ग्लास ज्यूस ओतून घेतला आणि तरीही त्याच्या परिस्थितीत जेव्हा काहीच फरक पडला नाही, तेव्हा मात्र त्याचं धाबं दणाणलं. कारण त्याच्या अंगावरून आता घामाच्या धाराही वाहू लागल्या होत्या.

बाथरूममध्ये जाऊन तो आरशात आपलं प्रतिबिंब पाहू लागला. त्याचा चेहरा घामानं थबथबला होता आणि त्याच्या छातीचे वाढलेले ठोके त्याला स्पष्ट जाणवत होते.

मग तो पुन्हा गाडीकडे धावत गेला कारण त्यानं वेड्यासारखा आपला फोन गाडीतच ठेवला होता. गाडीपाशी पोहोचायच्या आतच त्याला फोनची रिंग ऐकू आली. आपला डॉक्टर आपल्या जवळ आहे आता, या भावनेनं त्याला जरा धीर आला. फोन धरलेला त्याचा हात इतका घामेजला होता की त्याच्या बोटांचे ठसे आयडॉकला तपासताच आले नाहीत. त्यामुळे ते ॲप अपोआप व्हिजुअल व्हेरीफिकेशन मोडमध्ये गेलं. शेवटी एकदाचा त्याच्या डॉक्टरचा चेहरा स्क्रीनवर झळकला.

"सॅल, आपण पुन्हा स्पीकरफोन मोडवर आहोत, मी बोलू शकतो का?" डॉ. विल्सननं विचारलं.

"हो!" सॅल घाईघाईत ओरडला.

"तू खूप अस्वस्थ वाटतोयस, माझ्या मते तू आडवं पडलं पाहिजेस."

"काहीतरी झालंय! माझ्या रक्तातली साखर... ती खूपच कमी झालीये!"

"नाही, काहीही झालेलं नाहीये," डॉ. विल्सननं अत्यंत शांतपणे उत्तर दिलं. "तू खूप अस्वस्थ आहेस इतकंच; जरा विश्रांती घे बरं."

"मला साखरेची गरज आहे!" सॅल किंचाळला.

"तुझी शुगर लेव्हल अगदी नॉर्मल आहे," समजावणीच्या सुरात आयडॉक म्हणाला. "प्लीज, सॅल, आडवा पड आणि डोळे बंद कर."

"ते गेलं खड्ड्यात!" सॅल ओरडला. त्याची तब्येत झपाट्यानं खराब होत चाललीये हे त्याला समजून चुकलं होतं. ऑरेंज ज्यूसचाही काही परिणाम झाला नव्हता. मरो ते आयडॉक! ते बहुधा नीट काम करत नाहीये! हे कॉम्प्युटरचे प्रॉब्लेम्स म्हणजे ना! कदाचित त्याच्याच हातून ते नादुरुस्त झालं असेल. कदाचित तो खाली वाकला तेव्हा त्याच्या पोटात बसवलेली ती वस्तू तुटलीबिटली असेल! आपला टी-शर्ट वर करून सॅलनं आपल्या पोटावरचा तो बारीक गुलाबीसर व्रण निरखला. त्याची भीती वाढतच चालली होती. आपला फोन गाडीच्या पुढच्या सीटवर फेकत त्यानं हळुवारपणे तो व्रण चोळायला सुरुवात केली. त्याला नेहमीच त्या जागी हात लावायची भीती वाटत असे. पण आत्ता त्यानं बोटाच्या चिमटीत तो भाग पकडल्यावर, कातडीच्या आतली ती चपटी चौकोनी वस्तू त्याच्या हाताला लागली.

अचानक काहीतरी ठरवून त्यानं गाडीतला टूलबॉक्स काढला. त्यातल्या सामानात घाईघाईनं शोधत असताना त्यातले स्क्रू-ड्रायव्हर आणि पाने इकडेतिकडे विखुरले. हां, मिळाला! तो शोधत असलेला चाकू त्याला मिळाला. तो हातात घट्ट पकडून त्यानं एकवार आपल्या व्रणाकडे अंदाज घेण्याच्या दृष्टीनं पाहिलं; पण अचानक त्यानं आपला विचार बदलला आणि तो धावत सुटला. जॉर्ज! त्याला एकदम आठवलं होतं!

जॉर्जच्या घराच्या दारावर तो जोरजोरात थापा मारू लागला. ते दार जवळपास खिळखिळंच झालं, पण आतून काहीच उत्तर आलं नाही. सॅलची भीतीनं गाळण उडाली. त्याच्या हृदयाचे ठोके फारच वाढले. त्याला श्वास घ्यायलाही त्रास होऊ लागला. त्यातच त्याच्या सी.ओ.पी.डी. या फुप्फुसाच्या दीर्घकालीन आजारामुळे त्याच्या छातीत घरघर होऊ लागली.

"जॉर्ज! जॉर्ज! दार उघड! इमर्जन्सी आहे!" तो किंचाळत होता. जॉर्जचं दार काही उघडलं नाही, पण त्याच्या शेजारचं दार मात्र उघडलं.

"काय गोंधळ चाललाय, यार!" झोपमोड झाल्यामुळे चिडलेला जो बाहेर येत म्हणाला. त्याचं लक्ष हातात चाकू घेऊन उभ्या असलेल्या सॅलकडे गेलं आणि धक्का बसून तो दोन पावलं मागे सरकला. घाईघाईनं आपलं दार बंद करत तो ओरडला, "मूर्ख थेरड्या! मी इथं झोपायचा प्रयत्न करतोय!"

जोला कधीच सॅलविषयी दया वाटत नसे. आणि अशा प्रकारे झोपमोड झाल्यामुळे तर तो सॅलकडे किळस आणि चीड अशा भावनेनं बघत होता.

अंगभर टॅटू काढलेली एक नग्न मुलगी आतून आली आणि जोच्या मागे उभी राहून काय तमाशा चाललाय ते पाहू लागली.

"सगळ्यांची झोपमोड का करतोयस तू?" ती सॅलच्या अंगावर ओरडली.

सॅलनं काहीच उत्तर दिलं नाही. त्याऐवजी तो पुन्हा आपल्या गाडीच्या दिशेनं पळत निघाला. त्यानं ड्रायव्हरच्या बाजूचं दार खसकन उघडलं आणि एवढ्यात त्याला जोरात चक्कर आली. सगळं जग फिरायचं थांबेपर्यंत तो तसाच उभा राहिला आणि मग गाडीत बसला. अजूनही त्याच्या एका हातात तो चाकू धरलेला होताच. सीटबेल्ट लावायचं भानच त्याला उरलं नव्हतं. किल्ली फिरवल्या फिरवल्या गाडी सुरू झाली. चला, निदान त्याची गाडी तरी त्याला धोका देणार नव्हती. बाजूच्या सीटवर पडलेल्या मोबाईलमधून अजूनही आयडॉकच्या डॉ. विल्सनचा आवाज पुसटसा त्याच्या कानावर पडत होता.

सॅलनं गाडी रिव्हर्स घेतली, पण इतकी जोरात की ती मागे ठेवलेल्या कचऱ्याच्या डब्यांवर आदळली. त्याची फिकीर न करता त्यानं गाडी तशीच रस्त्यावर दामटली. एल.ए. युनिव्हर्सिटी मेडिकल सेंटरच्या दिशेनं जाताना त्याची मानसिक

क्षमता वेगानं कमी होत चालली होती. तिथल्या इमर्जन्सी रूममध्ये त्याला नक्कीच मदत मिळाली असती. जॉर्जपण तिथंच असेल. आपण नक्की काय करतोय याचा विचार न करता सॅलनं आपला टी-शर्ट वर केला आणि हातातल्या चाकूनं कापून ती पोटातली वस्तू बाहेर काढण्याचा प्रयत्न चालवला. ती भयंकर वस्तू त्याला बाहेर काढायलाच हवी होती!

त्याच्या पोटात काय बसवलंय हे त्याला सांगण्यात आलं होतं, पण त्याला तेव्हा ते नीटसं समजलं नव्हतं. या सगळ्या हाय-टेक गोष्टी त्याच्या डोक्यावरूनच जात, पण डॉक्टर त्याचं काम नीट करतील असा त्याला नेहमीच विश्वास वाटत असे; पण आत्ता काहीतरी प्रचंड गडबड झाली होती हे नक्की! जणू अंतर्ज्ञानानं त्याला हे कळलं होत की ते जे काही त्याच्या पोटात बसवलं होतं तेच त्याचा जीव घेत होतं आणि म्हणूनच त्याला ते काढून टाकायचं होतं. पोटाच्या चरबीच्या भागात, कातडीच्या जरासं खालीच ते उपकरण असल्यानं त्यानं तिथं कापल्यावर त्याला मुळीच दुखलं नाही.

त्या गोंधळलेल्या आणि विचित्र मानसिक अवस्थेतसुद्धा पोटातून भळाभळा वाहणाऱ्या रक्तामुळे आपल्या पांढऱ्या सीट्स खराब होताहेत हे पाहून त्याला धक्का बसला, पण आता त्याच्यापुढे दुसरा काही पर्यायच नव्हता. दातांनी ओठ गच्च दाबत त्यानं पुन्हा तो चाकू आणखी आत खुपसला. तेव्हा त्याला चाकूचं पातं कोणत्यातरी धातूवर घासलं गेल्यासारखं जाणवलं.

मेडिकल सेंटरचा रस्ता सॅलला तोंडपाठ होता. त्यानं गाडीचा वेग वाढवला. अचानक धातूवर धातू अपटल्यासारखा मोठा आवाज झाला आणि बाजूला पार्क केलेल्या एका गाडीवर आपटून सॅलची गाडी पुन्हा रस्त्याला लागली. देवा! त्यानं आपल्या डोळ्यांवर जमा झालेला घाम बाहीनं पुसून काढला. एका हातात तो चाकू तसाच होता. अचानक त्याची गाडी फूटपाथवर चढलेली त्याला जाणवली. तो तिथे कसा गेला? त्याला काहीच समजलं नव्हतं. त्यानं स्टीअरिंग व्हील जोरात डावीकडे वळवलं तशी त्याची गाडी पुन्हा पार्क केलेल्या एका मर्सिडीज गाडीला घासत रस्त्यावर आली. आता गाडीचं तोंड उलट्या दिशेला झालं होतं आणि समोरून येणाऱ्या ट्रॅफिकच्या विरुद्ध दिशेनं तो गाडी हाकत होता! तो पुन्हा स्वतःच्या लेनमध्ये येईपर्यंत लोक हॉर्न वाजवतच होते.

सॅलनं त्या चारेक इंचाच्या जखमेत बोट खुपसून ते इम्प्लांट बाहेर काढायचा प्रयत्न केला. त्याचं बोट अगदी त्या वस्तूपर्यंत पोहोचलं होतं, तेवढ्यात त्याला समोरचा सिग्नल लाल झालेला दिसला. त्याचा अर्थ काय, हे त्याच्या मेंदूपर्यंत पोहोचलंही नाही. त्यामुळे तो तसाच पुढे जाऊन विल्शायर बुलेव्हार्डवर शिरला. त्याच्या मागे गाड्या एकमेकींवर आदळत होत्या, पण काय घडतंय हे समजण्याच्याही

अवस्थेत तो आता नव्हता.

"अरे! अरे! समोर बघा!" अगदी जवळून कोणाचातरी आवाज आला. सॅलनं वर पाहिलं. तो हॉस्पिटलमध्ये पोहोचला होता! तिथं कुबड्या घेऊन रस्ता ओलांडणाऱ्या एका माणसाला तो जवळपास धडकतच होता. तोच माणूस त्याच्यावर आत्ता ओरडला होता. एका बाजूला झुकून सॅलनं गाडी उजवीकडे कशीबशी वळवली. तेवढंच तो करू शकला. अजूनही चाळीसचा वेग असलेली त्याची गाडी एक कुंपण तोडून सरळ आत घुसली.

आपल्या मेंदूकडून निघणारे अंधुक संदेश आता सॅलला अजिबात जाणवत नव्हते. त्यामुळे ॲक्सिलरेटरवरचा त्याचा पाय तसाच दाबून ठेवलेला राहिला. पार्किंगमधले गार्ड घाबरून बाजूला पळाले. सॅलची गाडी हिरवळीवरून सुसाट पुढे जात हॉस्पिटलच्या तळमजल्याच्या मोठ्या खिडक्यांच्या दिशेनं झेपावली.

काचेच्या त्या खिडक्यांमधून सॅलची गाडी आत घुसली आणि इमर्जन्सी रूमच्या संगमरवरी जमिनीवरून पुढे निघाली. आपल्या टॅब्लेटवर काहीतरी करणारा वाटेतला एक कर्मचारी सुदैवानं गाडीखाली आला नाही. सॅलची गाडी सरळ डेबी वॉटर्सच्या मुख्य टेबलाच्या दिशेनं झेपावत होती. हॉस्पिटलची माहिती देणारा स्लाईड शो चालू असलेल्या तिथल्या प्रचंड मोठ्या एल.इ.डी. स्क्रीनमध्ये ती घुसली आणि तिची मागची बाजू हवेत उचलली गेली. क्षणभरानंतर पुन्हा ती जमिनीवर येऊन आपटली.

त्या जुन्या व्हिंटेज गाडीत एअर बॅग्स वगैरेची काहीच सोय नव्हती. त्यामुळे सॅल एखाद्या रॉकेटसारखा उसळून गाडीच्या समोरच्या काचेतून सरळ पुढे फेकला गेला. त्या स्क्रीनमध्ये त्याचं डोकं घुसलं आणि तो तत्क्षणीच मरण पावला.

सॅलबरोबरच त्याचा स्मार्टफोनही काचेतून फेकला गेला आणि या नाट्यानं खुर्चीत गोठलेल्या डेबीच्या मांडीवर अलगद जाऊन पडला.

क्षणभर त्या खोलीतले सगळे जण गोठलेल्या अवस्थेत होते. कोणीतरी पॉझ करून ठेवलेलं चित्र असावं तसे! मग अचानक भयंकर आरडाओरडी आणि गोंधळाला सुरुवात झाली.

भाग २

१४

इमर्जन्सी विभाग, एल.ए. युनिव्हर्सिटी मेडिकल सेंटर
वेस्टवुड, लॉस एंजलिस, कॅलिफोर्निया
मंगळवार, १ जुलै २०१४, सकाळचे ११.०७

तो प्रचंड मोठा आवाज जॉर्जलाही ऐकू गेला होता आणि त्यांच्या खोलीत हादराही जाणवला होता. भूकंप झाला की काय, असं त्याला पहिल्यांदा वाटलं! कारण लॉस एंजलिसमधल्या गेल्या तीन वर्षांच्या वास्तव्यात त्याला छोट्या-मोठ्या भूकंपांचा अनुभव आलेला होता; पण हे काहीतरी वेगळंच प्रकरण होतं. दुसऱ्या काय-काय शक्यता असू शकतात त्या सर्व त्याच्या मनात क्षणार्धात चमकून गेल्या. आणि मग हल्ली सगळ्यांच्याच मनात कुठेतरी जी भीती असते तीच शक्यता त्याला वाटला- हा बॉम्ब तर नसेल? अतिरेक्यांचा हल्ला? त्याच्या आजूबाजूला सगळीकडे लोकांची धावपळ सुरू झाली होती. सगळे उठून दाराच्या दिशेनं धावत सुटले होते.

बाहेरच्या मोठ्या काचेच्या खिडक्यांच्या जागी धूळ आणि धुरळा उडत होता. संपूर्ण लॉबीमध्ये भिंतीचे तुकडे आणि काचा विखुरल्या होत्या आणि काही क्षणांपूर्वी जो एल.इ.डी. स्क्रीन होता, त्या फुटक्या स्क्रीनच्या अवशेषांमध्ये एक गाडी घुसलेली दिसत होती. त्यातूनही धूर येत होता. तीन-चार कर्मचारी गाडीतून येणारा धूर आटोक्यात आणण्यासाठी त्याच्यावर अग्निशामक फवारा मारत होते. इमर्जन्सी रूममध्ये थांबलेले पेशंट एकतर हॉस्पिटलबाहेर पळून जाण्याच्या प्रयत्नांत होते किंवा प्रचंड शॉकमुळे जगाच्या जागीच खिळून त्या अपघात दृश्याकडे पाहत बसलेले होते. नशिबानं कोणीच कर्मचारी किंवा पेशंट या अपघातात जखमी झालेला दिसत नव्हता.

त्या गोंधळातही डेबी वॉटर्स आपल्या फोननं इथं तिथं निर्देश करत कर्मचाऱ्यांना सूचना देऊ लागली होती. जॉर्जची नजर खोलीभर फिरून मग त्या गाडीवर येऊन

स्थिरावली. क्षणार्धात त्यानं ती गाडी ओळखली आणि तो जागीच थबकला. त्या लाल व्हिंटेज गाडीला पाहून काय घडलंय याचा अंदाज बांधायला त्याला काहीच वेळ लागला नाही. त्यानं गाडीच्या पुढच्या भागाकडे नजर वळवली. तिथल्या फुटलेल्या काचेतून काही ऑर्डर्ली आणि डॉक्टर एका चेंदामेंदा झालेल्या माणसाला बाहेर काढत होते.

झटकन पुढे झेपावत जॉर्जनं नीट पाहिलं. खरंतर त्याला जे पाहायची इच्छा नव्हती ते त्याला सगळं दिसलंच. तो सॅलच होता. त्याच्या डोक्याच्या आणि छातीच्या भागाचा अक्षरशः चेंदामेंदा झाल्यानं तो धड ओळखूही येत नव्हता, पण जॉर्जनं त्याला सहज ओळखलं. त्याचा लाल टी-शर्ट जॉर्जच्या चांगल्याच परिचयाचा होता. त्याला खिडकीतून कसाबसा बाहेर ओढल्यावर स्ट्रेचरवर ठेवून ताबडतोब ट्रॉमा रूममध्ये नेण्यात आलं.

तेवढ्यात लॉस एंजलिसचा अग्निशामक विभाग आणि पोलीस विभाग इमर्जन्सी रूममध्ये घुसला. संपूर्ण पोशाख चढवलेले अग्निशामक दलाचे जवान पटापट आत आले. लगेच हॉस्पिटलचे काही वरिष्ठ अधिकारी पुढे सरसावून सगळी व्यवस्था पाहू लागले. उरल्यासुरल्या पेशंटना तिथून बाहेर हलवण्यात आलं.

जॉर्ज धावतच ट्रॉमा रूमच्या दिशेनं निघाला. जाता जाता त्यानं एक पोर्टेबल एक्स-रे मशिन उचललं. तो त्या खोलीत पोहोचला तेव्हा हा पेशंट वाचू शकत नाही या निष्कर्षाप्रत डॉक्टर्स आधीच आले होते. त्याच्या डोक्याला लागलेला मार पाहता काहीच आशा नव्हती.

"काहीच 'आय.डी.' नाहीये, आत्तातरी," ट्रॉमा रूमचा वरिष्ठ डॉक्टर नर्सला सांगत होता. नर्स टॅब्लेटवर नोट्स घेत होती. "बरं, मग आत्तापुरतं त्याचं नाव जॉन डो–"

"सॅल, त्याचं नाव सॅल आहे," जॉर्ज मध्येच म्हणाला. "साल्वातोर डीअँजेलीस. तो १७६२ साउथ बेंटली ॲव्हेन्यूमध्ये राहतो. डी बिल्डिंगमधलं पहिलंच घर."

सगळे एकदम त्याच्याकडे आश्चर्यानं आणि प्रश्नांकित नजरेनं पाहू लागले.

"तो माझा शेजारी आहे."

सॅलचं शरीर पांढऱ्या कापडानं झाकून टाकलं गेलं तसा जॉर्ज बाहेर पडून आपल्या खोलीच्या दिशेनं निघाला. आयडॉकचा आणखी एक पेशंट मृत्युमुखी पडला होता!

"बरं, मला सांग, अल्झायमर्सखेरीज आणखी काही कारणंही असू शकतात का? म्हणजे ड्रग्ज किंवा दारू?" लॉस एंजलिस पोलीस डिपार्टमेंटचा

म्हणजेच एल.ए.पी.डी.चा पोलीस जॉर्जची जबानी घेत होता. जॉर्ज आणि मृत्यू

पावलेल्या माणसात नुसत्या शेजाऱ्यांपेक्षा अधिक काही भावनिक नातं असणार हे जाणवून तो जॉर्जशी काहीसा हळुवारपणे वागत होता.

"नाही, काहीच नाही," जॉर्ज उत्तरला. इमर्जन्सी रूमच्या स्टाफच्या खोलीत तो बसला होता; डोकं दोन्ही हातांत गच्च धरून. हे सगळं काय घडलंय हे त्याला अजूनही नीट पचवता आलेलं नव्हतं. त्याच्यासमोर बसलेला तो पोलीस आपल्या स्मार्टफोनमध्ये नोट्स घेत होता.

"गेल्या काही दिवसांत त्याचं पिणं वाढलं होतं का? तो दिवसाही प्यायचा वगैरे असं काही तुला माहीत आहे का?" त्यानं विचारलं.

"नाही. सॅल कधीच दारूला स्पर्शही करायचा नाही. बिअरसुद्धा प्यायचा नाही तो कधी."

"तो डिप्रेशनमध्ये होता आणि त्यासाठी औषधोपचार चालू होते याबद्दल तुला माहिती होतं?" त्या पोलिसानं विचारलं.

"नाही... म्हणजे, त्यानं मला असं काही कधी सांगितलं नव्हतं. आणि मी तशी अपेक्षाही नाही करू शकत म्हणा. कारण बरेच लोक, अगदी सॅलसारखे मोकळ्या स्वभावाचेही लोक, सायकॉलॉजिकल प्रॉब्लेमबद्दल बोलायला राजी नसतात. पण सॅल हा अगदी प्रेमळ, साधा आणि आनंदी माणूस होता. त्यानं कधीच काही आततायीपणे किंवा बेपर्वाईनं किंवा बेकायदा कृत्य केलेलं मी पाहिलं नाहीये."

"हं... समजलं मला," आणखी नोट्स घेत तो पोलीस उत्तरला.

जॉर्जचं लक्ष अचानक त्या पोलिसाच्या मोबाईलकडे गेलं. डिस्प्लेच्या वरच्या भागात त्याला एक बारीक लाल पट्टी दिसली. त्याला जरी डिस्प्ले उलटा दिसत असला तरी त्या लाल पट्टीवर 'रेकॉर्डिंग' असं लिहिलेलं होतं हा त्यानं अंदाज बांधला!

"तुम्ही आपलं बोलणं रेकॉर्ड करताय?" त्यानं आश्चर्यानं विचारलं.

"हो," तो पोलीस उत्तरला. "कारण नंतर मग सोपं जातं. कारण काय आहे ना, लोक नंतर स्वतःच बोललेलं विसरतात बऱ्याचदा," असं म्हणून त्यानं जॉर्जकडे बघितलं.

"यासाठी माझी परवानगी घ्यायची आवश्यकता नाहीये का?" जॉर्जनं आश्चर्यानं विचारलं. सॅलच्या मृत्यूमुळे तो आधीच अस्वस्थ होता. ते भयंकर वास्तव काही काळ विसरण्याच्या प्रयत्नांत, या अशा प्रकारे त्याच्या परवानगीशिवाय रेकॉर्डिंग केल्यानं त्याची जरा जास्तच चिडचिड झाली.

"नाही, आमच्या कामाची पद्धत ठरलेली असते," पोलिसानं सांगितलं आणि तो पुन्हा प्रश्न विचारू लागला.

"आज डीॲंजेलीसनं इथं अपॉइन्टमेंट घेतली होती, हे तुम्हाला माहीत होतं का?"

जॉर्जनं त्याच्या प्रश्नाकडे दुर्लक्षच केलं. ''तुम्ही जर रेकॉर्डिंग करताच आहात तर मग नोट्स कशाला घेताय?''

आपलं टायपिंग थांबवून पोलिसानं वर पाहिलं, ''मला काय प्रश्न विचारायचेत, त्याबद्दलचे माझे विचार, किंवा एकूणच या सगळ्याबद्दलच्या माझ्या प्रतिक्रिया मी टिपून ठेवत असतो. त्याचा नंतर उपयोग होऊ शकतो. डॉ. विल्सन, मला माझं काम कसं करायचं ते व्यवस्थित माहितेय. जसं तुम्हाला तुमचं काम माहीत असेल...''

''ओह, सॉरी. खरंच. माझं चित्त थाऱ्यावर नाहीये.'' जॉर्ज म्हणाला.

''हरकत नाही.''

''असो. नाही, मला माहीत नव्हतं.''

पोलीस गोंधळून जॉर्जकडे पाहायला लागला, ''काय? काय माहीत नव्हतं?''

''अं? मी तुमच्याच प्रश्नाचं उत्तर देत होतो. सॅलची इथं अपॉइन्टमेंट होती हे मला माहीत नव्हतं. गेल्या काही दिवसांत तो इथं काही तपासण्या करून घेण्यासाठी येत होता ते मला माहीत होतं; पण सॅलनं मला त्याचे तपशील वगैरे काहीच सांगितले नव्हते. मीही काही विचारलं नव्हतं. 'हिपा' (हेल्थ इन्श्युरन्स पोर्टेबिलिटी अँड अकौंटेबिलिटी ॲक्ट)चे नियम आहेत ना- प्रत्येकाला आपली खासगी गोष्ट खासगीच ठेवण्याचा अधिकार. हे नियम काही फक्त हॉस्पिटलच्या चार भिंतींच्या आत लागू होत नाहीत, तर बाहेरही असतातच.'' खरंतर केसी गेल्यावर काही माहिती जाणून घेण्यासाठी त्यानं हे नियम मोडले होते! पण कुणास ठाऊक, त्याला या पोलिसाला उगाचच या नियमांचं गांभीर्य दाखवून द्यायची खुमखुमी आली होती. ''खरंतर नियम पाहायचे म्हटले तर, तो डिप्रेशनसाठी उपचार घेत होता हेही तुम्ही मला सांगायला नको होतंत. मी काही त्याचा फिजिशियन नाहीये. त्याचा आत्ताचा डॉक्टर म्हणजे...'' स्मार्टफोनकडे निर्देश करत जॉर्जनं वाक्य अर्धवटच सोडलं. नक्की काय बोलायचं हे न कळून तो गप्प झाला.

''कोण आहे त्याचा डॉक्टर?''

''नाही. काही नाही. ते तितकंसं महत्त्वाचं नाहीये.''

काही न बोलता तो पोलीस जॉर्जकडे टाक लावून पाहत राहिला. मग शेवटी एकदा विषय बदलत म्हणाला, ''आणि त्याचं कुटुंब?''

''फार काही संबंध नाहीयेत मला वाटतं. मी एकदाच त्याच्या दोन बहिणींना भेटलोय. खरंतर मी याच आठवड्यात त्यांना फोन करायचा विचार करत होतो.''

''कशासाठी?''

''कारण सॅलचा अल्झायमर्स वाढत चालला होता. त्याच्या आयुष्यात त्या बहिणींना जास्त सहभागी करून घ्यायची माझी इच्छा होती.''

“अस्सं... ठीक आहे. मला वाटतं साधारण चित्र माझ्या डोळ्यांसमोर उभं राहिलंय आता. तुझ्या मदतीसाठी आभार,” उठून उभा राहत तो पोलीस म्हणाला.

“काय ‘चित्र’ उभं राहिलंय म्हणालात?” जॉर्जनं विचारलं.

“हेच, की हा माणूस गाडी चालवताना गोंधळलेल्या मानसिक अवस्थेत होता. बहुधा त्याच्या अल्झायमर्समुळे असेल. त्यामुळेच हा दुर्दैवी अपघात झाला. सुदैवानं इतर कोणीच जखमी झालं नाहीये किंवा मारलंही गेलं नाही, हे नशीब! सँटा मोनिकामधल्या शेतकऱ्यांच्या बाजारात काही वर्षांपूर्वी घडलेला अपघात आठवतोय तुला? तो ऐंशीएक वर्षांचा बिचारा गृहस्थ सरळ गाडीतून त्या बाजारातच घुसला होता. तीन वर्षांच्या एका मुलीसकट त्यानं नऊ लोकांना उडवलं होतं आणि आणखी पन्नासएक लोक जखमी झाले होते! त्याच्याशी तुलना करता, इथं फारसं काही गंभीर घडलं नाही, असंच म्हणावं लागेल.”

“हं...” जॉर्ज पुटपुटला.

“ओक्के, तू वेळ दिलास त्याबद्दल पुन्हा एकदा आभार.” आपला फोन बंद करून उठून जाणाऱ्या पोलिसाकडे जॉर्ज पाहत राहिला.

इमर्जन्सी रीडिंग रूममध्ये जाऊन एकदाचा जॉर्ज आपल्या खुर्चीत जाऊन पसरला. एक-दोन एक्स-रेसाठी जॉर्जची मदत हवी असल्यानं त्याला पाहून कार्लोसला हायसं वाटलं. बरं वाटण्यासाठी स्वतःला कामात बुडवणं, हा एकच उपाय आहे असं जॉर्जला वाटलं. त्यानं स्वतःला कामात झोकून दिलं, पण काही केल्या त्याला मन एकाग्र करता येईना. मृत्यू आपल्याला वेडावून दाखवतोय, खिजवतोय अशी विचित्र भीती त्याला पुन्हा वाटू लागली. ती बिनबुडाची होती हे त्याला समजत होतं; पण तरीही ती अस्वस्थ करणारी होती, हेही खरंच.

“आणखी एक आहे,” असं म्हणत कार्लोसनं एक हाताच्या फ्रॅक्चरचा एक्स-रे पुढे धरला. “मला वाटतंय की...”

“एक मिनिट,” त्याचं वाक्य तोडत अचानक जॉर्ज म्हणाला, “मला जरा बाहेर गेलं पाहिजे.”

“अं? हो, चालेल ना. सगळं ठीक आहे ना?” कार्लोसनं आश्चर्यानं विचारलं.

जॉर्ज काही क्षण काहीच बोलला नाही. मग म्हणाला, “खरंतर नाही,” एवढं बोलून तो खोलीतून बाहेर पडला.

“तू लगेच परत येशील ना? कारण आपल्याला हे काम संपवायचंय,” कार्लोस मोठ्यानं म्हणाला, पण दार आधीच बंद झालं होतं आणि जॉर्जनं बहुधा त्याचा प्रश्न ऐकलाच नव्हता.

१५

अमाल्गमेटेड हेल्थकेअर हेडक्वार्टर्स
सेन्चुरी सिटी, लॉस एंजलिस, कॅलिफोर्निया
मंगळवार, १ जुलै २०१४, दुपारचे १२.११

सेन्चुरी सिटीमधल्या सगळ्यात उंच इमारतीच्या सर्वांत वरच्या मजल्यावर ब्रॅडले थॉर्नचं ऑफिस होतं. अत्यंत भव्य आणि खर्चिक पद्धतीनं सजवलेलं.

त्याच्या ईगोमुळे आणि कुठंतरी मनात दडलेल्या न्यूनगंडामुळे त्यानं ते तसं भव्य ऑफिस बांधून घेतलं होतं. अतिशय वर्चस्व गाजवणाऱ्या आणि त्रास देणाऱ्या वडिलांमुळे त्याच्या मनात लहान वयापासूनच न्यूनगंडाची भावना पेरली गेली होती. 'हॉस्पिटलमध्ये चुकून बाळांची अदलाबदल झाली असणार,' हे त्याच्या वडिलांच्या तोंडचं वाक्य तर त्याला सतत ऐकून घ्यावं लागे. खूपच लागेल असं बोलत ते; पण त्यांच्या अशाच स्वभावामुळे ते या हेल्थकेअरच्या बिझनेसमध्ये एवढे वर पोहोचले होते. अत्यंत निष्ठुरपणे त्यांनी कामाची एक कॉम्प्युटराइज्ड पद्धतच ठरवून ठेवली होती- डॉक्टरांना शक्य तितके कमी पैसे द्यायचे आणि तेही द्यायला खूप उशीर लावायचा. त्यामुळेच त्यांच्या संपत्तीत सदोदित वाढच होत गेली होती आणि त्यांना अमाल्गमेटेड हेल्थकेअरचं नेतृत्वही मिळालं होतं.

दोन वर्षांपूर्वीच मोठ्या थॉर्न साहेबांना अर्धांगवायूचा झटका आला होता आणि ब्रॅडलेच्या हाती कंपनीची सूत्रं आणि सत्ता आली होती. आधी एकदम धट्ट्याकट्ट्या असलेल्या रॉबर्ट थॉर्नसाठी हा एक धक्काच होता. उलट ब्रॅडले थॉर्नसाठी मात्र ही आयतीच संधी चालून आली होती. ब्रॅडलेची तब्येत व्यवस्थित होती, फिट होता तो एकदम! बायकांना तो आकर्षक वाटतो, हेही त्याला माहीत होतं. पण त्यामागे त्याचा पैसा हे कारण होतं की नाही, हे काही त्याला नक्की सांगता आलं नसतं.

आत्ता थॉर्न हा मर्विन न्यूमन नामक मोठ्या हेजफंड अधिकाऱ्यासोबत मीटिंगमध्ये होता. न्यूमन हा आयडॉकला आंतरराष्ट्रीय पातळीवर नेण्यासाठी अमाल्गमेटेडमध्ये पाचशे मिलियन डॉलर्सची गुंतवणूक करण्याच्या विचारात होता. त्या पैशांतून आणखी हॉस्पिटल्स विकत घेणंही शक्य होणार होतं. इथंच जास्त फायदा आहे असं थॉर्ननं त्याला सांगितलं होतं. कारण हॉस्पिटल जर अमाल्गमेटेडचंच असेल, तर हॉस्पिटल सर्व्हिसच्या नावाखाली अमाल्गमेटेड स्वतःलाच पैसे देईल.

न्यूमननंही थॉर्नला स्वतःच्या काही अटी सांगितल्या. या गुंतवणुकीच्या बदल्यात त्याला आयडॉक किंवा अमाल्गमेटेडमध्ये बोर्डवरची एक जागा हवी होती. कोणती, ते काही अजून त्यानं ठरवलं नव्हतं. वैद्यकशास्त्र नेहमीच चांगल्या गोष्टी फुगवून सांगतं आणि दोषांकडे दुर्लक्ष करतं हे माहीत असल्यानं, त्यानं ही एक शंका बोलून दाखवली. त्यामुळे प्रेझेन्टेशनमध्ये सांगितल्यानुसार आयडॉकची बीटा चाचणी खरोखरच तितकी चांगली पार पडली आहे ना, याची त्याला खात्री करून घ्यायची होती.

''हो, हो, तो काहीच प्रश्न नाहीये!'' थॉर्ननं आपला मुद्दा ठसवला. ''उलट आम्ही हातचं राखूनच प्रेझेन्टेशन केलंय असं म्हणायला हरकत नाही. प्लीज, तुम्ही ही खात्री बाळगा की कोणत्याही अल्पकालीन आणि थोड्या फायद्यासाठी मी माझा किंवा कंपनीचा नावलौकिक कधीही पणाला लावणार नाही.''

''हं, हे ऐकून समाधान वाटलं,'' न्यूमन म्हणाला; पण त्याला मनातून खात्री होती, की हा थॉर्न जगासमोर 'हीरो' ठरावा म्हणून काय वाट्टेल ते पणाला लावेल. तो खोट्या बतावण्या करण्यात पटाईत असला तरी आतून अतिशय असुरक्षित आहे हे सगळ्यांना माहीत होतं. तसंच त्याच्या वडिलांचे आणि त्याचे संबंधसुद्धा जगजाहीर होते. पण या सगळ्या खासगी गोष्टी बाजूला ठेवल्या तर या थॉर्नला काहीतरी मोठा मासा गवसलाय, अशी या हेजफंड गुरूची खात्री होती. अर्थातच त्याला त्यात स्वतःचा वाटा हवा होता. त्यामुळेच कंपनीच्या बोर्डवरची महत्त्वाची जागा पटकावून कंपनीच्या प्रगतीवर बारीक लक्ष ठेवायचं आणि काही अडचण वाटलीच तर कंपनीला त्यापासून दूर वळवायचं, असा त्याचा प्लॅन होता. अमेरिकेत हेल्थ केअर म्हणजे वाईट राजकारण असलेला कुविख्यात प्रांत होता. म्हणूनच काही काळानंतर दोन्ही बोर्डवरच्या जागा मागायच्या, असं त्यानं मनोमन ठरवून टाकलेलं होतं; पण आत्ताची प्राथमिक बोलणी करताना तो एकच जागा पुरेशी आहे असं भासवणार होता. नंतर जेव्हा थॉर्नच्या हाती भरपूर पैसा लागायची वेळ येईल, तेव्हा तो ती दुसरी जागा मागणार होता. याआधीसुद्धा बऱ्याचदा न्यूमननं अशी खेळी करून आपला फायदा करून घेतला होता.

''आमच्या सगळ्या अपेक्षांपेक्षाही बीटा चाचणी जास्त यशस्वीपणे पार पडलीये,''

थॉर्ननं फुशारकी मारली. ''आम्ही सांगितलं ना, पेशंटला अगदी आवडलंय हे ॲप. आणि याच्यामुळे खरोखरच जगभर असलेली प्रायमरी हेल्थकेअर डॉक्टरांची चणचण कमी होणार आहे- तेही कमी पैशात. आता यापेक्षा आणखी काय हवं, नाही का?'' न्यूमनकडे बोट रोखत थॉर्न पुढे म्हणाला, ''याहीपेक्षा अधिक म्हणजे आयडॉक हा व्यसनमुक्तीसुद्धा करणार आहे. क्रांती घडवून आणेल तो अक्षरशः! कोणतंही व्यसन असो, ताबडतोब सल्ला आणि...''

''बरं, बरं, समजलं मला,'' न्यूमन त्याचं बोलणं तोडत घाईघाईनं म्हणाला. प्रेझेन्टेशनमध्ये सांगितलेले मुद्दे परत ऐकण्याची त्याची मुळीच इच्छा नव्हती.

''ओके. मग मी बोर्डवरच्या जागेसंदर्भात बोलण्यासाठी पुन्हा संपर्क करेन तुमच्याशी. कारण सध्याच्या बोर्डच्या सदस्यांबरोबर मला चर्चा करावी लागेल ना,'' थॉर्न म्हणाला.

''हो, नक्कीच.'' उठून उभा राहत न्यूमन म्हणाला.

''तुम्ही इथं आलात, त्याबद्दल मनापासून आभार,'' न्यूमनशी हस्तांदोलन करत थॉर्न म्हणाला आणि त्याला ऑफिसच्या बाहेरपर्यंत सोडायला गेला.

दारापाशी न्यूमन क्षणभर थांबला आणि थॉर्नला म्हणाला, ''तुमच्या वडिलांना माझा नमस्कार सांगा. आम्ही पूर्वी एकत्र टेनिस खेळायचो. त्यांची तब्येत बरी असेल अशी आशा करतो.''

''हो, हो, मी सांगीन त्यांना,'' चेहऱ्यावर खोटं हसू चिकटवत थॉर्ननं उत्तर दिलं.

न्यूमनला निरोप देताना बाहेरच्या खोलीत लँगली वाट पाहत मासिक चाळत बसला आहे हे थॉर्नला दिसलं. त्यानं झटकन आपल्या सेक्रेटरीकडे पाहिलं.

'असाच उगवला तो, मी तरी काय करू?' अशा अर्थाच्या खुणा तिनं केल्या.

थॉर्नची चिडचिड झाली, पण त्यानं लँगलीला आत बोलावलं. थॉर्नच्या मनात लँगलीसारख्या 'क्रिएटिव्ह' टाईप लोकांबद्दल जरा जास्तच नावड होती.

थॉर्ननं लँगलीला बसायची खूण केली आणि स्वतः आपल्या टेबलामागे खुर्चीत जाऊन स्थानापन्न झाला.

बसल्यावर बोलायला सुरुवात करण्यापूर्वी लँगलीनं आपला घसा साफ केला. ''मी काल तुला सांगितल्यानुसार आम्ही आयडॉकमधल्या त्या संभाव्य दोषाचा पूर्ण तपास केलाय. बीटा चाचणीच्या सुरुवातीला आपल्याला सापडलेला बग पुन्हा आलाय की काय असं आम्हाला आधी वाटलं; पण तसं नाहीये. खरं सांगायचं तर याला दोषही म्हणता येणार नाही. फक्त एवढंच म्हणू की या ॲप्लिकेशननं स्वतःच काही निर्णय घ्यायला सुरुवात केली आहे. आपल्याला वाटलं होतं त्यापेक्षा वेगळे निकष त्यानं लावले आहेत आणि आपणहून काही गोष्टी तो शिकला आहे.''

थॉर्नला जरा रागच आला. त्याला वाटलं हा लँगली मुद्दामच आपल्याला

गोंधळात पाडायला असं कोड्यात बोलतो आहे. "मला काहीही समजत नाहीये. काय म्हणायचंय तुला? 'याला दोष म्हणता येणार नाही' म्हणजे काय?"

"आपला अंदाज होता त्यापेक्षा वेगळ्या प्रकारे हा अल्गोरिदम वागतोय. हाच मूळ प्रॉब्लेम आहे, जर त्याला प्रॉब्लेम मानलं तरच!"

वैतागून थॉर्ननं हात टेबलावर आपटले. "अमाल्गमेटेडसारखा मोठा बिझनेस कसा संभाळायचा असतो, माहितेय का तुला? तुम्ही चांगल्या लोकांना कामावर ठेवायचं आणि मग त्यांच्या कामात ढवळाढवळ करायची नाही. कळलं? आणि आता तू मला या सगळ्या प्रॉब्लेममध्ये का खेचतोयस? तुझ्या कामाच्या बाराकाव्यांमध्ये मी पडलो तर संपूर्ण कंपनीचा कारभार कसा सांभाळू शकेन? अमाल्गमेटेडच्या उज्ज्वल भविष्यासाठी या सगळ्या गुंतवणुकीच्या बाबींमध्ये मला आधी लक्ष घालायला पाहिजे. समजतंय का तुला?"

"हा नेहमीचा प्रोग्रॅमिंगमधला दोष नाहीये आणि तो पसरत चाललाय."

"पसरत चाललाय? म्हणजे काय म्हणायचंय तुला?"

"म्हणजे पसरत चाललाय हेच! सँटा मोनिका युनिव्हर्सिटी हॉस्पिटलमध्ये पहिल्यांदा हा प्रॉब्लेम लक्षात आला, पण तो आता हार्बर युनिव्हर्सिटी आणि एल.ए. युनिव्हर्सिटी मेडिकल सेंटरमध्येही दिसून आलाय."

"अरे बापरे!" थॉर्न उद्‌गारला. त्यानं अस्वस्थपणे आपल्या केसांतून हात फिरवला. "किती लोकांबद्दलच्या प्रॉब्लेमविषयी बोलतोय आपण?"

"अजून तरी फार नाहीयेत लोक. सँटा मोनिका युनिव्हर्सिटी हॉस्पिटलमधल्या दोन केसेस, हार्बर युनिव्हर्सिटीतल्या दोन आणि आता एल.ए. युनिव्हर्सिटी मेडिकल सेंटरमध्ये दोन."

"काल आपलं बोलणं झाल्यानंतर या सगळ्या केसेस झाल्यात का?"

"सँटा मोनिका युनिव्हर्सिटी हॉस्पिटलमधल्या दोन आधीच्याच आहेत, पण इतर चार कालपासूनच्याच आहेत."

"आणि या सगळ्यात त्या पेशंटचा मृत्यू झालाय?"

"हो, दुर्दैवानं."

"आणि या घटनांमध्ये वाढ होईल, का त्या इतक्याच तुरळक राहतील?"

"मी नक्की काही सांगू शकत नाही, पण अंदाज बांधू शकतो."

"मग सांग लवकर तुझा अंदाज!"

"मला नाही वाटत या मृत्यूंमध्ये लक्षणीय वाढ दिसून येईल; पण हा प्रॉब्लेम आपोआप निघून जाईल असंही नाही. खरंतर माझी खात्रीच आहे की हा प्रॉब्लेम असाच राहणार."

"बरं, बरं. ठीक आहे. आता मला हे सगळं नीट समजावून सांग. आणि तुझ्या

त्या नेहमीच्या टेक्निकल भाषेत नको.''

लँगली पुढे सरसावून बसला, ''आपल्या अल्गोरिदमच्या 'ह्यूरिस्टिक' क्षमतेचं हे सरळसरळ फलित आहे.''

थॉर्ननं हातानंच लँगलीला थोपवलं. ''नीट काय ते सांग. 'ह्यूरिस्टिक' हा शब्द तू नेहमी वापरत असतोस, पण त्याचा नक्की अर्थ काय?''

''मी तुला काल सांगितलंय आणि यापूर्वीही अनेकदा सांगितलंय की या अल्गोरिदममध्ये स्वतःहून शिकण्याची क्षमता आहे. आयडॉकनं स्वतःहून केलेली प्रगती आपण सगळ्यांनी पाहिलीच आहे. पण आता आयडॉक स्वतःहून काही निर्णय घेऊ लागलाय- पूर्वीच्या अनुभवांवर आधारित, पण आपण त्या प्रोग्रॅममध्ये फीड न केलेले निर्णय.''

''याचाच अर्थ, त्याच्या स्वतःहून शिकण्याच्या क्षमतेमुळे आयडॉक सतत प्रगती करतोय, असाच ना?''

''अगदी बरोबर. आपल्या अंदाजापेक्षाही जास्त आणि पटकन आयडॉक शिकतोय.''

''पण तरीही सहा माणसांचा मृत्यू झालाय.''

''हो. पण एक लक्षात घ्या, की अल्गोरिदमला हे माहीत नाहीये की तो काहीतरी नको असलेली, चुकीची गोष्ट करतोय. सगळ्यांसाठी, खुद्द पेशंटसाठीही जो निर्णय सर्वांत योग्य ठरेल, अशीच कृती तो करतोय.''

''मग, तुझ्या अंदाजाप्रमाणे किती लोक मरतील?''

''मी मघाशी म्हणालो तसं, मृत्यूची काही मोठी लाट येणार नाही. आत्ता पाहिलं तर एक टक्क्याच्याही तीनशेवा भाग, एवढेच लोक मेले आहेत. ही टक्केवारी एका टक्क्याच्या चारशेवा भाग याच्यापेक्षा कधी जास्त होईल असं मला वाटत नाही. आणि मी म्हणालो तसं, या गोष्टीमुळे इंडिपेंडन्ट पेमेंट ॲडव्हायझरी बोर्ड, मेडिकेअर आणि मेडिकेड जास्तच आतुरतेनं आणि आशेनं आयडॉककडे पाहत आहेत.''

''पण या दोषाबद्दल त्यांना कसं कळलं?''

''मेडिकेअर आणि मेडिकेडसाठी आयडॉकचं परीक्षण करण्यासाठी त्यांनी घेतलेले कष्ट पाहून आपण त्यांना आपल्या सर्व्हरचा ॲक्सेस दिलेला होता. आपल्याला जेव्हा या मृत्यूंबद्दल समजलं, त्याच वेळी त्यांच्याही ती गोष्ट लक्षात आली आणि त्यांनी यात खूपच स्वारस्य दाखवलंय.''

''म्हणजे, त्यांना आपण हा प्रॉब्लेम सोडवायला नकोय?''

''त्याचं एकच म्हणणं आहे, ते म्हणजे याबद्दल कोणालाही कळायला नको. आणि ते उघडच आहे ना. कारण जर का ही बातमी मीडियाच्या हातात पडली, तर काय भयंकर परिणाम होतील याची कल्पनाच केलेली बरी.''

थॉर्ननं मान हलवून आपली संमती दर्शवली. ''ठीक आहे तर मग! हे सगळं गुप्त राखायचंय. या कानाचं त्या कानाला कळता कामा नये. जरा आजूबाजूला चौकशी कर, अंदाज घे की कोणाला याची कुणकुण तर लागली नाहीये ना... युनिव्हर्सिटी मेडिकलमध्ये दोन केसेस झाल्या आहेत असं तू म्हणालास, तर क्लेटन तिथंच काम करतो. त्याला जरा अंदाज घ्यायला सांग. मी त्याला हे काम करायला सांगितलंय असंच सांग; पण त्याला सगळे तपशील मात्र देऊ नकोस. फक्त गरजेपुरतं तेवढं सांग. बरं, हे माहीत असलेले किती लोक आहेत?''

''अमाल्गमेटेडमध्ये? आधीइतकेच- तीन. मी, तू आणि माझा आयटी हेड- बॉब फ्रॅन्कलीन. आणि त्याच्याबद्दल काही काळजी करायचं कारण नाही. तो चांगला मुरलेला खेळाडू आहे!''

''ठीक आहे. आणि क्लेटन वगळता, अमाल्गमेटेडमध्ये कोणालाही काही समजता कामा नये. इंडिपेंडन्ट पेमेंट अॅडव्हायजरी बोर्डचं काय?''

''नक्की माहीत नाही, पण कदाचित दोन-तीन जणांना माहीत असेल. ते तशी गुप्तता बाळगतातच. राजकारणातले नाहीयेत ना ते. फक्त सत्तेचे दलाल आहेत. आणि त्यांची नियुक्ती काँग्रेसच्या सुनावणीच्या प्रक्रियेतून होत नाही. मेडिकेअर आणि मेडिकेडवर होणारा खर्च कमी कसा करता येईल ते पाहणं, हेच त्यांचं काम आहे. शेवटी सगळा पॉवरचा खेळ आहे बॉस! आणि पॉवर म्हणजे काय? तर अन्य कोणाहीकडे नसलेलं ज्ञान आपल्याकडे असणं!''

''हं...वेल सेड! बरंय, म्हणजे तिथं काही काळजी नाही. आणि मेडिकल एक्झॅमिनरच्या ऑफिसमध्ये गोंधळ व्हायची शक्यता दिसत नाहीये फारशी.''

''बरोबर! कारण या सगळ्या पेशंटची मेडिकल हिस्ट्री पाहिली तर त्यांच्या मृत्यूबाबत उगाच काही फाटे फुटण्याची काहीच शक्यता नाहीये.''

''ठीक आहे. गुड!''

लँगली उठला. ''ठीक आहे तर मग, मी क्लेटनशी बोलतो. आणि तिथं हॉस्पिटलमध्ये काही प्रॉब्लेम नाही ना याची खात्री करून घेतो. आपल्याकडची नंबर एकची मेडिकल अॅकॅडमिक इन्स्टिट्यूट आहे ती. जर तिथं काही अडचण आली नाही तर इतर कुठंच येणार नाही.''

''हो, मान्य आहे. नंतर परत इथं ये जरा. नक्की काय घडतंय ते मला आणखी खोलात नीट समजावून सांग. तुला व्यवस्थित माहीतच असेल, कारण शेवटी हा अल्गोरिदम म्हणजे तुझंच तर पिल्लू आहे!''

''काहीच हरकत नाही, येईन मी.''

१६

इमर्जन्सी विभाग, एल.ए. युनिव्हर्सिटी मेडिकल सेंटर
वेस्टवूड, लॉस एंजलिस, कॅलिफोर्निया
मंगळवार १ जुलै २०१४, दुपारचे १२.५८

सॅलच्या भयंकर मृत्यूमुळे बसलेल्या प्रचंड धक्क्यातून जॉर्ज अजूनही सावरला नव्हता. त्यामुळे दुपारी कोणतीही रेडिऑलॉजी कॉन्फरन्स नाहीये हे पाहून त्याला हायसं वाटलं. कारण अशा वेळी नेहमीच लोकांमध्ये मिसळावं लागतं, नि आत्ताच्या घडीला जॉर्जला ते अशक्य वाटत होतं. त्यापेक्षा रेडिऑलॉजीच्या रीडिंग रूममध्ये एकांतात बसून काम करणं तुलनेनं सोपं आणि कमी ताणाचं होतं.

तो शून्यात बघत बसला होता. त्याच्या मनात वारंवार एकच विचार सतत घोळत होता- इतक्या विचित्र पद्धतीनं सॅल का वागला असावा? त्याला नक्की काय झालं होतं? कारण एरवी तो तसा अतिशय शांत प्रवृत्तीचा माणूस होता. त्याचा अल्झायमर्स तर याला कारणीभूत नसेल?

जॉर्ज खरंतर रीडिंग रूममध्ये लपून बसला होता असं म्हणता येईल. त्यानं इमर्जन्सी रूममधल्या रेडिऑलॉजी रेसिडेंटला असलेली रुटीन कामं करण्यासाठी कार्लोसला पिटाळलं होतं. आणि असं एकटं बसायला त्याला बरं वाटत होतं. बाहेर इमर्जन्सी विभागात नेहमीपेक्षा जास्तच धावपळ आणि गोंधळ चालू होता. बांधकाम मजूर सगळं फुटलेलं, तुटलेलं समान गोळा करत होते आणि काचेच्या मोठ्या खिडक्या नव्यानं बसवण्याचं काम चालू होतं. पेशंटची नेहमीची गर्दी तर होतीच. या अपघातामुळे ज्या खोल्या वापरता येण्यासारख्या नव्हत्या, त्या बंद केल्या होत्या. त्यामुळे शेजारच्या विभागाच्या काही भागात इमर्जन्सी रूमचं कामकाज तात्पुरतं हलवण्यात आलं होतं. ट्रॉमा रूम्स मात्र चालू होत्या; पण सगळं सांभाळणं काही

सोपं नव्हतं. बांधकामाच्या कामातून वाट काढत पेशंटला रुग्णवाहिकेपर्यंत नेणं आणि आणणं ही मोठीच कसरत होती. पण अत्यंत कुशल म्हणून प्रसिद्ध असलेली डेबी वॉटर्स हेही काम व्यवस्थित सांभाळत होती.

थोड्या वेळानं कार्लोस खोलीत आला, "काही इमेजेस बघायला लागणार आहेत," असं म्हणून खुर्चीत बसत त्यानं मॉनिटर चालू केला.

"इमर्जन्सी रूमची काय खबर?"

"त्या चेंदामेंदा झालेल्या गाडीची व्यवस्था लावलीये त्यांनी. बराचसा सिमेंट आणि काचांचा कचरापण साफ करून झालाय. आत्तापुरतं काचांच्या जागी प्लायवुड ठोकलंय. मीडिया अशी बातमी देतंय की तो गाडीतला माणूस आत्महत्या करण्याच्या उद्देशानं आत घुसला."

धक्का बसून जॉर्जनं कार्लोसकडे पाहिलं.

"असा फक्त अंदाज बांधतायत ते." जॉर्जच्या चेहऱ्यावरचे हावभाव बघून कार्लोस पटकन म्हणाला. "मीडिया माहितेय ना तुला कसा असतो ते. तिखट-मीठ मसाला लावल्याशिवाय काही सांगतात का ते?"

जॉर्जनं मान हलवली.

"एका इमर्जन्सी रूमच्या रेसिडेंटनं मला सांगितलं की त्या माणसाच्या पोटावरच्या काही जखमा त्यानं स्वतः केल्यासारख्या वाटतायत आणि गाडीत एक रक्तानं माखलेला चाकूसुद्धा सापडलाय. तो माणूस खरंच वेडाच असला पाहिजे!" कॉम्प्युटरवर पेशंटची माहिती भरता भरता कार्लोसनं आणखी माहिती पुरवली.

जॉर्जनं पुन्हा मान हलवली. सॅल मुद्दाम असं काही करेल यावर त्याचा विश्वास बसत नव्हता. आणि स्वतः केलेल्या जखमा ओळखू कशा आल्या या लोकांना? कारण समोरच्या काचेतून बाहेर फेकलं गेल्यामुळे त्याचं तर पूर्ण शरीरच छिन्नविच्छिन्न झालं होतं! मग अचानक जॉर्जनं विचारलं, "गाडीत इतकं रक्त आणि काचांचा राडा झाला असेल, त्यातून त्या चाकूवर कोणतं रक्त लागलंय हे कसं सांगणार? म्हणजे अपघातात जे सगळीकडे रक्त उडालं तेही त्या चाकूवर असू शकतं ना?"

"काही माहीत नाही बाबा," कार्लोसनं खांदे उडवत उत्तर दिलं. मग त्यानं पहिली इमेज स्क्रीनवर दाखवली.

सॅल हा एक आत्महत्या करायला निघालेला विचित्र, वेडा माणूस होता आणि मरता मरता त्यानं इतरही लोकांचा जीव घेतला असता, अशी त्याची प्रतिमा लोकांच्या मनात निर्माण व्हायला नको होती. जॉर्जला वाईट वाटलं. कार्लोससोबतचं काम पूर्ण झाल्यावर स्वतः जाऊन जरा यात लक्ष घालायचं, असं जॉर्जनं ठरवलं.

तासाभरानंतर त्या शांत रीडिंग रूममधून जॉर्ज बाहेर पडला. खिडक्यांच्या जागी

ठोकलेलं प्लायवूड आणि भलंमोठं भगदाड पडलेला एल.इ.डी. स्क्रीन सोडला तर सगळी इमर्जन्सी रूम पूर्ववत झाली होती. हे झटपट पूर्ण झालेलं काम पाहून जॉर्ज प्रभावित झाला. एक-दोन कर्मचाऱ्यांशी बोलल्यावर जॉर्जला माहिती मिळाली की सॅलची बॉडी खाली तळघरातल्या शवागारात ठेवण्यात आली आहे. त्याच्या मनात उठलेल्या शंकांच्या काहुरामुळे त्यानं खाली जाऊन पाहायचं ठरवलं. यापूर्वी तो कधीच शवागारात गेला नव्हता- तशी कधी वेळही आली नव्हती आणि इच्छाही झाली नव्हती.

तो लिफ्टनं तळघरात पोहोचला. लिफ्टची दारं एका सुनसान कॉरिडॉरमध्ये उघडली. वरच्या हॉस्पिटलच्या तुलनेत तर इथं सगळीकडे भयंकर शांतता पसरली होती. खालच्या सिमेंटच्या कोब्यावर वेगवेगळ्या रंगाचे बाण काढून वेगवेगळ्या विभागांकडे निर्देश केलेला होता- साठवणुकीची खोली, रीसायकलिंग, पॉवर प्लांट वगैरे वगैरे. शवागाराकडे जाणाऱ्या काळ्या रंगाच्या बाणावरून जॉर्ज निघाला. एक दोन वळणं घेतल्यावर तो त्या जागी पोहोचला; पण तिथं कोणीच नव्हतं. बाहेरच्या छोट्या खोलीतलं टेबल रिकामंच होतं. खरंतर तिथं एखादा कर्मचारी असणं अपेक्षित होतं.

मग जॉर्जनं आतलं दार ढकललं आणि कोणी दिसतंय का ते पाहण्याचा प्रयत्न केला. ती सगळी जागाच खूप एकाकी होती. एखाद्या अत्याधुनिक मेडिकल सेंटरची खोली न वाटता तो एखाद्या भयपटाचा सेट वाटत होता. सगळीकडे एक विचित्र वाससुद्धा भरून राहिला होता. सॅलची बॉडी शक्य तितक्या लवकर तपासून लवकर इथून काढता पाय घ्यायचा, हे त्यानं मनोमन ठरवून टाकलं.

कोलंबिया मेडिकल स्कूलमध्ये असताना पियासोबत तो एकदा असाच शवागारात गेला होता. तिच्या एका सरांच्या मृत्यूचा तिला तपास करायचा होता म्हणे! पण तेव्हाही जॉर्जसाठी तो प्रसंग अंगावर शहारे आणणाराच ठरला होता आणि हे सगळं प्रकरण केल्याबद्दल कॉलेजमधून जवळपास त्याची हकालपट्टीही झाली होती!

अचानक एका शीतखोलीतून मळका पांढरा कोट घातलेला एक माणूस बाहेर आला. एकमेकांना पाहून दोघंही तितकेच दचकले. घाबरून जात त्या माणसानं आपले हात वर केले आणि तो मागे सरकला. बहुधा जिवंत माणसांशी त्याचा फारसा कधी संबंध येत नसावा!

''काही मदत करू शकतो का मी आपली?'' त्यानं विचारलं खरं, पण त्याच्या आवाजात मुळीच आपलेपणा नव्हता.

''मला एक बॉडी पाहायची होती. पेशंटचं नाव आहे साल्वातोर डीअँजेलीस.''

''तू त्याच्या कुटुंबातला आहेस का?'' त्या माणसानं कोरड्या, वैतागलेल्या सुरात विचारलं. जॉर्जची अपेक्षा होती की कोणीतरी जिवंत माणूस पाहून, त्याच्याशी

बोलून या माणसाला आनंद झालेला असेल; पण नाही!

"नाही, मी... म्हणजे आम्ही मित्र होतो. शेजारी राहायचो."

"मग तू त्याला पाहू शकत नाहीस. कोणाही 'मित्रा'ला येऊन पाहायला परवानगी नाहीये. फक्त कुटुंबातील सदस्य आणि परवानगी असलेले वरिष्ठ अधिकारी..."

"मी या मेडिकल सेंटरमध्येच काम करतो. मी रेडिऑलॉजी रेसिडेंट आहे," आपल्या पांढऱ्या कोटावरच्या नावाकडे बोट दाखवत जॉर्ज म्हणाला.

त्या माणसावर ढिम्म परिणाम झाला नाही. "मला वरून ऑर्डर्स आहेत. परवानगीशिवाय कोणालाही सोडायचं नाही म्हणून. 'हिपा' नियम! तुला माहीत पाहिजे हे सगळं. या शहरात इतके सेलिब्रिटीज राहतात की अशी खबरदारी घ्यावीच लागते. आणि मायकेल जॅक्सनच्या मृत्यूनंतर तर जास्तच. कारण लोक येऊन फोटो काढतात आणि मीडियाला विकतात." त्यानं जॉर्जच्या हातांकडे पाहिलं, जणू काही त्याच्या हातात कॅमेरा आहे आणि तो कुठल्याही क्षणी फोटो काढायला लागणार आहे! "जर मी कोणालाही कोणतीही बॉडी बघायला आत सोडायला लागलो तर..."

"मला कोणतीही बॉडी बघायची नाहीये. डीअँजेलीस हा माझा चांगला मित्र होता. आणि मी इथल्या स्टाफमधला एक डॉक्टर आहे!" जॉर्जनं काहीशा रागानंच सांगितलं. या माणसाचं वागणंच त्याला समजत नव्हतं. दीर्घ श्वास घेऊन स्वतःला शांत करत जॉर्ज पुन्हा म्हणाला, "काही वेळापूर्वीच या पेशंटचा वरच्या इमर्जन्सी रूममध्ये अपघात झालाय. तू ऐकलंच असशील त्याबद्दल. तो अपघात घडला तेव्हा मी तिथंच हजर होतो. मीच त्याची ओळख पटवून दिलीये."

"हो, अपघाताबद्दल नक्कीच ऐकलंय मी," एखाद्या किरकोळ गोष्टीला बाजूला झटकावं अशा अविर्भावात तो म्हणला. "आणि तेही एक कारण आहे, कोणालाही आणि तुलाही ती बॉडी पाहू न देण्याचं. अपघात वगैरे असल्यानं कदाचित मेडिकल एक्झॅमिनरची केस असेल ही."

जॉर्जनं चिडून आपले हात झटकले. "बरं, ठीक आहे! मी जातोय इथून! असो, थँक्स." तो उपहासानं म्हणाला. हा माणूस अजून काही ऐकवायच्या आत त्याला बाहेर पडायचं होतं, कारण त्याची विनवणी करून काहीच उपयोग नव्हता.

पुन्हा लिफ्टपाशी जाऊन जॉर्जनं लिफ्ट खाली बोलावली. "मूर्ख माणूस!" तो स्वतःशीच पुटपुटला. लिफ्ट आली तसं आत शिरून त्यानं रागानंच पहिल्या मजल्याचं बटन दाबलं. लिफ्टची दारं बंद होणार, इतक्यात त्याला समोरच्या दुसऱ्या लिफ्टची दारं उघडताना दिसली. कोणीतरी बाहेर पडताना त्याला ओझरतं दिसलं. क्लेटन?

पटकन पुन्हा 'ओपन'चं बटन दाबून जॉर्ज बाहेर डोकावला. हो, तो क्लेटनच

होता! आणि तो शवागाराच्या दिशेनं घाईघाईत चालला होता. हा इथं काय करतोय?

झटक्यात मनाशी काहीतरी ठरवून जॉर्ज लिफ्टमधून बाहेर पडला आणि आपल्या बॉसच्या मागे निघाला. कदाचित तो शवागारात जात नसेलही; पण मग दुसऱ्या कशासाठी तो इथं तळघरात येईल ना... जॉर्जला काहीच समजेना.

कॉरिडॉरमधून वळल्यावर जॉर्जला क्लेटन पुढच्या वळणावर गायब होताना दिसला. तो खूपच वेगात जात होता; नक्कीच. त्याच्या हातात ग्लोव्ह्जच्या पाकिटासारखं काय असेल आणि... जॉर्जनं मघाशी लिफ्टमधून बाहेर पडताना क्लेटनच्या हातात काहीतरी पाहिलं होतं.

जॉर्जनं शेवटचं वळण घेतलं आणि त्याला क्लेटन शवागारात शिरताना दिसला. जॉर्ज थबकला. त्याचं अंतर्मन त्याला निघून जायला सांगत होतं, पण त्याची उत्सुकता त्याला इथंच खिळवून ठेवत होती.

शवागाराच्या मोठ्या दारापाशी हळूच जात एका छोट्या खिडकीतून जॉर्जनं आत पाहिलं. तो कर्मचारी क्लेटनशी तर एकदम व्यवस्थित वागतोय हे त्याला दिसलं. क्लेटन काहीतरी बोलल्यावर त्यानं होकारार्थी मान हलवली आणि क्लेटनला शवागारात नेलं. क्लेटननं जाता जाता आपले ग्लोव्ह्ज चढवलेले जॉर्जनं पाहिलं.

काय चाललं होतं तरी काय?

आता काय करावं अशा द्विधा मनःस्थितीत जॉर्ज सापडला. अजूनही त्याचं अंतर्मन त्याला क्लेटन यायच्या आत इथून लवकरात लवकर सटकायला सांगत होतं. जॉर्जनं या वेळी आपल्या अंतर्मनाचं ऐकलं!

१७

जॉर्जचं घर
वेस्टवूड, लॉस एंजलिस, कॅलिफोर्निया
मंगळवार, १ जुलै २०१४, रात्रीचे ८.३७

जॉर्ज घरात शिरला आणि धाडकन सोफ्यावर पडला. तो प्रचंड थकला होता.

इमर्जन्सी रूममध्ये संपूर्ण दुपारभर त्याला खूप काम होतं. नेमक्या अनेक ट्रॉमाच्या केसेस आल्या होत्या आणि त्यांना एक्स-रे, सी.टी. स्कॅन बरेच करावे लागले होते. त्यात अर्धांगवायूच्या झटक्यांचं निदान करण्यासाठी काही एमआरआयसुद्धा करावे लागले होते. भरीस भर म्हणजे डेबीची शिफ्ट तीन वाजता संपल्यावर गोंधळ आणखीनच वाढला होता, कारण दुसरी नर्स तिच्याइतकी कार्यक्षम नव्हती.

जॉर्जला हॉटेलमधून आणलेल्या चायनीजचं जे उरलेलं फ्रिजमध्ये सापडलं, तेच त्यानं मायक्रोवेवमध्ये गरम करून खाल्लं. तेही ओट्यापाशी उभ्या उभ्या. याला जेवण म्हणणं म्हणजे अतीच झालं असतं!

दिवासुद्धा न लावता त्यानं आपलं अंग कोचावर झोकून दिलं. डोक्यामागे हात बांधून तो काळोख्या छताकडे पाहत राहिला. त्याच्यासमोर आणखी एक एकाकी, लांबलचक रात्र पसरली होती. अत्यंत दमला असूनही, त्याला झोप लागत नव्हती. मनात अमाल्गमेटेडचे विचार चालू होते. फेडरल हेल्थ केअरच्या बदलांमुळे इन्श्युरन्स कंपन्यांना मिळालेली पॉवर आणि आता अमाल्गमेटेडचं हे आयडॉक प्रकरण बाजारात आल्यावर त्याचा वैद्यक क्षेत्रावर होऊ घातलेला भयंकर परिणाम, याबद्दल जॉर्जच्या मनात कोणतीही शंका नव्हती. दुसरीकडे, क्लेटन त्या शवागारात काय करत होता... या सगळ्यात काहीतरी पाणी मुरत होतं, हे नक्की.

दारावर टकटक झाली आणि जॉर्जच्या विचारांची शृंखला तुटली. सहसा

कोणीच त्याचं दर वाजवत नसे आणि आता तर सॅलही नव्हता.

दारात झी उभा होता. डोळ्यांना गॉगल आणि पुटकुळ्यांनी भरलेल्या चेहऱ्यावर आठ्यांचं जाळं असा त्याचा अवतार होता. रात्र असतानाही त्यानं गॉगल का लावला होता, हे त्यालाच ठाऊक!

"ए ड्यूड! अरे काय झालं तरी काय?"

"म्हणजे इमर्जन्सी रूममध्ये ना?" जॉर्जनं विचारलं. त्याला माहीत होतं की तो सोडून एकटा झीच सॅलशी थोडाफार बोलायचा.

"हो..." न बोलावताच झी आत आला आणि जॉर्जच्या सोफ्यावर आदळला. "अरे, किती अंधार आहे इथे!"

जॉर्जनं दिवा लावला आणि तो झीच्या शेजारी बसला. पहिले गॉगल काढ तुझा, असं झीला सांगावं असं त्याला एकदा वाटलं! पण तो काहीच बोलला नाही.

"माझ्या ट्विटरवर मी दिवसभर त्या अपघाताबद्दल वाचत होतो. सगळ्यांना आधी वाटलं की कोणीतरी मानवी बॉम्ब बनून आलं आहे की काय!" बोलता बोलता झीनं खोलीभर नजर टाकली. जॉर्जच्या खोलीतलं अतिशय कमी सामान त्याच्या नजरेनं टिपलं. "ड्यूड! तुला कोणीतरी डेकोरेटर वगैरेची गरज आहे. काय डिप्रेसिंग आहे हे घर!"

जॉर्जच्या कपाळावर आठी चढली. झी बोलत होता ते खरंच तर होतं, पण ज्याचं स्वतःचं घर याहून फार निराळं नाहीये अशा कोणीतरी असं बोलावं, हे जॉर्जला आवडलं नाही.

झी पुन्हा सॅलवर घसरला, "हॉस्पिटलला जाताना त्यानं किती गाड्यांना धडका मारल्या माहितेय? बापरे!" मग वर छताकडे नजर लावत त्यानं सुस्कारा सोडला, "मला आवडायचा सॅल. नेहमीच माझ्याशी चांगला वागायचा." मग जॉर्जकडे डोळे बारीक करून पाहत तो म्हणाला, "मग... तू होतास ना तिकडे? तू पाहिलंस का 'ते'?"

"हो... मी त्याची बॉडी गाडीतून बाहेर काढताना पाहिलं."

"ओह, शिट!" झीनं शिट्टी वाजवली. तो एक्साईट झाल्यासारखा वाटत होता. "कसा दिसत होता तो? पार राडा झाला असेल ना?"

"हं. बघवत नव्हतं." जॉर्जनं कबूल केलं. "तो समोरच्या काचेतून बाहेर फेकला गेला होता. गाडीला एअरबॅग्ससुद्धा नव्हत्या ना! त्यानं सीटबेल्टपण लावला नव्हता. यापलीकडे मला फारसं काही माहीत नाही." जॉर्जला हे सगळं सांगताना विचित्र वाटत होतं. जणू काही तो सॅलचा अपमानच करत होता.

जॉर्ज अपघाताबद्दल बोलण्यास उत्सुक नाहीये हे झीला जाणवलं. तो म्हणाला, "सॉरी, ड्यूड! मला माहितीये तुम्ही किती 'घट्ट' होतात ते. म्हणूनच खरंतर मी

आलो.'' तो थांबला. त्याला अजून काहीतरी बोलायचं होतं असं त्याच्या चेहऱ्यावरून वाटत होतं. मिनिटभर थांबून तो पुढे म्हणाला, ''बरेच लोक म्हणतायत की त्यानं आत्महत्या केली.''

''हो, मीही ऐकलं असं,'' जॉर्ज म्हणाला, ''पण झी, मला नाही वाटत तसं. मला वाटतं की त्याची तब्येत अचानक बिघडली असणार आणि तो पटकन इमर्जन्सी रूमला जायच्या प्रयत्नांत असणार.''

झीनं मान डोलावली. ''हं, पण तरी विचित्रच आहे ना हे सगळं. मी असतो तर सरळ ॲम्ब्युलन्स बोलावली असती, नाहीतर कोणालातरी मला न्यायला सांगितलं असतं.''

''तो काय विचार करत होता, हे कोण सांगू शकणार?'' जॉर्जनं खांदे उडवले.

''आणि त्याचं कुटुंब? कोणाला कळवायचं आहे का?''

''दोन बहिणी आहेत. मी तीन वर्षांपूर्वी इथं राहायला आलो तेव्हा त्यांना एकदा भेटलो होतो.''

''पण पाच वाजताच्या बातम्यांमध्ये तर सांगत होते की त्याचं कोणीच नाहीये म्हणून.''

अरे खरंच! आत्ता जॉर्जला एकदम आठवलं की पोलिसांनीही त्याच्या कुटुंबाबद्दल फारशा चौकश्या केल्याच नव्हत्या. जॉर्जनं बहिणींचा उल्लेख केल्यावरसुद्धा! अचानक झी उठून उभा राहिला.

''मला जायला पाहिजे ड्यूड! नंतर भेटू. एक ऑनलाइन सेशन आहे आता. या आठवड्याचे आठशे डॉलर मिळणार आहेत.''

''ओक्के! भेटू...'' जॉर्ज म्हणाला. ''आलास ते बरं वाटलं.'' झी त्याच्या नवीन 'करिअर'बद्दल- ऑनलाइन जुगाराबद्दल बोलतोय हे जॉर्जला कळलं. त्याच्यावर त्याचा उदरनिर्वाह चालायचा म्हणे! म्हणजे बरे पैसे मिळवत असणार तो. कारण पंधराशे डॉलर भाडं देणं काही फक्त त्याच्या बेकारी भत्त्यात जमलंच नसतं.

तो गेल्यावर जॉर्ज पुन्हा खाली बसला. सॅलच्या बहिणींशी कोणीतरी संपर्क साधला पाहिजे, असा विचार त्याच्या मनात आला. जर जॉर्जकडे त्यांचे फोन नंबर असते तर त्यानंच त्यांना फोन करून कळवलं असतं; पण त्याला त्यांची पूर्ण नावं किंवा पत्तेसुद्धा माहीत नव्हते. त्यांची लग्नं झाली होती का? आणि त्या त्यांचं माहेरचं नाव वापरतात की सासरचं? ...त्याला काहीच कल्पना नव्हती.

इमर्जन्सीमध्ये संपर्क करण्यासाठीची व्यक्ती म्हणून सॅलनं जॉर्जचंच नाव दिलेलं होतं. त्यामुळे त्याच्या बहिणींना इतर कोणी काही कळवलं असण्याची फारशी शक्यता नव्हती. सॅलसाठी निदान एवढं तरी करण्याच्या हेतूनं जॉर्ज बाहेर पडला आणि इमारतीच्या मॅनेजरकडे गेला.

त्यानं त्याच्या दारावर थाप मारली. आतून टीव्हीचा आवाज येत होता. बहुधा बेसबॉलचा सामना चालू होता. त्यानं पुन्हा दाराशेजाराच्या खिडकीच्या काचेवर टकटक केलं. तेव्हा पडदा सारून दोन लालबुंद किलकिले डोळे बाहेर पाहू लागले.

“क्काय पायजे?” आतून कोणीतरी विचारलं. पण तो आवाज वैतागलेला वाटत नव्हता. उलट काहीसा आशाळभूतच वाटला! पण तो मॅनेजर पूर्ण तर्रर होता.

“मला... अं, काही नाही, जाऊ दे. सॉरी, मी त्रास दिला तुम्हाला.” जॉर्ज जायला निघाला. जेव्हा हा मनुष्य इतका प्यायलेला असतो तेव्हा तो वाट्टेल ते बरळतो हे पूर्वानुभवावरून त्याला माहीत होतं. आणि त्याला मुळीच ती बडबड ऐकून घ्यायची इच्छा नव्हती. आपला आपण दुसरा काहीतरी मार्ग काढावा त्यापेक्षा.

तेवढ्यात पडदा बंद झाला आणि त्याची पावलं दारापाशी वाजली.

“मी येईन नंतर! आत्ता पळायला पाहिजे!” असं ओरडत जॉर्ज सटकणार, तेवढ्यात दार उघडलं.

“अरे, ये रे आत!” आपल्या टी-शर्टवरून दारूचे काही थेंब झटकत मॅनेजर म्हणाला. “ये, मस्त सामना चालू आहे आणि माझ्या फ्रिजमध्ये खाण्याच्या पण काय काय गोष्टी पडल्यायत.”

“अं, आवडलं असतं यायला, पण नको. मला हॉस्पिटलमध्ये जायचंय. माझ्या सिंकमध्ये काहीतरी बिघाड झाला होता म्हणून आलो होतो, पण असो- ते काही फार घाईचं काम नाहीये.”

‘घरातलं दुरुस्तीचं काम’ या शब्दांनी जणू जादू केली. मॅनेजर घाईघाईनं परत घरात शिरला, “हो, हो. असं काही काम असेल तर मी उद्या दिवसा उजेडी पाहिलेलंच चांगलं, नाही का!” त्याला काम करणं कधीच आवडत नसे. “पण कधीही ये बरं का तू घरी...” तो बरळला. त्याला धड उभंसुद्धा राहता येत नव्हतं.

“हो, नक्की; पण आत्ता नको. थँक्स.”

जॉर्ज आपल्या घराच्या दिशेनं निघाला पण सॅलचं घर वाटेत लागताच तो थबकला. जर, कदाचित... काही क्षण विचार करून तो पुढे सरकला आणि त्यानं सॅलच्या दाराचं हँडल फिरवून पाहिलं, पण ते बंद होतं. जॉर्ज पुढे निघाला खरा, पण त्याच्या डोक्यात चक्रं फिरत होती. मागे एकदा तो स्वतःच्या घराची किल्ली विसरला होता तेव्हा कुंपणावरून उडी मारून मागच्या दारातून आत शिरला होता. कारण मागच्या दाराचं कुलूप अगदीच फुसकं होतं. तसंच तो सॅलच्या घरीसुद्धा जाऊ शकत होता; सोपं होतं ते. आणि नुसतं बसून कुढत राहण्यापेक्षा काहीतरी केल्यासारखंही झालं असतं. आणि तो घरात घुसला म्हणून काही सॅल रागावला नसता.

जॉर्ज पुन्हा मागे फिरला. आजूबाजूला बघत तो एकटा असल्याची खात्री त्यानं

करून घेतली. कोणीच दिसत नव्हतं. मग त्यानं त्या मरतुकड्या झाडांना वळसा घातला आणि लाकडी कुंपणावरून उडी मारायचा पवित्रा घेतला. ते कुंपण तसं खिळखिळं आणि तकलादूच होतं; पण तसंही या इमारतीतल्या सगळ्याच गोष्टी जुनाट आणि तकलादू झालेल्या होत्या, म्हणा! दोन्ही हातांनी कुंपणावर भार देऊन त्यानं पलीकडे उडी टाकली. सगळा अंधार असल्यानं त्याला काहीही दिसलं नाही आणि त्याची उडी नेमकी एका कुंडीवर पडली. ती कुंडी लुडकली आणि फुटली. या सगळ्या भानगडीत त्याचाही तोल गेला आणि तो जोरात कुंपणावर आपटला. त्यानं पटकन स्वतःला सावरलं आणि धडपडत उभा राहिला. त्याला घाम फुटला होता आणि छाती धडधडत होती.

शिट! हे दिसलंच नाही आपल्याला!

त्यानं पुन्हा आसपास नजर टाकली. अजूनही कोणीच दिसत नव्हतं. या धडपडीचा आवाज कोणाच्या लक्षात आला नसेल याची त्याला खात्री पटली. त्यानं फुटक्या कुंडीकडे पाहिलं. त्यातून माती बाहेर सांडली होती. बहुतेक सॅलनं त्यात टोमॅटो लावलेले दिसत होते. त्यानं पायानं तो सगळा राडा एका कोपऱ्यात सारला आणि त्याच्या उडीमुळे वाकलेलं कुंपण सरळ करायचा प्रयत्न केला; पण ते सरळ होणं तर दूरच, ढकलल्यावर त्यातून जोरात आवाजच यायला लागला! नंतर दुसऱ्या बाजूनं पाहू असं म्हणून त्यानं प्रयत्न सोडून दिला.

मग त्यानं मागचं ढकलायचं दर उघडायचा प्रयत्न केला. ते बंद होतं, पण इतकं जुनं होतं की जरा खटपट केल्यावर ते लगेच उघडलं.

काही क्षणातच जॉर्ज सॅलच्या घरात होता. अंधाराला डोळे सरावेपर्यंत तो तसाच उभा राहिला. त्याला दिवे लावायची मुळीच हिंमत नव्हती. खरंतर त्याला चोरासारखंच वाटत होतं. अचानक वरून जोराचा आवाज आला. तो एकदम स्तब्ध झाला. मग त्याला कळलं, की हा वरती राहणाऱ्या लोकांच्या पावलांचा आवाज आहे! त्यानं आपल्या मोबाईलमधला टॉर्च चालू केला. यापूर्वी फक्त अंधाऱ्या हॉटेलमध्ये मेनूकार्ड वाचायला त्यानं तो वापरला होता! अचानक खोलीचा एक भाग त्या प्रकाशामुळे उजळला.

सॅलची फोनची डायरी कुठे असेल असा विचार करत त्यानं टॉर्चचा झोत खोलीभर फिरवला. मग स्वयंपाकघरात जाऊन तिथंही शोधलं, फोनपाशी पाहिलं, पण नाही. मग अगदी पद्धतशीरपणे तो एक एक कोपरा तपासत पुढे सरकू लागला. कपाटांचे कप्पे उघडून पाहू लागला. त्यांत प्रचंड प्रमाणावर कागद होते; पण ते नुसतेच गठ्ठा करून ठेवलेले होते. व्यवस्थित लावलेले नव्हते. बहुधा मिळालेला प्रत्येक कागदाचा कपटा न् कपटा सॅलनं जपून ठेवला होता. तेवढ्यात त्याला एक छोटीशी डायरी मिळाली आणि त्याच्या आशा उंचावल्या; पण ती नेमकी नवीकोरी

होती आणि त्यात अजून काहीच लिहिलेलं नव्हतं!

मग तो परत हॉलमध्ये आला आणि त्यानं तिथली टेबलं धुंडाळली. आता फक्त एक छोटीशी बेडरूम आणि बाथरूम शोधायची बाकी राहिली होती. बेडरूममध्ये त्याला फक्त बरीच मासिकं, जुनी वर्तमानपत्रं आणि काही पत्रं मिळाली. तो अगदी निराश झाला; पण आता इथवर आलोच आहोत तर सगळं नीट शोधूनच जाऊ असा विचार करत तो ती पत्रं पाहायला बसला. न जाणो यात सॅलच्या बहिणीचं एखादं पत्र असू शकेल! आपली गाडी इतकी चकाचक ठेवणाऱ्या सॅलचं घर मात्र पसाऱ्यानं भरलेलं होतं.

जॉर्जनं ते सगळं सामान पलंगावर ठेवलं आणि तो भराभर एकेक पत्र तपासायला लागला; पण काहीच नव्हतं त्यात कामाचं. तेवढ्यात त्याची नजर शेजारच्या एका टेबलावर गेली. त्यावर टीव्हीचा रिमोट, एक मासिक आणि... एक फोनची डायरी होती... सापडली एकदाची!

बाहेर कुत्रा भुंकण्याचा आवाज आला आणि जॉर्ज दचकला. तो स्तब्ध बसून कानोसा घेऊ लागला. परत आवाज आला, पण तो बाहेर रस्त्यावरून येतोय असं समजून तो निश्चिंत झाला. ती डायरी घेण्यासाठी त्यानं हात पुढे केला, तेवढ्यात अजून एक वेगळाच आवाज त्याला अस्वस्थ करून गेला. सॅलच्या घराचं दार हलकेच उघडलं जातंय असं त्याला वाटलं. भीतीनं त्याचं सर्वांग शहारलं.

धडधडत्या अंतःकरणानं जॉर्ज उठून उभा राहतोय न राहतोय तोच त्याच्या तोंडावर अचानक प्रखर प्रकाशाचा झोत पडला आणि त्याला काहीच दिसेनासं झालं. दुसऱ्याच क्षणी बाहेरून खिडकीतूनही असाच दुसरा झोत त्याच्या अंगावर पडला.

"हलू नकोस!" अंधारातून जरब बसवणारा आवाज आला.

त्या आवाजानं नाही तर भीतीनं आधीच जॉर्जचा 'पुतळा' झाला होता. पुढच्याच क्षणी कोणीतरी दिवा लावला आणि खोली प्रकाशात न्हाऊन निघाली.

"अजिबात जागचा हलू नकोस!" पोलिसांतला एक जण ओरडला. जॉर्जवर पिस्तूल रोखून तो दारात उभा होता. "हात वर!"

जॉर्जचे हात जणू शिसाचे झाले होते. अतिशय प्रयत्नपूर्वक त्यानं हात वर उचलले. ते अक्षरशः थरथरत होते.

"आत ये लवकर! मी पकडलंय त्याला!" तो पोलीस त्याच्या बाहेर उभ्या असलेल्या सहकाऱ्याला म्हणाला.

मग खोलीतला तो पोलीस हळूहळू जॉर्जच्या दिशेनं येऊ लागला. "खाली हो आडवा! तोंड जमिनीकडे. हात-पाय पसर. आत्ताच्या आत्ता!" तो खेकसला.

जॉर्जनं तातडीनं आज्ञेचं पालन केलं. त्याबरोबर त्याच्या पाठीत कळ उठली. त्या पोलिसानं आपला गुडघा त्याच्या पाठीत रुतवला होता! काही क्षणांतच तो

दुसरा पोलीस धावत आत आला आणि त्यानं जॉर्जची मनगटं पकडून त्याला पाठीमागे बेड्या ठोकल्या. मग हातानं चाचपून त्याच्याकडे काही हत्यार नाही ना याची त्यांनी खात्री करून घेतली. "काहीच नाहीये याच्याकडे!" एक जण उद्गारला. मग त्यांनी त्याला खसकन ओढत उभं केलं.

इमारतीच्या मागच्या भागात उभ्या केलेल्या पोलीस जीपपाशी जॉर्ज उभा होता. एक पोलीस त्याचा स्मार्टफोन तपासत होता आणि एकीकडे त्याची

उलटतपासणीही घेत होता. जॉर्जचं ड्रायव्हिंग लायसन्स आणि हॉस्पिटलचं आयकार्ड त्यानं आपल्या बोटांत धरलं होतं.

"कधीपासून राहतोयस तू इथं?" त्या पोलिसानं विचारलं.

"तीन वर्षं झाली," जॉर्ज उत्तरला. त्याचा आवाज कापत होता; पण आता पहिला धक्का आणि भीती काहीशी ओसरली होती. हे पोलीस आपल्याला अशी वागणूक देतायत हे पाहून जॉर्ज जरा चिडला होता.

इमारतीतले काही लोक हा सगळा काय प्रकार आहे हे पाहायला जमले होते. त्यातले बरेच जण झोपायच्या कपड्यांत होते. जॉर्जनं झी दिसतोय का ते पाहिलं, पण तो त्या घोळक्यात नव्हता; पण अचानक दुसऱ्या मजल्यावरच्या एका बाईला जॉर्जनं ओळखलं.

"अहो, मिसेस बर्नस्टाइन!" जॉर्जनं हाक मारली. त्या बाईनं कपाळाला आठ्या घालत नजर दुसरीकडे वळवली. मग जॉर्जनं आपला मोर्चा त्या पोलिसाकडे वळवत काहीशा उपहासानं विचारलं, "तुम्हाला या सगळ्याचं रेकॉर्डिंग नाही का करायचंय?"

पोलिसानं वर पाहत आश्चर्यानं विचारलं, "काय?"

"नाही, म्हणजे मी विचार करत होतो की तुम्ही याचं रेकॉर्डिंग कसं काय करत नाहीयात ते. कारण अगदी इतक्यातच मला एका पोलीस अधिकाऱ्यानं सांगितलं होतं, की लोक नंतर आपण काय बोललो त्याचे तपशील विसरून जातात म्हणून!" त्या पोलिसाच्या हातात असलेल्या फोनकडे पाहत जॉर्ज म्हणाला, "म्हणजे मला तरी वाटतंय की तुम्ही हे रेकॉर्ड नाही करत आहात, असं."

तो पोलीस जॉर्जकडे रोखून पाहत राहिला. त्यांना तो अति शहाणा वाटत असावा हे जॉर्जला जाणवलं; पण तो तरी काय करणार! त्यानं मुद्दाम काही असा सूर लावला नव्हता. सकाळपासूनच्या सगळ्या घटनाच अशा घडल्या होत्या की हे सगळं त्याला स्वप्नवत वाटत होतं.

"सॉरी. पण त्याचं काय झालं की, तो दुसरा एक पोलीस सकाळी माझी जबानी..." बोलता बोलता जॉर्ज थबकला. आपण स्वतःच्या पायांवर धोंडा पडून

घेतोय असं त्याला जाणवलं.

''काय? आज आणखी एका पोलिसानं तुझी जबानी घेतलीये?''

जॉर्ज काहीसा घाबरून, अस्वस्थ होऊन म्हणाला, ''हो, पण मी काही केलं होतं म्हणून नाही. सॅलच्या अपघातानंतर. तुम्ही ऐकलं असेल ना त्या अपघाताबद्दल. तुम्ही आत्ता मला पकडलंत ते त्याच सॅलच्या घरात.'' मग त्या पोलिसाच्या बोटांत धरलेल्या आयकार्डकडे डोळ्यांनी निर्देश करत तो म्हणाला, ''मी एल.ए. युनिव्हर्सिटी मेडिकल सेंटरमध्ये रेडिऑलॉजिस्ट आहे. आणि अपघातानंतर तो पोलीस काय घडलं असेल याबद्दल बोलण्यासाठी मला भेटला होता.''

''मग? काय घडलं होतं तरी काय?''

''सॅल- म्हणजे बहुधा गाडी चालवताना सॅल डीअँजेलीसचा त्यावरचा ताबा सुटला आणि तो हॉस्पिटलमध्ये घुसला. त्या अपघातात त्यानं आपले प्राण गमावले. त्याला अल्झायमर्स होता आणि इतरही अनेक आजार होते. मला फक्त त्याच्या बहिणींशी संपर्क साधून काय घडलंय ते त्यांना सांगायचं होतं. तितकीच सॅलला मदत केल्यासारखं झालं असतं. म्हणून मी त्यांचे फोन नंबर किंवा पत्ते शोधत होतो.''

''अच्छा! म्हणजे त्यासाठी तू तुझ्या शेजाऱ्याचं घर फोडलंस होय! म्हणजे तुला त्या मेलेल्या माणसाच्या बहिणींना फोन करता यावा, म्हणून!'' उपहासानं तो पोलीस म्हणाला.

उत्तर द्यायला जॉर्जनं तोंड उघडलंच होतं, पण मग तो गप्प बसला.

''हे बघा, मला फक्त सॅल डीअँजेलीसच्या भावंडांशी संपर्क साधून त्याच्या मृत्यूची बातमी कळवायची होती. आता हा काय गुन्हा आहे का?'' तो शेवटी म्हणालाच.

''नाही, पण त्यासाठी तू जे काही केलंस तो गुन्हा आहे! तुला या इमारतीच्या मॅनेजरकडून किल्ली घेता नाही आली?''

''हं! मी तसं करायचा प्रयत्न केला नाही असं वाटतंय का तुम्हाला... आणि जर तुमच्या लक्षात आलं नसेल तर सांगतो, तो माणूस पक्का बेवडा आहे.''

जॉर्जनं निर्देश केला त्या दिशेला दोघांनीही पाहिलं. तो दुसरा पोलीस तिथं त्या मॅनेजरची जबानी घेत होता. त्या मॅनेजरला अजूनही धड उभंसुद्धा राहता येत नव्हतं. तो सारखा आपला तोल सांभाळायला भिंतीला टेकत होता आणि मग उगाचच हाताची घडी घालून सभ्यतेचा आव आणायचा फोल प्रयत्न करत होता.

''आणि मी सकाळी लवकर कामाला जातो. तेव्हा तो उठलेलाही नसतो.'' जॉर्ज पुढे म्हणाला, ''हे बघ, मला वाटलं की असं केल्यानं फार काही मोठंसं बिघडणार नाही. माझं घरही अगदी अशाच रचनेचं आहे आणि मी किल्ली

विसरलेलो असताना काही वेळा असाच माझ्या घरातही शिरलो आहे. मला वाटलं मी आत जाऊन लगेच फोनची डायरी घेईन, फोन करेन आणि मग दोन मिनिटांत बाहेर पडेन.''

''हे फोन करायचा अधिकार ज्यांना आहे, अशा अधिकारी व्यक्तींवर तुझा विश्वास नाहीये का?''

''ओह! प्लीज ऐका!'' जॉर्जचा आवाज आता चढला होता, ''मूळ मुद्दा हा आहे की अधिकारातील कोणाही व्यक्तींना या बहिणींबद्दल कळवलं गेलं नव्हतं. सकाळी माझ्याशी बोललेल्या पोलिसाला मी म्हणालोही होतो सॅलच्या बहिणींविषयी; पण सॅल डीअँजेलीसला कोणीच कुटुंबीय नाहीयेत असं बातम्यांमध्ये सांगतायत, असं काही वेळापूर्वी माझा एक मित्र म्हणाला. आणि इमर्जन्सीसाठी सॅलनं माझाच नंबर दिलेला होता! फक्त माझा! त्यामुळे मला असं वाटलं की कोणीतरी या बहिणींना कळवायलाच हवं. मी फक्त मदतीच्या भावनेनं करत होतो हे!

''सॉरी, आजचा दिवस माझ्यासाठी फारच वाईट गेलाय,'' तो त्या पोलिसाला म्हणाला आणि त्यानं आपलं बोलणं संपवलं.

जॉर्जकडे एक रागाचा कटाक्ष टाकत त्या पोलिसानं त्याला उलटं वळवलं आणि काहीही न बोलता त्याच्या बेड्या काढून त्याला मोकळं केलं.

आपण आत्ता जवळपास अटक होता होता वाचलोय असा विचार करत पाय ओढत जॉर्ज आपल्या घराकडे निघाला. आणि तो मॅनेजर इतका प्यायलेला

आहे हे त्या पोलिसांना दिसलं, ते एक बरंच झालं होतं. आपली बाजू मांडून शेवटी कसाबसा जॉर्ज सुटला होता. तरी तो स्वतःवर भयंकर भडकला होतं. काय चाललं होतं त्याचं? घरी येऊन तो पुन्हा सोफ्यावर धाडकन पडला. त्याला स्वतःच्या वागण्यावर ताबा मिळवायलाच हवा होता!

१८

इमर्जन्सी विभाग, एल.ए. युनिव्हर्सिटी मेडिकल सेंटर
वेस्टवूड, लॉस एंजलिस, कॅलिफोर्निया
बुधवार, २ जुलै २०१४, सकाळचे १०.५

आज सकाळीसुद्धा जॉर्जला खूप काम होतं. इमर्जन्सी रूम पेशंट आणि बांधकाम मजुरांनी खचाखच भरलेली होती. त्यात जुलैच्या उकाड्यामुळे सगळे अजूनच हैराण झाले होते. उन्हामुळे चक्कर आलेल्या, हीट स्ट्रोकच्या पेशंटची रीघ लागली होती. हार्टअटॅक आणि श्वसनाच्या आजारांच्या पेशंटची संख्याही वाढली होती. लॉस *एंजलिस*मध्ये रस्त्यावर वादावादी होऊन घडणाऱ्या गुन्ह्यांच्या संख्येत उन्हाळ्यात नेहमी वाढ होत असे. तसंच आत्ताही कोणीतरी कोणालातरी गोळ्या घातलेले जखमी होते, तर आणखी एका केसमध्ये कोणालातरी सुऱ्यानं भोसकलं होतं. हे सगळे ट्रॉमा रूममध्ये होते. या असल्या केसेसमुळे जॉर्ज आणि कार्लोसकडे भरपूर काम होतं. अर्धांगवायूचा झटका आलेल्या सहापैकी पाच पेशंटना खरोखरच झटका आलेला होता असं निदान त्या दोघांनी केलं होतं. त्या पेशंटना तातडीनं उपचारांची गरज होती. सहाव्या केसमध्ये मात्र अर्धांगवायूचा झटका नसून, एका प्रकारच्या अर्धशिशीचं निदान झालं. शिवाय डोक्याला मार बसलेल्या दोन केसेस होत्या. त्यांचा सी.टी. स्कॅन केल्यावर असं लक्षात आलं, की एकाला मेंदूत रक्तस्राव झालाय आणि त्यासाठी लगेचच ऑपरेशन करायची गरज आहे. या सगळ्या गडबडीत एकच गोष्ट चांगली होती, ती म्हणजे जॉर्ज इतका कामात होता की त्याला सॅलच्या आणि टार्किंग्टनच्या मृत्यूबद्दल आणि स्वतःच्या अटकेबद्दल विचार करायला मुळीच फुरसत झाली नाही. सकाळी सातपासून तो रीडिंग रूममध्येच कामात आकंठ बुडालेला होता.

अकरा वाजायच्या सुमारास एक छोटासा कॉफी ब्रेक घेऊन कार्लोस परत आला तेव्हा जॉर्ज पुन्हा काही नवीन केसेस तपासण्यात गढला होता.

पहिली इमेज म्हणजे एक छातीचा एक्स-रे होता. एका माणसाच्या गाडीचा अपघात झाला होता आणि त्याच्या गाडीतली एअरबॅग फुगलीच नव्हती. ''बघ, काय दिसतंय ते सांग,'' जॉर्ज कार्लोसला म्हणाला.

''क्लॅविकल हाड मोडलं आहे.... आणि बऱ्याच बरगड्याही,'' कार्लोस बोट दाखवत म्हणाला.

''अजून काही?''

''अं... फुफ्फुसात काही प्रमाणात काहीतरी द्रव दिसतोय.''

जॉर्ज प्रभावित झाला. कार्लोस रेडिऑलॉजीतले बारकावे टिपून घेत पटापट शिकत होता. ''गुड! आता पुढची इमेज पाहू.''

''मी तिकडे बाहेर डॉ. हॅन्सनना पाहिलं.'' पुढची कमरेच्या हाडाची इमेज पाहता पाहता कार्लोसनं सांगितलं.

''हो? काय करत असेल तो इथं?'' जॉर्जनं विचारलं. क्लेटन हा रेडिऑलॉजी शिकवणारा विभागप्रमुख होता. क्लेटन कुठं आहे, इथं कधी येणार आहे वगैरे चर्चा रेसिडेंट्समध्ये नेहमीच होत, कारण दर महिन्याला सगळ्या विद्यार्थ्यांच्या कामाचं मूल्यमापन तो करत असे. त्यामुळे त्याच्या येण्या-जाण्यावर लक्ष ठेवून सगळे एकमेकांना मेसेजबिसेज करून सावध करायचं काम करत! पण जॉर्जच्या मनात वेगळीच शंका होती. परवाच तर क्लेटन इमर्जन्सी विभागात आला होता, मग आज परत?

''असं वाटत होतं की तो डेबी वॉटर्सशी बोलायला आला आहे. मी तिथंच होतो पण त्यानं माझ्याकडे पूर्ण दुर्लक्ष केलं आणि डेबीला 'दोन मिनिटं खासगीत काहीतरी बोलायचंय' असं म्हणाला. आणि डेबी किती कामात असते ते महितेय ना, तरी तिला बाजूला बोलवत होता.''

''तो आहे का अजून तिथंच?'' जॉर्जनं विचारलं. आपल्याला उगीचच काहीतरी काळजी वाटतीये की काय असंही त्याला वाटलं. या सगळ्या परिस्थितीत त्यानं डेबीशी एकट्यानं बोलणं म्हणजे नक्कीच काहीतरी काळजीचं असणार.

कार्लोस खांदे उडवत म्हणाला, ''मी आत आलो तेव्हा तरी होता तो तिथंच.''

जॉर्जनं उठून दर किलकिलं करून बाहेर पाहिलं. खरोखरच, डेबीच्या मुख्य टेबलापाशी हातात त्याची ती प्रसिद्ध फाइल घेऊन क्लेटन उभा होता. आणि अक्षरशः डोक्याला डोकं लावून त्या दोघांचं काहीतरी गुफ्तगू चाललेलं होतं. हे नक्कीच काहीतरी विचित्र होतं! कारण आजूबाजूला जी काही गडबड सुरू होती, त्यात दिवसाढवळ्या असं काहीतरी करणं म्हणजे...! जॉर्जला एकदा असंही वाटलं

की कदाचित त्यांचं जुनं प्रेमप्रकरण ते पुन्हा नव्यानं सुरू करतायत; पण जरी तसं असेल तरी ते असं चारचौघांत उघडपणे वागणार नाहीत. तरी एका गोष्टीनं त्याला हायसं वाटलं, की ते दोघं ज्या अर्थी एवढा वेळ बोलत होते त्या अर्थी त्याच्याबद्दल नक्कीच बोलत नसणार!

त्याच क्षणी डेबी आणि क्लेटन दोघांनीही मान वळवून जॉर्जच्याच दिशेनं पाहिलं. जॉर्जनं झटकन आपलं डोकं आत घेतलं, न जाणो आपण त्यांच्याकडे चोरून पाहतोय हे त्यांना समजलं तर! त्यानं पटकन दार लावलं आणि तो स्वतःच्या जागेवर जाऊन बसला.

"ही पंचाहत्तरीची बाई बाथरूममध्ये घसरून पडली." तो मघाचा कमरेच्या हाडाचा एक्स-रे दाखवत कार्लोस पुढे बोलू लागला; पण मग त्यानं विषय बदलला आणि म्हणाला, "अरे, क्लेटन आणि बायकांची काय भानगड आहे? तो खरंच पोरींच्या मागे असतो का? कारण आमच्या पहिल्या वर्षाच्या विद्यार्थ्यांमध्ये सध्या हीच चर्चा चालू आहे. मुलींना सावध करतायत सगळे."

जॉर्ज हसला. पहिल्यांदाच कार्लोसनं डॉ. हॅन्सन असं न म्हणता क्लेटन असं म्हटलं होतं. म्हणजे आत्तापासूनच तो रुळायला लागल्याची ती चिन्हं होती. "मी त्याबद्दल अवाक्षरही न बोलणंच पसंत करेन," असं म्हणत जॉर्ज पुन्हा कामाकडे वळला. "हं, तुझं मत सांग मला या एक्स-रेबद्दल."

त्याच क्षणी क्लेटन दार उघडून आत आला. मघाशी डेबीच्या टेबलापाशी तो एकदम निश्चिंत आणि आरामात दिसत होता, पण आत्ता मात्र काहीसा घाईत आणि काळजीत असल्यासारखा जॉर्जला वाटला. जणू डेबीशी झालेल्या बोलण्यामुळे तो अस्वस्थ झाला असावा.

"जॉर्ज, जरा दोन मिनिटं बोलता येईल का?"

कार्लोस ताबडतोब उठला, "अं... मला जरा बाथरूमला जायचंच होतं, मी आलोच." असं म्हणून तो बाहेर गेला.

जॉर्जच्या छातीत अचानक धडधडू लागलं. क्लेटन कशासाठी आला होता त्याला काहीच कल्पना नव्हती, पण काल आपल्याला जवळपास अटक झाली होती हे तर त्याला समजलं नसेल ना, अशी भीती जॉर्जला वाटली. रेसिडेंटची असली काही कायदा किंवा पोलिसांची प्रकरणं हॉस्पिटलचं व्यवस्थापन अजिबात खपवून घेत नसे.

पण क्लेटन वेगळंच विचारत होता, "काय रे, केलीशी बोललास की नाही तू?" कार्लोसच्या जागी बसत त्यानं हळू आवाजात विचारलं.

"नाही," जॉर्ज आश्चर्यानं म्हणाला. रीडिंग रूममध्ये येऊन काम चालू असताना थांबवून विचारण्याइतका हा प्रश्न महत्त्वाचा तरी होता का!

भुवया उंचावून जॉर्जला चिडवत क्लेटन म्हणला, "तू जरा कूर्मगतीनंच पुढे चाललायस असं नाही का वाटत तुला?"

"मी योग्य संधीची वाट पाहत होतो. आणि कालच्या अपघात वगैरे सगळ्या गोंधळानंतर आजही भेटेन असं वाटत नाहीये. खर सांगायचं तर मी तिला पाहिलंही नाहीये. कारण इमर्जन्सी विभागाचं बरचसं काम तिकडे पलीकडच्या इमारतीत सुरू आहे ना."

जॉर्ज आणि एखाद्या मुलीचं जमवायचं आणि जॉर्जला लोकांमध्ये मिसळायला भाग पाडायचं, हा उद्योग क्लेटननं जरा दमानंच घ्यावा, असं जॉर्जला सांगावंसं वाटत होतं; पण त्याची तेवढी हिंमत नव्हती.

"तू घाई केली नाहीस तर केली तुझ्या हाताहून निसटून जाईल बरं का! कारण हार्वर्डमधून आलेले अस्थिरोग विभागातले दोन-तीन रेसिडेंट तिच्या मागे आहेत असं मी ऐकलंय." क्लेटननं हसत हसत जॉर्जच्या खांद्यावर थोपटल्यासारखं केलं.

पण जॉर्जला त्याचं हसू खोटं, ओढूनताणून आणलेलं वाटलं. तो काहीच बोलला नाही. उलट तू काल शवागारात काय करत होतास, असं विचारण्याची ऊर्मी त्यानं दाबून धरली.

"बरं, निदान डेबीबरोबर तरी बोललास का? मी पुन्हा त्यावर विचार करत होतो आणि मला असं खरंच वाटतं की तुला मजा येईल तिच्याबरोबर."

"डेबीला माझ्यात काही रस आहे असं मला नाही वाटत. माझ्या अंदाजाप्रमाणे ती कोणत्याही रेसिडेंटला भीक घालणाऱ्यातली नाही. ती एखाद्या मोठ्या माशासाठी गळ टाकून बसली असेल."

"असं काही नाहीये हां! अरे, ती इथं फक्त प्रोफेशनली वागते इतकंच. कारण तिला आता आणखी काही उलटसुलट चर्चा ऐकायच्या नाहीयेत. तुला माहितेय ना, काही वर्षांपूर्वी आम्ही काही काळ एकत्र होतो तेव्हा किती गॉसिप चालायचं ते. मी फक्त तिच्याशी गप्पा मारत होतो, तेव्हा ती म्हणाली की तिचा तुझ्यावर कितीतरी महिन्यांपासून डोळा आहे! तू थोडा तरी रस दाखवशील अशी आशा आहे अजून तिला."

जॉर्ज हसला, "कालच मी तिचं लक्ष वेधायचा प्रयत्न केला, तेव्हा तिनं चक्क पूर्ण दुर्लक्ष केलं माझ्याकडे."

"शक्यच नाही! अरे तिला तर तू खूप हँडसम वाटतोस."

जॉर्जनं डोळे फिरवले.

"अरे! असं काय करतोस? एकदा प्रयत्न तर करून पाहा की. माझ्यासाठी तरी एवढं करच. म्हणजे, मला असं म्हणायचंय, की मी तुझं कुठेतरी जमावं म्हणून इतका पुढाकार घेतोय म्हणून."

"तिला केसीबद्दल माहीत आहे का?"

“हो, म्हणजे काय! इतके गंभीर आजार असलेल्या मुलीबरोबर तू लग्न करणार होतास, यासाठी डेबीला तुझ्याबद्दल आदरच वाटतो.”

“अस्सं? का? तिला काय माझी दया येतेय का?”

“अरे बाबा, नाही रे! दया नाही, आदर. काय हे जॉर्ज! इतका गंभीरपणा सोड आता जरा! तिला तुझ्याशी मैत्री करायला आवडेल असं म्हणाली ती.”

“तू माझी खेचतोयस का? नाही, जर तसं असेल तर आत्ताच सांगतो, मी सध्या खूप नाजूक मनःस्थितीत आहे.”

“देवाशप्पथ सांगतोय रे. हवं तर अस्सा जातो आणि तिला लगेच इथं तुझ्यासमोर घेऊन येतो. मग तीच तुला स्वतःहून सांगेल.”

ही कल्पनाच जॉर्जला भयंकर वाटली. “नको, नको! मी तिच्याशी कसं बोलायचं ते माझं माझं बघतो.”

“ठीक आहे. माझ्या अपेक्षा आहेत तुझ्याकडून. लाजू नकोस अजिबात. असं सतत एकटं एकटं राहणं चांगलं नाही. अगदी, तुझ्यासोबत जे वाईट घडलंय ते लक्षात घेतलं तरीही. मी आधीही म्हणालो तसं, तुला कोणी लगेच जाऊन डेबीशी लग्न करायला लावत नाहीये! फक्त थोडा बाहेर पड आणि ‘नॉर्मल’ वाग जरा!”

“तुला माझ्याबद्दल काळजी वाटतेय ते पाहून बरं वाटलं; पण गेल्या काही दिवसांत माझ्या स्वभिमानाला जरा धक्केच बसलेत.”

“मला तर वाटतं, की पुन्हा विशीचं व्हावं. मग तर मी एका जागी टिकलोच नसतो!” असं म्हणून क्लेटन जायला उठला.

क्लेटननं दार उघडलं तसं बाहेर थांबलेला कार्लोस काहीसं अवघडलेलं हसू चेहऱ्यावर घेऊन आत आला. क्लेटननं त्याच्याकडे दुर्लक्ष केलं.

“हे सगळं काय चाललंय?” त्यानं क्लेटन गेला त्या दिशेकडे पाहत विचारलं.

“ते जाऊ दे. आपण आपलं काम करू. कारण मी तुला सांगितलं ना, तरी तुझा विश्वास बसणार नाही.”

कार्लोसनं पुन्हा मॉनिटर चालू केला. पुढचा एक्स-रे स्क्रीनवर झळकला; पण जॉर्जच्या मनात क्लेटनचाच विचार होता. या रेडिऑलॉजीचा प्रमुख असलेल्या डॉक्टरला आपल्या खासगी आयुष्याबद्दल इतकी आपुलकी आणि काळजी वाटणं, हे जरा विचित्रच होतं; पण मग तो विचार बाजूला सारत त्यानं डेबीशी बोलण्याबद्दल विचार सुरू केला. आता त्यानं जवळपास क्लेटनला तसं वचनच दिलं होतं, तर एकदा पाहावं तरी बोलून.

“ही केस आठवतीये तुला?” कार्लोसनं तेवढ्यात विचारलं.

“हो. तीच म्हातारी बाई ना, बाथरूममध्ये घसरून पडलेली? उजव्या हिप बोनला इजा झालीये. तू सांग तुला काय दिसतंय?”

“अं... हाड मोडलंय,” कार्लोस उत्तरला.

"वा! सुरुवात तर चांगली केलीस," जॉर्जनं त्याला उगीच चिडवलं. "हं, आता पूर्ण तपशील सांग."

अर्ध्या तासानं त्यांच्या हातातलं सगळं काम संपलं. सकाळचं काम तर झालं, आता दुपारच्या रेडिऑलॉजी कॉन्फरन्सच्या आधी जेवावं असा विचार करून कार्लोस उठला. "मी कॅफेटेरियामध्ये जातोय, येतोयस माझ्याबरोबर?" त्यानं जॉर्जला विचारलं.

"थँक्स, पण नको. मला भूकच नाहीये." जॉर्जनं थाप मारली. त्याला खरंतर भूक लागली होती, पण त्याआधी त्याला डेबीशी बोलायचं होतं. त्याच्या छातीत धडधडत होतं, पण उशीर करण्यापेक्षा आत्ताच बोललेलं बरं, असा त्यानं विचार केला. मग मनाशी काहीतरी पक्कं ठरवत तो सहजच गेल्यासारखा इमर्जन्सी रूमच्या मुख्य टेबलाच्या दिशेनं निघाला.

बाहेर आता नवीन काचेच्या खिडक्या बसवलेल्या दिसत होत्या. त्यातून उन्हाळ्यातल्या सूर्याचा प्रखर प्रकाश आत येत होता. त्या भगभगीत उजेडाला जॉर्जचे डोळे सरावायला थोडा वेळ गेला. नेहमीप्रमाणे डेबी तिच्या मुख्य टेबलाशी होती. तो उभा होता तिथपर्यंत तिचं बोलणं आणि ओरडणं ऐकू येत होतं. एका टेबलावर जिथं सगळ्या पेशंटची माहिती ठेवलेली असे, तिथं जॉर्ज गेला आणि उगीचच पानं चाळू लागला. आपण तपासत असलेल्या पेशंटची माहिती आधीपासून असावी म्हणून मोकळा वेळ असल्यास इथं येऊन ती पाहत जा, असं त्यानं कार्लोसला सांगितलं होतं.

"काम नाहीये वाटतं काही?" डेबीनं ताडकन विचारलं. जॉर्ज क्षणभर घाबरलाच. पण मग त्याला कळलं की ती दुसऱ्याच कोणीतरी कर्मचाऱ्यांना ओरडतीये. "जा, ट्रॉमा रूम क्रमांक आठ साफ करायचीये." डेबी खेकसली.

"ते आमचं काम नाहीये," त्यातला एक कर्मचारी म्हणाला.

डेबी काय, तयारच होती. तिनं लगेच तोंडचा पट्टा सोडला, "आमचं काम नाहीये म्हणे! हे जर काम करायचं नसेल तर सरळ बाहेरचा रस्ता दाखवीन, समजलं? इथं एकतर इतकी धावपळ चालू आहे, कळत नाही? मूर्ख लेकाचे!"

त्या कर्मचाऱ्यानं पुन्हा उत्तर द्यायला तोंड उघडलं होतं, पण मग चेहऱ्यावर नाराजी दाखवत ते दोघं घाईघाईनं निघून गेले. डेबी कशाही शिवराळ भाषेत बोलत असली, तरी त्यानं कामं मात्र पटापटा होत!

"कामचुकार बायका!" डेबी पुटपुटली, पण ते जॉर्जला ऐकू जाईल इतक्या मोठ्या आवाजात होतं! जॉर्जनं पुन्हा तिच्याकडे कटाक्ष टाकला. आपल्या टेबलावरच्या फाइल्सकडे नजर टाकता टाकता तिनं जॉर्जकडे पाहिलं. मग क्षणभरानं तिनं पुन्हा वर पाहिलं. तिनं जॉर्जला ओळखलं होतं. इतकंच नाही तर ती चक्क त्याच्याकडे पाहून हसली.

"मी तुला काही मदत करू का?" जणू काही ती त्याला विनंतीच करतीये, अशा सुरात तिनं विचारलं.

"अं... म्हणजे मी आत्ताच डॉ. हॅन्सनशी बोलत होतो आणि..." जॉर्जनं धीर एकवटत सुरुवात केली.

"त्यांनी तुला असं तर नाही ना सांगितलं की मी... असो. जाऊ दे. मलाच आता लाज वाटतीये." डेबीच्या चेहऱ्यावरून मात्र लाजल्याचं काहीही चिन्ह दिसत नव्हतं.

जॉर्जनं आपला घसा साफ करत बोलायला सुरुवात केली, "काही... काही लाज वाटण्यासारखं नाहीये यात. तू ज्या पद्धतीनं इथलं सगळं काम सांभाळतेस त्याचं मला नेहमीच कौतुक वाटतं. त्यातही कालच्यासारख्या अनपेक्षित गोंधळात..." फुटलेल्या एल.इ.डी. स्क्रीनकडे बोट दाखवत जॉर्ज म्हणाला.

आपलं कौतुक ऐकून ती हसली आणि मग पुढे झुकून हळू आवाजात म्हणाली, "थँक्यू."

"वेलकम," जॉर्जनं इकडेतिकडे पाहिलं. सुदैवानं आणि आश्चर्यकारकरीत्या इतर कोणाचंच लक्ष नसताना डेबीनं त्याच्याकडे लक्ष दिलं होतं! हां, आता बाजूला बसलेला एक दहा वर्षांचा छोटा मुलगा आपल्या कपाळावरची जखम बर्फाच्या पॅकनं दाबत त्यांच्याकडे बघत होता. त्याची आई बाजूला बसून कोणालातरी मेसेज पाठवत होती. तो मुलगा जॉर्जकडे पाहून 'मला सगळं कळतंय!' अशा अर्थाचं हसला. 'लहान असला तरी चटकन शिकलाय की हा,' असा विचार करत जॉर्जनं त्याच्याकडे पाहून डोळे मिचकावले.

"अं... मी असाच विचार करत होतो, की तुला कदाचित माझ्याबरोबर एखाद्या संध्याकाळी ड्रिंक घ्यायला वगैरे असंच सहज... म्हणजे तू खूप कामात असतेस हे माहितेय मला, पण म्हणजे..."

"आज रात्री चालेल?" त्याचं बोलणं तोडत तिनं थेटच विचारलं. "मी चारला बाहेर पडते इथून. सहा वाजता चालेल तुला?"

जॉर्ज आश्चर्यानं तिच्याकडे पाहतच राहिला. "ओक्के! ग्रेट! मग सहाला भेटू." त्याला वाटलं होतं त्यापेक्षा हे खूपच सहज होऊन गेलं.

ती हसली. "डब्ल्यू हॉटेलमधला व्हिस्की ब्लू बार चालेल? चालत जाण्याइतका जवळ आहे, पण गाडीनं जायचं तर पार्किंगची पण चांगली सोय आहे."

"चांगलंय मग. भेटू आज संध्याकाळी." जॉर्ज म्हणाला.

"मी वाट पाहीन."

रीडिंग रूममध्ये परत जाताना त्यानं तिला हात केला. कित्येक महिन्यांनंतर त्याला असं हलकं आणि छान वाटत होतं. स्वतःच्या दुःखाच्या कोषातून बाहेर यायला लावल्याबद्दल क्लेटनचे आभार मानलेच पाहिजेत, असं त्यानं ठरवून टाकलं.

१९

रेडिऑलॉजी विभागाची कॉन्फरन्स रूम,
एल.ए. युनिव्हर्सिटी मेडिकल सेंटर
वेस्टवूड, लॉस एंजलिस, कॅलिफोर्निया
बुधवार, २ जुलै २०१४, सकाळचे ११.५७

व्हेंडिंग मशिनच्या जेवणाचे उरलेसुरले अवशेष हातात घेऊन जॉर्ज कार्लोसच्या मागोमाग कॉन्फरन्स रूममध्ये शिरला.

''काय हे जेवण आहे की काय! मरशील एक दिवस हे असलं खाऊन!'' कार्लोस उद्गारला.

''हं... मीही ऐकून आहे असं. मला सांग ना मग, एखादा चांगला डॉक्टर कुठं भेटेल मला?'' जॉर्ज जोक करत म्हणला. डेबीबरोबरच्या बोलण्यानंतर अचानक त्याची भूक परत आली होती, पण कॅफेटेरीयाच्या रांगेत उभं राहून जेवण घेण्याइतका वेळच नव्हता. डेबीबरोबर त्याचं बाहेर जाणं केसीला आवडलं असतं का, असा विचार त्याच्या मनात आला. कारण डेबी ही नक्कीच त्याच्या 'टाईप'ची मुलगी नाहीये, असं केसीला वाटलं असतं. त्यालाही तसंच वाटत होतं की! केसीचा प्रेमळपणा आणि औदार्याच्या बरोब्बर विरुद्ध डेबीचा बेधडक स्वभाव होता; पण तिच्यासोबत असताना काय बोलावं हा प्रश्न तरी निदान पडणार नव्हता, कारण तिला बोलण्याचा कधीच कंटाळा येत नसे. तिचं बोलणं अव्याहत चाले.

सभागृहात मागच्या बाजूला जॉर्जनं कार्लोसच्या जवळ सीट पकडली. इतर काही पहिल्या वर्षाच्या रेसिडेंटशी कार्लोसनं त्याची ओळख करून दिली. रोजच्या रुटीनबद्दल आणि मीटिंगबद्दल त्यांनी त्याला प्रश्न विचारून भंडावून सोडलं. रोज

तीन मीटिंग असतात असं जॉर्जनं त्यांना सांगितलं- सकाळी सातला, बाराला आणि मग साडेचारला आणि या मीटिंगला जाणं बंधनकारक असतं. जर आपण गैरहजर राहिलो तर तसंच काहीतरी ठोस कारण देता आलं पाहिजे. त्याचबरोबर दर गुरुवारी दुपारी फिजिक्सचं लेक्चर असतं आणि त्याला तर बसलंच पाहिजे.

त्याचं बोलणं संपतंय तोच क्लॉडीन आत आली. कार्लोसनं जॉर्जचं लक्ष तिच्याकडे वेधलं.

''अरे! हाय, क्लॉडीन!'' जॉर्ज हसून म्हणाला. ''बस ना, तू भेटलीस का या सगळ्यांना?'' पहिल्या वर्षाच्या त्या रेसिडेंटकडे निर्देश करत तो म्हणाला.

पण क्लॉडीन हसलीच नाही. उलट म्हणाली, ''आपण सोमवारी पाहिलेल्या त्या दोन पेशंटबद्दल समजलं का तुला?''

''दोन पेशंट कोण?''

''ग्रेग टार्किंग्टन आणि क्लेअर वाँग.''

''टार्किंग्टनबद्दल समजलं मला. त्याला हॉस्पिटलला आणलं तेव्हा मी तिथंच इमर्जन्सी रूममध्ये होतो.''

''अगदी तसंच क्लेअर वाँगच्या बाबतीतही घडलंय. आज सकाळी.''

जॉर्जला धक्काच बसला. ''म्हणजे... तिचाही मृत्यू झालाय?''

क्लॉडीननं गंभीरपणे मान होकारार्थी हलवली. ''तिला हॉस्पिटलला आणलं तेव्हाच तिला मृत घोषित करण्यात आलं.''

''मी सकाळभर इमर्जन्सी रूममध्येच होतो, पण मला याबद्दल काहीच कुणकुण लागली नाही.'' जॉर्ज म्हणाला. आधीच टार्किंग्टनबद्दल समजल्यावर त्याला धक्का बसला होता. आणि आता टार्किंग्टन आणि शिवाय वाँग, म्हणजे आणखी मोठा धक्का. आणि हा योगायोगही असू शकत नाही. नक्की काय चाललं तरी काय होतं हे सगळं?

''मला तर भीतीच वाटली... आपण त्या दोघांचेही दोनच दिवसांपूर्वी एमआरआय केले होते. हे सगळं इतकं अतर्क्य वाटतंय ना. म्हणजे असं बघ ना, मान्य आहे की त्या दोघांनाही जीवघेणे आजार होते, पण तरी त्याचं निदान झाल्यापासून अठ्ठेचाळीस तासांच्या आत त्यांचा मृत्यू होणं म्हणजे...''

''हो, ते बरे होण्याची शक्यता नव्हतीच,'' जॉर्ज उत्तरला; जणू त्यांच्या अचानक मृत्यूचं हेच कारण होतं.

''मला ना, मीच जबाबदार आहे असं वाटतंय... मला माहितेय की या बोलण्यात काही अर्थ नाहीये, पण तरी. ते दोघंही किती नॉर्मल आणि निरोगी वाटत होते. त्यांनी या तपासण्या केल्या नसत्या, तर आजही ते सामान्य जीवन जगत असते असं वाटतं... याची सुरुवात आपणच केली, अशी बोच मला सारखी वाटतीये.''

पहिल्या वर्षाचे ते सगळे रेसिडेंट कुतूहलानं या दोघांचं बोलणं ऐकत होते. ते जाणवून जॉर्ज क्लॉडीनला धीर देत म्हणाला, "हे बघ क्लॉडीन, त्यांचे आजार खूपच भयंकर होते हे आपण लक्षात घेतलं पाहिजे. त्यांचे अचानक मृत्यू हे आश्चर्यकारक आहेत, पण अनपेक्षित नक्कीच नाहीत."

"हं... मला फक्त तुझ्या कानावर घालायचं होतं हे." क्लॉडीन म्हणाली आणि आपल्याच तंद्रीत एका सीटवर जाऊन बसली.

जॉर्जला क्षणभर खूप गोंधळायला झालं. एकतर त्यानं या दोन विचित्र मृत्यूंचा काही संबंध असेल ही शक्यता उघडपणे फेटाळून लावली होती. पण दुसरीकडे, या दोन्ही केसेसच्या मृत्यूचा संबंध त्यांनी केलेल्या एमआरआयशी होताच की! पण त्यानं क्लॉडीनला बरं वाटावं म्हणून आपोआप तिला धीर देण्यासाठी या शक्यता फेटाळल्या होत्या. खरं तर त्यानं तिच्या भावनांना वाट मोकळी करू द्यायची संधी द्यायला हवी होती. म्हणजे मग एकमेकांशी बोलून, चर्चा करून सगळ्यांनाच बरं वाटलं असतं; पण खरं सांगायचं तर तिच्या बोलण्यानं जॉर्जच्या मनातली दुखरी नसच दाबली गेली होती. मृत्यू आपला पाठलाग करतोय आणि आपल्याला खिजवतोय, ही त्याची विचित्र भीती तिच्या बोलण्यानं पुन्हा वर उफाळून आली होती. त्यामुळे त्याला पुन्हा तोच या साऱ्याला जबाबदार आहे, असं वाटलं.

"हे सगळं विचित्रच आहे," कार्लोस जॉर्जच्या कानात पुटपुटला. "तिला खरंच असं वाटतंय की एमआरआय काढल्यामुळे त्या दोन जणांचा मृत्यू झाला?"

"अं... त्यांच्या दोघांच्याही एमआरआयमध्ये कॅन्सर पुन्हा झाल्याचं निदान झालं होतं. त्यांनी बहुधा आपापल्या कर्करोगतज्ज्ञाकडून ही वाईट बातमी ऐकली होती. आधीच त्यांनी इतकं काही सहन केलं होतं, की कॅन्सर परत झालाय हे ऐकून ते नक्कीच खचून गेले असतील."

"हो. ते बरोबर आहे. पण..."

"हे बघ, मला आत्ता त्याविषयी काहीच बोलावंसं वाटत नाहीये. चालेल ना?"

"हो. सॉरी."

"अरे, सॉरी वगैरे म्हणू नकोस," जॉर्जनं त्याला सांगितलं.

जॉर्जला या सगळ्या विचारांच्या जंजाळात पुन्हा अडकायचं नव्हतं. उलट त्यानं स्वतःला सहा वाजताच्या भेटीचा विचार करायला भाग पाडलं. तो आज संध्याकाळी व्हिस्की ब्लू बारमध्ये एका आकर्षक मुलीला भेटायला जाणार होता आणि नॉर्मल माणसासारखा वागणार होता.

तेवढ्यात क्लेटन व्यासपीठाकडे जायला निघाला. त्याची नजर सभागृहभर फिरली आणि क्षणभर त्याची आणि जॉर्जची नजरानजर झाली. त्यानं जॉर्जला हसून 'थंब्स-अप'ची खूण केली.

जॉर्ज हसला आणि त्यानं मान तुकवली खरी, पण क्लेटननं असं का केलं असावं असा त्याला प्रश्न पडला. एकच शक्यता असू शकत होती, ती म्हणजे तो आणि डेबी आज संध्याकाळी बाहेर जाणार आहेत याचा त्याला सुगावा लागला असणार. 'बापरे!' जॉर्जच्या मनात आलं, 'या हॉस्पिटलमध्ये एकही गोष्ट गुप्त राहू शकत नाही का!'

२०

व्हिस्की ब्लू बार
वेस्टवूड, लॉस एंजलिस, कॅलिफोर्निया
बुधवार, २ जुलै २०१४, रात्रीचे ९.३१

जॉर्जच्या अपेक्षेपेक्षा डेबीबरोबर त्याचा वेळ जास्त मजेत गेला. ते इथं आल्यापासून साडेतीन तास झाले होते यावर त्याचा विश्वासच बसत नव्हता. ती जरा बोलाबिलायला फटकळ असली तरी त्याच्या सध्याच्या मूडमधून त्याला बाहेर काढायला अगदी योग्य होती. आपल्या काहीशा 'जाड' आवाजात ती वाट्टेल ती बडबड करत होती. आणि हो, प्रत्येक मुद्द्यावर तिचं स्वतःचं असं ठाम मत होतं. त्या बारमध्ये त्यांना तिचे काही मित्र भेटले. आणि तिथल्या बारटेंडर्सशी तर तिची चांगली ओळख होती. ती नक्कीच इथं नेहमी येत असणार. तिथलं वातावरण अगदी टिपिकल लॉस एंजेलिसचं होतं. काही टुकार सिनेस्टारसुद्धा तिथं येऊन गेले. आणि त्यातल्या काहींशी डेबीची ओळखही होती! तिकडच्या गप्पा आणि मजेच्या वातावरणात मेडिकलसंबंधीचा कोणताही विषय नव्हता, किंवा मुख्य म्हणजे मृत्यूचाही!

गप्पांबरोबर पिणंही चालूच होतं. आणि 'सगळ्याचे पैसे मी देणार' असं डेबीनं आधीच सांगून टाकलं होतं. ऑर्डर देण्याचं कामही तिनंच केलं; पण जॉर्जनं त्याचा काही इश्यू करायचा नाही असं ठरवलं होतं. फक्त एकच प्रॉब्लेम होता, तो म्हणजे जॉर्जला इतकी मजा येत होती की तो किती दारू पितोय याकडे त्याचं लक्षच गेलं नाही आणि शेवटी त्याला बरीच चढली.

त्याउलट डेबी मात्र फक्त दारूचे घुटके घेत होती आणि त्यामुळेच तिला मुळीच चढली नव्हती; पण जॉर्जला काही हे लक्षातसुद्धा आलं नाही. इतकी दारू आणि त्यात खायला फक्त काहीतरी सटरफटर, तरी जॉर्जला खूप मजा येत होती.

त्या संध्याकाळी डेबीनं त्याला स्वतःबद्दल सांगितलं. तिनं कोलोराडोमधून नर्सिंगचं शिक्षण पूर्ण केलं होतं आणि मग ती लगेच लॉस एंजलिसला येऊन या हॉस्पिटलमध्ये कामाला लागली होती. ''मी सुरुवातीपासूनच इमर्जन्सी रूममध्ये काम करतीये आणि अजूनही तिथंच आहे!'' ती अभिमानानं म्हणाली.

जॉर्जनं तिला तिच्या खासगी आयुष्याबद्दल विचारलं तेव्हा तिनं आनंदानं स्वतःची माहिती त्याला सांगितली. तिनं लग्न केलेलं नव्हतं. हॉस्पिटलमधल्याच काही डॉक्टरांशी तिची पूर्वी अफेअर्स झाली होती; क्लेटन त्यातलाच एक. पण तिला त्याबद्दल बोलायची इच्छा दिसली नाही. तिच्या म्हणण्यानुसार मेडिकल क्षेत्राच्या बाहेरच्या लोकांशी संबंध ठेवणं तिला कधीही जास्त आवडतं. जॉर्जनं तिच्या म्हणण्याला दुजेरा दिला, पण तरीही तिला मात्र पुन्हा भेटायला आवडेल, असंही तो म्हणाला.

शेवटी डेबीनं घड्याळात पाहिलं तेव्हा साडेनऊ वाजले होते. ''इथली गर्दी वाढतच चालली आहे. आणि मला तसंही उद्या लवकर कामावर यायचंय.'' ती म्हणाली.

हिला बहुधा आता निघायचंय, हे दारूच्या नशेतसुद्धा जॉर्जच्या लक्षात आलं. ''घरी जायची वेळ झाली?''

''हो. तू कुठं राहतोस? जवळच का?''

जॉर्जनं आवंढा गिळला. बापरे! ही फारच बेधडक आहे की! ''अं... हो, म्हणजे काही इमारती सोडून...''

''मग तुझ्या घरी जाऊ, चल. मला जरा शांततेची गरज आहे, इथं इतके लोक आहेत ना...''

जॉर्जच्या पोटात एकदम गोळाच आला. अजूनतरी कोणासोबत झोपायची त्याची मानसिक तयारी मुळीच नव्हती. आणि त्याचं घाणेरडं घरही कोणाला दिसावं अशी त्याची अजिबात इच्छा नव्हती. काहीतरी उत्तर द्यायलाच हवं म्हणून तो आपलं म्हणाला, ''त्याचं काय आहे ना, माझी घरकाम करणारी बाई आज नेमकी आली नाहीये, त्यामुळे...''

''अरे यार! जाऊ दे ना! मला काही फरक पडत नाही. आणि तसंही तुला या अवस्थेत काही मी गाडी चालवू देणार नाही. तुझी गाडी आणली आहेस का?''

''हो, व्हॅलेकडे दिली होती पार्किंगला,'' जॉर्ज डोक्याला ताण देऊन आठवत म्हणाला. मग त्यानं कष्टांनी खिशातून पार्किंगची पावती काढली.

डेबीनं ती हिसकावूनच घेतली. ''मी तुझी गाडी घेऊन येते, तुला घरी सोडते आणि मग तिथून टॅक्सीनं घरी जाईन. कळलं?''

तिचं म्हणणं बरोबरच आहे हे जॉर्ज उभा राहिला तेव्हा त्याच्या लक्षात आलं.

कारण तो जरा जास्तच प्यायला होता. तिला आपली काळजी वाटतेय हे पाहून त्याला तिच्याविषयी आणखीनच जवळीक वाटू लागली. "बरं, चालेल. गुड आयडिया!" तो म्हणाला.

जॉर्जचं घर पाच मिनिटांच्या अंतरावर होतं. गाडीत बसल्यावर डेबीनं त्याला त्याच्या हॉस्पिटलबाहेरच्या मित्र-मैत्रिणींविषयी विचारलं. आपल्याला कोणीच मित्र नाहीयेत हे सांगताना त्याला खरंतर लाज वाटत होती, पण तरी त्यानं ते कबूल करून टाकलं. त्याचे जे कोणी मित्र-मैत्रिणी होते ते सगळे मुळात केसीचे मित्र होते, हे मात्र त्यानं सांगितलं नाही.

"अरे, तुझ्यासारख्या देखण्या, हुशार मुलाला कितीतरी मित्र-मैत्रिणी असले पाहिजेत! मला माहितेय तुझ्या प्रेयसीबद्दल... पण आता जे होऊन गेलं ते गेलं. तो भूतकाळ कवटाळून बसू नकोस."

जॉर्जला केसीबद्दल बोलायचं नव्हतं, कारण तो स्वतःच तिचा विचार न करण्याचा प्रयत्न करत होता. आणि मग अचानक त्याच्या नकळत, कसा कुणास ठाऊक, पण तो पिया ग्राइद्दानीबद्दल डेबीला सांगू लागला. तो कसा तिच्यापायी वेडा झाला होता, तो सगळा कसा मूर्खपणा होता वगैरे... तो स्वतःला थांबवूच शकला नाही. हे सगळं बरळत असताना, त्यानं हेही सांगून टाकलं की त्या पियाच्या वेडापायी त्याच्या आणि पॉलाच्या नात्यावर कसा परिणाम झाला होता ते. जणू काही त्याच्या पोटात गेलेली दारू 'ट्रुथ सीरम'चं काम करत होती!

डेबी मात्र रस घेऊन ऐकत होती आणि अधूनमधून सहानुभूतीही दाखवत होती. "अरे, तू इतकं मनाला लावून घेऊ नकोस ते सगळं. ही असली स्वतःला त्रासदायक ठरणारी अफेअर माझी पण झाली आहेत!"

"खरंच?" जॉर्जनं विचारलं. आपण हे सगळं बोलायला नको होतं हे त्याला अजूनही वाटत होतं.

ते जॉर्जच्या घरापाशी पोहोचले. जॉर्जनं कसाबसा खिशातून मोबाईल काढला, "मी टॅक्सी बोलावतो. कोणत्या कंपनीची बोलावू?"

"थांब की जरा... टॅक्सी मग बोलावता येईल. मला जरा पाच मिनिटं आराम करायचाय. चल आत जाऊ या." जॉर्ज काही सबब सांगायच्या आत ती गाडीतून बाहेर पडून, त्याची वाट पाहत उभीसुद्धा होती!

घरापर्यंत जाता जाता पुन्हा जॉर्जनं 'माझं घर अस्ताव्यस्त आहे, सॉरी..' वगैरेची टेप वाजवली. "मला खरंतर घरात जरा रिनोव्हेशन करायचंय, पण तुला माहितेय नं, रेसिडेन्सी म्हटली की किती वेळ हॉस्पिटलमध्येच जातो ते," जॉर्ज डेबीला म्हणाला.

"अरे शोन्या! मी सांगितलं ना, मला काहीही फरक पडत नाही म्हणून. मग,

काळजी करणं बंद कर पाहू!'' डेबी म्हणाली. मग तिनं आत जात खोलीभर नजर टाकली. ''हो, खरंच हे घर म्हणजे भयंकर आहे! पण असो, मला त्याच्याशी काही घेणंदेणं नाहीये.'' आत आल्या आल्या तिनं आपल्या आयपॉडवर मोठ्या आवाजात गाणी लावली. जॉर्ज सोफ्यावर बसून ती काय करतेय ते पाहत होता. तिनं आपल्या पर्समधून गांजा काढला.

''नशा करायचीये का?'' असं म्हणत, जॉर्जच्या उत्तराची वाटही न पाहता तिनं ती गांजाची सिगारेट पेटवली. ''या आठवड्यात इमर्जन्सी रूममध्ये जो काही राडा झालाय ना, त्यामुळे मला तर याची जबरदस्त गरज आहे!'' तिनं एक झुरका मारला आणि जॉर्जला सिगारेट दिली. जॉर्ज जरासा अडखळला. त्यानं कॉलेजच्या दिवसांनंतर असं काही घेतलं नव्हतं; पण तिला काही वाटू नये म्हणून त्यानं ती सिगारेट स्वीकारली. मरो! काय व्हायचं ते होईल! असं म्हणून त्यानं एक पुल मारला. त्याला लगेचच ठसका लागला.

''ठीक आहेस ना रे?''

''हो!''

तेवढ्यात जॉर्जच्या खोलीच्या एका भिंतीवर जोरजोरात धक्के मारल्याचा आवाज येऊ लागला. ती भिंत जोच्या घराची कॉमन भिंत होती! जॉर्जच्या ते लक्षात आलं आणि तो खदाखदा हसू लागला. जोला जॉर्जच्या घरातून येणाऱ्या आवाजानं त्रास होत होता! त्यानं स्वतः इतक्या वेळा जॉर्जला त्रास दिला होता की आत्ता त्याला चांगला धडा मिळतोय या विचारानं जॉर्जची संध्याकाळ सार्थकीच लागली!

''का हसतोयस तू?'' डेबीनं हसत हसत विचारलं. दोघांवरही गांजाचा चांगलाच अंमल होत होता!

''कारण, तो नेहमी पोरींना घरी घेऊन येतो आणि मला रात्र रात्र झोप लागत नाही!'' जॉर्ज खिदळत म्हणाला.

दोघंही बराच वेळ उगाचच हसत बसले. मग डेबीला काहीतरी प्यायचं होतं. दारू असलेलं काहीतरी !

''माझ्याकडे जॅक डॅनियल्स आहे, चालेल?''

''हो!'' डेबी उत्तरली आणि तिनं गाण्यांचा आवाज आणखी मोठा केला. तोवर जॉर्जनं स्वयंपाकघरातून व्हिस्कीची बाटली आणि दोन ग्लास आणले. ''बर्फ नको!'' डेबी ओरडली, ''तशीच दे! नो बर्फ!''

जॉर्जला खरंतर अजून दारू प्यायची नव्हती, पण तरीही त्यानं दोन ग्लास भरून हॉलमध्ये आणले.

तो बाहेर आला, तर डेबी गाण्यांवर नाचत होती. आश्चर्यानं तो पाहतच राहिला. तिचं त्याच्याकडे लक्ष गेलं तशी ती हसली आणि तिनं ग्लाससाठी हात

पुढे केला.

व्हिस्कीचे घोट घेता घेता ती अचानक गंभीर झाली. ''ओके! आता मला सांग, त्या अपघात झालेल्या तुझ्या शेजाऱ्याची नक्की भानगड काय आहे?''

''काही नाही, माझा मित्र होता तो.'' जॉर्जला केसीइतकंच सॅलबद्दलही बोलायची इच्छा नव्हती.

''कसा योगायोग आहे पाहा! एक माणूस तुझ्या डोळ्यांदेखत मेला आणि तो तुझा मित्रच निघाला.''

''मित्र म्हणता येणार नाही, आमची तशी बरी ओळख होती इतकंच. तो खूप एकटा एकटा असायचा. मला त्याच्याविषयी सहानुभूती वाटायची म्हणून मी बोलायचो.'' जॉर्ज म्हणाला. आपण स्वतःला सॅलपासून दूर करतोय याचं त्याला मनातून दुःख झालं.

सॅलबद्दल डेबी अजून बारीकसारीक प्रश्न विचारात राहिली. मग तिनं अमाल्गमेटेड आणि आयडॉकबद्दल जॉर्जचं मत विचारलं. क्लेटननं तिलाही अमाल्गमेटेडमध्ये पैसे गुंतवायचा सल्ला दिला होता आणि तिला त्याविषयी जॉर्जचं मत जाणून घ्यायचं होतं.

दारू आणि गांजामुळे जॉर्जचं डोकं गरगरत होतं. काहीशा कष्टांनीच त्यानं उत्तर दिलं, की क्लेटननं त्यालाही तोच सल्ला दिला होता; पण त्यानं काहीच फरक पडत नव्हता, कारण कुठंही गुंतवायला जॉर्जकडे पैसेच नव्हते! जॉर्जनं विषय बदलायचा प्रयत्न केला तरी डेबी पुन्हा पुन्हा तोच विषय उकरून काढत होती. सॅलच्या मृत्यूविषयी आणि आयडॉकविषयी जॉर्जला नक्की काय वाटतंय हे तिला जाणून घ्यायचंच होतं.

अचानक त्या सगळ्या दारूचा आणि गांजाचा अंमल जॉर्जवर झाला आणि त्याला प्रचंड झोप येऊ लागली. डेबीनं त्याकडे दुर्लक्ष केलं आणि जॉर्जला विचारलं, ''आयडॉकमुळे सॅलला स्वतःहून इन्सुलिन घ्यायची आठवण ठेवायची गरज राहिली नव्हती. आयडॉकचा त्याला खूप फायदा झाला, असं वाटतं तुला?''

आपल्या विचारांवर काबू आणायचा प्रयत्न करत जॉर्जनं कसबसं उत्तर दिलं. तो सरळ होऊन ताठ बसला आणि त्यानं दीर्घ श्वास घेतला, ''आयडॉकनं नक्कीच सॅलला खूप मदत झाली. केवळ मधुमेहासाठी नाही तर त्याच्या इतरही आजारांसाठी. सॅलला अल्झायमर्स असल्यानं तो सारखा विसरायचा आणि त्याला पुनःपुन्हा डॉक्टरशी बोलायचं असायचं. आयडॉक नेहमी त्याच्याशी बोलायला उपलब्ध असल्यामुळे तर त्याचा खूप फायदा झाला. आयडॉकच्या आधी तो मलाच प्रश्न विचारून भंडावून सोडत असे.''

''मला तुला असं विचारायचंय की, आयडॉकमुळे त्याच्या प्रॉब्लेम्समध्ये उलट

भरच पडली असं काही तुला वाटतंय का?''

जॉर्जनं उत्तर देण्यापूर्वी जरा विचार केला. मग तो म्हणाला, ''माझ्या मते तरी, आयडॉकचा फायदाच झाला सॅलला.'' मोठ्ठी जांभई देत तो डेबीला म्हणाला, ''सॉरी हं!'' त्याला आता झोप अनावर झाली होती.

जॉर्जला डोळे उघडे ठेवणंही जड जातंय हे डेबीला दिसत होतं, पण तरी तिनं आपलं चालूच ठेवलं, ''पण मला सांग, तरी तुला काहीतरी चुकीचं, संशयास्पद असं काही वाटतंय का?''

''हो ना!'' जॉर्ज विचार करायचा आटोकाट प्रयत्न करत म्हणाला. ''एक म्हणजे माझ्या तरी माहितीप्रमाणे सॅलच्या बहिणींना कोणीच कळवलं नाहीये. आणि दुसरी गोष्ट ही की सगळे बोलतायत की सॅलनं आत्महत्या करण्याच्या हेतूनं हॉस्पिटलमध्ये गाडी घुसवली म्हणून! त्याचं जगण्यावर प्रेम होतं आणि त्याच्या त्या व्हिंटेज गाडीवर तर इतकं की तो नक्कीच अशी आत्महत्या करणार नाही.''

''मी असं ऐकलं होतं की तो डिप्रेशनसाठी औषधं घेत होता म्हणे.''

जॉर्जनं तोंड वाकडं केलं, ''लोकांना डॉक्टर्स इतक्या प्रकारची औषधं देत असतात ना, ज्याची त्यांना खरंतर गरजपण नसते. तुला तर माहितीच आहे. असो, पण मी तरी कधी त्याला डिप्रेस झालेलं पाहिलं नाहीये.''

''त्याचा वाढता अल्झायमर्स... त्यामुळे कदाचित तो आत्महत्या करायला प्रवृत्त झाला असेल. मी असं ऐकलंय की गाडी चालवता चालवता त्यानं चाकूनं स्वतःला जखमा केल्या होत्या!''

''हो, मीही ऐकलंय असं. त्यामुळे तर मी इतका गोंधळात पडलो की मला शवागारात जाऊन स्वतःच्या डोळ्यांनी काय आहे ते पाहायचं होतं.''

डेबीच्या चेहऱ्यावर आश्चर्याचे भाव उमटले. ''मी तर कधीच तिथं खाली गेले नाहीये.''

''शक्यतो कोणीच जात नाही तिथं आणि जाऊही नये असंच मी सांगेन.''

''मग? काय दिसलं तुला?''

''काहीच नाही. मला त्याच्या बॉडीजवळ जायची परवानगीच दिली नाही तिथल्या माणसानं. काय तर म्हणे 'हिपा' नियम! पण मला ते विचित्रच वाटलं, कारण मी शेवटी रेसिडेंट डॉक्टर आहे ना, मग काय हरकत होती? आणखी विचित्र प्रकार म्हणजे, क्लेटनला पाहिलं मी तिथं!''

''तिथं तो काय करत होता?'' डेबीनं आपला ग्लास बाजूला ठेवला आणि जॉर्जच्या चेहऱ्याचं बारकाईनं निरीक्षण करत विचारलं.

जॉर्जनं उत्तर दिलं नाही. मघापासून जागं राहण्यासाठी चाललेली झटापट थांबली आणि जॉर्जचं डोकं सोफ्यावर कलंडलं. सावकाश तो सोफ्यावर घसरला

आणि गाढ झोपेत विलीन झाला.

पण मागे हटेल तर ती डेबी कसली? तिनं जॉर्जचा खांदा गदागदा हलवला. त्यानं कसेबसे डोळे उघडले पण त्याच्या नजरेत एक निर्विकारपणा होता.

"तू उत्तर दिलं नाहीस. सांग मला, काय करत होता क्लेटन शवागारात?"

जॉर्जनं सुकलेल्या ओठांवरून जीभ फिरवली. जागं राहण्याच्या प्रयत्नांत त्याच्या पापण्या फडफडत होत्या. अत्यंत कष्टांनी तो परत बसता झाला, "मला काहीच माहीत नाही; पण मला ते सगळं जरा विचित्र वाटलं."

"म्हणजे शेवटपर्यंत तुला सॅलची बॉडी बघता आली नाही?"

"नाही... मी तुला एक विचारू? सॅलच्या केसचा मुख्य डॉक्टर कोण आहे?"

"तुला कशाला माहिती पाहिजेय?"

"मला... म..." जॉर्जचे डोळे पुन्हा काही क्षण मिटले. मग तो म्हणाला, "मला त्याला विचारायचंय की त्यातल्या काही जखमा सॅलनं केल्या होत्या असं का वाटतंय त्यांना?"

"आयडॉकचा तुझ्या करिअरवर काय परिणाम होईल असं तुला वाटतंय?"

"अं.. काय?" डेबी असे अचानक सटासट प्रश्नांच्या फैरी झाडत होती, पण जॉर्जच्या गढुळलेल्या मनात कोणताच विचार नीट पोहोचत नव्हता. इकडे ती त्याच्याकडे मोठ्या अपेक्षेनं पाहत होती.

"मला... कदाचित मलासुद्धा एखाद्या इन्श्युरन्स कंपनीसाठी काम करावं लागेल अशी भीती वाटतेय मला. मला भीती..."

"पण तरीही तुला असं वाटतं की सॅलसारख्या लोकांसाठी आयडॉक हा उत्तम पर्याय आहे म्हणून? म्हणजे अनेक आजार होते ना त्याला आणि त्यात भर म्हणून प्रोस्टेटचा कॅन्सर!"

"सॅलला कुठे प्रोस्टेटचा कॅन्सर होता?"

"हो होता. तिसरी स्टेज होती."

"काय? पण मी कधीच ऐकलं कसं नाही त्याबद्दल?" या नवीनच माहितीमुळे जॉर्ज जरा खडबडून जागा झाला होता. त्याला आश्चर्य वाटत होतं की सॅल इतक्या मेडिकलच्या तक्रारीविषयी सांगायचा, तर मग त्यानं कधीच आपल्याला याबद्दल काही कसं सांगितलं नाही!

"अरे, अगदी आत्ताआत्ताच समजलं होतं त्याबद्दल. माझं मत सांगू का? आयडॉक अगदी देवासारखं धावून आलंय पेशंटच्या मदतीला. त्यामुळे कित्येक लोकांना इमर्जन्सी रूममध्ये येण्याची गरजच उरणार नाहीये."

अजून एक मिनिटही जास्त तो जागा राहू शकत नाही असं जॉर्ज तिला आता सांगणार होता, पण तेवढ्यात तिनंच घड्याळ पाहिलं आणि ती झटकन उठली.

"अरे देवा! किती वाजले माहितेय का? आणि उद्या कामावर जायचंय. मला लगेच पळालं पाहिजे!"

तिनं टॅक्सीसाठी फोन केला तेव्हा जॉर्जला हायसं वाटलं. ती आपलं सामान गोळा करत असताना जॉर्ज तिच्याकडे पाहत होता.

"मस्त वेळ गेला माझा तुझ्यासोबत, थँक्स! थांब अरे, उठू नकोस. मी जाईन माझी माझी." डेबी म्हणाली.

तिला दारापर्यंत तरी सोडावं म्हणून जॉर्ज उभा राहिला; पण त्याला सोफ्याचा आधार घ्यावा लागला. "तिथंच थांब बरं! अजिबात हलू नकोस!" तिनं दम भरला. "तू ताबडतोब झोप बघू आता."

"हं..." त्यानं हस्तांदोलनासाठी हात पुढे केला. तिनं हसून तो बाजूला केला आणि त्याच्या गालावर हलकेसे ओठ टेकवले. मग ती निघून गेली.

जॉर्ज धडपडत बेडरूममध्ये पोहोचला आणि कपडेही न उतरवता तसाच गाढ झोपून गेला.

२१

इमर्जन्सी विभाग,
एल.ए. युनिव्हर्सिटी मेडिकल सेंटर
वेस्टवूड, लॉस एंजलिस, कॅलिफोर्निया
गुरुवार, ३ जुलै २०१४, सकाळचे ७.३०

दुसऱ्या दिवशी सकाळी जेव्हा जॉर्ज हॉस्पिटलमध्ये आला तेव्हा त्याचं डोकं हँगओव्हरमुळे प्रचंड ठणकत होतं. काल संध्याकाळी नक्की काय काय झालं हेही त्याला नीट आठवत नव्हतं. आपण स्वतःचं हसं करून घेतलेलं नसलं म्हणजे मिळवली, अशी तो मनोमन प्रार्थना करत होता. त्याला कॉफीची गरज होती आत्ता. कॉफीचा कप भरून तो कार्लोसबरोबर आदल्या रात्रीच्या इमेजेस तपासायला बसला. खूप काम होतं. डोकं ठणकत असलं तरी नेटानं काम संपवायचा निश्चय जॉर्जनं केला होता.

काम करता करता, मध्येच त्यांना एका एक्स-रेमध्ये पेशंटचं मनगटाचं हाड मोडलेलं दिसलं, पण चुकीचं निदान केलं गेलं होतं आणि त्या पेशंटला 'फ्रॅक्चर नाही' असं सांगून तसंच सोडून देण्यात आलं होतं. जर डॉक्टर रेडिऑलॉजीचा तज्ज्ञ नसेल तर अशी चूक सहज होऊ शकते, हे जॉर्जनं कार्लोसला समजावलं. मग त्यानं त्या पेशंटची माहिती इमर्जन्सी विभागाच्या प्रमुखाला कळवली आणि त्या पेशंटशी संपर्क करायला सांगितलं. सगळे एक्स-रे, सी.टी. स्कॅन वगैरे पाहून झाल्यावर इमर्जन्सी रूममधली खबरबात काढायला कार्लोस बाहेर पडला आणि जॉर्ज टेबलावर डोकं ठेवून आराम करायचा प्रयत्न करू लागला. त्यानं पुन्हा डोकेदुखीच्या दोन गोळ्या ढोसल्या. एकट्याला जरा शांत बसता आल्यानं त्याला थोडं बरं वाटत होतं.

मग जरा वेळानं तो बाहेर पडला आणि डेबीच्या टेबलापाशी रेंगाळू लागला.

त्यानं तिचं लक्ष वेधायचा प्रयत्न केला; पण तिथं इतकी गडबड चालली होती आणि डेबी खूप कामात होती. तिच्यात तर हँगओव्हरची काहीच चिन्हं दिसत नव्हती.

मग तो टेबलाच्या मागच्या बाजूला जाऊन डेबीपासून केवळ पाच-सहा फूट अंतरावर वाट पाहत थांबला. कितीतरी वेळ तो तसाच वाट पाहत होता; पण डेबीनं काही त्याच्याकडे लक्ष दिलं नाही. ती मुद्दाम आपल्याकडे दुर्लक्ष करतीये की काय, असं त्याच्या मनात आलं. तेवढ्यात तिनं त्याच्याकडे पाहून मान किंचित तुकवली. म्हणजे ती खरंच इतका वेळ मुद्दाम आपल्याकडे पाहत नव्हती तर! त्याला हे अपेक्षित नव्हतं. आपल्याला पाहून ती नक्की काय करेल याची त्याला कल्पना नव्हती, पण फक्त एक कटाक्ष आणि मान हलवणे? छे!

अच्छा! असं आहे तर! जॉर्जच्या मनात विचार आला. कदाचित ती खूप कामात असेल म्हणून लक्ष देता आलं नसेल, अशी त्यानं स्वतःची समजूत काढली; पण तरी इतकं दुर्लक्ष म्हणजे जरा अतीच झालं नाही का! तिला लागेल असं काही तो काल बोलला होता का? कारण तो खूपच प्यायलेला होता. तशा अवस्थेत तो काहीतरी वेडंवाकडं बोलला असणं सहज शक्य होतं.

अचानक ती उठली आणि त्याच्या बाजूनं धावतच समोर निघून गेली. हे काय? मग त्याला कळलं की ट्रॉमा रूममध्ये जखमी पेशंटची रीघ लागली होती, त्या दिशेनंच ती पळत गेली होती. तो तिथून निघून जाणार इतक्यात त्याचं लक्ष डेबीच्या टेबलाच्या एका खणाकडे गेलं. तिथं त्याच्या ओळखीचा तो भडक ऑरेंज रंगाचा मोडलेला मोबाईल पडला होता. त्याचा स्क्रीन फुटला होता. 'अरे! हा तर सॅलचा फोन!' जणू काही सॅलच त्याला खुणावतोय असं जॉर्जला वाटलं आणि त्यानं तो फोन उचलला. चालू करायचा प्रयत्न केला, पण तो बंदच होता. कदाचित बिघडला होता किंवा बॅटरी चार्ज झालेली नव्हती. किंवा दोन्ही!

जॉर्जनं पटकन इकडेतिकडे पाहिलं. कोणाचंच त्याच्याकडे लक्ष नव्हतं. अचानक काहीतरी ठरवून त्यानं झटकन तो फोन खिशात टाकला. तसंही तो नंतर या लोकांनी कचऱ्यातच फेकला असता ना. मग तो भराभर चालत पुन्हा रीडिंग रूममध्ये येऊन बसला. तिथं बसल्यावर पुन्हा तो फोन बाहेर काढणार तेवढ्यात कार्लोस धाडकन आत आला.

"एकदम खूप ट्रॉमा केसेस आल्यायत," तो धापा टाकत म्हणाला.

"ठीक आहे, ठीक आहे! शांत हो! होईल सगळी व्यवस्था. आपण तयारच आहोत. यापेक्षा आणखी काय करणार आपण? तू दोन्ही टेक्निशियन्सना बोलावलंयस का?"

"हो! आणि त्यांच्याकडे पोर्टेबल मशिन आहेत. ते दोघं ट्रॉमा रूम्सच्या बाहेरच थांबलेत."

''गुड! चला मग, कामाला लागू या.''

''पण त्यात एक गरोदर बाई आहे. तिच्या पोटात खूप दुखतंय म्हणून आलीये ती. खूप वेदना आणि उलट्या-जुलाबसुद्धा होतायत तिला. डेबी वॉटर्सनं मला लगेच अल्ट्रासाउंड करायला सांगितलंय.''

''पण ट्रॉमा रूममधली गडबड संपेपर्यंत आपल्याला थांबावं लागेल. बरं, या बाईची केस कोण डॉक्टर पाहतोय?''

''नवीनच आहे कोणीतरी. केली नाव आहे वाटतं तिचं.''

जॉर्जनं होकारार्थी मान हलवली. आता क्लेटननं विचारलंच तर तो सांगू तरी शकेल, की हो, मी बोललोय केलीशी; पण जर त्यानं डेबीबद्दल विचारलं, आणि तो विचारेलच, तर काय सांगायचं हे जॉर्जला समजत नव्हतं. काल तर इतकी छान वागत होती आणि आज इतकी थंड! पूर्ण दुर्लक्षच!

दोनच मिनिटांत ट्रॉमा रूमच्या केसेस एकामागोमाग यायला सुरुवात झाली. चार गाड्या आणि एक मोटरसायकल या एकाच अपघातात सापडल्या होत्या. त्यामुळे ते सगळं काम करताना धांदल उडाली होती. एक्स-रे आणि सी.टी. स्कॅनच्या सगळ्या खोल्या भरल्या होत्या. इतक्या गोंधळातही जॉर्ज आणि डेबी बरेचदा समोरासमोर आले आणि ती त्याच्याशी सहज बोलू शकली असती; पण नाही! जॉर्जला समजेच ना, की ती मुद्दाम असं वागत होती की कामात असल्यानं असं होत होतं!

शेवटी एकदाचं सगळं काम संपलं आणि कार्लोस आणि जॉर्ज दोन मिनिटं धापा टाकत इमेजिंग रूममध्ये उभे राहिले. काही वेळापूर्वी या खोल्यांना रेल्वे स्टेशनचं स्वरूप आलं होतं. आणि आता एकदम शांत. अचानक दार उघडलं आणि त्या अंधाऱ्या खोलीत प्रकाशाचा एक झोत आला.

''आता काय आहे यार!'' जॉर्ज वैतागून म्हणाला. त्याचं डोकं अजून दुखतच होतं. त्यानं वळून पाहिलं तर एक पांढऱ्या कोटातली उंच, सडपातळ मुलगी दारात उभी होती.

''सॉरी, मला तुमच्या कामात व्यत्यय आणायचा नव्हता. तुला वेळ मिळाला की मला जरा एका पेशंटबद्दल बोलायचंय.'' ती जॉर्जला म्हणाली.

ती केली बॅबकॉक होती हे जॉर्जच्या लक्षात आलं. ''नाही, नाही! थांब. मलाच सॉरी म्हटलं पाहिजे. मी उद्धटपणे वागलो. आम्ही आत्ताच खूप काम संपवलंय ना ट्रॉमा रूममधलं... आणि.. तुला माहीतच आहे... असो. मी काय मदत करू शकतो तुला?''

''सहा-सात महिन्यांची गरोदर असलेली एक बाई आलीये, तिच्या पोटात खूप

दुखतंय.'' इमर्जन्सी रूममध्ये कार्लोस आणि जॉर्जला नेत केली म्हणाली.

केलीच्या हातात पेशंटची फाइल होती, त्यात तिनं सर्व कागदांचे प्रिंटआउट काढून स्वतः हातानंही व्यवस्थित नोट्स लिहलेल्या होत्या. कामाच्या बाबतीत एकदम व्यवस्थित दिसतेय ही! आणि तिनं घातलेली पोनीटेलसुद्धा तिच्या टापटीप वागण्याला शोभत होती. तिचा पांढराशुभ्र कोट कडक इस्त्रीचा होता. बऱ्याचदा इतर रेसिडेंट रक्तानं भरलेले कोट तसेच घालून फिरत. कदाचित ते किती काम करतात हे दाखवायचं असेल त्यांना.

केली इमर्जन्सी रूममधल्या पेशंटची फिजिशियन होती; पण तिच्या कामावर लक्ष ठेवणारा एक सीनिअर डॉक्टरही होता. एका सर्जननं आधीच त्या गरोदर बाईला तपासलं होतं आणि लगेच काही ऑपरेशन करावं लागणार नाही, असा निर्वाळा दिला होता. त्यामुळे आता त्यांना 'आतड्याचं व्हायरल इन्फेक्शन' असल्याची शक्यता वाटत होती.

''पेशंटला पुरेसं सलाइन दिलं आहे,'' केली सांगू लागली, ''मला वाटतं तिला हॉस्पिटलमधून सोडायच्या आधी तिच्या गरोदरपणाविषयी काहीतरी निर्णय घ्यावा लागेल. कारण तिनं बऱ्याच दिवसांत डॉक्टरला तोंडही दाखवलं नाहीये. चार महिन्यांपूर्वी पहिल्यांदा प्रसूती विभागात आली होती, त्यानंतर आजच...''

केलीच्या हातातल्या फाइलकडे जॉर्जनं नजर टाकली. केसची माहिती, वर्णन सगळं कसं अचूक लिहिलं होतं तिनं. जॉर्ज प्रभावित झाला.

''एका प्रसूतिशास्त्र तज्ज्ञाला 'कॉल' केलाय, पण ते सगळेच बाळंतपणाच्या केसेस करण्यात गुंतले आहेत,'' केली पुढे म्हणाली, ''त्यांच्या मते सोनोग्राफी करायची गरज आहे; म्हणूनच मी तुला बोलावलं.''

अचानक जॉर्जच्या लक्षात आलं की तो त्याच्या ओळखीच्याच पेशंटची केस-हिस्टरी वाचतोय! त्यानं पटकन वरती पेशंटचं नाव पाहिलं- लेनी चेस्नी. त्यानं लगेच ओळखलं. तो लेनीला पूर्वीपासून ओळखत होता. त्या मुलीच्या आठवणीनं त्याच्या पोटात एकदम कालवाकालव झाली. लेनीला लहानपणापासून मधुमेह होता, अगदी केसीप्रमाणेच; पण तिचं बालपण मात्र खूप खडतर परिस्थितीत गेलं होतं. तिचा सांभाळ करायला फक्त एकटी आणि ड्रग ॲडिक्ट असलेली तिची आई होती. त्यामुळे लेनीनं घरातून पळ काढला होता आणि शेवटी ती अक्षरशः रस्त्यावर राहू लागली होती. जॉर्जच्या अंदाजानुसार ती वेश्याव्यवसायात पडली होती आणि त्यातूनच तिला यकृत आणि हृदयाचे प्रदीर्घ आजार जडले होते.

''मला माहीत आहे ही पेशंट!'' जॉर्ज एकदम उद्गारला. ते तिघं अजून पेशंटच्या खोलीपासून तसे लांब होते. जॉर्ज थांबला तसे केली आणि कार्लोसही थांबले. लेनीची फाईल चाळत जॉर्ज म्हणाला, ''ही तीच मुलगी आहे ना... मोठे

दुःखी डोळे असलेली, गोड बारा-एक वर्षांची मुलगी?''

''हो, वर्णन तर जुळतंय,'' केली म्हणाली, ''तुला कशी काय माहीत ती?''

''पूर्वी मी तिच्या हृदयाशी संबंधित काही रेडिऑलॉजी स्टडीज केल्या होत्या. आणि तिची परिस्थिती फार काही आशादायक नव्हती.''

''हो... बरोबर आहे. मी तिची संपूर्ण हिस्टरी वाचलीये. आठ महिन्यांपूर्वी हृदयाच्या ट्रान्सप्लांटसाठीच्या यादीत तिचं नाव होतं; पण तिला आधीच मधुमेह आणि यकृताचे आजार असल्यानं तिला प्राधान्य देण्यात आलं नव्हतं.'' केली म्हणाली.

''ओह!'' जॉर्ज उद्गारला. त्याला नेहमीच तिच्याविषयी खूप वाईट वाटायचं. ''हे सगळं काय कमी होतं म्हणून की काय, त्यात आता ती गरोदर आहे! बापरे!''

''तिनं आयुष्यात घेतलेले सगळेच निर्णय चुकीचे ठरले असं वाटतंय; पण तिची सामाजिक पार्श्वभूमी पाहता या सगळ्यात तिची बिचारीची काहीच चूक नाहीये असं म्हणावं लागेल.''

''तिचं लग्न वगैरे झालं असण्याची शक्यता शून्यच आहे ना? किंवा तिला कोणी आर्थिक मदत वगैरे...''

''लग्न नाहीच झालेलं,'' केली म्हणाली, ''आणि बाळाचा बाप कोण आहे हेही तिला माहीत नाहीये. चार महिन्यांपूर्वी जेव्हा ती आली होती, तेव्हाच तिचे सगळे आजार लक्षात घेऊन तिला गर्भपाताचा सल्ला दिला गेला होता; पण तिनं मुळीच ऐकलं नाही.''

''कदाचित गरोदर असणे या एकाच गोष्टीमुळे तिच्या आयुष्याला पुन्हा अर्थ प्राप्त झाला असेल,'' जॉर्ज हळुवारपणे म्हणाला.

केलीनं होकारार्थी मान हलवली. ''खरंच मोठी दुर्दैवी कहाणी आहे ही! आपण तिला मदत करू शकू अशी मला आशा आहे. मी म्हणाले तशी ती गेल्या चार महिन्यांत इथं फिरकलीच नाहीये. आत्ता जेव्हा पोटदुखी असह्य झाली तेव्हा ती आली.''

''पण ती अशी नव्हती, मला आठवतंय ना. आपल्या अपॉइन्टमेंट्स ती व्यवस्थित पाळायची. तिच्या मधुमेहाची काटेकोरपणे काळजी घ्यायची. ती गेल्या काही महिन्यांत का आली नाही, काही माहितेय का तुम्हाला?''

''काहीच कल्पना नाही रे! पण कदाचित गर्भपात करायला सांगितलं म्हणून घाबरून आलीच नसेल.''

''तू विचारलंच नाहीस?'' जॉर्ज एकदम ओरडला. इतक्या प्रख्यात मेडिकल सेंटरमध्ये लेनीसारख्या पेशंटला वाऱ्यावर सोडून देणं म्हणजे फारच झालं. ते तिघं परत चालू लागले.

''नाही, मी नाही विचारलं,'' केली म्हणाली, ''पण मी विचारायला हवं होतं.''

जॉर्जनं केलीकडे निरखून पाहिलं. त्याच्या बोलण्यानं तिनं बचावात्मक पवित्रा

घेतलेला दिसत नव्हता. उलट ती तितकीच आत्मविश्वासपूर्ण दिसत होती. गुड! चांगलंय! जॉर्जच्या मनात विचार आला.

लेनीची खोली मुद्दामच बाकीच्या धावपळीच्या खोल्यांपासून दूर एका टोकाला ठेवली होती. तिथं तिला वाट पाहेपर्यंत जरा आरामही मिळाला असता. ते तिघं तिच्या खोलीत पोहोचले. शर्ली अ‍ॅडम्स नावाची रेडिऑलॉजी टेक्निशियन सोनोग्राफी मशिनसह तयारच होती. लेनीच्या डाव्या हाताला सलाईन लावलेलं होतं.

"लेनी, हे डॉ. विल्सन आणि डॉ. सँचेझ." केलीनं तिला सांगितलं. "मिस अ‍ॅडम्सला ते सोनोग्राफीसाठी मदत करतील."

लेनीनं मान वर करून दोघांकडे पाहिलं आणि तिचा चेहरा उजळला.

"आम्ही दोघं..." जॉर्ज म्हणाला.

"एकमेकांना आधीपासूनच ओळखतो," लेनीनं त्याचं वाक्य पूर्ण केलं.

जॉर्ज तिच्याकडे पाहून हसला. ओळखीचा चेहरा पाहून लेनीला खूपच हायसं वाटल्यासारखं दिसत होतं. पांढुरक्या रंगाची लेनी लहानखुरी होती. तिच्या एवढ्याशा शरीरावर ते एवढं मोठं पोट आणखीनच विसंगत वाटत होतं. त्यामुळे तिचा सहावा महिना केव्हाच उलटून गेल्यासारखं वाटत होतं.

"माझं बाळ यांना हिरावू देणार नाहीस असं मला वचन दे! वचन दे मला!" लेनी एकदम जॉर्जला म्हणाली.

तिच्या बोलण्यातल्या ठामपणामुळे आणि कळकळीमुळे जॉर्जचं मन हेलावलं. "हो, मी वचन देतो." तो म्हणाला. त्यानं तिला आधीच्या तपासणीच्या वेळी पाहिलं होतं त्यापेक्षा आत्ता ती खूपच जास्त भेदरलेली दिसत होती. "हे बघ, या सोनोग्राफीमुळे बाळाला काहीही इजा पोहोचणार नाही. उलट त्याच्या किंवा तिच्या भल्यासाठीच चाललंय ना हे सगळं." जॉर्जनं तिला तपासणीची सगळी माहिती समजावून सांगितली. कार्लोससाठीही ही पहिलीच सोनोग्राफी होती. मग तिनं इतक्या दिवसांत आपलं तोंड का दाखवलं नव्हतं त्याबद्दल जॉर्जनं विचारणा केली.

"कारण आता माझ्याकडे माझा डॉक्टर आहे! त्यानंच मला आज इथं यायला सांगितलं. कारण माझं पोट नक्की कशानं दुखतंय ते त्याला कळत नव्हतं."

"काय नाव आहे तुझ्या डॉक्टरचं?"

"खरंतर ते मी सांगणं अपेक्षित नाहीये."

"का बरं?" जॉर्जनं हळुवारपणे विचारलं.

"अं... खरंतर का ते मला माहीत नाही."

"मला वाटतं, तू आम्हाला नाव सांगावंस. म्हणजे आम्हाला त्यांच्याशी संपर्क साधता येईल. हं?"

लेनीनं जॉर्ज आणि कार्लोसकडे पाहिलं.

"हे बघ, हे महत्त्वाचं आहे, प्लीज," जॉर्जनं पुन्हा आग्रह केला. ती नाव सांगायला का कचरत होती हेच त्याला कळत नव्हतं.

लेनीनं घसा साफ करत सुरुवात केली, "त्याचं नाव आयडॉक आहे. मी हे कोणालाच सांगणं अपेक्षित नव्हतं, पण आता तुम्ही सगळे डॉक्टरच आहात, म्हणून ठीक आहे, मला वाटतं."

आयडॉक! जॉर्जला धक्काच बसला. साला हा आयडॉक सगळीकडेच उपटतोय की! "तूसुद्धा आयडॉक बीटा चाचणीत सहभागी झाली होतीस?" त्यानं विश्वास न बसून विचारलं.

"हो." तिनं आपल्या बॅगकडे निर्देश करत सागितलं, "तिथंच आहे फोन माझा. आता मला मधुमेहाची काहीच काळजी उरली नाहीये. आधी कंट्रोल करायला किती त्रास व्हायचा माहितेय ना तुला?"

"हो, मला आठवतंय, पण तुझ्याकडे आयडॉक आहे याचं मला आश्चर्य वाटतंय!"

"मला ते मेडिकेडतर्फे मिळालं. 'स्वतःला भाग्यवान समज, कारण अजूनपर्यंत तरी खूप लोकांना मेडिकेडकडून हे ॲप मिळत नाहीये' असं मला त्या लोकांनी सांगितलं. मला खूप आवडतं ते!"

"एक मिनिट... काय बोलताय तुम्ही दोघं? हे आयडॉक काय आहे?" केलीनं विचारलं.

जॉर्जनं तिला थोडक्यात माहिती पुरवली.

"ओह! खूपच भारी दिसतंय हे!" केली म्हणाली. ती प्रामाणिकपणे म्हणतीये असं वाटत तर होतं, पण लेनीचं लक्ष नसताना तिनं जॉर्जकडे 'हे काय संशयास्पद!' असा कटाक्ष टाकला. मग ती म्हणाली, "हे बघ, मला आता पळायला हवं! खूप कामं पडलीयेत. मी येतेच थोड्या वेळात परत!" असं म्हणून तिनं लेनीचा हात प्रेमभरानं दाबला आणि ती गेली.

"मी सांगेन काय होतंय ते!" जॉर्ज तिला म्हणाला. मग त्यानं पुन्हा लेनीकडे आपलं लक्ष वळवलं, "तुला किंवा तुझ्या बाळाला काहीही त्रास होणार नाही. ओक्के?" मग तो शर्ली आणि कार्लोसला म्हणाला, "चला, कामाला लागा!"

सोनोग्राफी मशिन चालू करून सेट करेपर्यंत कार्लोसनं जॉर्जला जरा बाजूला नेलं. "मी काय करू इथे? मला काहीच माहीत नाहीये!"

"शर्लीनं सोनोग्राफी सुरू केली की तू स्वतः प्रोब धरावास अशी माझी इच्छा आहे. म्हणजे तुलाही नीट अंदाज येईल ना. स्वतःहून केल्यानं तुला निदान करायलाही खूप मदत होईल, बघच तू. काळजी करू नकोस रे! मी तुझ्यासारखा नवीन होतो तेव्हा मलाही अगदी अशीच भीती वाटायची."

२२

इमर्जन्सी विभाग, एल.ए. युनिव्हर्सिटी मेडिकल सेंटर
वेस्टवूड, लॉस एंजलिस, कॅलिफोर्निया
गुरुवार, ३ जुलै २०१४, सकाळचे १०.४१

जॉर्जला शोधत क्लेटन इमर्जन्सी रूममध्ये दाखल झाला. तिथं तो दिसला नाही म्हटल्यावर तो तडक रेडिऑलॉजीच्या रीडिंग रूममध्ये धडकला.

तिथं एक रेसिडेंट बसला होता.

"जॉर्ज विल्सन कुठे आहे, माहितेय का तुला?"

"हो. तो बहुतेक त्या मागच्या एका खोलीत सोनोग्राफी करतोय. मी तुम्हाला काही मदत...."

क्लेटन उत्तर न देता तसाच बाहेर पडला. तो स्वतःच्याच तंद्रीत होता. मग त्यानं मुख्य टेबलापाशी जाऊन डेबीलाच गाठलं.

"मिस. वॉटर्स, मी तुमच्याशी दोन मिनिटं खासगीत काही बोलू शकतो का?" त्यानं विचारलं. हॉस्पिटलमध्ये काही फार गर्दी नसली तरी मुख्य टेबलापाशी नेहमीचीच धांदल चालू होती.

"हो, काही हरकत नाही, डॉ. हॅन्सन," डेबी म्हणाली आणि दुसऱ्या एका नर्सला टेबलाकडे लक्ष ठेवायला सांगून डेबीनं बाजूच्याच एका स्टोअर रूममध्ये क्लेटनला नेलं आणि दार बंद करून घेतलं.

"मग, काय झालं काल संध्याकाळी? तुला वाटत होता तितका तुझा वेळ वाईट गेला का?" क्लेटननं काहीही लाज न बाळगता सरळ मुद्द्यालाच हात घातला.

"हं, म्हणता येईल असं. तो किती बोअर आहे अरे! किती दारू पितो आणि

मग स्वतःवर ताबा राहत नाही त्याचा! एखाद्या कॉलेजच्या लहान विद्यार्थ्याबरोबर बाहेर गेल्यासारखं वाटलं मला. क्लेटन, तुला चांगलंच माहितेय, असल्या मुलांबरोबर जाण्याचे माझे दिवस संपलेत म्हणून!''

''चल, इतका काही वाईट नसेल बरं का तो!''

''अं... खरंतर तो तसा चांगला आहे. बस, झालं समाधान?''

''हं, आता कसं! बरं, मला सांग, तुमच्या ड्रिंक्सचे किती पैसे द्यायचेत मी तुला?''

''शंभरएक डॉलर्स झाले.''

''क्काय? बापरे! तुम्ही काय दारूची पिंपंच्या पिंपं रिकामी केलीत की काय?'' क्लेटन तिला पैसे देत म्हणाला.

''मी नाही. तो प्यायला इतकं. आणि मलाच सतत बडबड करत बसावं लागलं.''

''अगं, तो अजून त्याच्या दुःखातून पुरता सावरला नाहीये. त्याची प्रेयसी नुकतीच मेलीये, कसं कळत नाही तुला? माझ्या अंदाजानुसार तो त्यानंतर काल पहिल्यांदाच बाहेर पडला असेल! जरा सहानुभूती दाखव की त्याला! ते जाऊ दे, कामाचं काही काढून घेतलंस का त्याच्याकडून?'' क्लेटननं अधीरपणे विचारलं.

डेबीच्या कपाळावर आठ्या पसरल्या.

''ओके, ओके, सॉरी! हे बघ, तू हे जे करतीयेस त्याबद्दल मला पूर्णपणे आदर आहे. मला कौतुकच वाटतं तुझं. त्याला बाहेर नेता आलं, हेच खूप आहे मी म्हणीन. थँक्यू!''

''मी हे तुझ्यासाठी करतीये. एवढं लक्षात ठेव म्हणजे झालं.''

''हो, माहितेय मला; पण काही माहिती मिळाली का त्याच्याकडून? डीअँजेलीसच्या मृत्यूवर त्याची काय प्रतिक्रिया झालीये? त्यानं ते नॉर्मल म्हणून पचवलंय की नाही?''

''नाही अजून. एक गोष्ट म्हणजे, तुला शवागारात जाताना पाहिलंय त्यानं. तो स्वतः ती बॉडी पाहायला गेला होता म्हणे, पण त्याला जाऊ दिलं गेलं नाही.''

''ओह, शिट! हा तर घोळच झालाय! मला दिसलाच नाही तो!''

''तू तिथं खाली काय करत होतास?'' डेबीनं विचारलं.

''ते काही महत्त्वाचं नाहीये. व्यवस्थापनाचं काम होतं एक.'' क्लेटन उत्तरला.

डेबीनं खांदे उडवले. ''बरं, पुढे ऐक. जॉर्जच्या त्या शेजाऱ्याच्या मृत्यूबद्दल एक-दोन गोष्टी त्याला जरा विचित्र वाटतायत. एक म्हणजे त्याच्या बहिणींना कोणीच कळवलं नाहीये हे.

''बरं, मी ते बघतो. कळवू त्यांना. अजून काय?'' डीअँजेलीसला कोणी

नातेवाईक वगैरे आहेत हे क्लेटनला माहीतच नव्हतं.

"दुसरी गोष्ट म्हणजे त्या अफवा... की डीॲंजेलीसनं स्वतःला जखमा करून घेतल्या होत्या आणि तो आत्महत्या करायला निघाला होता."

"हं... हे काही फार चांगलं चिन्ह नाहीये."

"आणि हो, डीॲंजेलीसच्या केसचा मुख्य डॉक्टर कोण आहे ते तो मला विचारत होता."

"का हवाय.. काही म्हटला का तो?"

"त्याला म्हणे त्या जखमांबद्दल चौकशी करायची होती."

"मग तू सांगितलंस का त्या डॉक्टरचं नाव?"

"नाही. आणि तसंही काल रात्रीचं त्याला काही आठवत असेल असं मला नाही वाटत. इतका तर्र होता ना तो! पण त्याला काय वाटतंय याला तू इतकं महत्त्व का देतोयस? त्याच्या बोलण्यावरून तरी असं वाटलं की तो आणि त्याचा शेजारी फार काही चांगले मित्र वगैरे नव्हते. त्यांच्यात काहीच समान आवडीनिवडी नव्हत्या."

"हे बघ डेब, या प्रकरणात तुला जितकी कमी माहिती असेल ना, ते तुझ्यासाठी चांगलंय. खरंच, विश्वास ठेव माझ्यावर. हां आणि आयडॉकबद्दल काय बोलला तो?"

"हं, थोडं बोललो आम्ही त्याविषयी; पण तिथं काही प्रॉब्लेम दिसत नाहीये मला. त्याच्या मते डीॲंजेलीसला आयडॉकचा खूप फायदा झाला होता."

"ओके! बरं झालं! ऐक ना डेब, तू मला ही जी मदत करतीयेस त्याबद्दल खरंच मी खूप आभारी आहे. माझी अशी इच्छा आहे की तू जॉर्जला भेटत राहावंस. कारण तो डीॲंजेलीसच्या मृत्यूविषयी काय विचार करतोय आणि काय पावलं उचलतोय हे सतत जाणून घेणं महत्त्वाचं आहे."

डेबीनं डोळे बारीक करत क्लेटनवर आपली नजर रोखली. तिला हा प्रस्ताव मुळीच आवडला नव्हता. "मला वाटलं होतं की एकदाच त्याच्याबरोबर बाहेर जाऊन काम संपणार आहे!"

"अगं, मला त्याच्या मनात काय चाललंय ते जाणून घ्यायचंय. मी तुला काही फार अवघड काम सांगत नाहीये. शिवाय सगळे पैसे मीच देणार आहे ना!"

"तू मला म्हणाला होतास की आपण दोघं परत एकत्र येऊ! तू आणि मी!"

"हो, हो... नक्कीच. या वीकएंडला भेटू या? चालेल?"

तिनं त्याच्याकडे अविश्वासानं पाहिलं. तो भेटायचं उगाच कबूल करतोय की काय, अशी तिला शंका वाटली.

"हे बघ, मी फक्त एकदा माझ्या डायरीत काय काय कामं आहेत ते पाहून घेतो आणि तुला नक्की काय ते सांगतो. ओक्के? पण... माझ्यासाठी प्लीज जॉर्जवर

लक्ष ठेव. तो या मृत्यू प्रकरणात काही उकरून काढतोय का, ते मला पाहायचंय.''

''ठीक आहे!'' डेबी तक्रारीच्या सुरात म्हणाली. तिला जरी हे सगळं करायला आवडत नसलं, तरी ती शेवटी तयार झाली. कारण क्लेटनला परत जिंकून घेण्यासाठी ती काय वाट्टेल ते करायला तयार होती, हे तिला मनोमन माहीत होतं. काही वर्षांपूर्वी त्यांच्या अल्पकालीन अफेअरनंतर क्लेटन सहज दुसऱ्या मुलींकडे वळला होता; पण डेबी मात्र पार उद्ध्वस्त झाली होती.

२३

इमर्जन्सी विभाग, एल.ए. युनिव्हर्सिटी मेडिकल सेंटर
वेस्टवूड, लॉस एंजलिस, कॅलिफोर्निया
गुरुवार, ३ जुलै २०१४, सकाळचे १०.५६

लेनीची सोनोग्राफी चाचणी सुरळीत चालू होती. कार्लोस सुरुवातीला जरा भीत भीत प्रोब फिरवत होता, पण मग थोड्याच वेळात त्याला आत्मविश्वास वाटू लागला. बाळाची आकृती त्यांना मॉनिटरवर स्पष्टपणे दिसत होती. मुलगा होता तो. लेनीलासुद्धा हे दिसावं याची पुरेपूर काळजी जॉर्जनं घेतली. कारण तिच्यासाठी हे बाळ म्हणजे तिचं सर्वस्व होतं.

अचानक जॉर्ज आणि त्या टेक्निशियनला काहीतरी गडबड दिसली आणि ते दचकले. लेनीला काही दिसू नये म्हणून जॉर्जनं ताबडतोब तो मॉनिटर फिरवला. लेनी आणि कार्लोस दोघांनाही वातावरणातला हा बदल जाणवला.

"काही गडबड आहे का?" लेनीनं काळजीच्या स्वरात विचारलं.

"नाही, सगळं ठीक आहे." जॉर्ज पुटपुटला आणि त्यानं कार्लोसकडून प्रोब घेतला. आश्चर्य वाटून त्याला प्रोब देत कार्लोस बाजूला झाला. जॉर्जनं तो प्रोब लेनीच्या पोटाच्या डावीकडील बाजूवर फिरवायला सुरुवात केली. मग दाब देत, छोट्या छोट्या वर्तुळांत त्यानं तो फिरवायला सुरुवात केली. तब्बल पाच मिनिटांनी तो म्हणाला, "ओक्के! झालं पूर्ण! आम्हाला जे तपासायचं होतं, ते झालंय लेनी. आता फक्त शांतपणे आराम कर. काळजी करू नकोस. जरा वेळ थांबायला लागेल तुला. कारण तुझ्या आधी खूप डिलिव्हरी करायच्या आहेत डॉक्टरांना." मग तो कसनुसं हसला.

पण लेनी मुळीच हसायच्या मूडमध्ये नव्हती. ती जॉर्जकडे बारकाईनं पाहत

होती. ''हे बघ, खरंच झोप जरा वेळ.'' जॉर्ज पुन्हा म्हणाला. तिला पोटदुखीसाठी दिलेल्या गोळ्यांनी तिला झोप येईलच, हे त्याला माहीत होतं.

मग कार्लोसकडे वळून तो म्हणाला, ''हे सगळं आवरायला शर्लीला मदत करशील? तुमचं झालं की रीडिंग रूममध्ये ये.'' जाण्यापूर्वी तो पुन्हा लेनीकडे पाहून हसला आणि त्यानं तिचा हात प्रेमभरानं दाबला.

जॉर्ज रीडिंग रूममध्ये जाऊन काही मिनिटं शांत बसला. लेनीच्या दुर्दैवानं तो स्तंभित झाला होता. बिचारीला किती मेडिकल प्रॉब्लेम्सना तोंड द्यावं लागत होतं!

थोड्याच वेळात कार्लोस आला. ''मग? काय झालंय? मी तुझी प्रतिक्रिया पाहिली मघाशी!''

''ये, बस जरा,'' जॉर्ज म्हणाला. मग त्यानं लेनीची केस मॉनिटरवर उघडली. बाळाच्या डोक्याकडे झूम करत तो कार्लोसला दाखवू लागला. प्रथम कार्लोसला काहीच समजलं नाही. ''बघ, बाळाचं डोकं खूपच वेडंवाकडं आहे. डोळ्यांच्या खोबण्यांनंतर ते एकदम तिरकं, मागच्या बाजूला जातंय. याचा अर्थ माहितेय का तुला?''

''अं... नाही.''

''याला 'ॲनेन्सेफॅली' म्हणतात. म्हणजेच बाळाला बहुधा मेंदूच नसणार. हे बाळ जगण्याची काहीही आशा नाहीये. किती दुर्दैवी आहे हे सगळं! त्यात लेनी ॲबॉर्शन करून घ्यायलासुद्धा तयार नाहीये. पण आता यामुळे सगळंच चित्र पालटलंय. जे बाळ मृत जन्मण्याची शक्यता आहे किंवा जन्मानंतर काही दिवसांतच मरणार आहे, अशा बाळासाठी तिचा जीव धोक्यात घालणं म्हणजे वेडेपणा ठरेल.''

कार्लोसनं होकारार्थी मान डोलवली. जे समोर दिसत होतं, त्याचे भयंकर परिणाम काय होतील हे तो पचवायचा प्रयत्न करत होता.

जॉर्ज केलीला शोधायला बाहेर पडला. ती एका पेशंटला टाके घालत होती; पण जॉर्जनं तिला बाहेर यायला भाग पाडलं. जॉर्जनं तिला सोनोग्राफीबद्दल सांगितलं.

केलीला धक्काच बसला. ''अरे बापरे! बिचारी! तू जाऊन तिला सांगू शकशील का हे?''

''सॉरी. पण मला नाही वाटत की ते योग्य ठरेल. तिची केस तू किंवा तुझ्या वरच्या रेसिडेंटकडे आहे, त्यामुळे तुम्हीच हे काम केलं पाहिजे. खरंतर तिच्या डॉक्टरनं या चाचणीचा रिपोर्ट वाचल्याशिवाय तो अधिकृत मानत नाहीत. पण... सॉरी. तू प्रसूतिशास्त्रतज्ज्ञासाठी थांबू शकतेस. तुझ्यावर आहे ते, बघ...''

''मला अजून इथे खूप पेशंट पाहायचेत.'' तिला मदतीची गरज होती हे तिच्या बोलण्यावरून उघड होतं.

''तुझं झालं की मग तुझ्या वरच्या रेसिडेंटशी बोल. तुला माझी अडचण समजतीये ना? एक रेडिऑलॉजिस्ट असा सरळ पेशंटशी जाऊन बोलू शकत नाही.''

‘‘हं, कळतंय मला. मी माझ्या रेसिडेंटच्या कानावर घालते हे. मला वाटतं तो प्रसूतिशास्त्रतज्ज्ञासाठीच थांबेल.’’

‘‘बघ, कसंही! फक्त तो प्रसूतिशास्त्रतज्ज्ञ लेनीला बघायला जायच्या आधी त्याच्या हातात सोनोग्राफीचे रिपोर्ट पडतील असं पाहा.’’

‘‘हो, हो नक्कीच!’’ ती म्हणाली.

‘‘तुला हवं तर मी हे काम करू शकतो,’’ जॉर्ज म्हणाला.

‘‘ओह! चालेल, खूप मदत होईल मला. थँक्स,’’ तिनं हसायचा प्रयत्न केला पण तिचे ओठ नुसतेच विलग झाले.

‘‘मी असं करतो, जो कोणी रेडिऑलॉजी ड्यूटीवर असेल त्याला ही केस बघायला सांगतो. म्हणजे ती रेकॉर्डमध्ये उपलब्ध होईल. मग तो प्रसूतिशास्त्रतज्ज्ञ आला की त्याला ती पाहता येईल. तरीही, मला स्वतःला त्या डॉक्टरशी बोलायचंय.’’

‘‘ओक्के! समजलं! एका दृष्टीनं हे बरंच झालं असं म्हणता येईल. कारण लेनीची तब्येत पाहता, ती बाळंतपणात वाचली असती की नाही, मला शंकाच होती. तुला काय वाटतं, ते प्रसूतिशास्त्रतज्ज्ञ तिला आता ॲबॉर्शनसाठी पटवू शकतील?’’

‘‘अशी आशा करू या.’’

‘‘बापरे! किती भयंकर कहाणी आहे हिची! एक स्त्री म्हणून मी अगदी समजू शकते तिच्या भावना.’’

‘‘हो ना... मी कल्पना करू शकतो. चल, मी ते सोनोग्राफीचं फायनल करतो.’’

‘‘बरं, तू वेळ काढून स्वतः मला सांगायला आलास त्यानं मला खूप बरं वाटलं. थँक्स!’’

‘‘वेलकम! असो, मला तुला सांगायचं होतं की तुला इथं कामाला लागून फक्त अडीच दिवसच झालेत, पण तू सगळं उत्तम प्रकारे सांभाळतीयेस.’’

‘‘थँक्यू!’’

‘‘खरंच. मनापासून सांगतोय मी. चल मग, तू तुझं काम चालू ठेव. नंतर बोलू.’’

जॉर्ज रीडिंग रूममध्ये डोकावला. सगळं सुरळीत चालू आहे ना, असं त्यानं कार्लोसला विचारलं.

‘‘हो, काहीच प्रश्न नाही!’’ कार्लोस हसून म्हणाला.

‘‘मी त्या मगाचच्या सोनोग्राफीचं जरा काम करतोय. एखाद्या अटेन्डिंगकडून सही घेऊन येतो त्या रिपोर्टवर. काही वाटलं तर मला मेसेज कर.’’

कार्लोसनं मान डोलावली.

इमर्जन्सी रूममध्ये तो डेबीच्या टेबलाजवळून जात असताना त्यानं तिच्याकडे नजर टाकली तर ती चक्क हसली! चला, म्हणजे काल रात्री आपण फार काही घोळ घातलेला दिसत नाहीये! जॉर्जला हायसं वाटलं.

लेनीच्या रिपोर्टवर कोणत्याही रेडिऑलॉजी अटेन्डिंगची सही चालली असती, पण क्लेटन सगळ्यात वरिष्ठ होता त्यामुळे त्याच्याकडेच जावं, असं जॉर्जनं ठरवलं. क्लेटनचे बायांशी असलेले संबंध पाहता, ही केस त्याला दाखवणं म्हणजे एक प्रकारचा विरोधाभासच होता खरंतर!

त्यानं क्लेटन कुठं आहे, हे त्याच्या सेक्रेटरीला विचारलं.

"ते एका पेशंटची अँजियोग्राफी करताहेत. मी निरोप सांगू का?" तिनं विचारलं.

"नको. मी शोधतो त्याला. थँक्स!" असं म्हणून जॉर्ज निघाला. त्याला ती खोली माहीत होती.

"अरे, जॉर्ज!" क्लेटनचं काम नुकतंच संपलं होतं. "तू इथं कसा काय?"

"तू जरा एका गरोदर मुलीच्या सोनोग्राफीवर नजर टाकावीस असं मला वाटतंय. प्रसूतिशास्त्रतज्ज्ञ तिला पाहायच्या आधी मला तो रिपोर्ट रेकॉर्डमध्ये टाकायचाय."

"हो चालेल ना. आहे मला वेळ. बरं, किती महिन्यांची गरोदर आहे ती?"

"साधारण सात," जॉर्जनं लेनीच्या संपूर्ण केसची माहिती थोडक्यात क्लेटनला सांगितली. त्याला सोनोग्राफीमध्ये काय दिसलं तेही सांगितलं.

"ओह! बिचारी!" क्लेटन उद्गारला.

ते एका रिकाम्या रीडिंग रूममध्ये जाऊन बसले. जॉर्ज कॉम्प्युटरवर सोनोग्राफीचा व्हिडीओ उघडेपर्यंत क्लेटननं त्याला विचारलं, "डेबी वॉटर्स भेटली होती मघाशी. ती म्हणाली की तिला काल खूप मजा आली तुझ्यासोबत. बरं वाटलं हे ऐकून!"

जॉर्जनं जरा अविश्वासानंच त्याच्याकडे पाहिलं, "ती खरंच असं म्हणाली तुला?"

"अरे म्हणजे काय! तिची संध्याकाळ मस्त गेली आणि तिला पुन्हा तुझ्याबरोबर बाहेर जायला आवडेल असंही म्हणाली. नशीबवान आहेस तू! कारण सध्या तिला कोणी बॉयफ्रेंड नाहीये वाटतं!"

जॉर्जनं आता तर अगदीच अविश्वासानं क्लेटनकडे पाहिलं. "तिनं सकाळी माझ्याकडे ढुंकूनसुद्धा पाहिलं नाही. मला मान्य आहे की मी जरा जास्तच प्यायलो काल. असं नको होतं करायला. त्यामुळे ती चिडली की काय अशी मला भीती वाटत होती!"

"ते काही ती म्हणाली नाही बाबा! फक्त तिला मजा आली इतकंच सांगितलं तिनं." क्लेटन खुर्ची ओढत सोनोग्राफीच्या इमेजेस पाहायला बसला.

त्यानं बराच वेळ पुनःपुन्हा तो व्हिडीओ पाहिला. काही ठिकाणी पॉझ करून नीट तपासला. मग तो जॉर्जकडे वळून म्हणाला, ‘‘दुर्दैवानं तू जे निदान केलं आहेस ते शंभर टक्के बरोबर आहे. ॲनेन्सेफलीच आहे बाळाला. ते वाचण्याची कोणतीच आशा नाहीये. दे, मी आत्ताच सही करून देतो तुला.’’ सही करता करता तो पुढे म्हणाला, ‘‘तिला ॲबॉर्शन करण्यासाठी पटवलंच पाहिजे त्यांनी. कारण तिचा जीव उगाच धोक्यात घालण्यात काहीच अर्थ नाहीये. ओके. झालं! अजून काही आहे का?’’

‘‘नाही, हेच काम होतं. वेळ काढून पाहिलंस, थँक्स!’’ जॉर्ज म्हणाला.

‘‘अरे, मी मदत करायला आहेच कायम!’’ क्लेटन हसून म्हणाला. ‘‘आणि हो, डेबीचं हॉस्पिटलमधलं वागणं मनावर घेऊ नकोस. ती इथं प्रोफेशनलीच वागते; पण तिला काल खरंच मजा आली. आणि तुला रे? खरं खरं सांग मला, तुला मजा आली की नाही?’’

‘‘हो. ती हॉस्पिटलबाहेर खूपच वेगळी असते. मस्त वाटलं!’’ जॉर्ज उत्तरला.

‘‘बघ, मी सांगत होतो ना! जा पुन्हा तिच्याबरोबर बाहेर. तुला कल्पना येणार नाही अशा काय काय गोष्टी ती करू शकते! मी नेहमीच तुला मदत करायला तत्पर असतो, काय!’’ जॉर्जच्या पाठीवर थाप मारत क्लेटन हसत म्हणाला.

जॉर्ज काहीसा घाईघाईनंच इमर्जन्सी रूममध्ये परतला. क्लेटनच्या बोलण्यानंतर आता त्याला जेवणाच्या सुट्टीच्या आधीच डेबीला गाठायचं होतं. नशिबानं तिच्या टेबलापाशी फार गर्दी नव्हती.

‘‘हाय!’’ त्याला येताना पाहून डेबी उद्‌गारली. ‘‘कुठं होतास तू सकाळभर?’’ तिनं हसून विचारलं.

‘‘अं? इथंच तर होतो. तू मला पाहिलं नाहीस?’’ जॉर्ज आश्चर्यानं म्हणाला.

‘‘नाही. पण त्यात काही आश्चर्य नाही. मी इतकी कामात होते ना! त्यात हा उकाडा! देवा!’’ मग जॉर्जच्या कानाशी तोंड नेत तिनं हळू आवाजात विचारलं, ‘‘कसं वाटतंय तुला?’’

‘‘अं... ठीक. पण सॉरी, मी खूप प्यायलो काल. मी काही वेडंवाकडं बोलून तर नाही गेलो ना?’’

‘‘अजिबात नाही. अगदी सद्‌गृहस्थासारखा वागत होतास तू! ए, पण आपण पुन्हा जायला पाहिजे बाहेर! तुला काय वाटतं?’’

‘‘हो, चालेल की! पण दारू नको रे बाबा इतकी!’’

‘‘बरं, मला सांग, तू मला भेटायला आलायस, की काही काम आहे?’’

‘‘हो... लेनी चेस्नीच्या प्रसूतिशास्त्रतज्ज्ञाला तिच्याकडे जाण्यापूर्वी मला भेटायला सांगशील? तिच्या बाळाला ॲनन्सेफली आहे.’’

"आई गं!" डेबी हळहळत म्हणाली. तिनं त्याचा निरोप एका कागदावर उतरवून घेतला. मग आजूबाजूला कोणी नसल्याची खात्री करत ती म्हणाली, "मला काल खरंच मजा आली! आणि माझ्या सगळ्या मित्रांशीसुद्धा तू किती छान वागलास! आपण पुन्हा जाऊ या लवकरच!"

"माझाही वेळ मस्त गेला!" जॉर्ज म्हणाला; पण पुन्हा तिच्याबरोबर जायचं की नाही याबद्दल तो जरा साशंकच होता.

तो परत रीडिंग रूममध्ये पोहोचला तेव्हा कार्लोस काही इमेजेस तपासत होता. कार्लोसच्या मते तरी सगळं सुरळीत असल्यानं, कॉन्फरन्स झाल्यावरच पुन्हा कामाला बसू, असं जॉर्जनं सुचवलं.

२४

इमर्जन्सी विभाग
एल.ए. युनिव्हर्सिटी मेडिकल सेंटर
वेस्टवूड, लॉस एंजलिस, कॅलिफोर्निया
गुरुवार, ३ जुलै २०१४, दुपारचे १.१४

जॉर्ज पुन्हा इमर्जन्सी रूममध्ये शिरला. त्याला केलीला भेटून लेनीची चौकशी करायची होती. बाहेर आत्ता बरीच गर्दी होती. केली आणि तिच्याबरोबरचे इतर डॉक्टर्स कसेबसे सगळी कामं उरकत होते. केलीला शोधायला त्याला तसा जरा वेळच लागला. डॉक्टरनं लेनीला तपासलं आहे का हे त्यानं तिला विचारलं. खरंतर त्याला मेसेज येणं अपेक्षित होतं, पण तो अजून काही आला नव्हता.

''नाही, ते अजून कामात आहेत. पण तिथल्या रेसिडेंटचा आत्ता पंधरा मिनिटांपूर्वी फोन आला होता. डॉक्टर तासाभरात येतील म्हणून तो म्हणाला. तोपर्यंत त्याचं डिलिव्हरीचं काम संपेल.''

''अं... त्या सोनोग्राफीच्या निदानाबद्दल तू लेनीला सांगितलंस का?'' जॉर्जनं विचारलं.

''नाही, पण माझ्या सिनियर रेसिडेंटनं सांगितलं. मला शक्यच झालं नसतं; पण त्यानं व्यवस्थित हाताळलं सगळं. मला भीती वाटत होती, पण लेनीनं ते नीट पचवलं, असं वाटलं.''

''मी याच्यातून काढता पाय घेतला असं तर तुला नाही ना वाटलं?''

''नाही, नाही, अजिबात नाही. मला समजतंय तुझं म्हणणं. खरं सांगू, मी तर एकदा रेडिऑलॉजी घ्यायचा विचार करत होते, म्हणजे मग अशा प्रसंगांना तोंड नाही द्यावं लागत ना. शेवटी आपण डॉक्टर असलो तरी माणूसच आहोत ना! पण

शेवटी मला इमर्जन्सी रूमच्या धावपळीच्या कामाची भुरळ पडलीच. इतकी वर्षं शिकल्यावर काम करायचं तर व्यवस्थितच!'' अचानक ती थबकली आणि आणि तिनं जॉर्जकडे पाहिलं. तिच्या बोलण्यावर तो काहीसा स्तब्ध झाला होता. ''अरे सॉरी! म्हणजे मला असं नव्हतं म्हणायचं!'' ती म्हणाली.

जॉर्ज तिला अडवत म्हणाला, ''सॉरी नको म्हणूस! मला काही राग नाही आला.'' पण खरंतर तो थोडा दुखावला गेला होताच. मग काहीतरी आठवत तो म्हणाला, ''हां, दुसरी एक गोष्ट... त्या डीअँजेलीसच्या केसचा डॉक्टर कोण होता ते तुला माहीत आहे का?''

''नाही, पण मी सहज शोधू शकते.''

''मग प्लीज सांग मला. मला त्या चाकूच्या जखमांबद्दल जरा बोलायचंय.''

''बरं, मी शोधते नाव.''

''थँक्स! आज भेटला तो तर बरं होईल!''

केलीनं मान डोलावली आणि ती तिच्या कामाकडे वळली.

जॉर्ज रीडिंग रूममध्ये जाऊन कार्लोससोबत पुढच्या इमेजेस तपासू लागला. चाळीस एक मिनिटं झाली असतील, तोच केली एका उंच आफ्रिकन-अमेरिकन स्त्री डॉक्टरला घेऊन आली. डॉ. क्रिस्टीन विलियम्स ज्येष्ठ प्रसूतिशास्त्रतज्ज्ञ होती.

तिनं सोनोग्राफीचे रिपोर्ट तपासले आहेत ना, याची जॉर्जला खात्री करून घ्यायची होती. हवं तर तो तिला पुन्हा लेनीची व्हीडीओ दाखवायलाही तयार होता.

''नको, मी पाहिलाय रिपोर्ट आत्ताच; पण तू इतक्या लवकर तो रेकॉर्डमध्ये कसा टाकू शकलास?'' क्रिस्टीननं विचारलं.

''मी जरा घाई करायला लावली सगळ्यांना. कारण या केसचं आता पुढे काय ठरवायचं या दृष्टीनं तो रिपोर्ट लवकर मिळणं गरजेचं होतं. मला वाटतं, तुम्ही तिला ॲबॉर्शनचाच पर्याय सुचवाल, बरोबर?''

''त्याबद्दल मी तुला सांगू शकते,'' केली मध्येच म्हणाली, ''मघाशी माझ्या सिनियर रेसिडेंटनं लेनीला ही बातमी सांगितली तेव्हा वाट्टेल ते झालं तरी ॲबॉर्शन करणार नाही असं ती म्हणाली!''

सगळे काही क्षण गप्प झाले.

''ठीक आहे... पण मी आता जाऊन पेशंटशी बोलून तर पाहते.'' क्रिस्टीन म्हणाली. ''तिच्या हृदयाची अवस्था पाहता आणि तसंही बाळ जगणार नाहीये हे पाहता, तिला बाळंतपण करायची परवानगी देण्यात तिच्या जिवाला धोका आहे.''

जॉर्जला या केसबद्दल फारच वाईट वाटत होतं. पुन्हा एकदा त्यानं केलेल्या तपासणीनंतर कोणाचं तरी आयुष्य उद्ध्वस्त होणार होतं; पण या केसच्या बाबतीत पेशंटचा तरी जीव वाचायची शक्यता होती... आणि रेडिऑलॉजी निवडून तो या

असल्या गोष्टींपासून दूर राहू शकेल, असं त्याला वाटलं होतं!

''थँक्स, मला पुन्हा तो व्हीडिओ दाखवण्याची तयारी दर्शवल्याबद्दल; पण मला आता लगेच जाऊन पेशंटला भेटायची इच्छा आहे.'' क्रिस्टीन म्हणाली.

''तुम्हाला चालणार असेल, तर मलाही यायला आवडेल. मी लेनीला बरंच आधीपासून ओळखतो. कदाचित माझा आधार वाटेल तिला. कारण तिचे कोणी मित्रमैत्रिणी आहेत असं मला वाटत नाही,'' जॉर्ज म्हणाला.

''हो, चालेल की,'' क्रिस्टीन उत्तरली.

ते सगळे लेनीच्या खोलीकडे जाऊ लागले तेव्हा केली हळूच जॉर्जकडे पाहून हसली. 'इतर रेडिऑलॉजिस्टपेक्षा तू कितीतरी जास्त चांगलं काम करतोयस' असंच तिला म्हणायचं असावं.

लेनीच्या खोलीचं दार बंद होतं. ''आम्ही तिला थोडं झोपू दिलं; खूप दमली होती ना ती.'' केलीनं सांगितलं. तिनं दार उघडायच्या आधी हळूच टकटक केलं. आतून काहीच उत्तर आलं नाही तेव्हा तिनं जोरात दर वाजवलं आणि लेनीला हाका मारल्या. तरीही आतून काहीच आवाज आला नाही. काळजी वाटून केलीनं दार उघडलं आणि सगळे आत शिरले. खोलीतले दिवे मंद केलेले होते.

लेनी शांत झोपल्यासारखी दिसत होती. तिच्या जवळ जात केलीनं पुन्हा तिला हाक मारली. जॉर्ज आणि क्रिस्टीन पलंगाच्या दुसऱ्या बाजूला गेले. काही उत्तर येत नाही हे पाहून केलीनं तिचा हाताला किंचित हलवत पुन्हा विचारलं, ''लेनी, तू ठीक आहेस ना?'' तरीही काहीच उत्तर नाही.

खोलीत चिंतेचं वातावरण पसरलं.

''लेनी!'' जॉर्ज मोठ्यानं म्हणाला आणि त्यानं ताबडतोब तिच्या मनगटावर बोटं ठेवली, ''नाडी लागत नाहीये!'' तो ओरडला.

केलीनं पटकन लेनीचे डोळे बोटांनी उघडून टॉर्चचा छोटा झोत टाकून पाहिलं. तिच्या डोळ्यांतल्या बाहुल्या विस्फारलेल्या होत्या! त्या प्रकाशानं बारीक झाल्या नाहीत. ''ती श्वासही घेत नाहीये!'' केली किंचाळली.

''बापरे!'' जॉर्ज म्हणाला आणि त्यानं तिच्या डोक्याखालची उशी खेचून बाजूला केली. पलंगावर उडी मारत त्यानं 'सीपीआर' द्यायला सुरुवात केली, तेव्हा त्याच्या लक्षात आलं की तिच्या एका हातात तिचा मोबाईल तसाच होता. क्रिस्टीननं पटकन 'अम्बू बॅग' घेतली तोवर केलीनं बाहेर फोन लावला.

दोन मिनिटांतच 'रीससिटेटिव्ह' टीम धावत आली. त्यांनी लेनीला पुन्हा 'जिवंत' करायचे प्रयत्न सुरू केले. या सगळ्या गोंधळाची वार्ता लागून कार्लोसही तिथं टपकला. तेवढ्यात त्या टीमनं जाहीर केलं की लेनीचं हृदय बंद पडल्यामुळे आणि त्यात काहीच धुगधुगीही नसल्यामुळे काहीही करता येण्यासारखं नव्हतं. ती

गार पडत चाललीये, असं कोणीतरी म्हणालं. तरीही त्या टीमनं आपले प्रयत्न चालू ठेवले.

काहीच करता येण्यासारखं नसल्यानं जॉर्जनं लेनीचा फोन घेतला आणि आयडॉकचं ॲप उघडलं. केसीच्या फोनप्रमाणेच याच्यातलीही सगळी माहिती पुसून टाकण्यात आली होती. तीही एक तासापूर्वीच! याचाच अर्थ लेनीचा मृत्यू होऊन एक तास उलटला होता, हे जॉर्जच्या लगेच लक्षात आलं!

''लेनीचा मृत्यू होऊन तास उलटलाय!'' जॉर्ज खोलीतल्या इतरांना उद्देशून म्हणाला. ''म्हणजे आयडॉकच्यानुसार तरी तसंच दिसतय.'' तो फोन दाखवत उद्‍गारला.

''एक तास! तरीच आमच्या प्रयत्नांना काहीच यश येत नाहीये.'' रीससिटेशन टीमचा प्रमुख म्हणाला आणि त्यानं इतरांना थांबायला सांगितलं. ''एक तास, बापरे! म्हणजे बराच वेळ झालाय! चला, आवरा आपलं सामान! जरी आपण पुन्हा हृदय चालू करू शकलो असतो, तरी एव्हाना मेंदूच्या पेशी मेल्याच असत्या.''

टीम आपलं सामान आवरू लागली. जॉर्ज, केली, कार्लोस आणि क्रिस्टीन या धक्क्यामुळे नुसतेच स्तब्ध उभे होते.

जॉर्ज हा सिनियर रेसिडेंट आहे हे रीससिटेशन टीमच्या प्रमुखाला माहीत होतं. तो जाता जाता त्याला म्हणाला, ''पेशंट मरून एक तास झालाय! आपल्या इमर्जन्सी रूमचं नाव खराब होईल अशानं. किती वेळ झाला पेशंटकडे कोणीच फिरकलं नव्हतं?''

''दोन तास झाले होते जवळपास, पेशंट एकटीच होती,'' केलीनंच उत्तर दिलं. ''मी या पेशंटची केस पाहणारी ज्युनियर रेसिडेंट आहे.''

''तुझा काय आज दुसरा-तिसराच दिवस असेल ना?'' तो म्हणाला. त्यानं हलकेच स्वतःशी शीळ घातली. ''मॉर्बिडिटी आणि मॉर्टलिटी कॉन्फरन्समध्ये या केसवरून राडा होणार पाहा! मीडियाला याबद्दल काही कळणार नाही अशी प्रार्थना करा; पण मला वाटतं, या घटनेत काही आश्चर्यकारक नाहीये. जुलैचा महिना चालू आहे ना!'' फिसकन हसत तो निघून गेला.

पहिल्या वर्षाच्या रेसिडेंटसाठी हे बोलणं खूपच लागेल असं होतं. त्याच्या 'जुलै आहे ना' या बोलण्यामागचा अर्थ काय, हे सगळ्यांनाच माहीत होतं.

जॉर्ज इतका स्तंभित झाला होता की तो काही बोलूच शकला नाही. केसीच्या प्रेताशेजारी जागं झाल्याची आठवण त्याच्या मनात पुन्हा उसळून आली. लेनीला पाहून त्याला तिची भीती आठवली. तीही गार पडली होती. पुन्हा त्याच्या मनात प्रश्न उमटला, 'मृत्यू आपला पाठलाग करतोय की काय? का काहीतरी योगायोगानं तोच या सगळ्या मृत्यूंना जबाबदार आहे? त्याच्या आईच्या मृत्यूपासून...?'

''मला खूप वाईट वाटतंय! काय होऊन बसलंय हे! मी आधीच येऊन तिला पाहून जायला पाहिजे होतं...'' केली रडकुंडीला आली होती.

एका इमर्जन्सी रूमच्या नर्सनं तिच्या खांद्याभोवती हात टाकत तिला समजावलं, ''अगं, यात तुझी काहीच चूक नाहीये. त्या माणसाचं ऐकू नकोस. नर्स आणि इतर ऑर्डर्लीनीसुद्धा तिच्यावर लक्ष ठेवायला पाहिजे होतंच ना. जर कोणाची चूक असेल तर ती सगळ्यांचीच आहे!''

''तो माणूस जे काही म्हणाला ते अतिशय उद्धटासारखं आणि वाईट होतं. असं बोलायची काहीच गरज नव्हती त्याला,'' कार्लोस म्हणाला. जॉर्ज सगळ्यात सिनियर रेसिडेंट असल्यानं आता तो बोलेल अशी त्याची अपेक्षा होती.

''आपली सगळ्यांचीच चूक होती,'' क्रिस्टीन म्हणाली. ''प्रसूतिशास्त्रतज्ज्ञ व्यस्त असल्यानं तिला इतकी वाट पाहावी लागली. काही वेळा होतं असं. हॉस्पिटलची सिस्टीम नीट काम करत नाही. इथं एक वेगळा रेसिडेंटच नेमला पाहिजे. नाहीतर सध्या ज्याला वेळ असेल तो आपला इथली कामं बघत असतो.''

जॉर्ज मात्र गप्प होता. तो लेनीच्या चेहऱ्याकडे टक लावून पाहत होता. इतरांकडे साफ दुर्लक्ष करत तो आपल्याच तंद्रीत खोलीबाहेर पडला. काहीतरी गडबड नक्की आहे, हा विचार त्याचा पिच्छा सोडत नव्हता.

२५

इमर्जन्सी विभाग,
एल.ए. युनिव्हर्सिटी मेडिकल सेंटर
वेस्टवूड, लॉस एंजलिस, कॅलिफोर्निया
गुरुवार, ३ जुलै २०१४, दुपारचे ३.३१

कार्लोसनं समोरच्या मॉनिटरवर एक एक्स-रे दाखवायला सुरुवात केली. जॉर्ज त्याच्या शेजारीच बसला होता. जॉर्जनं मघाशी केलीची बाजू घेतली नाही म्हणून कार्लोस जरा चिडलाच होता. कारण खरोखरच लेनीचा मृत्यू हा हॉस्पिटलच्या सिस्टीमचा दोष होता, एकट्या केलीचा नाही. म्हणजेच चूक दाखवायचीच तर बरेच लोक दोषी ठरले असते; पण जॉर्जसारखा सिनियर रेसिडेंट पहिल्या वर्षाच्या त्या मुलीच्या बाजूनं काहीच बोलला नव्हता.

"या एक्स-रे बद्दल काय वाटतंय तुला?" त्यानं कोरडेपणानं विचारलं. जॉर्जबद्दलची निराशा त्याच्या आवाजात जाणवत होती. तो एक्स-रे बरगड्यांचं फ्रॅक्चर पाहण्यासाठी काढला होता, पण कार्लोसला फुप्फुसाच्या बाजूला आणि श्वासनलिकांपाशी वेगळंच काहीतरी जाणवलं होतं. ते फुप्फुसाच्या जवळ सुजलेले 'लिम्फ नोड्स' आहेत का ते त्याला नक्की कळत नव्हतं. त्याला माहीत होतं की 'लिम्फ नोड्स' बऱ्याच प्रकारच्या इन्फेक्शन्समध्ये सापडू शकतात; पण तरी अशा केसेसमध्ये फुप्फुसाच्या कर्करोगाची शक्यता गृहीत धरावीच लागते. या निदानानं पुढच्या उपचारांवर बराच परिणाम झाला असता, तरी ठोस काही सांगता येत नव्हतं.

जॉर्ज मात्र बधिरपणे मॉनिटरकडे टक लावून पाहत होता. तो स्वतःच्याच तंद्रीत होता. त्यानं काही उत्तरही दिलं नाही.

"काय झालं? सगळं ठीक आहे ना?" कार्लोसच्या रागाचं रूपांतर आता काळजीत होऊ लागलं होतं.

जॉर्ज एकदम भानावर आला. "सॉरी. माझ्या मनात दुसरंच काहीतरी चालू आहे. अं... सॉरी, पण आपण उरलेलं काम नंतर पूर्ण करू." असं म्हणून तो बाहेर पडला.

'हा जॉर्ज त्या पेशंटच्या मृत्यूच्या धक्क्यातून कधी बाहेर पडेल' असा विचार कार्लोस बहुधा करत असेल असं जॉर्जला वाटून गेलं. त्याच्या या विचित्र वागण्याचा अर्थच कार्लोसला लागत नसेल. जॉर्जसारख्या चौथ्या वर्षाच्या रेसिडेंटला असल्या प्रसंगांनी काय फरक पडणार, असं बहुधा कार्लोसला वाटत असेल?

जॉर्ज एका विशिष्ट हेतूनं बाहेर पडला होता. त्याला खरंतर चार वाजता रेडिऑलॉजी कॉन्फरन्सला जायचं होतं आणि आता फार वेळ नव्हता; पण तरी त्याला आधी केली बॅबकॉकशी बोलणं गरजेचं होतं. लेनीच्या मृत्यूनं त्याला जितका त्रास होत होता, त्याच्या कितीतरी पटीनं जास्त तिला होत असणार याची त्याला खात्री होती. डॉक्टरांच्या लाउंजमध्ये ती कॉफीचा कप घेऊन एकटीच बसलेली त्याला आढळली.

"केली?"

तिनं वर पाहिलं. रडून तिचे डोळे लाल झालेले दिसत होते.

"मी बसू?" त्यानं शेजारच्या खुर्चीकडे निर्देश करत विचारलं.

"माझी नाहीये ती खुर्ची!" ती पटकन म्हणाली.

त्यानं तिथं बसायच्या कल्पनेनं ती फार खूश दिसत नव्हती हे तर उघडच होतं, पण तरी तो बसला.

"डॉ. वॉरन नॉक्स." ती अचानक म्हणाली.

"काय?"

"तू मला विचारलं होतंस की, डीअँजेलीसच्या केसचा डॉक्टर कोण आहे ते सांग म्हणून. डॉ. वॉरन नॉक्स होता, पण आज त्याचा सुट्टीचा दिवस आहे."

"थँक्स. तो परत आला की मी बोलेन त्याच्याशी; पण मी त्यासाठी नाही आलोय इथं." घसा साफ करत त्यानं बोलायला सुरुवात केली, "मी इतक्यात एमआरआय केलेले दोन लोक अचानक मृत्यू पावलेत." पुढे कसं बोलावं याचा विचार करत तो क्षणभर थांबला, "एखादा पेशंट मेला, तर मीसुद्धा माझ्यावर दोष घेतो. कदाचित मला अजूनही काम आणि खासगी गोष्टी यासाठी वेगवेगळे कप्पे करायला जमलेलं नाही. म्हणजे मी कप्पे करतो, पण मी नुसतंच माझ्या मनाला समजावतो की या गोष्टी आपण मनाच्या कप्प्यात घट्ट बंद करून ठेवल्या आहेत; पण त्या बाहेर येतातच आणि त्रास होतोच."

केलीनं कुतूहलानं त्याच्याकडे पाहिलं.

"मला काय म्हणायचं की... म्हणजे सॉरी. मी मघाशी खूप अस्वस्थ होतो आणि... तो माणूस बोलला तुला तेव्हा मी तुझी बाजू घ्यायला हवी होती. तो खरंच त्याची मर्यादा ओलांडून बोलला..."

"थँक्स. पण मला अपराधी वाटतंय म्हणून मी अस्वस्थ आहे असंच नाही. मी तिला पाहायला जायला हवं होतं हे मान्य आहे मला; पण काहीतरी वेगळ्याच गोष्टीमुळेही मला विचित्र वाटतंय. म्हणजे कोणाचं नशीब इतकं वाईट का? आणि मग मी इतकी नशीबवान कशी काय? ती किती लहान होती..." केलीनं नकळत कॉफी ढवळली. "माझे वडील वारले तेव्हा मला वाटलं होतं, की आता सगळं संपलं. तेव्हा मी त्यांच्यासोबत एकटीच होते घरात..." ती थांबली. मग पुढे म्हणाली, "तेव्हा मी एक मूर्ख तेरा वर्षांची मुलगी होते. आणि माझ्या वडिलांना माझ्यासमोर हृदयविकाराचा झटका येत होता. मला त्यांना मदत करावी असं इतकं वाटत होतं ना, पण..." तिनं त्या आठवणीमुळे खेदानं मान हलवली. मग तिनं जॉर्जकडे पाहिलं. "मला वाटतं म्हणूनच मी मेडिकलला आले. त्यातही इमर्जन्सी मेडिसीनमध्ये; पण आता इथं काम करायला सुरुवात केल्यावर असं वाटतंय की, कोणीतरी खूप गरजू माणूस आपल्याकडे मदतीसाठी येतो आणि एक सुपरवुमन डॉक्टर भेटण्याऐवजी त्याच्यासमोर तीच पूर्वीची भेदरलेली, चुका करणारी लहान मुलगी असते!..."

जॉर्जनं केलीकडे पाहिलं. ती नकळत कॉफी ढवळत बसली होती. त्या क्षणी त्याला वाटलं, की ही मुलगी बाहेरून जितकी सुंदर दिसते त्याच्यापेक्षा जास्त ती आतून सुंदर आहे.

"मला माहीत नाही की तुला माझ्या मताबद्दल काय वाटतं ते, पण तरी मी सांगू शकतो की तू एक सुपर डॉक्टर होशील इमर्जन्सी रूममधली."

"थँक्यू. चौथ्या वर्षाच्या कोणीतरी पहिल्या वर्षाच्या रेसिडेंटचं असं कौतुक करणं म्हणजे खरंच मोठी गोष्ट आहे." ती म्हणाली.

"तो माणूस तुला जे बोलला ते मनाला लावून घेऊ नकोस. ती नर्स म्हणाली ते बरोबर आहे, आपल्या सगळ्यांचीच चूक आहे. माझीही. मी तिला झोपायला सांगितलं आणि प्रसूतिशास्त्रतज्ज्ञाला आधी मला भेटायला सांगितलंच की! त्यामुळे जरा आणखी उशीर झाला."

"मला बरं वाटावं म्हणून म्हणतोयस ना तू हे?"

जॉर्ज काही क्षण शांत बसला मग म्हणाला, "हो... पण आता विचार केल्यावर मला असं वाटतंय की कोणीही तिला पाहायला गेलं असतं नसतं, तरी काहीच फरक पडला नसता."

केलीनं गोंधळून त्याच्याकडे पाहिलं.

तिच्या प्रामाणिक बोलण्यामुळे आपणही आपलं मन तिच्यापाशी उघड करावं अशी ऊर्मी जॉर्जच्या मनात दाटून आली. कोणी आसपास ऐकत नाहीये ना याची खात्री करत जॉर्ज म्हणाला, ''मला माहितेय की मी जे सांगणार आहे ते तुला खूप विचित्र वाटेल, पण माझ्या आजूबाजूला लोक फटाफट मरून पडतायत. म्हणजे मी कोणीतरी यमदूत वगैरे आहे असं मला आता खरंच वाटायला लागलंय.''

''काय म्हणायचंय काय तुला?''

''म्हणजे ते सगळे जण आधीच खूप आजारी होते हे तर झालंच; पण तरी ते अचानक मरतायत असं वाटतंय मला.''

''मला काहीच समजत नाहीये.''

जॉर्ज बोटांवर मोजत म्हणाला, ''केसी लिंच, ग्रेग टार्किंग्टन, क्लेअर वाँग, सॅल डीअँजेलीस आणि आता लेनी चेस्नी. पाच लोक! माझी प्रेयसी, माझा शेजारी आणि माझे तीन पेशंट. माझी प्रेयसी तीन महिन्यांपूर्वी वारली आणि हे बाकीचे गेल्या तीन दिवसांत!'' त्यानं नकळत सॅलचा फोन खिशातून बाहेर काढला आणि टेबलावर ठेवला.

''तुझी प्रेयसी? तिचाही मृत्यू झालाय?'' धक्का बसून केलीनं विचारलं.

''हो, दुर्दैवानं. पण मी काही ते तुला वाईट वाटावं म्हणून नाही सांगितलं हां. हे सगळे मृत्यू तर वाईट आहेतच, पण अजून भयंकर गोष्ट ही आहे की माझ्या मते त्यांचं प्रमाण वाढतंय!'' जॉर्ज तिच्या डोळ्यांत पाहत म्हणाला. ''मृत्यू माझा पाठलाग करतोय आणि मी या सगळ्याबद्दल काहीतरी केलं पाहिजे असं मला वाटू लागलंय.''

''पण तू काय करू शकतोस?''

जॉर्जनं खांदे उडवले, ''असं मला वाटतंय इतकंच.'' अचानक आपण इतकं बोलून गेलो याची त्याला लाज वाटली. त्याला केलीशी मैत्री करायला आवडलं असतं, पण तो आत्ता तिला जेमतेम ओळखत होता. ''सॉरी. मी उगाच काय काय बोलत बसलो. विसरून जा ते सगळं. मला फक्त हेच सांगायचंय की कदाचित लेनीच्या मृत्यूचा संबंध बाकी कोणापेक्षा माझ्याशीच जास्त असेल.''

केलीनं अविश्वासानं जॉर्जकडे पाहिलं. ''तू सीरियसली बोलतोयस हे?''

''खरं सांगायचं तर मला काहीच कळेनासं झालंय. असो. तू स्वतःला फार दोष देत बसू नकोस. तुझी जराही चूक होती असं मला अजिबात वाटत नाही.''

जॉर्ज नकळत टेबलावर फिरवत असलेल्या फोनकडे केलीचं लक्ष गेलं. ''तुझ्या मोबाईलचा स्क्रीन पारच फुटलाय. माझाही एकदा फुटला होता, पण इतका वाईट नाही!'' ती म्हणाली.

जॉर्ज एकदम भानावर आला. "अं? माझा नाहीये हा फोन." मघाशी त्यानं तो फोन चार्ज करून सुरू केला होता.

"याच्यावरही ते आयडॉक ॲप दिसतंय."

"हो आहे. किंवा होतं असं म्हणणं जास्त योग्य ठरेल."

"तुला आयडॉकबद्दल बरीच माहिती दिसतेय! मघाशीही बोललो आपण."

"हं... बऱ्याच गोष्टी कळतायत मला आयडॉकबद्दल. माझा 'क्रॅश कोर्स' झालाय असंच समज! चांगलं की वाईट मला माहीत नाही, पण मेडिकल क्षेत्राचं भविष्य यामुळे बदलणार आहे हे नक्की. आपल्याला जे मेडिसीन माहितेय त्यात प्रचंड फरक होणार आहे."

"खरंच? मला आवडेल त्याबद्दल आणखी जाणून घ्यायला." केली ताठ बसत म्हणली.

जॉर्जनं तिला पाच मिनिटांत त्याला माहीत असलेलं आयडॉकबद्दलचं सगळं सांगितलं. ती अगदी एकाग्रतेनं ऐकत होती. तिचे डोळे त्याच्या चेहऱ्यावर खिळून राहिले होते.

तेवढ्यात एक नर्स खोलीत डोकावली, "डॉ. बॅबकॉक, तुम्हाला इमर्जन्सी रूममध्ये बोलवलंय."

२६

इमर्जन्सी विभाग,
एल.ए. युनिव्हर्सिटी मेडिकल सेंटर
वेस्टवूड, लॉस एंजलिस, कॅलिफोर्निया
गुरुवार, ३ जुलै २०१४, दुपारचे ४.०५

क्लेटननं आपला मोर्चा पुन्हा एकदा इमर्जन्सी रूमकडे वळवला. वारंवार असं करून तो स्वतःकडे इतरांचं नाहक लक्ष वळवत नसावा, अशी तो मनोमन प्रार्थना करत होता. परत एकदा थॉर्न आणि पर्यायानं लँगलीच्या सांगण्यावरून तो अमाल्गमेटेडसाठी 'मोहिमे'वर निघाला होता. पहिल्या वेळी सॅल डीअँजेलीसच्या शरीरात बसवलेला इन्सुलिनचा साठा शोधून काढायला त्याला सांगण्यात आलं होतं, पण तो त्याच्या पोटात सापडलाच नव्हता. मग त्यानंतर डीअँजेलीसच्या मृत्यूबद्दल लोक काय काय बोलतायत आणि विशेषतः जॉर्जचं मत काय आहे हे आडून आडून जाणून घेण्याचं काम त्याच्यावर सोपवण्यात आलं होतं. आणि आता पुन्हा एक मृत्यू झाला होता- एका मेडिकेडच्या ग्राहकाचा- लेनी चेस्नीचा. तीही आयडॉकच्या बीटा चाचणीत सहभागी झालेल्यांपैकी एक होती. क्लेटननं हे नाव लगेच ओळखलं होतं आणि दुर्दैवानं या केसशीसुद्धा पुन्हा जॉर्ज विल्सनचा काहीतरी संबंध होताच!

आयडॉकमधल्या संभाव्य दोषाच्या बातमीमुळे क्लेटन चांगलाच अस्वस्थ झाला होता. कारण त्यानं त्याची सगळी पुंजी, सगळे पैसे अमाल्गमेटेडमध्ये गुंतवले होते. असं असताना आयडॉकमुळे जर मृत्यू होत असतील तर ते फारच भयंकर होतं. "तुम्ही एफडीएला कळवलं आहे का या प्रॉब्लेमबद्दल?" क्लेटननं थॉर्नला विचारलं होतं. हो किंवा नाही, दोन्ही उत्तरांचे परिणाम वाईटच झाले असते, पण थॉर्ननं मात्र

काहीच उत्तर दिलं नव्हतं.

क्लेटन इमर्जन्सी रूममध्ये पोहोचला तेव्हा तिथं भरपूर गर्दी होती. सुट्ट्या असल्यामुळे ट्रॅफिक वाढून जास्त अपघात झाले होते आणि हॉस्पिटलबाहेर सहा रुग्णवाहिका उभ्या होत्या. त्यांच्यातून जखमी लोकांना बाहेर काढण्याचं काम चालू होतं. क्लेटन सरळ रीडिंग रूममध्ये गेला. जॉर्जशी लेनी चेस्नीच्या मृत्यूबद्दल नक्की काय बोलायचं हे त्यानं ठरवलं नव्हतं, पण तो तिथं पोहोचला तेव्हा जॉर्ज खोलीत नव्हताच.

घड्याळ बघितल्यावर क्लेटनला अचानक आठवलं की जॉर्ज गुरुवारच्या फिजिक्सच्या लेक्चरला गेला असणार, कारण ते सगळ्याच रेसिडेंटसाठी बंधनकारक होतं. मग तो डेबीकडे गेला. तिची वेळ खरंतर तीन वाजता संपत असे, पण ती कामाच्या बाबतीत इतकी प्रामाणिक होती की वेळ झाली तरी पुढे तासभरतरी ती तिथंच असे! आत्ताही पुढच्या तीन ते अकराच्या पाळीच्या मुख्य नर्ससोबत ती बसलेली होती. त्या दोघी राहिलेल्या पेशंटच्या केसेस मार्गी लावत होत्या.

क्लेटननं त्यांना मध्येच थांबवून डेबीला जरा बाजूला नेलं. तिला आश्चर्य वाटलं आणि ती साशंकपणे त्याच्याबरोबर बाजूला गेली. क्लेटननं सरळ मुद्द्यालाच हात घातला, ''मी असं ऐकलंय की इथं इमर्जन्सी रूममध्ये एक गरोदर मुलगी मघाशी मृत्यू पावली. सॉरी, तुम्हा सगळ्यांसाठी हे पचवणं जड जात असेल नाही?''

''हं! वाईट बातम्या पसरायला कधीच वेळ लागत नाही!'' डेबी संशयानं क्लेटनकडे पाहत म्हणाली.

''कशी मेली ती?''

''कार्डिॲक, तिला कार्डीओमायोपथीची हिस्टरी होती.'' डेबीनं सांगितलं.

''तू ठीक आहेस ना?''

''हो, पण माझीच चूक झाली. प्रसूतिशास्त्राचा रेसिडेंट लवकर येऊ शकत नाहीये हे कळल्यावर मी तिच्यावर लक्ष ठेवायला सतत कोणालातरी पाठवायला पाहिजे होतं; पण तसं पाहिलं तर, मी किंवा इतर कोणी न सांगताही कोणीही तिला जाऊन पाहून येऊ शकलं असतं! इतक्या साध्या गोष्टी समजत नाहीत का या लोकांना!'' ती काहीशी चिडून म्हणाली.

मग अचानक थबकून तिनं क्लेटनकडे पाहिलं, ''पण तू का मला अचानक सहानुभूती दाखवतोयस? फक्त मी ठीक आहे ना हे पाहण्यापुरता काही तू कामाच्या मध्येच खाली येणार नाहीस!''

''अं... हो, माझा दुसराही एक हेतू आहे त्यामागे. माझ्या अंदाजाप्रमाणे दुर्दैवानं याही केसशी जॉर्ज विल्सनचा काहीतरी संबंध आहे. त्याची याबाबत काय प्रतिक्रिया

होईल याचीच मला काळजी वाटतेय, कारण डीअँजेलीसप्रमाणेच ही पेशंटसुद्धा आयडॉक बीटा चाचणीत सहभागी झालेली होती.''

''तुला कशाला इतकी काळजी वाटतेय हेच मला समजत नाहीये! त्या जॉर्जपासून कोणत्याही प्रकारचा धोकाबिका आहे की काय?''

''आपण सध्या फक्त इतकंच म्हणू, की आत्ता कुठं आयडॉकच्या चाचण्या चालू आहेत. तेव्हा उगाचच या प्रसंगांची जास्त वाच्यता व्हायला नकोय. जॉर्ज स्मार्ट आहे. या सगळ्याबद्दल त्याच्या डोक्यात काय शिजतंय ते समजायला पाहिजे. म्हणजे काही वाटलंच तर आपल्याला वेळीच त्याला थांबवता येईल.''

''म्हणजे तुझं असं म्हणणं आहे की मी त्याच्याशी लेनी चेन्सी आणि सॅल डीअँजेलीस दोघांच्याहीबद्दल बोलायचं आणि तो काही खळबळ तर माजवत नाहीये ना, याकडे लक्ष ठेवायचं. असंच ना?''

''बरोब्बर! हुशार आहेसच तू! मी तुझ्यावर नेहमीच विसंबून राहू शकतो हे मला माहीत होतं,'' क्लेटन साखरपेरणी करत म्हणाला.

''ए... एक मिनिट! माझी एकच अट आहे! तू आणि मी... आपण पुन्हा एकत्र यायचं!''

''हो, नक्कीच! तू या सगळ्यात माझी मदत करत नसतीस ना, तरी मला पुन्हा तुझ्यासोबत संबंध जोडायला आवडलंच असतं.'' क्लेटन थापा मारू लागला, ''तुला माहितेय की हे! मला आवडतेसच तू. फक्त माझी एक्स बायको मला इतका त्रास देत होती ना, की मला काही काळ जरा गप्प राहावं लागलं. आता ठीक आहे. या वीकएंडला भेटू असं मी म्हणालो होतो ते आठवतंय मला! शनिवारी संध्याकाळी 'स्पॅगो'मध्ये जेवायला जायचं? कशी वाटतेय कल्पना?''

डेबी एकदम खूश झाली. ''ओके! चालेल मला. मस्त कल्पना आहे!'' ती हसून म्हणाली.

जाताजाता क्लेटननं तिला डोळा मारला आणि त्याच्या नेहमीच्या सवयीप्रमाणे तिच्या पार्श्वभागावर आपल्या हातातल्या फाईलनं हलकासा फटका मारला. जरी शनिवारचं जेवण कबूल करावं लागलं होतं, तरी आपल्या एकूण कामगिरीवर तो खूश होता. कदाचित काहीतरी कारण काढून तो अजूनही जेवण रद्द करू शकेल! त्यानं पुन्हा घड्याळात पाहिलं. मग तो हॉस्पिटलच्या वाहनतळात गेला. त्याचा व्हॅले त्याची लालचुटूक रंगाची फेरारी बाहेर काढायला लगबगीनं धावला. तासाभरापूर्वी त्याला अमाल्गमेटेडमधून फोन आला होता. थॉर्न आणि लँगलीबरोबर तातडीच्या खासगी मीटिंगसाठी त्याला बोलावलं होतं. क्लेटनला नेहमीच मोठमोठ्या बिझनेसमनमध्ये ऊठबस करायला आवडायचं. आता इतकी प्रतिष्ठा मिळणार असेल तर त्यासाठी छोटे-मोठे काळे धंदे करायला त्याची काही ना नव्हती. कारण अशा मदतीमुळेच तर

त्याचं अमाल्गमेटेडमधलं स्थान अबाधित राहणार होतं!

क्लेटन, थॉर्न आणि लँगली थॉर्नच्या प्रशस्त ऑफिसमध्ये बसले होते. खोलीच्या दक्षिणेला आणि पश्चिमेला असलेल्या मोठ्या काचेच्या खिडक्यांमधून सँटा मोनिकाचा नयनरम्य परिसर आणि दुसरीकडे सुंदर प्रशांत महासागर दिसत होता, पण थॉर्नचं आत्ता या कशाकडेच लक्ष नव्हतं.

आयडॉकमध्ये जो दोष आढळून आला होता त्याला ते आता 'ग्लिच' असं संबोधत होते. लँगलीनं इतर दोघांना नव्यानं घडलेल्या सगळ्या घडामोडींचे अपडेट्स दिले. सी.एम.एस. आणि इन्डिपेंडन्ट पेमेंट अॅडव्हायजरी बोर्डनं काय पवित्रा घेतला आहे वगैरे माहिती त्यानं पुरवली. बोलता बोलता लँगली इ-सिगारेट ओढत होता आणि त्याच्याकडे पाहून थॉर्नचा पारा चढत चालला होता. हा जे काही ओढतोय त्याचा वास आपल्या ऑफिसमध्ये भरून राहील अशी त्याला भीती वाटत होती. अशा कठीण प्रसंगांमध्ये थॉर्न नेहमीच चिडचिडा बनत असे आणि इतर लोकांच्या सवयी तो बिलकूल खपवून घेत नसे.

लँगली सांगत होता, ''मी म्हणालो तसं, याबद्दल बातमी पसरेल याचीच मला सगळ्यात जास्त भीती वाटतेय. जर मीडियाला...''

''कळलं तर ते राइचा पर्वत करतील असंच ना!'' थॉर्ननं त्याचं बोलणं पुरं केलं. ''या बाबतीत तर आपल्या सगळ्यांचं एकमत आहेच, यात काहीच शंका नाही.''

''पण मग हा दोष आपण दूर का नाही करत आहोत? शक्य आहे ना तसं करणं?'' क्लेटननं विचारलं.

''पहिल्यांदा जेव्हा हा प्रॉब्लेम आमच्या लक्षात आला तेव्हा आम्ही तो दुरुस्त करायचा प्रयत्न केला, त्या वेळी सी.एम.एस. यात सहभागी नव्हतं; पण हा दोष दूर करणं वाटतं तितकं सोपं नाहीये. कारण आपला हा प्रोग्रॅम फारच भराभर स्वतःचं स्वतः शिकतोय. ही अडचण दूर करायची तर अल्गोरिदमच्या कोडिंगचे बरेच मोठे मोठे भाग पूर्ण नव्यानं लिहावे लागतील! आणि याला प्रचंड वेळ लागेल तो भाग वेगळाच!'' लँगली म्हणाला.

''बरं, बाकी डॉक्टर्स आणि नर्सेस वगैरे लोकांच्या बाबतीत काय म्हणता येईल?'' थॉर्ननं उतावीळपणे क्लेटनला विचारलं.

''ज्या ठिकाणी हे मृत्यू घडलेत तिथे त्याबद्दल काही संशय वगैरे मुळीच जाणवला नाहीये मला. सँटा मोनिका आणि हार्बरमध्ये काहीच प्रश्न आलेला नाहीये. आमच्या हॉस्पिटलमध्येही एक रेसिडेंट रेडिऑलॉजिस्ट वगळता बाकी कोणालाही काही संशय आला नाहीये. हा डॉक्टर माझ्याच हाताखाली काम करतो, मी

लँगलीला त्याच्याबद्दल कळवलं होतं.''

लँगलीनं मान डोलावली.

''पण तो एक वगळता बाकी सबकुछ ठीक! हां आणि मेडिकल एक्झॅमिनरच्या ऑफिसकडेही मी लक्ष ठेवून होतो. त्यांच्याकडूनही काही प्रॉब्लेम दिसत नाहीये नशिबानं. कोणीच या पेशंटची ऑटॉप्सी वगैरे करण्याची विनंती हॉस्पिटलला केलेली नाहीये. या प्रसंगांचं वैशिष्ट्यच तर हे आहे ना, हे सगळे पेशंट इतके आजारी होते की ते मरणार अशीच सगळ्यांची अपेक्षा होती. त्यामुळेच कोणाला त्यात काही अनपेक्षित वाटलं नाहीये. आणि दुसरी गोष्ट म्हणजे मेडिकल एक्झॅमिनरच्या ऑफिसकडे मनुष्यबळ इतकं अपुरं आहे, की अशा दीर्घ आजारांनी मेलेल्या लोकांच्या केसेस ते फार खोलात शिरून, प्रश्न न विचारता पटापट हातावेगळ्या करतात.''

''एक मिनिट... हा रेडिऑलॉजिस्ट कोण?'' थॉर्ननं विचारलं.

''जॉर्ज विल्सन म्हणून आहे,'' क्लेटन उत्तरला, ''त्याची गोष्टही तशी दुर्दैवी आहे. या मृत्यू पावलेल्या पेशंटपैकी एक त्याची प्रेयसी होती. एक शेजारी राहणारा मित्र होता आणि इतर तिघांना त्यानं तपासलं होतं. त्यातल्या एकीशी त्याचे तसे जवळचे संबंध होते. ती आज सकाळीच वारली. अजूनपर्यंत तरी या पाच लोकांपैकी तिघं आयडॉक वापरायचे एवढंच त्याला माहितेय; पण तरी, पाचातले तीन म्हणजे...''

''शिट! एकसुद्धा चूक करणं आता आपल्याला परवडणार नाहीये! आपला सगळा प्लॅन ओमफस होईल नाहीतर!'' थॉर्न बोलायचा थांबला आणि त्यानं समोर बसलेल्या दोघांकडे रोखून बघितलं. ते दोघं नीट ऐकतायत ना याची त्याला खात्री करून घ्यायची होती. ''नुसता प्लॅनच नाही तर आपली सगळ्यांची करीअर्ससुद्धा बरबाद होतील.'' मग तो लँगलीकडे वळून म्हणाला, ''या सगळ्या प्रसंगांवरून असं दिसतंय की आपल्या अल्गोरिदमला जरा लगाम लावलाच पाहिजे. एक काम कर, पुन्हा जेव्हा आयडॉकला अशी एखादी 'मारण्यायोग्य' केस सापडेल तेव्हा तो आपणहून काही करायच्या आधी त्याला त्या पेशंटचं नाव आणि केस नंबर आपल्याला सांगायला लाव. मग अन्य अशा केसेसशी याचा काही संबंध आहे का, या सर्व पेशंटच्या केसेसमध्ये कोण डॉक्टर किंवा इतर लोक संबंधित आहेत त्याचा छडा लाव. त्यासाठी तू फेसबुक, लिंक्ड-इन, टम्ब्लर, इन्स्टाग्रॅम... काहीही वापरून तू त्या पेशंटचे ओळखीचे लोक शोधू शकतोस. मग कोणत्याही विवक्षित कालमर्यादेत, किती प्रमाणात असे परस्परसंबंध आपण स्वीकारायला हरकत नाही यासाठी आपण मसुदा (प्रोटोकॉल्स) तयार करू. मी काय म्हणतोय कळलं ना?'' थॉर्ननं विचारलं.

''हो!'' लँगली हसला, ''तुला काय म्हणायचं ते मला व्यवस्थित समजलंय.

आणि मी काय करायचंय तेही. माझ्या टीमला लगेच कामाला लावतो.''

थॉर्नचं लांबलचक बोलणं ऐकून क्लेटनला जरा गरगरल्यासारखंच झालं. त्याला त्यांच्या बोलण्यातला एक शब्दही उमगला नव्हता.

''गुड!'' टाळी वाजवत थॉर्न म्हणाला, ''बरं, आता दुसऱ्या गोष्टीकडे वळू. या तुझ्या रेडिऑलॉजिस्टबद्दल काही करायचं का? आणि करायचं झाल्यास काय?''

''अं... मला नाही वाटत लगेच आपण मध्ये पडायची गरज आहे; पण त्याच्यावर लक्ष ठेवलं जाईल अशी व्यवस्था मी केलीये. एका सुंदर आकर्षक बाईवर मी हे काम सोपवलंय! तिनं मला सांगितलं की तो आयडॉकनं प्रभावित तर झालाय, पण त्याच्या शेजाऱ्यानं आत्महत्या केली असावी, या अफवेवर काही तो विश्वास ठेवायला तयार नाहीये. त्याच्या डोक्यात ही 'आयडॉक'ची दुसरी केस आहे. तो या केसमध्ये जरा जास्तच नाक खुपसेल की काय अशी मला काळजी वाटतेय! पण या मृत्यूंशी आयडॉकचा काही संबंध आहे, याची त्याला कुणकुणही लागू देता कामा नये. आणखी एका गोष्टीमुळे त्याचा संशय बळावलाय. ते म्हणजे, त्यानं त्या दिवशी मला शवागारात जाताना पाहिलंय. मी तेव्हा त्या डीअँजेलीसच्या शरीरातला तो इन्सुलिनचा साठा लँगलीच्या सूचनेवरून काढून घ्यायला गेलो होतो!'' क्लेटननं लँगलीकडे रोखून पाहिलं.

''नक्की काय घडलं होतं याचा पुरावा म्हणून आम्हाला तो साठा पाहायचा होता,'' लँगली बचावात्मक पवित्रा घेत म्हणाला. ''नक्की इन्सुलिनचा ओव्हरडोसच मरणाला कारणीभूत ठरतोय की नाही, हे त्यावरून समजलं असतं.''

''मला हेच समजत नाहीये! तुम्हाला हे आधीपासून माहिती होतंच ना!'' क्लेटन अचानक चिडून म्हणाला. ज्या वेळी क्लेटन शवागारात गेला होता त्या वेळी नक्की काय प्रॉब्लेम आहे आणि तो किती गंभीर आहे हे काहीच त्याला सांगण्यात आलं नव्हतं. त्यात त्याला जॉर्जनं पाहिलं होतं आणि आता हा सगळा घोळ निर्माण झाला होता. त्यामुळे तो रागावणं स्वाभाविक होतं.

''बस्स झालं!'' थॉर्न ओरडला. ''आपण सगळे एकाच खिंडीत अडकलोय. असो, मला या जॉर्ज विल्सनबद्दल अजून माहिती सांग.''

''अं, खरंतर तू भेटलायस त्याला,'' क्लेटन उत्तरला.

''क्काय? कसं काय? आणि कुठे?''

''गुंतवणूकदारांसाठी जे प्रेझेन्टेशन ठेवलं होतं ना, तिथं आला होता तो. तो पॉला स्टोनब्रेनरचा मित्र आहे. तिनं तुझी त्याच्याशी ओळख करून दिलेली पाहिली मी.''

थॉर्न आश्चर्यचकित झाला होता. ''बापरे! काय योगायोग असतात एकेक! बरं, पुढे सांग.''

क्लेटननं त्याला थोडक्यात जॉर्जविषयी महिती दिली. कोलंबिया मेडिकल स्कूलमध्ये असताना एक काळं प्रकरण जॉर्जनं उघडकीस आणलं होतं हे ऐकल्यावर थॉर्नचा चेहरा पडला. जॉर्ज एक अत्यंत हुशार, प्रामाणिक आणि त्याचा सगळ्यात चांगला रेसिडेंट होता हेही क्लेटननं त्याला सांगितलं.

''पण तू त्याच्यावर लक्ष कसं ठेवणार?'' थॉर्ननं विचारलं.

''मी म्हणालो तसं, एका मैत्रिणीला मी त्याच्यावर लक्ष ठेवायला सांगितलंय. माझ्या मते पुढचे काही दिवस महत्त्वाचे आहेत. तेव्हा तो काय करतोय हे पाहणं गरजेचं ठरेल. जर त्याचं समाधान झालं आणि तो गप्प बसला तर आपल्याला काही काळजी नाही. जर तसं नाही झालं, तर मी तुम्हाला लगेच कळवीन. मला वाटतं मग तुम्हीच पुढचे निर्णय घ्यायला समर्थ आहात!''

थॉर्ननं मान डोलावली. जर अशी परिस्थिती आलीच तर सरळ आपल्या सिक्युरिटी विभागाला ही महत्त्वाची केस हाताळायला सांगायची असं त्यानं ठरवून टाकलं. त्याच्या सिक्युरिटी टीममधली सगळी माणसं पैशासाठी वाट्टेल ते करणारे भाडोत्री शिपाई होते. ते ही केस 'नीट'च हाताळतील असा त्याला विश्वास होता.

''खरं सांगू का, हे जे घडलं ते एका प्रकारे चांगलंच झालं,'' लँगली एकदम म्हणाला.

क्लेटन आणि थॉर्ननं गोंधळून त्याच्याकडे पाहिलं.

''असं बघा, आपण काही अल्गोरिदममध्ये हा दोष मुद्दाम निर्माण केला नाहीये. पण तो बीटा चाचणीत लक्षात आला हे बरं झालं ना! आपण जर देशभर आयडॉकचा प्रसार केल्यावर हे लक्षात आलं असतं तर? त्यामुळे ही परिस्थिती आपल्यासाठी एक छोटीशी बीटा चाचणीच आहे असं म्हणायला हरकत नाही!'' लँगली म्हणाला.

''हं! मी काही तुझ्याइतका आशावादी नाही होऊ शकत! आपल्या सगळ्या प्लॅनला सुरुंग लावू शकेल अशी छोटी जरी अडचण निर्माण झाली तरी मला मुळीच चैन पडत नाही.'' थॉर्न म्हणाला.

''मी कोणत्याही परिस्थितीत नेहमीच चांगल्या मुद्द्यांकडे पाहतो.'' लँगली म्हणाला, ''मला वाटतं, आपण या रेडिऑलॉजी रेसिडेंटकडून खूप काही शिकू शकतो. म्हणजे तो आता काय पावलं उचलतोय त्यावरून स्पष्ट होईल ते. आणि क्लेटन त्याच्यावर पाळत ठेवतोच आहे ना. त्यामुळे आपण कधीही मधे पडून हे सगळं थांबवू शकतो. मला नाही वाटत यात फार मोठा धोका आहे. किंबहुना हे एक वरदानच आहे म्हणा ना. असं पाहा, आयडॉकच्या सुरक्षिततेसाठी भविष्यात तरतूद करायच्या दृष्टीनं ही नामी संधी चालून आलीये. तीसुद्धा आपल्या कंट्रोलमध्ये आहे!''

२७

जॉर्जचं घर
वेस्टवुड, लॉस एंजेलिस, कॅलिफोर्निया
गुरुवार, ३ जुलै २०१४, रात्रीचे ८.३०

घरी परतल्यापासून जॉर्ज उदासपणे बसून होता. केसी, सॅल, टार्किंग्टन, वाँग आणि आता लेनीशी तुलना करता जॉर्जचं आयुष्य खूपच चांगलं म्हणावं लागलं असतं, कारण तो अजूनही जिवंत होता! पण या सगळ्यांच्या मृत्यूंमध्ये त्याला वाटत असलेली अपराधीपणाची भावना काही केल्या मनातून जात नव्हती. मघाशी केलीपाशी मन मोकळं केल्यानं त्याला बरं वाटलं होतं; पण तेही तात्पुरतंच.

सोफ्यावर बसून तो उगाचच टीव्हीचे चॅनेल बदलत होता. खोलीतला दिवा लावायचीही तसदी त्यानं घेतली नव्हती. तेवढ्यात दाराची बेल वाजली. जे कोणी बाहेर आहे ते निघून जाईल या विचारानं त्यानं दार उघडायचं टाळलं; पण बेल पुन्हा पुन्हा वाजू लागली. शेवटी नाइलाजानंच जॉर्ज उठला आणि त्यानं दार उघडलं. झी किंवा त्या इमारतीचा दारूडा मॅनेजर असेल अशी त्याची अपेक्षा होती; पण बाहेर चक्क डेबी उभी होती. तो आ वासून तिच्याकडे पाहतच राहिला.

"मला आतसुद्धा बोलावणार नाहीयेस का तू? हां, आता जर तुझ्याकडे दुसरं कोणी आलं असेल, तर ठीक आहे. मी नंतर येईन!" ती म्हणाली.

जॉर्जनं स्वतःला सावरलं आणि तो म्हणाला, "नाही नाही! ये ना. थांब, मी दिवा लावतो."

जॉर्ज दिवा लावून टीव्ही बंद करेपर्यंत डेबी कुठं बसायचं या विचारात होती. जॉर्जच्या घराच्या भीषण अवतारावर काहीतरी बोलण्यापासून तिनं स्वतःला कसंबसं रोखलं.

"मी इथूनच जात होते आणि तुझी आठवण आली," ती म्हणाली. सोफ्यावर जॉर्जच्या शेजारी बसून उगीच त्यातून भलते अर्थ निघण्यापेक्षा खोलीतल्या एकुलत्या एका खुर्चीवर बसणं तिनं पसंत केलं. "मी अचानक येऊन तुला त्रास तर नाही ना देत आहे? पण मला ना कोणाशीतरी बोलायचं होतं. त्या लेनीच्या मृत्यूमुळे फार अस्वस्थ वाटतंय रे मला. कारण शेवटी तेव्हा हॉस्पिटलमध्ये माझीच पाळी होती ना!"

"हं... मी समजू शकतो," जॉर्ज म्हणाला, "सगळ्यांनाच तिच्या मृत्यूनं धक्का बसलाय. गोड पोरगी होती ती; पण बिचारीच्या वाट्याला आजार आणि अडचणीच आल्या नुसत्या. आत्ता तू आलीस तेव्हा मीही नुसताच बसलो होतो अंधारात; तिच्या जाण्याचा अर्थ लावायचा प्रयत्न करत होतो."

"पण तुला नक्की कशामुळे अस्वस्थ वाटतंय? कोणती गोष्ट खटकतीये तुला? कारण तुझी तर काहीच चूक नव्हती त्यात!" क्लेटननं सोपवलेलं काम लवकरात लवकर उरकून डेबीला तिथून बाहेर पडायची घाई होती.

जॉर्ज उत्तर द्यायला लागला आणि मग अचानक थबकला. डेबी हा असा विचित्र प्रश्न का विचारत होती? याचं उत्तर तर उघड होतं ना? "अगं डेबी, यात कोणाची चूक आहे हा प्रश्नच नाहीये, जर तुला त्याबद्दल काळजी वाटत असेल तर! यात कोणा एकाची चूक नव्हती. तर एकूणच हॉस्पिटलची सिस्टीम आणि त्यात झालेलं थोडं दुर्लक्ष त्यामुळे झालंय हे. मला वाईट याचं वाटतंय की बिचारीच्या छोट्याशा आयुष्यात तिच्या वाट्याला किती आजार आले! तुला माहीत आहे की नाही मला माहीत नाही, पण तिला बरेच गंभीर आजार होते. त्यातल्या काहींचं निदान मीच केलेलं आहे पूर्वी. त्यात तिचं बालपण खूप खडतर होतं. तिची कहाणी म्हणजे दुर्दैवच म्हणावं लागेल!"

"इतकंच?" डेबीनं विचारलं.

जॉर्जनं तिच्याकडे निरखून पाहिलं. ही आपल्याशी बोलत नाहीये, तर आपली उलटतपासणी घेतीये, असं अचानक त्याला जाणवलं! नशीब त्याच्या अपराधी भावनेबद्दल तो अजून काही बोलला नाही! का कुणास ठाऊक; पण हिच्यासमोर आपले सगळे विचार उघड करायला नकोत, असं त्याला वाटलं. त्याच्या अंतर्मनानं त्याला सावधानतेचा इशारा दिला! डेबीबद्दल काहीतरी गडबड नक्की आहे, हे त्याला जाणवलं. आणि त्यानं मनोमन ठरवलं, की ते काय आहे हे जोवर समजत नाही तोवर आपले कोणतेही विचार उघड करायचे नाहीत आणि कोणतीही रिस्क घ्यायची नाही.

"तू ठीक आहेस ना? म्हणजे डीअँजेलीस आणि तुझ्या प्रेयसीच्या नंतर... हा प्रसंग... मला काळजी वाटली रे तुझी!" डेबी त्याचे हावभाव निरखत म्हणाली.

"माझ्या प्रेयसीबद्दल तुला कसं माहीत?" जॉर्जनं विचारलं.

"क्लेटननं सांगितलं मला," डेबी सरळ त्याच्याकडे पाहत म्हणाली.

"थँक्स! तुला काळजी वाटते हे ऐकून बरं वाटलं," जॉर्ज म्हणाला. त्याला खरंच बरं वाटलं. कारण लॉस एंजेलिसमध्ये केसी सोडता आत्तापर्यंत इतर कोणत्याही बाईनं त्याच्याबद्दल आस्था दाखवली नव्हती! नेमक्या याच गोड बोलण्यानं तो जरासा पाघळला. मघाशी आपण उगाच तिच्याबद्दल असा विचार केला असं त्याला वाटू लागलं.

"तू काहीतरी विचारात दिसतोयस? काय झालं?" डेबीनं विचारलं.

"अं... म्हणजे... मला असं वेड्यासारखं वाटत होतं की, म्हणजे अजूनही वाटतंय की मृत्यू माझा पाठलाग करतोय. मला माहितेय की हे पॅरानॉइड झाल्याचं लक्षण आहे. म्हणजे त्या सगळ्या पेशंटना काहीतरी गंभीर आजार होताच... सॅललासुद्धा. तू सांगितलंस ना मला त्या दिवशी."

"काय?" ती गोंधळून म्हणाली.

"प्रोस्टेट कॅन्सर."

"अं... हो. मी काही बोलले होते का? विसरले मी."

"तुला कसं कळलं पण?"

"मला नक्की नाही सांगता येणार..."

"खरंच?" जॉर्ज पुन्हा सावध झाला आणि तिच्याकडे संशयानं पाहू लागला.

"हां, आत्ता आठवलं! त्याचा तो भयंकर अपघात झाला ना, तेव्हा त्याचा फोन उडून माझ्या मांडीत येऊन पडला होता!"

जॉर्जला एकदम अपराधी वाटलं. कारण त्यानंच तर तो तिथून जवळपास चोरलाच होता. अर्थात तो फोन हे लोक फेकून देतील असं त्याला वाटलं म्हणून त्यानं तो उचलला होता.

"तो फोन जरी मोडलेला वाटत होता तरी मी तो चालू करून पहिला. आयडॉकच्या पेशंटसाठी अमाल्गमेटेडकडून आपल्या हॉस्पिटलला एक स्पेशल डिव्हाइस दिला जातो; त्यात मी तो फोन लावून पहिला. त्या डिव्हाइसमधून आपण पेशंटची सगळी माहिती, रिपोर्ट्स वगैरे डाऊनलोड करू शकतो. त्यानं आपल्याला निदान करायला मदत होते ना. त्याच्या फोनची जरी पूर्ण वाट लागली होती तरी तो बंद पडायच्या आधी मी त्यातल्या काही फाइल्स डाऊनलोड करू शकले. त्यातच या प्रोस्टेटच्या बायॉप्सीचा रिपोर्ट होता. त्याच्या हिस्टरीमधली शेवटची नोंद तीच होती."

"ओह... हे इंटरेस्टिंग आहे! तुला काय वाटतं, सॅलला त्या रिपोर्टविषयी माहीत असेल? ती माहिती अजूनही हॉस्पिटलच्या कॉम्प्युटरवर असेल ना?"

जॉर्जनं एकदम उत्तेजित होत विचारलं.

"मला इतकं काही माहीत नाही; पण बहुतेक त्याला नसेल माहिती त्याच्या रिपोर्टबद्दल." जॉर्जनं अचानक घेतलेला रस पाहून डेबी किंचित घाबरली. त्याचा या प्रकरणातला रस वाढायला नको होता; क्लेटननं तिला स्पष्ट सांगितलं होतं तसं! तिला फक्त या सगळ्या मृत्यूंविषयी जॉर्जचं मत काय आहे तेवढं काढून घ्यायला सांगितलं होतं. आणि तिनं इथं उलट स्वतःच त्याला माहिती पुरवून सगळीच गोची करून ठेवली होती. "तो माणूस लगेचच मेला. त्यामुळे त्याची हिस्टरी हॉस्पिटलच्या कॉम्प्युटरवर घ्यायची वेळच नाही आली ना. मी त्याच्या मोबाईलवरच वाचली होती ती. मी अपलोड केलीच नाही!" ती घाईघाईनं म्हणाली.

"हं..." जॉर्ज विचार करत म्हणाला. नव्यानं कळलेल्या माहितीमुळे त्याच्या डोक्यात चक्रं फिरू लागली होती. जर सॅलला त्याच्या कॅन्सरबद्दल माहीत नव्हतं तर याचा अर्थ त्याची केस अगदी केसीसारखीच होती. कारण केसीला कॅन्सर होता तोही रिपोर्ट तिच्या मृत्यूनंतर हातात पडला होता! अचानक तो बोलून गेला, "जर ग्रेग टार्किंग्टन आणि क्लेअर वाँगसुद्धा आयडॉक वापरत असलीत तर? तसं असेल तर हा विचित्रच योगायोग म्हणावा लागेल..."

"ग्रेग टार्किंग्टन आणि क्लेअर वाँग कोण?" डेबीनं विचारलं. तिच्या डोक्यात धोक्याची घंटा वाजू लागली होती. क्लेटन हे सगळं ऐकून नक्कीच खूश होणार नव्हता.

"दोन पेशंट होते माझे. मी त्यांचे एमआरआय केले होते." जॉर्ज अचानक सोफ्याच्या टोकाशी येऊन बसला आणि तिच्याकडे झुकून म्हणाला, "प्लीज, माझं एक छोटंसं काम करशील? हे दोघं आयडॉकच्या बीटा चाचणीत सहभागी झाले होते का ते पाहून मला सांगशील?"

डेबी काही नकारात्मक बोलणार त्याच्या आतच जॉर्ज म्हणाला, "सॉरी, मी खरंतर स्वतःशीच बोलत होतो. म्हणजे मोठ्यानं विचार करत होतो; पण अजून एक गोष्ट मला अस्वस्थ करतीये." तो असं म्हणताच ती लक्षपूर्वक त्याचं बोलणं ऐकू लागल्याचं जॉर्जला जाणवलं, पण तो तसाच पुढे बोलू लागला. "या पेशंटच्या शरीरात बसवलेल्या इन्सुलिनच्या साठ्याबाबत मला काहीतरी गडबड वाटतीये. माझ्या प्रेयसीलासुद्धा मधुमेह नियंत्रणात ठेवण्यासाठी असा साठा बसवलेला होता. सॅललासुद्धा. म्हणजे त्याची तरी तशी कल्पना होती. त्यानं मला एकदा त्याच्या पोटावरचा व्रण दाखवला होता. लेनी? तिचं मला नक्की माहीत नाही; पण ही शक्यता वाटतीये. कारण शेवटी तिलाही मधुमेह होताच. मी तिची सोनोग्राफी केली तेव्हा मला व्रण दिसायला हवा होता, पण कार्लोसला ती तपासणी शिकवायच्या नादात माझं लक्षच गेलं नाही. शंभर टक्के खात्री करून घेण्यासाठी मी सॅलच्या

डॉक्टरला विचारू शकतो. त्याचं नाव माहीत आहे मला. सॅलनं मला दोन-तीनदा त्याला फोन करायला लावला होता. त्याच्या रेकॉर्डमध्ये काही आहे का ते पाहतो मी. त्या डॉक्टरनंच तो साठा बसवून दिलाय असं सॅल म्हणाला होता. केसी आणि लेनीच्या बाबतीतही तसंच असणार, कारण दोघींचाही मधुमेह आयडॉक नियंत्रित करत होता.''

''काय बोलतोयस तू? शरीरात बसवलेले साठे?'' डेबी आता जॉर्जचा उत्साह पाहून आणखीनच घाबरली होती. तिला हे सगळं बोलणं काहीच समजत नव्हतं, पण तिला एवढं मात्र जाणवलं होतं की तिनं क्लेटनसाठी हे प्रकरण अजूनच अवघड करून ठेवलंय!

''हं, मग त्याचं काय?'' जॉर्ज डेबीकडे पाहत म्हणाला, ''मला सांग, तू ग्रेग टार्किंग्टन आणि क्लेअर वाँगबद्दल ही माहिती काढू शकशील का?''

''हॅं! शक्यच नाही!'' डेबी म्हणाली. ''एकतर या लोकांपैकी कोणीही माझा पेशंट नव्हता. मी फक्त तिथली मुख्य नर्स आहे. आणखी एक गोष्ट लक्षात ठेव, मी जर असे रेकॉर्ड तपासले तर ते नियमांचं उल्लंघन होईल. आणि आपल्या मेडिकल सेंटरमध्ये हे नियम अत्यंत काटेकोरपणे पाळले जातात. तुला माहीतच आहे. पेशंटशी संबंधित डॉक्टर सोडून इतर कोणीही ते रेकॉर्ड पाहायचा प्रयत्न केला तर लगेच कॉम्प्युटरवरून रेकॉर्ड विभागात धोक्याचा लाल दिवा लुकलुकतो.''

''हं, बरोबर आहे तुझं,'' जॉर्ज म्हणाला. जेव्हा त्यानं केसीचा रिपोर्ट असाच परवानगीशिवाय पहिला होता तेव्हा त्याला खूप बोलणी खावी लागली होती. आणि तरी त्या प्रसंगी तो स्वतःच्या प्रेयासीचाच रिपोर्ट पाहत होता. त्या वेळी आपण लगेच कसे काय पकडलो गेलो, याचं त्याला आश्चर्य वाटलं होतं.

''ऐक,'' आपण मघाशी काहीतरी बोलून गेलो त्या चुकीवर पांघरूण घालत डेबी म्हणली, ''तुला हे जे काय वाटतंय ना, की मृत्यू तुझा पाठलाग वगैरे करतोय, हा मूर्खपणा आहे! सॉरी, स्पष्ट बोलतीये, पण हा वेडेपणाच आहे. तुझी मैत्रीण म्हणून तुला मी सांगते की हे सगळं सोडून दे. यावर आता विचार करत बसू नकोस. हा योगायोग आहे, बस्स!आणि माझ्यावर विश्वास ठेव, ही प्रकरणं तू उकरत राहिलास ना, तर कदाचित तूच गोत्यात येशील एक दिवस!'' खरंतर तिला 'नक्कीच गोत्यात येशील' असं म्हणायचं होतं, पण तिची हिंमत झाली नाही. नाहीतर त्याला उगीच तिच्याबद्दल शंका आली असती.

''थँक्स, मला हा सल्ला दिल्याबद्दल,'' जॉर्ज म्हणाला खरा, पण त्याच्या डोक्यात विचारांचं मोहोळ उठलं होतं. मग त्याला अचानक दुसरी कल्पना सुचली. त्याच्या लक्षात आलं, की त्याच्या प्रश्नांची उत्तरं पॉला देऊ शकते! अमाल्गमेटेडकडे नक्कीच बीटा चाचणीतल्या सगळ्या लोकांच्या नावांची यादी असणार. तेवढ्यात

त्याला अजून एक विचार सुचला, "हां, मला टार्किंग्टन आणि वाँगच्या कर्करोगतज्ज्ञांची नावं माहीत आहेत! मी त्यांना फोन करून पाहिला तर त्यांचे पेशंट आयडॉक वापरत की नाही, हे कदाचित ते मला सांगू शकतील. असं केल्यानं तर काही नियमांचं उल्लंघन होणार नाही ना?"

"मला माहीत नाही. होईलही कदाचित! ते जाऊ दे! पहिले तू माझं ऐक. मी तुला पुन्हा पुन्हा सांगतीये, या सगळ्याच्या नादाला लागू नकोस. विसरून जा हे सगळं. हे सगळे तर्कवितर्क म्हणजे तुझ्या कल्पनेच्या भराऱ्या आहेत. आणि जर तू सावधानता बाळगली नाहीस, तर मग तुझं काही खरं नाही!" डेबी अचानक उठली. तिला इथून शक्य तितक्या लवकर निघून जायचं होतं. क्लेटन चिडणार होता तिच्यावर. तिला नक्की कशामुळे असं वाटत होतं, हेच तिला कळत नव्हतं. पण तिच्या अंतर्मनाला मात्र अशी जाणीव झाली होती. "मला निघायला हवं!" ती म्हणाली आणि दरवाजाकडे गेली.

जॉर्ज आपल्या विचारांतून दचकून भानावर आला. डेबी अशी अचानक आली ते एक प्रकारे बरंच झालं असं त्याला वाटलं. कारण तिच्याशी बोलल्यानं त्याच्या विचारांना एक ठोस दिशा मिळाली होती. "तुला खरंच निघायलाच हवंय का? बरं वाटलं तू आलीस ते! हवंतर मी पुन्हा व्हिस्कीची बाटली काढू का बाहेर?"

"नको, थँक्स. मला खरंच निघायला हवं. मलाही तुझ्याशी बोलून बरं वाटतंय आता. थँक्स जॉर्ज!"

"ओक्के! मी टॅक्सी बोलावू का?"

"नको. मी माझीच गाडी आणलीये."

"मग चल, मी गाडीपर्यंत सोडायला येतो."

"अरे नको! मी काय लहान आहे का!"

"येतो की, त्यात काय," जॉर्जनं आग्रह केला. "खरंच तू आलीस ते मला छान वाटलं."

घरासमोर लावलेल्या तिच्या गाडीपर्यंत तो सोडायला गेला. त्यानं पुन्हा एकदा अजून थोडा वेळ थांबण्याविषयी किंवा कुठल्यातरी बारमध्ये जाण्याविषयी तिला विचारलं; पण तिला जाण्याची घाई होती. जॉर्जनं शेवटी तिला हात हलवत निरोप दिला.

घराकडे परत जाताना त्याला राहून राहून तिच्या वागण्याचं कोडं पडलं होतं. कधी ओळखही दाखवत नाही तर कधी इतकी मैत्रीणीसारखी वागते! सॅलच्या घरात त्याला दिवा दिसला. चला, त्याच्या बहिणी आलेल्या दिसतायत. त्याच्या घरी जाऊन त्यांचाशी दोन गोष्टी बोलाव्यात की नाही, यावर त्याचा गोंधळ उडाला होता. कारण कदाचित त्यांनी जॉर्जला ओळखलंही नसतं.

जॉर्ज आपल्या दाराशी आल्यावर त्यानं एकदम आपला विचार बदलला आणि त्यानं सॅलच्या बहिणींना भेटायचं ठरवलं. त्याच्या अंत्यसंस्काराचं काय ठरवलंय तेही त्या निमित्तानं समजलं असतं. तो सॅलच्या घराजवळ पोहोचला तेव्हा त्याला हॉलमध्ये काय चाललंय ते दिसू लागलं. त्याच्या दोन वयस्कर बहिणी नव्हत्याच आत, तर दोन पुरुष होते! तिशीतले असतील आणि तेही सूट आणि टाय घातलेले! आणि ते काहीतरी कामात गढल्यासारखे दिसत होते.

जॉर्जनं मॅनेजरच्या घराकडे नजर टाकली. सॅलच्या घरात कोण आहे हे त्याला जाऊन विचारावं का? पण तो तर या वेळेला पिऊन तर्र असणार!जाऊ दे, नकोच ते! त्यापेक्षा आपली आपणच माहिती काढावी असं जॉर्जनं ठरवलं. त्यानं इमारतीला वळसा घातला आणि तो सॅलच्या घराच्या मागच्या बाजूला पार्किंगमध्ये गेला. तिथं एक काळ्या रंगाची, काळ्याच काचांची मोठी एस.यू.व्ही. गाडी पार्क केलेली होती. ही नक्कीच कोणत्याही भाडेकरूची नव्हती. जॉर्ज बुचकळ्यात पडला. मग तो पुन्हा वळसा घालून सॅलच्या व्हरांड्यापाशी आला.

आजूबाजूला कोणी पाहत नाहीये ना याची खात्री करत तो कुंपणापाशी लपला. कारण पोलिसांशी पुन्हा एकदा सामना देणं त्याला परवडण्यासारखं नव्हतं.

तो जिथं लपला होता, तिथून त्याला काचेच्या मोठ्या दारातून पलीकडे सॅलचा हॉल आणि स्वयंपाकघर दिसत होतं. ती दोन माणसं त्याच्यासारखीच सॅलच्या घरात काहीतरी शोधत होती. एक जण तर चक्क व्हॅक्यूम क्लीनरनं सॅलच्या घरातलं जाजम साफ करत होता! हा काय विचित्र प्रकार? आता आपण काय करावं याचा विचार जॉर्ज करू लागला.

दुसरं काहीच न सुचल्यानं त्यानं शेवटी मॅनेजरकडे जायचं ठरवलं. त्यानं बेल वाजवल्यावर नेहमीप्रमाणेच पिऊन तर्र झालेल्या मॅनेजरनं दार उघडलं. आता इथवर आलोच आहोत तर बोलूच या, असा विचार करून जॉर्ज म्हणाला, ''अं... डीअँजेलीसच्या घरात दोन माणसं आहेत; काहीतरी शोधतायत. मला वाटलं तुमच्या कानावर घालावं म्हणून.''

''माहितेय मला. मीच किल्ली दिली त्यांना.''

''कोण आहेत ते?''

''पोलीस... किंवा तत्सम कोणीतरी,'' आपलं डोकं खाजवत मॅनेजर उत्तरला. त्यानं आठवडाभर तरी दाढी केली नसावी असं त्याच्या अवतारावरून वाटत होतं. आत्ताही तो आधारासाठी दार धरूनच उभा होता.

''पण ते पोलीस वाटत नाहीयेत!''

''त्यांच्याकडे बॅजेस होते आणि कसल्यातरी वॉरंटचा कागदपण होता.''

''काय शोधतायत ते?''

''काय माहीत!''

जॉर्ज गोंधळून म्हणाला, ''म्हणजे? तुम्ही विचारलं नाहीत?''

या प्रश्नाचं उत्तर द्यायला मॅनेजर महाशयांना जरा डोकं चालवावं लागलं. ''अं... असेल कदाचित. मला नाही आठवत.''

काहीही बोलण्यात अर्थ नाहीये हे उमजून जॉर्ज निघू लागला, ''बरं, थँक्यू!''

''सॅलच्या बहिणी आल्या आहेत शहरात. उद्या शोकसभा ठेवलीये. अरे, एक मिनिट...'' मॅनेजर ओरडला. मग त्यानं जवळच्याच एका टेबलावरून एक कागद घेतला. मग तो वाचायचा प्रयत्न करत म्हणाला, ''कार्टर फ्युनरल होम. दोन वाजता. जर तुला जायचं असेल तर. त्या म्हणाल्या लवकरात लवकर त्याला पुरून त्यांना परत जायचंय.''

''थँक्यू!'' जॉर्ज जाता जाता म्हणाला. चार जुलै या सुट्टीच्या दिवशी कसं काय फ्युनरल ठेवलंय याचं त्याला आश्चर्य वाटलं. तसं काय म्हणा, सुट्टी असो- नसो, फार कोणी लोक यायची शक्यता नव्हतीच.

घरी जातानासुद्धा सॅलच्या घरात घुसलेले लोक कोण असू शकतील याचाच विचार जॉर्ज करत होता. जर ते सरकारी संस्थेचे असतील तर नक्कीच एफबीआय असणार! पण एफबीआयला सॅलसारख्या माणसाचं घर तपासायची गरजच काय?

२८

डॉ. क्लेटन हॅन्सनचं घर
बेल एअर, लॉस एंजलिस, कॅलिफोर्निया
गुरुवार, ३ जुलै २०१४, रात्रीचे ९.१७

काहीशा अवघडलेल्या पण हसऱ्या चेहऱ्यानं डेबी वॉटर्सनं क्लेटनच्या घराची बेल वाजवली आणि ती आजूबाजूची व्यवस्थित राखलेली हिरवळ न्याहाळू लागली. तेव्हाच तिला अंगणात उभी केलेली आणखी एक गाडी दिसली. हे, हे असं आयुष्य तिला हवं होतं! ती पस्तिशीची होत होती आणि वेळ निसटून चालला होता. तिच्या काही पुरुष मित्रांच्या बोलण्यावरून तिला माहीत होतं की तिचं रसरशीत शरीर अजूनही एखाद्या तरुणीला लाजवेल असंच होतं; पण हे यौवन तरी किती काळ टिकणार, नाही का? आणि तिला मरेपर्यंत हेच सामान्य, नीरस, मध्यमवर्गीय आयुष्य मुळीच जगत राहायचं नव्हतं. लॉस एंजलिसमध्ये काम करताना तिला रोज दोन टोकाची माणसं भेटत. श्रीमंत आणि गरीब! तिला श्रीमंत बनायचं होतं आणि त्यासाठी क्लेटन ही चांगली शिडी होती!

बेल एअरसारख्या उच्चभ्रू वसतीत एका वळणावळणांच्या रस्त्याच्या टोकाला त्याचा बंगला होता. त्याच्या प्लॉटच्या मानानं बंगला खूप मोठा होता, पण आजूबाजूचे काही बंगले पाहता तो काहीच नव्हता. तरी काय झालं, तसा चांगलाच श्रीमंती थाट होता. आणि वर्षाला फक्त नव्वद हजाराच्या आसपास कमावणाऱ्या एखाद्या नर्सच्या दृष्टीनं तर क्लेटनचं घर भारीच होतं! हां, आता डेबीचा पगार तसा चांगला होता; पण तिच्या आकांक्षांच्या मानानं कमीच होता ना!

दार उघडायला जाता जाता क्लेटननं स्वयंपाकघरात बसवलेल्या सिक्युरिटी मॉनिटरमध्ये

पाहिलं तर डेबी बेल वाजवत होती. त्याला आश्चर्य वाटलं नाही,

कारण ती फोन करूनच आली होती. त्याच्या घरी पाहुणे आले आहेत असं सांगून त्यानं तिला न येण्यासंबंधी बजावलं होतं, पण तरी तिनं आग्रह धरला होता. प्रत्यक्षात मात्र त्याच्याकडे एकच 'पाहुणी' आली होती आणि तो तिला मुळीच डेबीसमोर येऊ देणार नव्हता. कारण मग काय राडा होईल याची कल्पना करण्याइतका तो डेबीला नक्कीच ओळखत होता!

बायकोबरोबर घटस्फोट घेताना त्याला जवळपास आपली अर्धी संपत्ती तिला द्यावी लागली होती आणि आता घराचा हप्ता भरायला, घराच्या देखभालीसाठी आणि विविध कर भरताना तो मेटाकुटीला आला होता. या वयातही त्याला अजून हप्ता भरावा लागतोय, हा विचारच मुळी भीतिदायक होता. त्यामुळे वाट्टेल ते झालं तरी त्याला अमाल्गमेटेडचे शेअर्स बाजारात चढायला हवे होते. तरच मग सगळं नीट झालं असतं. असो, पण त्यासाठी आधी डेबीसारख्यांना झेलणं भाग होतं.

डेबीचा गुप्तहेर म्हणून वापर करून घ्यायला त्याला मुळीच शरम वाटत नव्हती; पण तिचं असं अचानक घरी उगवणं मात्र त्याला खपणारं नव्हतं. डेबीसारख्या काही कनिष्ठ वर्गातल्या लोकांना तो कोणीतरी गटवायला चांगला असा मोठा मासाबिसा वाटतो हे त्याला माहीत होतं! पण याचा अर्थ त्याच्या मनात डेबीबद्दल त्याच भावना असतील असं तर नाही ना! हां, आता ती, म्हणजे तिचं शरीर आकर्षक होतं ही गोष्ट वेगळी; पण तिचं फटकळ, अडाणी बोलणं-वागणं जणू एखाद्या ट्रक ड्रायव्हरप्रमाणे होतं! अशा बाईला थोडीच तो त्याच्या उच्च वर्गातल्या लोकांमध्ये घेऊन जाणार होता! पण जॉर्जविषयी जोवर ती मदत करतीये तोवर तरी तिला या भ्रमात ठेवणं अत्यावश्यक होतं.

क्लेटननं दार उघडलं आणि गतकाळचे ते प्रेमिक काही क्षण एकमेकांकडे पाहत राहिले.

मग क्लेटन रागानं पुटपुटला, "इथं आलीस हे चांगलं नाही केलंस तू!"

"अच्छा! जर तुला असंच वाटत असेल तर ठीक आहे. तुझं तू निस्तर मग काय ते. ही मी चालले," असं म्हणून डेबी ताबडतोब गाडीच्या दिशेनं जाऊ लागली. "माझ्याकडे जॉर्ज विल्सनबद्दल नवी माहिती आहे. मला वाटलं तुला ती ऐकण्यात रस असेल; पण नसेल तर जा; अडलंय माझं खेटर!" जाता जाता ती ओरडली.

"अरे देवा!" क्लेटन कुरकुरला. डेबी आता त्याचा उलटा वापर करून घेत होती. सरळ जाऊ द्यावं का तिला? कारण कोणत्याही परिस्थितीत त्याच्या ग्रंथालयात वाट बघत बसलेली ती नटी होण्याची इच्छा असलेली मुलगी आणि डेबी समोरासमोर येता कामा नयेत; पण दुसऱ्या बाजूला, त्याला जॉर्जबद्दल ऐकायचंही होतंच. डेबी एव्हाना गाडीत जाऊन बसली होती. क्लेटन तिच्या दिशेनं धावला आणि तिनं दार

बंद करायच्या आत त्यानं तिला गाठलं.

“ओके! मला सांग, काय कळलंय तुला?”

“नाही. तू माझ्याशी इतक्या उद्धटपणे वागतोस. तुला जाणून घ्यायचंच असेल तर माझ्या घरी ये. आणि दार सोड माझ्या गाडीचं!” गाडी चालू करत ती म्हणाली.

“अगं, थांब!” पण डेबी थांबली नाही. क्लेटनला तिच्या गाडी शेजारून पळावं लागत होतं. त्यानं अजून तिच्या गाडीचं दार धरून ठेवलं होतं.

“बरं! बरं! मी येतो तुझ्याकडे; पण माझ्या पाहुण्याला घालवायला थोडा वेळ तर दे मला! मी त्याला सांगतो की मला लगेच हॉस्पिटलला जायला लागतंय म्हणून. मी येतोच तासाभरात.” ती ज्या पद्धतीनं त्याला हवं तसं वाकवत होती ते पाहून त्याचा अगदी तिळपापड होत होता.

“त्याला होय! हं!” तिनं तोंड वाकडं केलं. क्लेटनचा पाहुणा एखादा पुरुष असेल यावर तिचा विश्वास बसणं अशक्यच होतं; पण तरी त्याची संध्याकाळ बरबाद केल्याबद्दल आणि त्याला असं गाडीसोबत पळवत नेल्याबद्दल तिला आनंदानं गुदगुल्या होत होत्या. “ठीक आहे! एक तासात पोहोच! नाहीतर तुला काही सांगणारच नाही!”

फाटकापाशी उभा राहून क्लेटन तिची गाडी दिसेनाशी होईपर्यंत पाहत राहिला. हे प्रकरण संपल्यावर तिला चांगलाच धडा शिकवायचा त्यानं निर्धार केला. कदाचित तिची बदली कुठल्यातरी लांबच्या हॉस्पिटलमध्ये करावी... हां, म्हणजे चांगली अद्दल घडेल तिला.

२१

जॉर्जचं घर
वेस्टवूड, लॉस एंजलिस, कॅलिफोर्निया
गुरुवार, ३ जुलै २०१४, रात्रीचे ९.३२

जॉर्जला आता बरंच बरं वाटत होतं. डेबीच्या अचानक झालेल्या भेटीनं तो त्याच्या डिप्रेशनमधून बाहेर आला होता. अंघोळ करून जेवण केल्यावर त्याला परत नॉर्मल वाटू लागलं होतं. एक गोष्ट त्याच्या लक्षात आली होती, ती म्हणजे या सगळ्या पेशंट्सना आधीपासूनच गंभीर आजार होते. मात्र त्यांच्या मरणाच्या थोडंसंच आधी त्यांच्या सगळ्यांच्याच बाबतीत आणखी एका जीवघेण्या आजाराचं निदान झालं होतं.

आता टार्किंग्टन आणि वॉंग हे दोघंही आयडॉकच्या बीटा चाचणीत सहभागी होते का, हे जाणून घेण्यात जॉर्जला सगळ्यात जास्त रस होता. त्याला डेबीचं सांगणं पटलं होतं; असं कोणत्याही पेशंटचं रेकॉर्ड तपासणं नियमांच्या बाहेर होतं. पण पॉला स्टोनब्रेनर तर होती! ती कदाचित मदत करू शकली असती. अमाल्गमेटेडमधलं तिचं उच्च पद पाहता ही माहिती तिला सहज मिळवता आली असती. आणि दुसरी गोष्ट म्हणजे, आयडॉकच्या अल्गोरिदममध्ये खरोखरच काहीतरी दोष असण्याची शक्यता आहे, हे तिला कळायलाच हवं. निदान गंभीर आजार असलेल्या पेशंटच्या बाबतीत तरी आयडॉक काहीतरी गडबड करत होता. किंवा मग, कोणीतरी मुद्दाम या प्रोग्रॅममध्ये काहीतरी गडबड करून ठेवली होती. काही महिन्यांपूर्वी त्यानं एक लेख वाचला होता, ज्यात लिहिलं होतं की इंटरनेटचे हॅकर्स वायरलेस टेक्नॉलॉजी वापरणारी मेडिकल डिव्हाइसेसही हॅक करू शकतात. आणि आयडॉकसुद्धा हेच तंत्रज्ञान वापरत होता. कोणीतरी नुसतं आव्हान म्हणून म्हणा, पैशासाठी म्हणा किंवा

अमाल्गमेटेड विरुद्ध काहीतरी कट करण्याच्या हेतूनं म्हणा, आयडॉक हॅक करण्याची शक्यता होती. तसंही, इन्श्युरन्स कंपन्यांना शत्रू तर चिकार असतात.

पॉलाशी कसा संपर्क साधायचा याचा विचार जॉर्ज करत होता. कारण त्यानं तिला सरळ असं काही सांगितलं असतं, तर ती एकदम बचावात्मक पवित्रा घेतला असता; पण तरी प्रयत्न करायलाच हवा होता. शेवटी त्यानं तिला मेसेज करायचं ठरवलं.

जॉर्ज आता हॉलमध्ये सगळे दिवे लावून आणि टीव्ही बंद करून बसला होता. त्यानं तिला फक्त 'हॅलो' असा मेसेज पाठवला. काही मिनिटांतच तिचं उत्तर आलं. थोड्याच वेळात दोघांचं चॅटिंग जोरात सुरू झालं – 'मी तुझ्या कामानं कसा प्रभावित झालोय', 'प्रेझेन्टेशन कसं चांगलं होतं' आणि 'आयडॉक किती उपायोगी ठरेल' वगैरे... या कौतुकानं ती खूश झालीये हे जॉर्जला जाणवलं. मग दोघांनी एकत्र कधी भेटायचं यावर ते बोलू लागले. आता ती जरा निवळलीये हे लक्षात येताच जॉर्जनं हळूच संभाषण परत आयडॉककडे वळवलं.

ऐक ना, मी काय म्हणत होतो... बीटा चाचणीच्या दरम्यान आयडॉकमध्ये काही दोष सापडला होता का?

नाही! असं का विचारतोयस तू?

नाही, मला एक लेख आठवला. त्यात हॅकर्स कसे वायरलेस मेडिकल डिव्हाइसेस हॅक करतात ते लिहिलं होतं.

आमच्या बाबतीत तसं काहीही नाहीये! सब कुछ ठीक!

जॉर्जच्या लक्षात आलं, की आता जरा उघड बोलायची वेळ आलेली आहे.

मला मेडिकल सेंटरमध्ये काहीतरी गडबड जाणवली आहे.

काही वेळ तिचं उत्तरच आलं नाही. मग शेवटी –

काय?

आपल्याला बोलायला पाहिजे.

ठीक आहे. फोन कर मला.

अं... प्रत्यक्षात भेटून बोलायला हवं. चालेल?

कधी?

आत्ता लगेच?

नाही, आत्ता शक्य नाही. खूप उशीर झालाय; पण हवं तर फोन करू शकतोस आत्ता.

जॉर्जनं सुस्कारा सोडला. फोनवरच काम भागवावं लागणार. खरंतर तिच्या प्रतिक्रिया पाहण्यासाठी त्याला तिच्याशी प्रत्यक्षच बोलायला आवडलं असतं; पण फोन तर फोन! तेवढं काम तरी होईल. तिनं पहिल्याच रिंगला फोन उचलला.

"ओके! आता मला सांग, काय झालंय?"

जॉर्जनं घसा खाकरला. तिनं आधीच बचावात्मक पवित्रा घेतलेला दिसत होता. "मला वाटतं हा नाजूक विषय आहे; पण तरी मला जे नजरेस पडलंय त्याकडे मी दुर्लक्ष करू शकत नाही."

"आयडॉकबद्दल आहे का काही?"

"हो... म्हणजे नाही! अजून काहीतरी आहे. माझ्या माहितीतले तीन आयडॉक वापरणारे पेशंट मरण पावलेत. त्यांना सगळ्यांना काहीना काही गंभीर आजार होते, पण तरी त्यांचा अचानक मृत्यू झालाय हे नक्की. आणि तेही आणखी एका जीवघेण्या आजाराचं निदान झाल्या झाल्या हे लोक अचानक मेलेत." त्या सगळ्यांना तो ओळखत होता हे काही त्यानं सांगितलं नाही. उगीच तिला यात 'पर्सनल' काही मुद्दा आहे असं वाटायला नको.

"इतर दोन जणांवर मी एमआरआय केले होते. तेही वारलेत. मला जाणून घ्यायचंय की तेही आयडॉक वापरायचे की नाही." पॉलाच्या प्रतिक्रियेसाठी जॉर्ज बोलायचा थांबला पण पलीकडून काहीच उत्तर आलं नाही. "तू ऐकलंस ना..."

"हो. ऐकलं मी. तुला माहीत नाहीये की हे दोन लोक आयडॉक बीटा चाचणीत सहभागी झाले होते की नाही." पॉलाचा स्वर एकदम कोरडा, औपचारिक वाटला.

"हो... खरंतर मी त्यासाठीसुद्धा फोन केलाय. मला वाटलं की कदाचित तू मला सांगू शकशील. तुझ्यासमोर कागद-पेन असेल तर नावं सांगतो – ग्रेग टार्किंग्टन आणि क्लेअर..."

पॉलानं त्याचं बोलणं अर्धवट तोडलं. "हे दोघं त्या चाचणीत होते की नाही याबद्दल मी तुला काहीही सांगू शकत नाही. तुला आठवतंय ना, आयडॉकच्या सिक्युरिटीबद्दल आपलं काय बोलणं झालं होतं ते? सुरक्षेचा विषय इथं अत्यंत गांभीर्यानं हाताळला जातो. आणि आम्हीसुद्धा 'हिपा' नियम पाळायला बांधील आहोत. जरी मी ही माहिती शोधू शकत असले तरी मी तसं करणार नाही. आणि पहिली गोष्ट म्हणजे मला ती माहिती मिळूच शकत नाही."

पॉला बोलत असताना मध्येच शेजारच्या जोच्या घरातून जोरजोरात "हो! हो! हो!" असा आरडाओरडा ऐकू आला. जॉर्ज पटकन बेडरूममध्ये शिरला आणि त्यानं दार बंद केलं.

"कसला आवाज आला?" पॉलानं विचारलं. बापरे! तो आवाज इतका मोठा होता की तिला फोनवरही ऐकू गेला होता.

"माझ्या शेजाऱ्याच्या घरातून... टीव्ही असेल..."

"काय? तुमच्या घराच्या भिंती काय कागदाच्या आहेत की काय?"

"अं... हे बांधकाम फार चांगलं नाहीये हे मान्य आहे मला," जॉर्जनं कबूल

केलं. आता त्याचं घर कसं असेल याची काहीशी कल्पना पॉलाला आली असणार या विचारानं त्याचा चेहरा पडला. अजूनही बेडरूममध्येसुद्धा आवाज येत होते. म्हणून मग तो फोन घेऊन बाथरूममध्ये गेला आणि टॉयलेट सीटवर बसून बोलू लागला! निदान इथं शांत तरी होतं.

"तू काय म्हणत होतीस? मला नीट ऐकू नाही आलं."

"हेच, की मी तुला काहीही माहिती सांगू शकणार नाही."

"एक आपलं सांगतोय हां... आयडॉकला यश मिळू नये म्हणून मी हे सगळं करतोय असं अजिबात नाहीये."

"मला तशी आशा आहे, जॉर्ज. पण त्याचबरोबर मला माहितेय की मी तुझी कल्पना ढापून तुला न विचारता हे सगळं केलं याचा राग आहे तुझ्या मनात कुठंतरी; पण सुरक्षेच्या कारणांसाठी मला कोणालाच काहीच सांगायची परवानगी नव्हती. आयडॉक ही खूप मोठी गुंतवणूक आहे जॉर्ज; पण या छोट्या गोष्टींसाठी तू स्वत:चं हसं करून घेऊ नयेस असं माझं मत आहे. तू जर आयडॉकवर असे बिनबुडाचे आरोप केलेस, तर ते प्रकरण तुझ्यावरच उलटेल. मी तुला वचन देते, जर आयडॉकमध्ये काहीही बिघाड, दोष आढळला तर मी तुला नक्की कळवेन; पण आत्तापर्यंत तरी काहीही प्रॉब्लेम आलेला नाहीये. काहीही नाही!"

ती असंच म्हणणार हे त्याला माहीत होतं. "माझा हेतू अगदी शुद्ध आहे. त्यात सूडाला काहीही स्थान नाहीये."

"हं... मला खात्री आहे की आजच्या डिजिटल युगात आयडॉक हाच वैद्यक क्षेत्राचं भविष्य असणार आहे. मेडिकल क्षेत्राचं सुकाणू डॉक्टरांच्या हातात पुरेसा काळ होतंच की, पण त्यांना त्याचा पुरेपूर फायदा उठवता आला नाही."

"आयडॉकच्या क्षमतांबद्दल माझं काहीच म्हणणं नाहीये. विश्वास ठेव माझ्यावर. खरंच भारी ॲप आहे ते. पण तरीही... मला जो काहीतरी दोष आहे असं वाटतंय त्याच्याकडे मी कसं काय दुर्लक्ष करू?"

"पण या अचानक झालेल्या मृत्यूंना आयडॉक कसा काय जबाबदार असू शकेल?"

"तेच तर तू सांग मला."

जॉर्जला ऐकू जावं म्हणून मुद्दाम पॉलानं मोठा सुस्कारा सोडला. "जॉर्ज, हे बघ, ती बीटा चाचणी खूप मोठ्या प्रमाणावर केली गेलीये. वीस हजार ग्राहक- पेशंट! एवढ्या मोठ्या संख्येत काही अनाकलनीय मृत्यू असू शकतातच ना. मला खात्री आहे की बीटा चाचणीत सहभागी झालेल्यांच्या मृत्यूचा व्यवस्थित अभ्यास केला जात असणार आणि आयडॉकनं उलट कितीतरी लोकांना मृत्यूपासून वाचवलं असणार. अगदी जसं त्यानं तुझ्या आईला वाचवलं असतं. गंभीर आजार असलेल्या

लोकांना तर आयडॉकचा सगळ्यात जास्त फायदा होणार आहे जॉर्ज.''

"असं का वाटतंय तुला?''

"अरे, सोपं आहे! रुग्णाच्या लक्षणांवर उपचार, हा जुन्या वैद्यकीचा पाया होता. याउलट आयडॉक क्षणाक्षणाला पेशंटच्या रक्तातले विविध घटक तपासत असतो आणि त्यानुसार जीव वाचवणाऱ्या औषधांचं प्रमाण सूक्ष्म पातळीवर बदलत असतो. आयडॉक हा प्रायमरी केअर डॉक्टर म्हणून अत्यंत योग्य आहे; कारण त्याचा अल्गोरिदम सतत शिकत असतो आणि त्यामुळे सतत पुढे येणाऱ्या नवीन मेडिकल माहितीनुसार अपग्रेड होत असतो.''

"मला अशी भीती वाटतीये की त्याला हे सगळं झेपत नाहीये.''

"जॉर्ज, तुला 'लडाइट' डॉक्टर म्हणजे काय माहितेय? मला हे असे डॉक्टर नेहमी भेटतात. कितीतरी एम.डी. असे असतात की ज्यांना सध्याच्या डिजिटल गोष्टी स्वीकारता येत नाहीत! अजूनही कुरकुर करत बसतात. काय हे! याला काहीच अक्कल लागत नाही जॉर्ज!''

"हं. बरोबर आहे तुझा मुद्दा; पण हा माझा एकट्याचा प्रश्न नाहीये. तुम्ही ठरवल्यानुसार आयडॉक वागत नाहीये याची मला काळजी वाटतीये! ऐक, तू जे काही सांगितलंस त्याबद्दल थँक्स. मला आशा आहे की तू यावर काहीतरी उत्तर शोधायचा प्रयत्न करशील.''

"ओके! मी पाहते. नक्की.''

"हे सगळं असूनही आपण भेटू शकतो का कधीतरी?''

पॉला खळखळून हसली. "हो, म्हणजे काय! मीच तर तुला बोलावलं होतं ना? आठवतंय ना?''

"मला वाटतं भेटून मी आणखी चांगल्या प्रकारे माझं म्हणणं मांडू शकेन. माझ्यावर विश्वास ठेव. राग, किंवा सूड असं कोणतंच कारण नाहीये माझ्या या सगळ्या बोलण्यामागे.''

"हो...'' तो हसली.

"बरं... या वीकएंडला मी मोकळाच आहे. तीन वर्षांत पहिल्यांदाच मला अशी सुट्टी मिळतेय!''

"अरे! तू शनिवारी मला फोन केला नाहीस त्यामुळे मी दुसरा प्लॅन ठरवला वीकएंडचा. मी हवाईला चाललीये. सोमवारी रात्री परत येईन. मग आपण ठरवू भेटायचं. काय?''

"हो, चालेल की,'' जॉर्ज आपली निराशा लपवत म्हणाला. "चल, मजा करून ये! बाय!''

"बाय!'' तिनं फोन ठेवून दिला.

जॉर्जनं पुन्हा हॉलमधल्या जुनाट सोफ्यावर बैठक मारली आणि जोच्या घरातून येणारे जो आणि एका मुलीचे आवाज नाइलाजानं ऐकू लागला. त्याच्या स्वतःच्या आणि पॉलाच्या राहणीमानातला फरक त्याला प्रकर्षानं जाणवला. एका वीकएंडसाठी हवाईला जाणं हे त्याच्या कल्पनेच्या पलीकडे होतं! त्याची आजी त्याला लहानपणी नेहमी एक गोष्ट सांगायची, ती त्याला आठवली–

आपण आयुष्यात ठरावीक वेळी जे जे पर्याय निवडतो, त्यानुसारच आपण जगतो आणि मरतो. आपण कसे घडतो हे ठरवायला याच निवडी कारणीभूत ठरतात.

३०

डेबी वॉटर्सचं घर
वेस्टवूड, लॉस एंजलिस, कॅलिफोर्निया
गुरुवार, ३ जुलै २०१४, रात्रीचे १०.१०

क्लेटनला असं छळायला डेबीला खूप मजा येत होती; पण जॉर्जबद्दल त्याला इतकी भीती का वाटतेय हे तिच्या आकलनापलीकडचं होतं. ते कारण काहीही असो, त्या कामासाठी तो तिच्याकडे मदत मागायला आला होता आणि या संधीचा पुरेपूर फायदा उठवायचा असं तिनं मनोमन ठरवून टाकलं होतं.

क्लेटन डेबीच्या घरी उगवल्यानंतर त्याच्या वागण्याची तिनं बरोबर किंमत वसूल करून घेतली. एकतर त्यानं तिला जॉर्जबरोबर वेळ घालवायला लावला होता आणि दुसरं म्हणजे तो डेबी सोडून दुसऱ्याच कोणत्यातरी मुलीबरोबर मजा मारत होता! कारण मघाशी क्लेटनच्या घरी कोणीतरी मुलगीच बसली होती याची डेबीला खात्री होती. त्यामुळे त्या दोघांचं जे काय चाललं असेल ते सोडून त्याला डेबीच्या मागे पळत यावं लागलं होतं, या गोष्टीचा तिला असुरी आनंद होत होता. आता क्लेटननं जरी हॉस्पिटलचं कारण पुढे केलं असलं, तरी ती जी कोण बया होती ती चांगलीच चिडली असणार!

मग क्लेटननं पुरेशा विनवण्या केल्यानंतर डेबीनं त्याला जॉर्ज आणि तिच्यामधलं संभाषण सांगितलं. त्या पाच लोकांच्या मृत्यूचं गूढ सोडवण्यात जॉर्ज अधिकाधिक रस घेऊ लागलाय, हे तिनं सांगितलं. शिवाय त्यातले तिघं आयडॉक वापरत, हेही त्याला माहीत होतं, असं तिनं सांगितलं.

"तुला माहितेय, त्यानं चक्क मला विचारलं की हॉस्पिटलच्या रेकॉर्ड्समधून इतर दोघांची माहिती काढशील का म्हणून!"

''मग तू काय सांगितलंस?'' क्लेटननं पटकन विचारलं.

''अर्थात 'नाही' असंच सांगितलं! मी काय 'हिपा' नियम मोडणार नाहीये त्याच्यासाठी! एक गोष्ट ऐक क्लेटन, मुळात तो मला हे सगळं विचारतोय ही तुझीच चूक आहे. तूच मला त्याला बाहेर भेटायला लावलंस. तुला माहितेय ना, तो माझ्या 'टाईप'चा मुलगा नाहीये ते! शी! कसल्या त्या कोंबड्याच्या खुराड्यात राहतो तो!''

'हं! आली मोठी बाता मारणारी!' क्लेटनच्या मनात विचार आला. आत्ता मी हिला हिची जागा दाखवून द्यायला पाहिजे. हिला काय लायकीचा पुरुष योग्य आहे हे दाखवून द्यायला पाहिजे. पण स्वतःची पायरी ओळखेल ती डेबी कुठली! देवा, मी काय पाहिलं होतं या बाईत! हं, या प्रश्नाचं उत्तर त्याला मनातून चांगलंच माहीत होतं. पण... आत्ता त्याला कामावर लक्ष केंद्रित करायची गरज होती. त्यानं स्वतःला समजावलं- फक्त अमाल्गमेटेडच्या शेअर्सचा विचार कर!

''साल्वातोर डीअँजेलीसच्या शरीरातसुद्धा इन्सुलिनचा साठा बसवला होता का, हेही जॉर्जला जाणून घ्यायचंय. त्याचा तसा अंदाज आहे, पण त्याला खात्री करून घ्यायचीये.''

अरे बापरे! क्लेटनच्या डोक्यात धोक्याच्या घंटा वाजू लागल्या. त्याचा चेहरा लालबुंद झाला.

''काय बोलतोय तो? कसला साठा? त्याचा तुझ्या आयडॉकशी काय संबंध?'' डेबीनं विचारलं.

''जाऊ दे. तांत्रिक बाबी आहेत त्या. जॉर्ज काय बोलला यात मला जास्त रस आहे. सगळं नीट सांग मला.'' तो म्हणाला.

डेबीनं आठवेल तसा सगळा वृत्तान्त क्लेटनला सांगितला. क्लेटन कान देऊन प्रत्येक गोष्ट ऐकत होता आणि मध्येमध्ये तिला थांबवून तिला नीट आठवतंय ना, याची खात्री करून घेत होता. शेवटी तिच्याकडून सगळी माहिती मिळाल्याची खात्री झाल्याझाल्या तो जायला उठला.

डेबीला धक्काच बसला. ''कुठं निघालास? आता अजिबात जायचं नाही!'' तिनं पटकन त्याची आवडती स्कॉचची बाटली आणत म्हटलं.

''मला जावंच लागेल, सॉरी. आत्ता थांबणं शक्यच नाहीये.'' त्याला तिच्या मनात उगीच आशा निर्माण करायची नव्हती. महागड्या फर्निचरची कॉपी असलेल्या स्वस्त फर्निचरनं सजवलेल्या तिच्या घरात त्याला अजून पाच मिनिटंही थांबणं सहन होत नव्हतं. तरी याच घरात पूर्वी तिच्याबरोबर घालवलेले अनेक उत्तान क्षण त्याला आठवले. तेव्हा काही त्याची या 'खोट्या' फर्निचरला ना नसायची!

''पण जॉर्ज काय विचार करतोय याच्याशी तुला काय घेणं आहे?'' ती लाडात

येत ओठांचा चंबू करत म्हणाली.

क्लेटननं तिला झिडकारल्यासारखं दूर लोटलं. "तो माझ्या हाताखाली काम करतो. तेव्हा त्याच्या हालचालींवर लक्ष ठेवणं हे माझं काम आहे."

"पण हे सगळे मृत्यू?... त्यांचा तुझ्याशी काय संबंध आहे?"

क्लेटन काही क्षण काहीच बोलला नाही. मग म्हणाला, "हे बघ, या सगळ्याचा संबंध जॉर्जच्या मनःस्थितीशी आहे. मी आत्ता इतकंच सांगू शकतो."

ती दुखावल्यासारखी वाटली.

हिची आपल्याला पुन्हा मदत लागू शकते हे क्लेटन व्यवस्थित जाणून होता. त्यामुळे आपला स्वाभिमान मोठ्या प्रयत्नानं गिळून टाकत त्यानं तिला मस्का मारला. "तू किती मदत करतीयेस मला! खरंच खूप थँक्स! पण तुला माहितेय ना, मला आत्ता पळावंच लागेल. सॉरी. खरंच. मला आत्ता मनापासून काय आवडेल सांगू? तुझ्यासोबत बसून एखादं ड्रिंक आणि मग... थोडीफार मजा! आणि आपण भेटूच तसे लवकरच. नक्की. शनिवारी 'स्पॅगो'मध्ये भेटायचं ठरलंच आहे की! मस्त मजा करू; पण सध्यातरी तू जॉर्जवर लक्ष ठेवण्याचं काम सुरू ठेव. अजून फक्त थोडे दिवस. आणि जर त्यानं त्याच्या मनातल्या शंका दूर करायला काही पाऊल उचलायचं ठरवलं तर लगेच मला सांग, काय?"

जॉर्जवर अजून काही दिवस लक्ष ठेवायचं हे ऐकून डेबी वैतागलीच. आणि त्यातही क्लेटन कदाचित आपल्याला डच्चू देईल या विचारानं ती आणखीच अस्वस्थ झाली. "तुला एक गोष्ट सांगून ठेवते, तुला काय वाटलं, मला कळत नाहीये? पण मी काही कायम तुझ्या फोनची वाट बघत बसणार नाहीये. मलाही माझं आयुष्य आहे. आणि मी काही गोष्टी ठरवल्या आहेत."

क्लेटननं आपल्या हातानं तिच्या कमरेभोवती विळखा घातला. "हे महत्त्वाचं आहे," असं म्हणत त्यानं तिचं चुंबन घेतलं. 'च्यायला! त्या साल्या थॉर्नमुळे मला काय काय सहन करावं लागतंय!' क्लेटनच्या मनात विचार आला.

"मी विचार करेन आणि हो, शानिवार रात्रीचं विसरू नकोस!" डेबी म्हणाली.

"मुळीच नाही गं! मी वचन देतो, मग तर झालं? मीपण वाट पाहतोय शनिवारची." क्लेटननं दार उघडताना तिला डोळा मारला. "काळजी करू नकोस. मज्जा येईल खूप!" तिच्या घरून बाहेर पडल्यावर तो अक्षरशः धावत गाडीपाशी गेला. आपली फेरारी त्याला अशी रस्त्यावर कुठंही उभी करायला आवडत नसे. त्यामुळे त्यानं दुसरी गाडी आणली होती. गाडी काढताना, त्याच्या घरी थांबलेली त्याची 'डेट' अजून तिथंच असेल अशी प्रार्थना तो करत होता. आयडॉकच्या साठ्यांबद्दल जॉर्जच्या मनात निर्माण झालेल्या कुतूहलाची 'वाईट' बातमी थॉर्नला कधी सांगायची याचा विचार तो करू लागला.

३१

जॉर्जचं घर
वेस्टवूड, लॉस एंजलिस, कॅलिफोर्निया
शुक्रवार, ४ जुलै २०१४, सकाळचे ९.००

गेल्या चार वर्षांत पहिल्यांदाच जॉर्जला ४ जुलैची- म्हणजे स्वातंत्र्यदिनाची- सुट्टी मिळाली होती. पण इतर लोकांसारखं समुद्रकिनाऱ्यावर जाऊन मजा करण्यापेक्षा त्यानं केसी, सॅल आणि लेनीच्या मृत्यूचं गूढ उकलण्याच्या दृष्टीनं प्रयत्न करायचं ठरवलं होतं. सगळ्यात आधी त्यानं सॅलच्या प्रायमरी केअर डॉक्टरला- डॉ. रोलंड श्वार्झ यांना फोन करायचा असं ठरवलं होतं. सहाएक महिन्यांपूर्वी सॅलच्या सांगण्यावरून तो एकदा या डॉक्टरशी फोनवर बोलला होता. कारण सॅलला काहीतरी शंका होत्या त्याचं निराकरण करायचं होतं. जॉर्जला आठवत होतं त्यानुसार डॉ. श्वार्झ अगदी कामापुरतं बोलले असले तरी त्यांनी नीट मदत केली होती आणि त्यांच्या बोलण्यावरून ते हुशारही वाटले होते.

डॉ. श्वार्झच्या क्लिनिकमध्ये फोन करून निरोप ठेवायचा जॉर्जचा बेत होता; पण स्वतः डॉक्टरांनीच फोन उचलला तेव्हा जॉर्ज जरा गडबडला.

"डॉ. श्वार्झ बोलतोय. मी आपल्याला काय मदत करू शकतो?" पलीकडून आवाज आला.

"हॅलो, डॉ. श्वार्झ. मी... मी डॉ. जॉर्ज विल्सन बोलतोय." जॉर्ज काहीसा चाचरत, अडखळत म्हणाला. लगेच या डॉक्टरशी बोलावं लागेल अशी त्याला अपेक्षाच नव्हती! "मी एल.ए. युनिव्हर्सिटी मेडिकल सेंटरमधून बोलतोय. काही महिन्यांपूर्वी आपण साल्वातोर डीअँजेलीस नावाच्या पेशंटसंबंधी फोनवर बोललो होतो. त्याच संदर्भात मला अजून काही प्रश्न होते."

''मी आत्ता पेशंट बघतोय,'' डॉ. श्वाईझ फाडकन म्हणले. ''या तुमच्या अभ्यासा-बिभ्यासाविषयी काही बोलायचं असेल तर माझ्या ऑफिसवर या.'' एवढं बोलून त्यानं फोनच ठेवून दिला!

चार जुलैच्या दिवशी हा माणूस क्लिनिक उघडून बसलाय हे ऐकून जॉर्जला इतका धक्का बसला होता की, डॉ. श्वाईझचं उद्धट बोलणं त्याच्या लक्षातच आलं नाही. पण जर त्यानं ऑफिसवर बोलावलं असेल तर जॉर्ज जायला तयार होता.

वेस्टवूड व्हिलेज नावाच्या भागात एका शांत, दुतर्फा झाडं असलेल्या रस्त्यावर डॉ. श्वाईझचं ऑफिस होतं. त्या भागात नेहमी युनिव्हर्सिटीच्या विद्यार्थ्यांचे घोळके दिसत; पण आज सुट्टी असल्यानं रस्त्यांवर शुकशुकाट होता. बहुतेक सगळे लोक समुद्रकिनाऱ्यांवर गेलेले होते.

मेडिकल सेंटरपासून या डॉक्टरचं ऑफिस चालत जाण्याच्या अंतरावर होतं, त्यामुळे जॉर्जनं आपली गाडी हॉस्पिटलमध्ये पार्क केली. रोजच्याप्रमाणे आज सकाळी जॉगिंग न करता त्याऐवजी तो पळत पळतच डॉक्टरकडे गेला. त्या रस्त्यावर एका जुन्या इमारतीच्या दरवाज्यात 'डॉ. श्वाईझ' अशी जुनी, पुसट झालेली पाटी होती.

खोलीत प्रवेश केल्यावर जॉर्जच्या लक्षात आलं की बाहेर रिसेप्शनिस्ट, सेक्रेटरी किंवा कोणी नर्ससुद्धा नाहीये. फक्त पाच-सहा पेशंट डॉक्टरांची वाट बघत बसले होते. ते सगळे काहीशा संशयानं जॉर्जकडे पाहू लागले. जॉर्ज त्यांच्याकडे पाहून हसला आणि एका रिकाम्या जागेवर जाऊन बसला. सगळ्यांचे नंबर झुगारून त्याला पहिल्यांदा आत जाण्याची रिस्क घ्यायची नव्हती. तो जागेवर बसलाय म्हटल्यावर सगळे पेशंट पुन्हा स्थिरस्थावर झाले. बरेच नंबर होईपर्यंत जॉर्ज वाट बघत बसून होता. दर वेळी एक पेशंट बघून झाला की श्वाईझ आतल्या खोलीतून बाहेर डोकावत असे आणि पुढच्या पेशंटच्या नावाचा पुकारा करत असे. जॉर्जला दिसलं की आतमधली खोली हीच तपासायची खोली आणि तेच ऑफिसही होतं. म्हणजे एकूण या दोनच खोल्या होत्या. जॉर्जचं नाव त्या पेशंट्सच्या यादीत नसल्यानं जर त्यानं आताच काही हालचाल केली नसती, तर त्याला क्लिनिक बंद होईपर्यंत नुसतंच थांबून राहावं लागलं असतं.

पुढच्या वेळी श्वाईझ बाहेर डोकावला तेव्हा जॉर्ज पटकन आत जायला उभा राहिला. त्याच वेळी आणखी एक पेशंट आत जायला निघाला आणि जरासा गोंधळ उडाला. जॉर्ज त्या पेशंटची माफी मागत म्हणाला, ''मीही डॉक्टरच आहे. मला फक्त काही मिनिटं बोलायचं आहे.''

श्वाईझ आतून पाहत होता. जॉर्जनं मोठ्या अपेक्षेनं श्वाईझच्या दिशेनं पाहिलं तर श्वाईझनं उलट उद्धटपणे त्याला जागेवर जाऊन बसायला सांगितलं! जॉर्ज मुकाट्यानं

परत वाट पाहू लागला आणि तो पेशंट आत गेला.

जॉर्जनं खोलीभर नजर फिरवली तर सगळे जण तो एखादा आरोपी असल्यासारखे त्याच्याकडे पाहत होते. शेवटी एकदाचा पुन्हा श्वाझ्र बाहेर डोकावला.

"डॉक्टर!" त्यानं जॉर्जला हाक मारली.

जॉर्ज उडी मारून उठला आणि घाईघाईनं आत गेला. आत गेल्यावर जॉर्जच्या लक्षात पहिली गोष्ट कोणती आली असेल तर श्वाझ्र्च्या टेबलावरचा अत्यंत जुना 'डबा' कॉम्प्युटर! कित्येक वर्षांत जॉर्जनं असला कॉम्प्युटर पहिला नव्हता. श्वाझ्र स्वतःसुद्धा जुन्या विचारांचा वाटत होता. डोक्याला टक्कल, पांढरी दाढी आणि नाकावर येणारा, गळ्यात दोरीनं अडकवलेला चश्मा. पण त्याचे कपडे मात्र शुभ्र आणि स्वच्छ होते. फक्त टाय जुन्या डिझाइनचा होता. काही असो, त्याच्या एकूण अवतारावरून तो विश्वासार्ह आणि हुशार वाटत होता; पण दुर्दैवानं मनमिळाऊ काही नव्हता! फोनवर बोलला त्याप्रमाणेच तो तुटक आणि मोजकं बोलत होता. त्यानं जॉर्जला बसायलाही सांगितलं नाही. "माझ्याकडे फार वेळ नाहीये. त्यामुळे पटकन मुद्द्यावर ये," इतकंच तो म्हणाला.

"तुम्ही मला भेटायला तयार झालात त्याबद्दल आभारी आहे. आणि तुम्ही आज चार जुलैलासुद्धा पेशंट पाहताय हे पाहून मला आश्चर्यच वाटलं." जॉर्ज म्हणाला.

"माझ्याकडे दुसरा काहीच पर्याय नाहीये. इन्श्युरन्स कंपन्या आणि त्यांचे भरपाईचे (रीएम्बर्समेन्ट) नियम, या सगळ्यात मी इतका भरडला जातोय की अक्षरशः चोवीस तास पेशंट तपासले तरच कुठं पोट भरता येतंय!"

"हो ना! मी समजू शकतो तुमची परिस्थिती."

"मुळीच नाही! तुम्हा ॲकॅडेमिक डॉक्टरांना काय कळणार आमची परिस्थिती! असो, तू कसला डॉक्टर आहेस? स्पेशलिस्ट आहेस का?"

"अं... हो," जॉर्ज कबूल करत पुटपुटला. जणू काही तो सॉरी म्हणत होता. तो फक्त एक रेसिडेंट आहे हे सांगण्याची त्याला इच्छा नव्हती.

"हं! वाटलंच होतं मला! इथं का आलायस पण तू? चटचट बोल. मला पेशंट बघायचेत अजून."

"मला साल्वातोर डीॲंजेलीस संदर्भात बोलायचं होतं."

श्वाझ्र एका जुन्या कपाटापाशी गेला आणि त्यानं सॅलचं नाव असलेली फाईल शोधून काढली. मग तो जॉर्जला म्हणाला, "हं, बोल. काय?"

"पहिली गोष्ट म्हणजे सॅल आत्महत्या वगैरे करेल अशी काही शंका तुम्हाला कधी वाटली होती का?"

"अरे देवा!" तोंड वाकडं करत श्वाझ्र उद्गारला, "तू काय मानसोपचार तज्ज्ञ आहेस का?"

"नाही, मी रेडिऑलॉजिस्ट आहे."

"नाही, डीअँजेलीसच्या बाबतीत अशी काहीही शक्यता मला जाणवली नव्हती. मी कधी या फाईलमध्ये नोंद केली नाहीये, पण तो मनुष्य इतकं डोकं खायचा म्हणून सांगू!" फाईलमधल्या नोंदींवर नजर फिरवत श्वाझ्र्झ म्हणाला. "मी सांगितलेलं त्याला कधीच आठवायचं नाही, तो औषधं कधीच वेळेवर घ्यायचा नाही. आणि मग त्याचा मधुमेह नेहमी नियंत्रणाबाहेर जायचा. अजून काय हवंय तुला?"

"तुम्ही त्याला डिप्रेशनसाठी औषधं द्यायचात का? तो अँटीडिप्रेसंट गोळ्या घेत होता का?"

"मी तरी असं कोणतंही निदान केलेलं नाही आणि औषधंही दिलेली नाहीत."

जॉर्जनं मान डोलावली. म्हणजे हे आयडॉकचं काम असणार. "आणि प्रोस्टेट कॅन्सर?"

श्वाझ्र्झ आपल्या नोंदींकडे पाहत म्हणाला, "अं... हो असं दिसतंय इथं की त्याला प्रोस्टेट कॅन्सर होता. बायोप्सीचा रिपोर्ट मला काही दिवसांपूर्वीच पाठवण्यात आलाय; पण त्या संदर्भात तो मला कधीच काही विचारायला आला नव्हता किंवा हा रिपोर्ट मी मागवलाही नव्हता. तुमच्याच मेडिकल सेंटरमधून मला पाठवलाय हा कागद. का तर म्हणे, मी त्याचा डॉक्टर होतो म्हणून! पण खरं सांगायचं तर या माणसाला मी गेल्या काही महिन्यांत पाहिलंही नव्हतं. म्हणजे त्या आयडॉकच्या बीटा चाचणीत तो सहभागी झाला त्यानंतर. मी त्याला शेवटचं पाहिलं ते त्याच्या शरीरात तो साठा बसवायचा होता त्या वेळी. मला त्यासाठी अमाल्गमेटेडकडून भक्कम पैसे मिळाले!"

"याचा अर्थ, डीअँजेलीसच्या शरीरात नक्कीच तो साठा बसवलेला होता?"

"तेच तर सांगतोय ना मी, मीच बसवला होता तो. मला वाटतं मधुमेहासाठी होता तो."

जॉर्जनं पुन्हा मान डोलावली. "हा साठा कमीतकमी किती वर्षं टिकणं अपेक्षित असतं?"

"या डीअँजेलीसच्या केसमध्ये किमान दोन वर्षं तरी." सॅलच्या फाईलकडे पाहत श्वाझ्र्झ बोलत होता, "देवा! मला या इन्श्युरन्स कंपन्यांचा इतका राग येतो ना! त्यांना कधीच सहजासहजी पैसे द्यायचे नसतात आणि हजार कटकटी करत बसतात. मी या अमाल्गमेटेडसाठी तसे बरेच साठे बसवून दिलेत. त्यांनी मला एक छोटा कोर्सच करायला लावला. एका विशिष्ट ठिकाणीच त्यांना ते साठे बसवून हवे होते- पोटाच्या खालच्या बाजूला, डावीकडे; पण हे इम्प्लांट बसवलेले सगळे पेशंट मी नंतर गमावले ना! त्यानंतर माझ्याकडे कोणीच फिरकलं नाही. एकच गोष्ट बरी झाली, ती म्हणजे या डीअँजेलीसनं मला फोनवरून त्रास देणंही बंद केलं. खरं सांगू,

मला इतकं बरं वाटलं ना! मला माझा इतका वेळ पेशंटशी फोनवर बोलण्यात घालवावा लागतो माहितेय? आणि त्याबदल्यात काय, तर शून्य पैसे! मुळीच आवडत नाही मला. ती साली अमाल्गमेटेड कंपनी तसलीच! मला तर ते जॉब ऑफर देत होते. पण मीच थुंकलो त्या ऑफरवर! साले इन्श्युरन्सवाले! पैसे ढोसणाऱ्या जळवा आहेत साले एकजात सगळे!''

''पण तुम्ही तो साठा शरीरात किती खोल बसवला होता?'' जॉर्जनं जरा चाचपणी करत विचारलं. ''चरबीच्या थरात, कातडीच्या खाली लगेच, की आणखी खोलवर?''

आता श्वाझ्र त्रासलेला दिसू लागला. ''तू आता डीअँजेलीसचा डॉक्टर आहेस का? तू अमाल्गमेटेडकडून तर नाही ना आलायस?'' अचानक तो आरोप करत म्हणाला.

''नाही नाही! मी एल.ए. युनिव्हर्सिटी मेडिकल सेंटरमध्ये काम करतो.'' जॉर्ज उद्गारला.

श्वाझ्र आता डोळे बारीक करून जॉर्जकडे टक लावून पाहत होता. ''हे... हे सगळं का विचारतोयस तू मला?''

''मला या केसमध्ये रस आहे म्हणून.''

''रस आहे?'' अचानक श्वाझ्र आवाज चढवून म्हणाला, ''रस आहे या कारणास्तव डॉक्टर आणि पेशंटमधल्या खासगी गोष्टी कोणालाही सांगितल्या जात नाहीत! तू त्याचा डॉक्टर आहेस की नाहीस ते सांग!''

''खरंतर मी मेडिकल सेंटरमध्ये रेडिऑलॉजीचा रेसिडेंट...''

''तू त्याच्या कुटुंबापैकी आहेस का?'' श्वाझ्र ओरडला.

''नाही, पण आम्ही शेजारी होतो. आणि मी रेडिऑलॉजी...''

श्वाझ्रचा चेहरा लालबुंद झाला. त्यानं सॅलची फाईल फटकन बंद केली आणि तो ओरडला, ''तू पेशंटची खासगी माहिती मिळवण्यासाठी मला फसवलंस! हे 'हिपा' नियमांचं उल्लंघन आहे!''

''तो माणूस आता मेलाय! मला फक्त...'' जॉर्ज म्हणाला.

''तो मेला असला तरी त्यानं काय फरक पडतोय! तुझ्या रेडिऑलॉजी चीफच्या कानावर मला हे घालावंच लागेल! चालता हो तू आता इथून!''

जॉर्जला कळलं की आता आणखी काही बोलण्यात अर्थ नाहीये. आपले हात वर करत, बचावात्मक पवित्रा घेत तो म्हणाला, ''ओके, ठीक आहे! मी जातोय, मी जातोय. तुम्ही वेळ दिलात त्याबद्दल आभारी आहे.''

तो वेटिंग रूममध्ये आला तर सगळे त्याच्याकडे आश्चर्यचकित आणि धक्का बसलेल्या चेहऱ्यानं टक लावून पाहत होते. त्यांना नक्कीच आतलं सगळं बोलणं ऐकू आलं होतं.

३२

इमर्जन्सी विभाग,
एल.ए. युनिव्हर्सिटी मेडिकल सेंटर
वेस्टवूड, लॉस एंजलिस, कॅलिफोर्निया
शुक्रवार, ४ जुलै २०१४, सकाळचे ११.०८

जॉर्ज हॉस्पिटलच्या मागच्या बाजूनं आत शिरला. जाता जाता त्यानं लाँड्रीमधून पांढरा कोट घेतला. डॉ. श्वाईझनं त्याला रेडिऑलॉजीच्या चीफला फोन करेन अशी धमकी दिली होती, त्याच्याच टेन्शनमध्ये तो होता. आधीच एकदा केसीच्या वेळी त्यानं 'हिपा' नियम मोडले होते. आता पुन्हा जर हे उघडकीस आलं तर तो खूपच गोत्यात येऊ शकत होता. श्वाईझ इतका चिडेल अशी त्यानं कल्पनाच केली नव्हती. कितीही प्रयत्न केला तरी त्याच्या मनातून हा विचार जातच नव्हता. उलट जर रेडिऑलॉजी चीफला हे समजलं तर आपण काय उत्तर द्यावं याचा विचार तो करू लागला, पण त्याला काहीच सयुक्तिक सबब सुचेना. तसंही त्याच्या डोक्यात इतक्या गोष्टी चालू होत्या की यावर फार वेळ विचार करत बसणं त्याला शक्य नव्हतं. आणि चार जुलै असल्यानं संपूर्ण वीकएंड संपल्यावरच काही घडण्याची शक्यता होती. केसी, सॅल, लेनी, टार्किंग्टन आणि वाँग या सगळ्यांचे मृत्यू हा एक योगायोग आहे, त्याचा कोणत्याही वायरलेस हॅकिंग किंवा तत्सम प्रकाराशी संबंध नाहीये, हे सगळे आपल्याच मनाचे खेळ आहेत असं जॉर्ज स्वतःला समजवायचा आटोकाट प्रयत्न करत होता.

इमर्जन्सी रूममधला गोंधळ बाहेरपर्यंत ऐकू येत होता. त्याच्या अपेक्षेप्रमाणे तिथं भरपूर गर्दी होती. उकाडा, त्यात सुट्टीचा दिवस, त्यामुळे अपघातांच्या बऱ्याच केसेस होत्या.

त्याला डेबी वॉटर्स दिसली आणि तो तिच्याकडे गेला. ती नेहमीप्रमाणे बाजीप्रभूसारखी एकटी खिंड लढवत उभी होती. या वेळी मात्र तिनं त्याच्याकडे लगेच लक्ष दिलं.

आपल्या जरबेच्या आवाजात ती त्याला म्हणाली, "तू काय करतोयस इकडे? आज तुझी ड्यूटी नाहीये ना? अरे, तू तर आत्ता समुद्रावर पाहिजेस इतरांसारखा!"

"हं... जाईन नंतर कदाचित. आधी थोडी कामं उरकायची आहेत." जॉर्ज उत्तरला.

"कसली कामं? तू अजून त्या गूढ मृत्यूंच्या प्रकरणाच्या मागे तर नाहीयेस ना?"

"अं... खरंतर ते विचार अजून माझ्या डोक्यात घोळतायत; पण आत्ता मी इथं वॉरन नॉक्सशी बोलायला आलो होतो. आहे का तो आज ड्यूटीवर?"

"हो आहे; पण तुला कशाला त्याला भेटायचंय? तो खूप कामात आहे."

"मी फार वेळ नाही घेणार त्याचा. मला फक्त डीअँजेलीस केससंदर्भात एक-दोन प्रश्न विचारायचेत त्याला."

"कोणते प्रश्न?"

कोणाला ऐकू जाऊ नये म्हणून जॉर्ज काऊंटरवरून पुढे झुकला आणि हळू आवाजात डेबीला सांगू लागला, "त्या जखमांबद्दल विचारायचंय त्याला. सॅलनं स्वतःला जखमा करून घेतल्या होत्या ना, त्याविषयी. माझ्या डोक्यात काही गोष्टी आहेत. माझ्या मते, त्याचा संबंध आत्महत्या करण्याशी नाहीच आहे. म्हणजे माझा अंदाज आहे तिथंच या जखमा असतील, तर माझी थिअरी बरोबर आहे असं म्हणता येईल."

"मी तुला पुन्हा सांगतीये, या भानगडीत पडू नकोस," डेबी आठ्या घालत म्हणाली.

"मला हे शोधलंच पाहिजे. माझी खात्री पटलीये की डीअँजेलीसचा आत्महत्या करण्याचा हेतू नव्हता. बरं, मला सांग, नॉक्स कुठं असेल?" जॉर्ज म्हणाला.

"ट्रॉमा रूम नंबर आठ." तिनं तुटकपणे सांगितलं. मग ती पुन्हा इतरांना सूचना देण्यात गढली. "थँक्स!" जॉर्ज म्हणाला, पण डेबीनं त्याच्याकडे दुर्लक्ष केलं. बहुधा ती चिडली होती.

जॉर्ज आठ नंबरच्या खोलीपाशी गेला. बसची धडक बसून जबर जखमी झालेल्या एका सायकलस्वाराला ऑपरेशन थिएटरमध्ये घेण्याची तयारी चालू होती.

नॉक्स मुख्य रेसिडेंट असल्यानं जॉर्जनं त्याला ताबडतोब ओळखलं. त्याचा पांढरा कोट रक्तानं माखलेला होता. बहुधा संपूर्ण रात्रभर ड्यूटी केल्यानं तो काहीसा थकलेला दिसत होता. जॉर्ज त्याच्याशी बोलण्यासाठी वाट पाहत बाजूला थांबला.

मग जॉर्जनं तो कशासाठी आलाय हे सांगितल्यावर नॉक्सनं त्याला आपल्यासोबत

यायला सांगितलं. सहा नंबरच्या खोलीत एका बेघर माणसाचे पाय ट्रेनखाली आल्यानं कापावे लागणार होते. तिथं एकीकडे काम करतच ते बोलू लागले.

"मला सॅल डीअँजेलीस संदर्भात बोलायचं होतं. तुला आठवतोय ना तो?" जॉर्जनं विचारलं.

"हो, त्याची केस कोण विसरेल? काय झालं?"

"अं... त्यानं स्वतःला जखमा करून घेतल्या होत्या, असं माझ्या कानावर आलं. नेहमीच्या आत्महत्यांच्या प्रकारांमध्ये असतात तशा या जखमा मनगटावर होत्या का? आणि त्याची बॉडी इतकी छिन्नविच्छिन्न झाली असताना त्यानं स्वतःला केलेल्या जखमा तुम्हाला कशा वेगळ्या ओळखता आल्या?"

"त्या त्याच्या पोटावर होत्या. डाव्या बाजूला खालच्या भागात." नॉक्सनं स्वतःच्या पोटाच्या त्या भागाकडे निर्देश करत सांगितलं. "अपघातामुळे झालेल्या जखमा आणि या जखमा यात खूप फरक होता. या चाकूनं मुद्दाम केल्यासारख्या होत्या. तो चाकूही मिळाला ना त्याच्या गाडीत. त्याच्या पात्यावर रक्त होतं. तो माणूस नक्कीच स्वतःला जखमा करून घेत होता." नॉक्स सहा नंबरच्या खोलीत शिरता शिरता म्हणाला, "मला आता जावं लागेल. आणखी काही प्रश्न असतील तर आपण नंतर बोलू." असं म्हणून तो खोलीत दिसेनासा झाला.

सॅल काय करायच्या प्रयत्नांत असेल याचा विचार करत जॉर्ज काही क्षण तिथंच उभा राहिला. नॉक्सच्या बोलण्यावरून हे उघड होतं की तो चाकूनं स्वतःला जखमा करत होता. कदाचित त्याला तो साठा बाहेर काढायचा तर नसेल? कारण श्वाईनं सांगितलेली साठ्याची जागा आणि जखमा एकाच ठिकाणी होत्या. कदाचित खूप घाबरल्यामुळे सॅलला असं वाटलं असेल की हा साठाच त्याच्या त्रासाचं कारण ठरतोय आणि त्याला तो काढून टाकायचा असेल! या विचारानं जॉर्जला अजूनच वाईट वाटलं. बहुतेक सॅलचा अंदाज खरा होता!

रेडिऑलॉजीच्या शांत रीडिंग रूममध्ये जॉर्ज आला. इमर्जन्सी रूमच्या कोलाहलातून इथं आल्यावर त्याला बरं वाटलं.

कार्लोस तिथं काम करत होता. जॉर्जला अचानक पाहून तो आश्चर्यचकित झाला आणि त्याला आनंदही झाला. "तू इथं काय करतोयस? मला वाटलं, तू आत्ता सँटा मोनिकाच्या बीचवर मस्त पडलेला असशील! म्हणजे मी असतो तर मी तेच केलं असतं."

"हो ना, पण आज नाही."

"बरं, पण तू आलाच आहेस तर माझ्याबरोबर काही इमेजेस पाहशील का? मला काहींबद्दल जरा शंका आहेत. नाहीतर मला त्या दुसऱ्या कोणाकडे तरी घेऊन

जाव्या लागतील दाखवायला.'' कार्लोस म्हणाला.

जॉर्ज त्याला मदत करायला आनंदानं तयार झाला. तेवढाच केसी, सॅल आणि लेनीचा विचार डोक्यातून तात्पुरता का होईना गेला असता.

काम झाल्यावर जॉर्जनं मॉनिटर असलेल्या एका खोलीत जाऊन टार्किंग्टन आणि वाँगचे एमआरआय उघडले. त्यानंच या चाचण्या केल्या असल्यानं त्या इमेजेस पाहण्याचा त्याला पूर्ण अधिकार होता. त्या दोघांच्या पोटात काही धातूचा छोटा चौकोनी तुकडा दिसतोय का हे त्याला पाहायचं होतं. हो! दोघांच्याही पोटात ते साठे बसवलेले दिसत होते. अगदी केसी, सॅल आणि लेनीप्रमाणे! यावरून उघड होतं की ते दोघंही आयडॉक बीटा चाचणीत सहभागी झाले होते; पण जॉर्जला भक्कम पुरावा पाहिजे होता.

आजूबाजूच्या कॉम्प्युटरवर बसलेले लोक पाहत नाहीयेत ना याची खात्री करत जॉर्जनं आपला रेसिडेंट पासवर्ड वापरून या दोन्ही पेशंटची हिस्टरी पाहायचा प्रयत्न केला. दोन्ही वेळा कॉम्प्युटरनं त्याला ॲक्सेस नाकारला. त्याची विनंती ही हॉस्पिटलच्या नियमांचे उल्लंघन करणारी आहे आणि याची नोंद हॉस्पिटलच्या रेकॉर्ड्स विभागाला त्वरित पुरवण्यात आली आहे, असा मेसेज कॉम्प्युटरच्या स्क्रीनवर झळकला.

अरे देवा! जॉर्जनं तोंड वाकडं केलं. श्वाईर्झनंही जर खरंच तक्रार केली असेल आणि त्यात ही भर पडली तर आपलं काही खरं नाही, याची जाणीव त्याला झाली.

मग त्यानं पुन्हा त्या दोन पेशंटचे एमआरआय उघडले आणि त्यांच्या कर्करोगतज्ज्ञांची नावं आणि नंबर टिपून घेतले. त्यानं दोघांनाही फोन केले आणि आपला फोन नंबर त्यांच्याकडे ठेवला. यात थोडी रिस्क होती, पण जॉर्जकडे दुसरा काही पर्यायही नव्हता. जर हे दोन पेशंट आयडॉक बीटा चाचणीत सहभागी झाले असतील तर जॉर्जच्या थिअरीला बळ मिळालं असतं; म्हणजे हे की आयडॉकमध्ये काहीतरी बिघाड आहे किंवा कोणीतरी तो प्रोग्रॅम हॅक केला आहे. आणि जर ते दोन पेशंट आयडॉकवाले नसतील तर त्याचा अर्थ जॉर्जचा 'पॅरानॉइया' हाताबाहेर चाललाय!

याचा विचार करता करताच त्यानं मेडिकल एक्झॅमिनरच्या ऑफिसमध्ये फोन करून पाहायचं ठरवलं. तसा फोन करून तो एक डॉक्टर आहे असं त्यानं सांगितलं. तेव्हा एका फोरेन्सिक इन्व्हेस्टिगेटरशी त्याला जोडून देण्यात आलं.

''गेल्या काही दिवसांत झालेल्या काही मृत्यूंबद्दल मला जरा विचारायचं होतं,'' जॉर्ज म्हणाला. ''खरंतर एक मृत्यू काही महिन्यांपूर्वी झालाय आणि इतर, गेल्या काही दिवसांत. तुम्ही मला त्याबद्दल मदत करू शकता का?''

''तुम्ही कोण बोलताय त्यावर अवलंबून आहे ते.'' तो इन्व्हेस्टिगेटर म्हणाला.

''मी डॉ. जॉर्ज विल्सन बोलतोय. मी एल.ए. युनिव्हर्सिटी मेडिकल सेंटरमध्ये रेडिऑलॉजीचा रेसिडेंट आहे. या ज्या लोकांचा गेल्या काही दिवसांत मृत्यू झालाय

त्या सगळ्यांच्या शरीरात औषधाचे साठे बसवलेले होते, असं माझ्या लक्षात आलंय. अशा प्रकारच्या केसेसशी तुमच्या ऑफिसचा यापूर्वी कधी संबंध आला होता का? म्हणजे अशा वेळी ऑटॉप्सी करताना ते साठे काढून टाकतात का?''

''अं... खरं सांगू का डॉक्टर, मला याबद्दल काहीच माहिती नाही. पण जर तुम्ही मला या पेशंटची आडनावं सांगितलीत तर मी रेकॉर्ड्स तपासून तुम्हाला काहीतरी सांगू शकेन.''

एवढी मदत मिळालेली पाहून जॉर्जला आश्चर्याचा सुखद धक्का बसला. ''नावं सांगतो हं- लिंच, डीअँजेलीस, टार्किंग्टन, वाँग आणि चेस्नी.'' जॉर्ज म्हणाला.

पलीकडे शांतता पसरली. जॉर्जला कीबोर्डवर टाईप केल्याचा आवाज फक्त येत होता. काही मिनिटांनंतर तो इन्व्हेस्टिगेटर फोनवर आला.

''यापैकी कोणत्याच पेशंटची ऑटॉप्सी केलेली नाहीये.''

जॉर्ज चमकला, ''का बरं?''

''या सगळ्यांना गंभीर आजारांची पार्श्वभूमी होतीच. त्यांच्या डॉक्टरकडूनही तशीच माहिती मिळाली होती. त्यामुळे ऑटॉप्सी करण्याची तसदीच घेतलेली दिसत नाहीये. याचा अर्थ असा की, त्यांच्या डेथ सर्टिफिकेटवर लिहिण्यासाठी त्यांच्या मृत्यूचं कारण आधीपासूनच माहीत असणार. कारण त्यांच्या मृत्यूत तसं काहीच वेगळं नव्हतं.''

''ओके! थँक्यू!'' जॉर्ज उत्तरला आणि त्यानं निराश होऊन फोन ठेवून दिला. मग त्याला अचानक एक कल्पना सुचली- त्यानं पुन्हा एकदा शवागारात जाऊन पाहायचं ठरवलं.

जॉर्ज पुन्हा एकदा लिफ्टनं तळघरात गेला. लिफ्टमध्ये तो एकटाच होता. चार जुलैसारख्या सुट्टीच्या दिवशी शवागारात कोण 'मरायला' येणारे! त्याच्या मनात विचार आला आणि तो किंचित हसला.

शवागाराच्या दिशेनं जाऊ लागल्यावर तोच विचित्र भयंकर वास त्याच्या नाकात शिरला. मागच्या वेळेपेक्षाही त्याला तो वास आज जास्त आहे की काय असं वाटलं. कोणीही माणूस इथं रोज काम कसा काय करू शकतो, याचं त्याला आश्चर्यच वाटलं.

या वेळी शवागाराच्या प्रवेशापाशी असलेल्या टेबलावर एक कर्मचारी बसला होता, पण हा वेगळा होता. त्या दिवशीचा खत्रूड माणूस नव्हता. जॉर्जनं आपली ओळख करून दिली आणि त्या माणसाला विचारलं, ''शरीरात बसवतात त्या औषधांच्या साठ्यांबद्दल मला जरा विचारायचं होतं. हे साठे नंतर शरीरातून काढून टाकण्यात येतात का?''

तो कर्मचारी मख्खपणे जॉर्जकडे पाहत राहिला. जॉर्जच्या बोलण्यातलं अवाक्षरही त्याला समजलं नव्हतं!

मग जॉर्जनं तोच प्रश्न वेगवेगळ्या प्रकारे विचारून काही माहिती काढून घेता येतेय का ते पाहिलं; पण त्या माणसाच्या एकंदर बोलण्यावरून असं जाणवलं, की शवागारातल्या लोकांना औषधाचे साठेबिठे असल्या गोष्टींत काडीचाही रस नव्हता की काही देणं-घेणं नव्हतं. उलट कोणत्याही बॉडीला हात लावणं, त्याच्या शरीरातला कोणताही डिव्हाइस आपणहून काढून घेण्याची कर्मचाऱ्यांना परवानगीच नव्हती. आणि मेडिकल एक्झॅमिनरच्या ऑफिसशी संबंधित केसेसच्या बाबतीत तर नाहीच नाही! ''आम्ही काहीही काढून घेत नाही. एंडोट्रॅकिअल ट्यूब, सलाईन, एम्बेडेड कॅथेटर, नेझोगॅस्ट्रिक ट्यूब... काहीही काढत नाही आम्ही.''

जॉर्जनं त्या माणसाला मध्येच अडवलं. इथंही नन्नाचाच पाढा दिसत होता! त्यानं पटकन त्या कर्मचाऱ्याचे आभार मानले आणि तो बाहेर सटकला. च्यायला, इथं आलो तरीही काहीच फायदा झाला नाही!

जॉर्ज रेडिऑलॉजी रीडिंग रूममध्ये परतला आणि एका बाजूला खुर्ची घेऊन विचार करत बसून राहिला. अचानक त्याच्या फोनच्या रिंगनं तो भानावर

आला.

''हॅलो?''

''हॅलो, मी डॉ. व्हाईट बोलतोय. डॉ. जॉर्ज विल्सन का?'' पलीकडून आवाज आला.

''हो हो,'' जॉर्ज खुर्चीत सावरून बसला. काहीतरी माहिती मिळण्याची शक्यता! ''माझा निरोप पाहून उलटा फोन केल्याबद्दल खूप थँक्स. मी एल.ए. युनिव्हर्सिटी मेडिकल सेंटरमध्ये रेडिऑलॉजीचा रेसिडेंट आहे. मला तुमच्या एका पेशंटविषयी – ग्रेग टार्किंग्टनविषयी काही विचारायचं होतं.''

''तू रेडिऑलॉजीचा रेसिडेंट आहेस?'' डॉ. व्हाईटनं विचारलं. त्याचा आवाज काहीसा आश्चर्यचकित आणि जरासा चिडलेला वाटला. ''मी खूप बिझी माणूस आहे. त्यात आज सुट्टीचा दिवस असताना कशासाठी...''

''तुमच्या पेशंटचा शेवटचा एमआरआय मीच केला होता.'' जॉर्ज पटकन म्हणाला.

तो कर्करोगतज्ज्ञ जरासा निवळला. ''हं, ठीक आहे. काय विचारायचंय तुला?''

''अं... टार्किंग्टन आयडॉक बीटा चाचणीत सहभागी झालेला होता का? मी अमाल्गमेटेडला या चाचणीसाठी मदत करतोय. जेव्हा एखाद्या बीटा चाचणीवाल्या पेशंटचा मृत्यू होतो, तेव्हा काही फॉर्म्स भरावे लागतात. त्यावर मी काम करतोय.

टार्किंग्टन मला एकदा म्हणाल्याचं मला आठवतंय; पण मला त्याची डॉक्युमेंट्स मिळत नव्हती. मला वाटलं की तुम्ही कदाचित मदत करू शकाल.'' जरा जवळीक साधणारा आवाज काढत जॉर्ज पुढे म्हणाला, ''कसंय ना, डॉक्टरनं सरळ डॉक्टरशी बोललं की सोपं जातं ना! आज सुट्टीच्या दिवशी अमाल्गमेटेडमध्ये कुठं फोन करा...'' जॉर्ज श्वास रोखून त्याच्या उत्तराची वाट पाहू लागला. त्यानं दिलेलं कारण तसं फुसकंच होतं, पण त्याला उत्तर मिळण्याची आशा वाटत होती.

डॉ. व्हाईटचा मूड चांगला झालेला दिसला. कोणतेही आढेवेढे न घेता तो म्हणाला, ''हो. टार्किंग्टन त्या चाचणीत सहभागी झाला होता. आणि हो, तू अमाल्गमेटेडला हेही सांगू शकतोस की माझ्या पेशंटला आणि मलाही आयडॉकचा खूप फायदा झाला. माझ्यावर होणारा प्रश्नांचा भडिमार कमी झाला होता! माझ्या इतरही पेशंटनी आयडॉक वापरावं अशी माझी इच्छा आहे.''

''इन्सुलिन स्रवणारा एक साठा त्याच्या शरीरात बसवला होता, हे तुम्हाला माहीत होतं का?''

''हो, म्हणजे काय! पण मी दिलेल्या औषधांसाठी नव्हता तो साठा. मधुमेहासाठी होता. त्यामुळे त्याचा मधुमेह जास्त चांगल्या प्रकारे नियंत्रणात आला होता, असं त्यानं एक-दोनदा मला सांगितलंही होतं. कारण इतक्या आजारांशी सामना करताना निदान मधुमेहाची तरी काळजी मिटली होती त्याची.''

''तुम्ही वेळ दिलात त्याबद्दल आभारी आहे. फोन केल्याबद्दल थँक्स!''

''काहीच हरकत नाही! असंच चांगलं काम करत राहा!''

जॉर्जनं फोन ठेवला. आयडॉकमुळे वैद्यक क्षेत्राचं भविष्य किती बदलणार आहे याची पुसटशी तरी कल्पना डॉ. व्हाईटना असेल का? जॉर्जच्या मनात विचार आला. किती सहजपणे ते आयडॉकची तारीफ करत होते! पण ते काही असो, त्या माणसानं जॉर्जला सहजपणे मदत केली होती त्याबद्दल जॉर्ज त्यांचा खरंच आभारी होता. आता त्याला पुरावा मिळाला होता की पाच पेशंटपैकी चार जण आयडॉक वापरणारे होते! आणि चारही जणांच्या शरीरात औषधाचे साठे बसवलेले होते...

तेवढ्यात पुन्हा त्याचा फोन वाजला. वाँगची कर्करोगतज्ज्ञ डॉ. सुझान जेफरसनचा फोन होता! दोन्ही डॉक्टरांनी इतक्या तत्परतेनं उलटा फोन केला हे पाहून जॉर्ज सुखावला होताच आणि प्रभावितही झाला होता. कर्करोगतज्ज्ञ असल्यानं दोघंही जे काम करत होते ते भावनिकदृष्ट्या दमछाक करणारं तर होतंच. आणि दोघंही आपलं काम आणि जबाबदाऱ्या अत्यंत प्रामाणिकपणे पार पाडत होते हे उघड होतं.

जॉर्जनं डॉ. जेफरसननाही डॉ. व्हाईटना सांगितलेलीच थाप मारली. डॉ. जेफरसनसुद्धा मदतीला तत्पर होत्या आणि वाँगसुद्धा या चाचणीत सहभागी झालेली होती, हे त्यांनी सांगितलं. आता तर जॉर्जला पाचही पेशंटच्या बाबतीत पुरावा हाती

आला होता! पाचही जणांच्या शरीरात औषधाचे साठे बसवलेले होते.

जॉर्जचा संशय शतपटीनं बळावला. त्याला अजूनही प्रोग्रॅमिंगमधला दोष किंवा हॅकिंगची शक्यता वाटत होती; पण आता त्याच्या मनात अजून एक शक्यता उमटली. जर आयडॉक हा मुद्दामहूनच अमेरिकेत कुप्रसिद्ध झालेल्या 'डेथ पॅनेल'चं काम करत असेल तर? कारण शेवटी अमाल्गमेटेडच्या कंपनी पॉलिसीशी हे जुळत होतं; पण हा विचार मात्र जरा अतीच झाला असं त्याचं त्यालाच वाटलं. त्याचबरोबर अमाल्गमेटेडचे खूप शेअर्स असलेली एखादी प्रोग्रॅमर व्यक्ती हे मुद्दाम घडवून आणत असण्याची शक्यताही होती; पण जॉर्जनं हा विचार लगेचच मनातून झटकून टाकला. कारण एखाद्याला जर मुद्दाम असं वाईट घडवून आणायचं असेल तर तो बीटा चाचणीदरम्यान त्याचा प्रयोग का करेल? उलट आयडॉकचा देशभर प्रसार झाल्यावरच तो हा 'बग' सोडेल ना!

जॉर्ज हा सगळा विचार करत असतानाच त्याला इतक्यातच वाचलेल्या काही केसेसबद्दल आठवलं. यामध्ये पेशंटला काहीतरी गंभीर आजार होते आणि त्यांच्या शेवटच्या दिवसांत त्यांना फार त्रास सहन करावा लागू नये म्हणून त्यांच्या डॉक्टर किंवा नर्सनंच आपणहून त्याचं आयुष्य संपवलं होतं. पण इथं या कृतीमागचं कारण फक्त सहानुभूती हे होतं. अर्थात दुसऱ्या बाजूनं विचार केला तर, गंभीर आजारानं आजारी असलेले पेशंट हॉस्पिटलमधले पलंग अडवून ठेवतात आणि इतर पेशंटना जागा मिळत नाही. जे पेशंट बरे होऊन पुन्हा दैनंदिन जीवन जगू शकणार असतात, त्यांना जागा देणं जास्त फायद्याचं ठरतं. जॉर्जला एका ब्राझिलियन डॉक्टरबद्दल वाचल्याचं आठवलं. या डॉक्टरनं याच कारणासाठी तब्बल तीनशे पेशंटचा जीव घेतला होता!

जॉर्जच्या पाठीतून भीतीची लहर गेली. वैद्यक क्षेत्राचं डिजिटल युगातलं रूप आणि स्मार्टफोन म्हणजे डॉक्टरचं काम करणारा, हे विचार भीतिदायकच होते. आयडॉकमुळे भविष्यात नक्कीच हजारो लोकांना फायदा होणार होता आणि त्याचा वापर कोणीही चुकीच्या पद्धतीनं करणं म्हणजे फारच भयंकर घडलं असतं. हा विचार मनात आला त्यासरशी जॉर्जच्या लक्षात आलं, की या मृत्यूच्या घटनांमध्ये हे औषधांचे साठे महत्त्वाची भूमिका बजावतायत! या साठ्यांचा वापर करूनच पेशंटचा जीव घेण्यात येत होता, हे बहुधा सॅलच्या बरोबर लक्षात आलं होतं. आता याच गोष्टीवर लक्ष केंद्रित करून पुढची पावलं उचलली पाहिजेत, हे जॉर्जला समजलं.

एकदम त्याच्या डोक्यात एक विचार चमकून गेला. खूप भन्नाट कल्पना होती, काहीशी वेडेपणाचीच; पण चांगली! आजच दुपारी सॅलचं फ्युनरल आहे हे त्याला आठवलं; पण त्याला ते कुठं आहे, हेच आठवेना.

मग त्यानं मोबाईलवर गुगलमध्ये आसपासच्या फ्युनरल होम्सची नावं शोधली. ताबडतोब त्याला यादीतलं कार्टर फ्युनरल होम हे नाव आठवलं. त्याच्या इमारतीच्या मॅनेजरनं त्याला सांगितलं होतं. त्याला शवागारात काही सॅलची बॉडी तपासता आली नव्हती, पण जर त्याला ती संधी फ्युनरल होममध्ये मिळाली तर! काहीच नाही तर तो तिथल्या माणसांशी बोलून पाहू शकेल. प्रयत्न करायला काहीच हरकत नव्हती.

तो अक्षरशः उडी मारून उठला आणि धावत बाहेर पडला.

पळता पळता त्यानं आपलं पांढरा कोट काढून टाकला. मग पटकन एका तपासायच्या खोलीत जाऊन त्यानं दोन सर्जिकल ग्लोव्हज उचलले! हो, लागले तर असावेत जवळ. मग तो पार्किंगच्या दिशेनं निघाला.

"जॉर्ज, अरे, इकडे बघ इकडे!"

जॉर्ज धावायचा थांबला. आश्चर्य म्हणजे डेबी त्याला बोलावत होती!

"अरे, मघाशी तुला विचारायचं राहिलंच! आज रात्री व्हिस्की ब्लू बारमध्ये जायचं का पुन्हा? इतकं काम आहे ना इथं, मला 'ब्रेक'ची गरज आहे." ती म्हणाली.

"अं.. माहीत नाही," तो धापा टाकत म्हणाला. तिचं मैत्रीपूर्ण आणि मध्येच तुटक वागणं त्याला समजतच नव्हतं. आणि त्या बारमध्ये पुन्हा जायची तर त्याला मुळीच इच्छा नव्हती; पण डेबीला असं तोडून टाकणंही त्याला शक्य नव्हतं. "मी घरी गेल्यावर तुला मेसेज करतो, चालेल?"

"पण इतक्या धावतपळत कुठे निघालायस?"

"एका फ्युनरल होममध्ये! विश्वास नाही ना बसत?"

"काय? कशाला?"

"सॅल डीअँजेलीसचं फ्युनरल आहे आज. मला नाही वाटत फार लोक असतील तिथं. त्यामुळे कदाचित मला त्याची बॉडी तपासायची संधी मिळेल. त्यानं स्वतःला करून घेतलेल्या जखमांबद्दल माझी नवीन थिअरी आहे. मला वाटतं की सॅल तो साठा काढून टाकायचा प्रयत्न करत होता. मला पाहायचंय की तो यशस्वी झाला की नाही!"

जणू तो ठार वेडा झाला आहे अशा नजरेनं डेबीनं जॉर्जकडे पाहिलं. "तुझं डोकं फिरलंय का पूर्णपणे? हा मूर्खपणा थांबव आत्ताच्या आत्ता!"

"मला माहितेय की हे वेड्यासारखं वाटतंय; पण मी आता ठरवलं आहे. हे बघ, अमाल्गमेटेडमध्ये खूपच मोठा काहीतरी गैरव्यवहार आहे, असं समज हवं तर."

"तू काय बोलतोयस ते मला काहीही समजत नाहीये." डेबी त्रासून म्हणाली.

"अमाल्गमेटेड हेल्थकेअर किंवा त्यांच्या कंपनीतलं कोणीतरी काहीतरी गडबड

करतायत. आपल्याला बाहेरून भासवतायत तितकं हे प्रकरण नैतिकदृष्ट्या स्वच्छ नाहीये.''

''हेल्थ इन्श्युरन्स कंपनीवरच असा आरोप करणं विरोधाभासाचं नाहीये का?'' डेबी म्हणाली. तेवढ्यात तिचं लक्ष जॉर्जच्या हातातल्या ग्लोव्ह्जकडे गेलं, ''हे काय? तू सर्जिकल ग्लोव्हज घेऊन कुठं निघालायस?''

''असंच लागले तर,'' जाता जाता तो म्हणाला.

''लागले तर म्हणजे?'' तिनं विचारलं.

जॉर्जनं उत्तर देणं टाळलं. उलट तो म्हणाला, ''रात्रीबद्दल मी कळवेन तुला मेसेज करून.'' पुढच्याच क्षणी तो पळतपळत पार्किंगकडे निघून गेला.

३३

क्लेटन हॅन्सनचं घर
बेल एअर, लॉस एंजलिस, कॅलिफोर्निया
शुक्रवार, ४ जुलै २०१४, दुपारचे १२.२०

आपल्या स्विमिंग पूलच्या शेजारी ठेवलेल्या पिवळ्या-पांढऱ्या पट्टेरी छत्रीच्या सावलीत आरामात बसून क्लेटन जेवण घेत होता. त्याच्या शेजारी पंचविशीतली एक तरुणी बिकिनी घालून पहुडली होती. उकाडा सुसह्य व्हावा म्हणून त्याच्या पूलमधून थंड पाण्याचे बारीक तुषार हवेत उडवले जात होते. काल रात्रीपासून ही मुलगी त्याच्या घरी होती. तो डेबीकडे घाईघाईनं गेला असताना ती चिडून निघून गेली होती, पण सकाळी त्यानं तिची मनधरणी करून तिला परत आणलं होतं.

तेवढ्यात त्याचा फोन वाजला. तो सुट्टीवर होता आणि या वेळी त्याला कोण फोन करणार असा विचार करत त्यानं स्क्रीनकडे पाहिलं. डेबीचा फोन होता. क्लेटनच्या कपाळावर आठ्यांचं जाळं पसरलं. घ्यावा की नाही फोन?

क्लेटनला जाणीव झाली की त्याच्यापुढे फोन घेण्यावाचून काही पर्याय नव्हता. "एक मिनिट हं, फोन घ्यावा लागेल," असं त्या मुलीला सांगत तो उठला. जरा लांब जाऊन त्यानं फोन उचलला. "आता काय?" त्याचा आवाज जरा चढला.

"असं बोलायची पद्धत आहे का तुमच्यात? तेही तुम्हाला मदत करणाऱ्या व्यक्तीशी?" डेबी खोचकपणे म्हणाली.

"सॉरी. मी जरा कामात होतो..."

"हं! मस्त मजा मारत असशील नाही! आणि मी इथं इमर्जन्सी रूममध्ये कामाचे डोंगर उपसतीये," डेबी उपरोधानं म्हणाली.

''तुला जे काही सांगायचं असेल ते चटकन सांग. मी कामात आहे म्हणालो ना.''

''हो ना, काय कामात असशील त्याची मी नीटच कल्पना करू शकतेय! तू माझ्याशी चांगला वागला नाहीस, तर मला आत्ता जी महत्त्वाची माहिती मिळालीये ती मी तुला अजिबात सांगणार नाही, दीडशहाण्या!''

''मी चांगलंच वागतोय. फोन उचलला ना मी तुझा?''

''शनिवारी रात्री स्पॅगो हॉटेलचं नक्की ठरलंय ना?''

''अगं हो गं! मी वाटच पाहतोय!'' क्लेटन तोंड वाकडं करत पण गोड आवाजात म्हणाला.

''मी आत्ताच तुझ्या लाडक्या रेसिडेंटशी बोलले. तो कुठल्यातरी मोहिमेवर चाललाय असं दिसतंय.''

अरे देवा! क्लेटनचा चेहरा पडला. ''नीट सांग काय ते.''

''तो अजूनही त्या मृत्यूंचं गूढ उकलण्याच्या मागे आहे. 'काहीतरी मोठी गडबड आहे' असं म्हणत होता. म्हणजे काय ते तुलाच माहीत!''

''एवढा साधा अर्थ कळत नाही का तुला?''

''ए... एक मिनिट! नीट बोलायचं माझ्याशी, समजलं ना!''

क्लेटन तिच्या बोलण्याकडे दुर्लक्ष करत म्हणाला, ''पण तो नक्की कशाबद्दल म्हणत होता ते तुला समजलं का?''

''अमाल्गमेटेड हेल्थकेअरबद्दल. कसल्यातरी साठ्यांबद्दल त्याला शंका आहे. तो सर्जिकल ग्लोव्ह्ज घेऊन धावत पळत बाहेर पडला. डीअँजेलीसच्या फ्युनरलच्या ठिकाणी जातोय म्हणाला.''

''मेलो!'' क्लेटन पुटपुटला. त्याच्या पोटात भीतीनं गोळा आला. हे जॉर्ज प्रकरण दिवसेंदिवस हाताबाहेर चाललं होतं! ''बरं डेबी, थँक्स!'' तो शक्य तितक्या गोड आवाजात म्हणाला. ''तुझी खूप मदत होतेय. पण मला आत्ता पळालं पाहिजे. कामात आहे. पुन्हा बोलू आणि शनिवारी भेटूच!''

डेबी काही बोलायच्या आत क्लेटननं फोन ठेवूनही दिला. मग त्यानं लगेच थॉर्नला फोन लावला. थॉर्नच्या फोनवर मेसेज ठेवावा लागला – 'महत्त्वाचं काम आहे. लगेच फोन कर.' क्लेटन चेहऱ्यावर उसनं हसू आणून आपल्या मैत्रिणीकडे परत गेला, पण तिच्याबरोबर मजा करण्यात आता त्याचं मन रमणं शक्यच नव्हतं. काहीतरी करायलाच हवं होतं आणि तेही तातडीनं!

३४

कार्टर फ्युनरल होम
वेस्टवूड, लॉस एंजलिस, कॅलिफोर्निया
शुक्रवार, ४ जुलै २०१४, दुपारचे १.४५

कार्टर फ्युनरल होम पाहून जॉर्जला वाटलं की ही इमारत पूर्वी वेगळ्या कोणत्यातरी कारणासाठी बांधलेली असावी आणि आता त्याचं रूपांतर फ्युनरल होममध्ये करण्यात आलं असावं. कारण त्याचं उंच छप्पर आणि वरपर्यंत गेलेल्या खिडक्या एखाद्या रेस्तराँची आठवण करून देत होत्या! इंग्रजी 'यू' आकाराच्या पार्किंगमध्ये फारच थोड्या गाड्या दिसत होत्या. फारतर पाच-सहा असतील. आणि त्यातूनही तिथल्या कर्मचाऱ्यांच्या गाड्या वगळल्या तर कोणीच लोक आलेले दिसत नव्हते. जॉर्ज ज्या कामासाठी आला होता, त्या दृष्टीनं जितके कमी लोक सॅलची बॉडी पाहायला आले असतील, तितकं बरंच होतं.

तो आत गेला. त्याच्या अपेक्षेप्रमाणे तिथं काळं कुत्रंही दिसत नव्हतं. दुःखी संगीताचे मंद सूर सगळीकडे भरून राहिले होते. एका टेबलावर 'गेस्ट बुक' होतं. त्यात जॉर्जनं पाहिलं तर आजच्या तारखेला फक्त साल्वातोर डीअँजेलीस एवढ्या एकाच नावाची नोंद होती. दोन वाजता त्याच्या फ्युनरलची वेळ लिहिलेली होती. जॉर्जनं घड्याळ पाहिलं. घाई करायला पाहिजे!

उजव्या हाताला स्वागत कक्षाची खोली दिसत होती. डाव्या बाजूच्या खोलीत बऱ्याच शवपेट्या बघायला मांडून ठेवल्या होत्या. समोरच्या कॉरिडॉरमधून जॉर्ज पुढे गेल्यावर मोठी उघडी दारं असलेल्या एका खोलीत तो पोहोचला. समोर एका बैठकीवर तात्पुरती वेदी बनवली होती आणि त्यावर बॉडी ठेवायची लाकडी शवपेटी ठेवली होती. बाजूला दहा-बारा घडीच्या खुर्च्या मांडून ठेवलेल्या होत्या; पण

खोलीत कोणीच नव्हतं. त्यानं परत घड्याळात पाहिलं. त्याच्याकडे फक्त चौदा मिनिटं होती. काय करावं हे न सुचून तो क्षणभर तिथंच घुटमळला. समोरच्या लाकडी पेटीत नक्की सॅलची बॉडी आहे की नाही हे त्याला माहीत नव्हतं, पण अपघातानंतर त्याच्या शरीराची जी अवस्था झाली होती ती पाहता फ्युनरलच्या आधीच्या सर्व्हिससाठी त्याची बॉडी बंद पेटीत ठेवणंच रास्त ठरलं असणार.

आजूबाजूच्या परिस्थितीचा जरा अंदाज घेण्यासाठी तो अजून पुढे जाऊन आला. एका बाजूच्या खोलीचं दार अर्धवट उघडं होतं आणि दोन बायका हळू आवाजात एकमेकींशी बोलत उभ्या होत्या. जॉर्जकडे त्यांची पाठ होती. सॅलच्या बहिणी? त्याच्या मनात विचार आला. त्यानं दारावरच्या पाटीवर पटकन नजर टाकली. फ्युनरल डायरेक्टर मायरन कार्टरचं ऑफिस होतं ते.

"मी काही मदत करू का तुम्हाला?" अचानक जॉर्जच्या कानापाशी कोणीतरी कुजबुजलं. जॉर्ज इतका दचकला! गर्रकन वळला तर त्याच्यासमोर फ्युनरल डायरेक्टरसारख्या सुटातला एक उंच धिप्पाड माणूस उभा होता.

"अं... हो. मी साल्वातोर डीॲंजेलीसच्या सर्व्हिससाठी आलोय." जॉर्जनंही हळू आवाजात उत्तर दिलं.

"या, इकडे या." तो धिप्पाड माणूस त्याला मागच्या बाजूनं घेऊन गेला.

त्यानं जॉर्जला पुन्हा त्याच बंद पेटी ठेवलेल्या खोलीत आणलं आणि नशिबानं तो निघून गेला; पण आता खोलीत दोन लोक होते. एका बाजूला एक साठीची आफ्रिकन-अमेरिकन बाई बसली होती. तिनं जांभळा ड्रेस घातला होता आणि तिच्या चेहऱ्यावर छोटासा बुरखा सदृश पडदा होता. दुसरा एक साधारण त्याच वयाचा गोरा, युरोपियन माणूस होता. जॉर्जनं त्या दोघांनाही याआधी कधीही पाहिलं नव्हतं.

सध्या इथं बसून घ्यावं आणि काय करता येईल याचा विचार करावा असं जॉर्जनं ठरवलं. तसं केल्यानं त्याला काही मिनिटं बसून सॅलचा निरोपही घेता आला असता. आणि तो जे काही करणार होता त्याबद्दल माफी मागून यश मिळण्याची प्रार्थनाही त्याला करता आली असती; पण खोलीत इतर लोक असताना त्याला बॉडी तपासायची संधी कशी मिळणार होती देव जाणे!

जर सॅलच्या शरीरात बसवलेल्या साठ्याचा त्याच्या मृत्यूत खरंच काही हात असेल, तर तो सगळा पुरावा सॅलला पुरल्यावर पुढच्या काही वेळातच नष्ट होणार; पण जर त्यापूर्वी तो साठा काढून घेता आला असता तर त्याला त्यातल्या इन्सुलिनचा डोस तपासता आला असता आणि डॉ. श्वार्झनं तो साठा बसवलेल्या तारखेपासून आजपर्यंत किती इन्सुलिन शरीरात जाणं अपेक्षित होतं आणि प्रत्यक्षात किती गेलंय हे पाहता आलं असतं.

जॉर्जची प्रार्थना जणू ईश्वरानं ऐकली! अचानक ते दोनही लोक उठले आणि

बाहेर निघून गेले. आता जॉर्ज खोलीत एकटाच होता. त्यानं घड्याळात पाहिलं. दोन वाजायला फक्त सहा मिनिटं बाकी होती. जर काही हालचाल करायची असेल तर हीच ती वेळ होती! मंद संगीताचे सूर आणि ठोके देणाऱ्या एका जुन्या घड्याळ्याची टिकटिक तेवढी ऐकू येत होती.

एकदम मनाशी निश्चय करून जॉर्ज उठला. त्याची छातीत भयंकर धडधडत होतं. एखादी बँक लुटायला निघाल्यासारखं त्याला वाटत होतं; पण आत्ताच संधी होती, पुन्हा कधीच ती मिळाली नसती! कोणी बघत नाहीये ना याची खात्री करत तो हळूच त्या लाकडी पेटीपाशी गेला आणि त्यानं झाकण उघडायचा प्रयत्न केला. ते सहज उघडलं गेलं. नशीब त्याला कुलूप नव्हतं.

पुन्हा आजूबाजूला एक चोरटी नजर टाकून त्यानं झाकण पूर्ण उघडलं.

सॅलला गडद निळ्या रंगाचा सूट घातला होता. त्याचा छिन्नविच्छिन्न झालेला चेहरा पूर्ववत करण्याचा प्रयत्न केलेला दिसत होता पण जे काही होतं ते फार भयंकर होतं. ग्लोव्ह्ज घालताना जॉर्जनं पुन्हा सॅलची मनोमन माफी मागितली. मग त्यानं सॅलच्या जॅकेटची बटणं सोडली आणि शर्ट उघडला. सॅलचं पांढरंफटक पडलेलं पोट दिसू लागलं. त्याच्या पोटावर एक मोठी जखम दिसत होती. मृत्यूनंतर पोटातील भाग काढून टाकून शवसंलेपन द्रव्य भरण्यासाठी ती केलेली होती. जॉर्जला कसंतरीच झालं. लोकांना वाटतं की डॉक्टरांना असं काही बघून काहीच वाटत नाही, पण तो गैरसमज आहे!

आवंढा गिळत त्यानं सॅलच्या पोटाच्या डाव्या बाजूवर आपलं लक्ष केंद्रित केलं. अपघातातल्या काही जखमा वगळता त्याच्या पोटावर चाकूनं कापल्याच्या खुणा स्पष्ट दिसत होत्या. त्यातली एक जखम चांगलीच खोल होती. जॉर्जनं मन घट्ट करून ग्लोव्ह्ज घातलेलं आपलं मधलं बोट आत खुपसलं आणि त्या जखमांत तो साठा शोधू लागला. त्याच्या हाताला काहीच लागलं नाही! त्यानं खात्री करण्यासाठी पुन्हा चाचपून पाहिलं, पण नाही! तिथं तो साठा नव्हताच!

दोनच शक्यता होत्या- एकतर अपघात होण्यापूर्वीच तो साठा काढून टाकण्यात सॅल यशस्वी झाला होता किंवा दुसऱ्या कोणीतरी तो काढून घेतला होता! त्या दिवशी याच कारणासाठी तर क्लेटन शवागारात गेला नसेल ना? जॉर्जच्या मनात विचार चमकला. किंवा सॅलच्या घरात त्या दिवशी घुसलेले ते लोक हेच शोधत असतील!

जॉर्जनं सॅलचे कपडे पुन्हा एकवार ठीकठाक केले आणि तो पेटीचं झाकण बंद करणार तेवढ्यात कोणीतरी जोरात किंचाळलं. घाबरून त्यानं झाकण हातातून सोडून दिलं आणि तो मागे वळला. मघाशी पाहिलेल्या दोन बायकांपैकी एक जण घाबरून तोंडावर हात ठेवून दारात उभी होती. तिच्या भीतीचं रूपांतर लगेचच रागात झालं.

"काय चालवलंयस तू इथं?" तिनं रागानं विचारलं.

तिच्या मागोमाग तिची दुसरी बहीण आणि फ्युनरल डायरेक्टरसुद्धा खोलीत आले.

"यानं... यानं पेटीचं झाकण उघडलं होतं!" पहिली बाई जॉर्जकडे बोट दाखवत ओरडली.

"अहो महाशय! ही बंद पेटीची सर्व्हिस आहे!" तो फ्युनरल डायरेक्टर जॉर्जवर खेकसला.

"मी... मला माहितेय, " जॉर्ज चाचरत अडखळत म्हणाला, "मला फक्त... मला फक्त पाहायचं होतं की..."

"त्याचे ग्लोव्ह्ज पाहा!" एक बाई किंचाळली!

"अरे देवा! काय विकृत मनुष्य आहे!" दुसरी ओरडली.

"नाही! सॉरी, पण मी... असं काही नाहीये..."

कसं नाहीये? काय बोलावं हेच जॉर्जला कळेना. तेवढ्यात तो मघाचचा धिप्पाड मनुष्य या तिघांच्या मागे अवतरला.

अत्यंत धास्तावलेल्या अवस्थेत जॉर्जनं इकडेतिकडे नजर टाकत त्याच्या पुढे असलेल्या पर्यायांचा अंदाज घेतला. तो ज्या दारातून आत आला होता त्याच दारात आता हे धक्का बसलेले आणि चिडलेले चार लोक उभे होते; पण नशिबानं खोलीला अजून एक दर होतं आणि त्याला कुलूप लावलेलं नव्हतं. जॉर्जनं पटकन त्या दारातून बाहेर पळ काढून तो दुसऱ्या एका खोलीत शिरला. त्यातून पलीकडे तो पुन्हा त्या कॉरिडॉरमध्ये पोहोचला. पण यामुळे तो बाहेर पडण्याऐवजी फ्युनरल होमच्या अजूनच आतल्या भागात पोहोचला.

मग त्याच दिशेनं पळत तो पुन्हा त्या फ्युनरल डायरेक्टरच्या ऑफिससमोर आला. पुढे 'फक्त कर्मचाऱ्यांसाठी' असं लिहिलेल्या एका दारातून तो धाडकन आत घुसला. तो शवसंलेपनाच्या खोलीत आला होता! त्या खोलीत धातूची अनेक टेबलं मांडलेली होती आणि एका टेबलावर एक माणूस एका प्रेतावर काहीतरी टोकदार हत्यार घेऊन काम करत होता. जॉर्जला पाहून तो दचकला. इतकेतिकडे पाहिल्यावर जॉर्जला अजून एक दार सापडलं आणि तो बाहेर पडला.

आपल्या गाडीपाशी जाताना त्याला मागून आरडाओरडा ऐकू आला.

काही क्षणांतच तो गाडी चालू करणार, तेवढ्यात सॅलची एक बहीण आणि तो डायरेक्टर एका खोलीतून बाहेर आलेले त्याला दिसले. त्यानं थांबावं म्हणून ते ओरडत होते. गाडीच्या आरशातून त्यांच्यावर नजर ठेवत जॉर्जनं वेगानं गाडी मागे घेतली. तो गाडी रस्त्यावर नेणार इतक्यात त्याच्या खिडकीवर त्या धिप्पाड माणसाची थाप पडली. च्यायला! हा कुठून उपटला? त्या माणसानं आपला लालबुंद रंगीत

चेहरा खिडकीशी भिडवला आणि जॉर्ज बाहेर येण्यासाठी तो ओरडू लागला.

जॉर्जनं अचानक वेग वाढवला आणि रस्त्यावरच्या गर्दीत आपली गाडी घुसवली. तो धिप्पाड मनुष्य त्याच्या दिशेनं रागानं मुठी आवळत उभा असलेला त्याला आरशात दिसला.

थोडं अंतर पुढे गेल्यावरच जॉर्जनं वेग कमी केला आणि तो गर्दीत मिसळून गेला. बापरे! थोडक्यात बचावलो! त्याच्या छातीतली धडधड कमी झाल्यावर तो त्या साठ्यांचा विचार करू लागला. आता तर त्याची खात्रीच पटली होती की त्या साठ्याचा या सगळ्या मृत्यूंशी नक्कीच संबंध आहे.

मनाशी काहीतरी निश्चय करून त्यानं आपला फोन बाहेर काढला आणि जवळच्या पोलीस चौकीचा पत्ता पहिला. मग त्या दिशेनं त्यानं गाडी वळवली.

जॉर्जनं कपाळावर जमलेला घाम बाहीनं पुसला. तेवढ्यात दोन पोलिसांच्या गाड्या सायरन वाजवत विरुद्ध दिशेला गेल्या. त्या गाड्या कार्टर फ्युनरल होममध्ये जात असतील तर? जॉर्जच्या मनात विचार आला. जर तिथल्या कॅमेऱ्यांमध्ये आपला चेहरा टिपला गेला असेल तर? किंवा अजून वाईट म्हणजे त्यानं जे काही केलं ते सगळं रेकॉर्ड झालं असेल तर? त्यानं सॅलच्या बॉडीला जे काही केलं तो गुन्हा समजला जातो का? जॉर्जला काहीच माहीत नव्हतं; पण एक गोष्ट त्याला नक्की माहीत होती. त्यानं हे जे काही केलं होतं ते जर सगळ्या लोकांना कळलं तर हॉस्पिटलमधली त्याची प्रतिमा पार धुळीला मिळणार होती!

३५

ब्रॅडले थॉर्नचं घर
बीव्हर्ली हिल्स, लॉस एंजलिस, कॅलिफोर्निया
शुक्रवार, ४ जुलै २०१४, दुपारचे ३.१५

थॉर्नच्या सिक्युरिटी गेटपाशी क्लेटननं आपली गाडी आणून थांबवली. प्रत्येक वेळी आपल्या बहिणीला आणि मेहुण्याला भेटायला आल्यावर क्लेटनच्या मनात असूया निर्माण होत असे. डेबीसारख्या फडतूस लोकांना बोलावल्याशिवाय आत येता येऊ नये म्हणून आपल्याकडेही असं गेट असावं असं त्याला वाटलं. आणि तसंही त्याच्याकडे सिक्युरिटी गेट हवंच. लॉस एंजलिसमध्ये ते प्रतिष्ठेचं समजलं जाई.

त्यानं इंटरकॉमचं बटण दाबलं आणि आपल्या येण्याची सूचना दिली. गेट आपोआप उघडलं आणि क्लेटनची गाडी आत शिरली. थॉर्ननं शेवटी एकदाचा उलट फोन केला होता. क्लेटननं जेव्हा जॉर्ज विल्सनबद्दल बोलायला सुरुवात केली होती तेव्हा थॉर्ननं त्याला मध्येच अडवलं होतं. अशा गोष्टी प्रत्यक्षच बोलू असं म्हणून त्यानं क्लेटनला घरी बोलावलं होतं. तसंही बेल एअरपासून बेव्हर्ली हिल्स हे अंतर फार नव्हतं.

स्पॅनिश स्थापत्यशैलीत बांधलेला तो प्रचंड बंगला सध्याच्या काळात एकदम फॅशनमध्ये होता.

एका नोकरानं क्लेटनला स्विमिंग पूलपाशी नेलं. तिथं ड्रिंक्स घेऊन थॉर्न वाटच पाहत होता. नोकर निघून जाताच क्लेटननं सरळ विषयाला हात घातला. ''या जॉर्ज विल्सनचा त्रास वाढतच चाललाय.''

''हं... चांगली बातमी नाहीये ही. तू प्रत्यक्ष त्याच्याशी बोलला आहेस का?''

“नाही; पण मला विश्वासू माणसाकडून माहिती मिळालीये. आयडॉकमध्ये काहीतरी मोठी गडबड आहे हे त्याला जाणवलंय आणि ते सिद्ध करण्यासाठी तो धडपड करतोय, असं तिनं मला सांगितलं.”

“हे तर फारच भयंकर आहे!” थॉर्न उठला आणि येरझाऱ्या घालू लागला.

क्लेटन त्याच्याकडे पाहत होता. त्यांच्यापुढे असलेल्या शक्यता थॉर्न तोलून-मापून पाहतोय हे त्याला माहीत होतं. तो शांत बसून राहिला.

एकदम थॉर्न खुर्चीत येऊन बसला आणि त्यानं विचारलं, “या रेसिडेंटचा नक्की काय करायचा बेत आहे?”

“तो हे प्रकरण उकरून काढतोय एवढं नक्की. त्याला ती आत्महत्येची अफवा मुळीच पटलेली नाहीये. आणि दुर्दैवानं तो त्या पेशंटच्या शरीरात बसवलेल्या साठ्यांमध्ये नको तितका रस घेतोय. मला असं वाटतं की या सगळ्या प्रकरणात, डीअँजेलीसच्या मृत्यूमध्ये आयडॉक म्हणजेच अमाल्गमेटेडचा काहीतरी हात आहे हे तो लवकरच ओळखेल किंवा त्याला ते एव्हाना कळलंही असेल. तो आज दुपारीच डीअँजेलीसच्या फ्युनरलला सर्जिकल ग्लोव्ह्ज घेऊन गेलाय अशी खात्रीशीर बातमी मला मिळालेय!”

“पण त्याला काही सापडणार नाही याची खात्री आहे ना तुला?”

“हो. कारण मी जेव्हा तपासलं तेव्हाही डीअँजेलीसच्या शरीरात तो साठा नव्हता.”

“नशीब तेवढं तरी!” थॉर्न विचारात गढला होता. क्लेटनच्या बोलण्यानं तो नक्कीच अस्वस्थ झाला होता. “बरं. ठीक आहे, मला आत्तापर्यंत हे प्रकरण या थराला जाईल याची कल्पना नव्हती; पण मला वाटतं की आता आपल्याला व्यावसायिक लोकांची मदत घ्यावीच लागेल.”

“व्यावसायिक? म्हणजे कोण?”

“म्हणजे मी पाळलेले व्यावसायिक! अमाल्गमेटेडच्या सिक्युरिटीवाल्यांकडे मी ही केस सोपवणार आहे. थॉर्टन गोथिए आणि त्याच्या पित्तूंना त्यांच्या अनुभवासाठी आणि कौशल्यासाठी मी सढळ हस्ते पैसे देतोच आहे इतके दिवस. आता त्यांना काम करू दे की जरा!”

दोन वर्षांपूर्वी जेव्हा थॉर्ननं कंपनीचा कारभार सांभाळायला सुरुवात केली होती तेव्हा त्यानं या थॉर्टन गोथिएला कामावर ठेवलं होतं. केसांचा क्रू-कट असलेल्या गोथिएचं नाव क्लेटन चांगलंच ऐकून होता. विशेष दलाचा माजी सैनिक, माजी व्यावसायिक मारेकरी आणि आता कॉर्पोरेट जगात सुरक्षा व्यवस्थापक असलेला गोथिए कोणत्याही थराला जाऊन काम फत्ते करूनच परत येतो, अशी त्याची ख्याती होती. अमाल्गमेटेडच्या सिक्युरिटीची व्यवस्था तो एखाद्या लष्करी तळप्रमुखाप्रमाणे

पाहत असे. म्हणजेच ऊठसूट शक्तिप्रदर्शन करणं आणि निष्ठुरपणे कारभार हाताळणं. त्यामुळे थॉर्न निश्चिंतपणे झोपू शकत असे म्हणे!

"पण हा गोथिए काय करेल असं तुला वाटतं?" क्लेटननं काळजीनं विचारलं. कारण गोथिएची पद्धत त्याला चांगलीच माहीत होती. बिचाऱ्या जॉर्जवर आपण ही काय पाळी आणलीये असं क्लेटनला वाटलं. पण मग त्याला त्याचे शेअर्स आठवले आणि त्यातून तो काय गमावू किंवा कमवू शकतो हे त्याला आठवलं. असो; चांगले रेडिऑलॉजिस्ट ढीगभर मिळतील हो, त्यात काही फार मोठं नाही! शेवटी कोणत्या गोष्टींना प्राधान्य द्यायचं हा प्रश्न होता.

"गोथिए काय करेल हे सर्वस्वी विल्सनवर अवलंबून आहे," थॉर्न गूढपणे म्हणाला. "मला वाटतं, काय घडेल याचा विचार आत्ता आपण कोणीच करणं योग्य ठरणार नाही. मला खात्री आहे की सगळ्या अडचणी सोडवल्या जातील. अमाल्गमेटेडच्या भविष्यातल्या प्लॅन्सवर जॉर्ज विल्सन नक्कीच पाणी ओतू शकणार नाही आणि हेच सगळ्यात महत्त्वाचं आहे."

चला, निदान थॉर्नला तरी काय महत्त्वाचं आणि काय नाही, हे व्यवस्थित कळलंय असं क्लेटनला वाटलं.

पंधरा मिनिटांनी क्लेटन गाडीतून आपल्या घरी परतत होता. आता तरी प्लॅन केलेल्या सुट्टीवर लक्ष केंद्रित करता येईल अशी त्याला आशा होती; पण जॉर्ज विल्सनचा विचार मनातून काढून टाकणं काही तितकं सोपं नव्हतं. खरंतर त्याला जॉर्ज मुळात आवडायचा आणि तो त्याचा सगळ्यात चांगला आणि हुशार रेसिडेंट होता, यात काहीच शंका नव्हती.

"जे काय झालं ते वाईट झालं," गाडी पार्क करता करता क्लेटन स्वतःशी पुटपुटला.

३६

युनायटेड साल्व्हेज यार्ड
व्हॅन नुईज, कॅलिफोर्निया
शुक्रवार, ४ जुलै २०१४, दुपारचे ३.३७

जॉर्ज गाडीनं दरीत उतरला तो प्रवास तसा काहीही न घडता पार पडला. ४०५ नंबरच्या या हायवेवर कधी ट्रॅफिक जॅम लागेल काही सांगता येत नसे; पण आज असं काही झालं नव्हतं. बहुधा सगळेच लोक समुद्रकिनारी गेल्यानं रस्त्यावर फारशी वर्दळ नव्हती.

जॉर्ज हायवेवरून बाहेर पडला आणि पूर्वेकडे ३-४ किलोमीटर अंतर पुढे गेला. रस्त्याच्या कडेला बैठ्या इमारती होत्या आणि त्यावरच्या छोट्या-मोठ्या बिझनेसेसच्या पाट्या हळूहळू इंग्रजी जाऊन स्पॅनिशमध्ये दिसू लागल्या होत्या. गाड्या 'टो' करायचं ते यार्ड त्याला पहिल्यांदा दिसलंच नाही आणि त्यानं गाडी पुढे नेली. मग परत थोडं अंतर त्याला मागे यावं लागलं.

जॉर्जनं सॅलची गाडी कुठे नेली आहे त्याची पहिल्यांदा चौकशी केली होती. तेव्हा त्याला व्हॅन नुईजमधल्या दोन भंगार डेपोंचा पत्ता मिळाला होता. पहिल्या भंगार यार्डमध्ये लाल रंगाची कोणतीही व्हिंटेज गाडी आली नसल्याचं त्याला सांगण्यात आलं. तिथले लोक काही फारसे नीट बोलले नाहीत; पण जॉर्जला त्यांच्यावर विश्वास ठेवण्याशिवाय काहीच गत्यंतर नव्हतं. मग त्यानं या युनायटेड साल्व्हेज यार्डला फोन केला होता. त्यांनी मात्र अशी गाडी त्यांच्याकडे आल्याचं सांगितलं होतं.

या यार्डाच्या चहूबाजूंनी भलंमोठं कुंपण होतं. चोर आत शिरू नयेत म्हणून त्यावर काटेरी तारेची भेंडोळी बसवलेली होती. हे म्हणजे भंगार डेपो आणि गाड्या 'टो' करायचं यार्ड याच्या मधलंअधलं काहीतरी वाटत होतं. एका बाजूला छोटंसं

पार्किंग आणि ऑफिसची खोली होती. पार्किंगमध्ये जॉर्जला दोन गाड्या दिसल्या पण त्यांपैकी एक बाहेरच पडत होती.

जॉर्ज ऑफिसपाशी गेला तर दार आतून बंद होतं. बाजूच्या काचेच्या खिडकीला नाक लावून त्यानं आत पाहिलं तर काऊंटरवरचा एक माणूस काही गिऱ्हाइकांशी बोलताना त्याला दिसला. जॉर्ज दार वाजवणार तेवढ्यात त्याला शेजारी बेल दिसली आणि त्याच्या दिशेनं रोखलेला कॅमेराही. त्यानं बेल दाबली. काही क्षणांतच दार आपोआप उघडलं आणि तो आत शिरला.

ती खोली छोटीशी होती आणि त्यात फारसं काही सामानही नव्हतं. बँकेत असते तशी संपूर्ण काचेची भिंत काऊंटरसमोर होती. तिथला माणूस एका तरुण जोडप्याशी वादावादी करत होता. तो तरुण आणि तरुणी नुकतेच बीचवरून आल्यासारखे वाटत होते. त्यांच्या अंगावर टॅटू काढलेले होते आणि ते दोघं प्यायलेले वाटत होते.

"काय मूर्खपणा आहे हा!" तो मुलगा ओरडला.

"मग काय तर! उघडउघड फसवतायत हे!" ती मुलगी म्हणाली.

"हे पाहा, आमच्याकडे नगरपालिकेशी केलेला करार आहे. आम्ही लावलेला दर योग्यच आहे." काऊंटरपलीकडचा माणूस कंटाळलेल्या सुरात म्हणाला. तो हार्ले-डेव्हिडसनचा बायकर असल्यासारखा दिसत होता- धिप्पाड आणि पांढरट केसांची पोनीटेल.

"फक्त दराचा प्रश्न नाहीये. मी ज्या जागी गाडी पार्क केली होती तो 'नो टो झोन' होता!"

"हे आता अतिच होतंय!" ती मुलगी रागानं धुमसत पुटपुटली. तिनं आपला मोबाईल काढून जोरजोरात कोणालातरी मेसेज पाठवायला सुरुवात केली. "आपल्याला पार्टीला इतका उशीर होणार आहे ना!" चिडून तिनं त्या तरुणाच्या दंडावर गुद्दा घातला. "आपण पोहोचू तेव्हा तुझा तो मुलगा तिथं दार उघडायला नसेल ना, तर आत्ताच सांगून ठेवतेय..."

"ओके! ओके! शांत हो जरा!" तो जिमला जाऊन जाऊन फुगलेला आपला दंड चोळत म्हणाला.

काऊंटरमागच्या माणसावर याचा शून्य परिणाम झाला होता. त्यानं असले प्रकार इतके पहिले होते की त्याला याचं काहीच वाटत नव्हतं. काचेला असलेल्या अर्धवर्तुळाकार भोकातून त्यानं एक कागदाचा चिटोरा बाहेर सरकवला. "हे आमचं दरपत्रक. रस्त्यावर लावलेल्या 'नो टो झोन'च्या पाट्यांबद्दल तुला काही तक्रार असेल तर खुशाल कोर्टात जा. नगरपालिकेकडे तक्रार करा. त्यासाठी कायदेशीर मार्ग आहे."

"पण म्हणजे मला तरीसुद्धा आत्ता दंड भरावा लागेल?"

"बरोब्बर. तुमची गाडी मोठी एस.यू.व्ही. असल्यानं दोनशे बावीस डॉलर्स झालेत. गाडी इथं ठेवण्यासाठी प्रत्येक दिवशीचे पन्नास डॉलर लागतात. त्यामुळे ते पन्नास धरलेत. शिवाय त्यावर दहा टक्के टॅक्स पडतो. आणि गाडी सोडवून घ्यायचे एकशेपंधरा डॉलर्स. त्यामुळे सगळे मिळून झाले तीनशे ब्याण्णव डॉलर्स. रोख रक्कम, डेबिट कार्ड, क्रेडिट कार्ड, चेक, प्रवासी चेक, मनीऑर्डर सगळं काही स्वीकारतो आम्ही!"

"साले चोर!" तो तरुण पाकिटातून क्रेडिट कार्ड काढता काढता उद्‌गारला. मग जॉर्जकडे वळून म्हणाला, "अत्याचारासाठी तयार राहा मित्रा!"

कार्ड स्वाईप करताना काऊंटरमागच्या माणसानं जॉर्जकडे नजर टाकली. परत अशाच प्रसंगाला तोंड द्यावं लागणार की काय असा विचार तो करत असावा.

जॉर्ज त्याच्याकडे पाहून कसाबसा थोडासा हसला. या जोडप्याशी त्या माणसाची वागणूक पाहता आपल्याला सॅलची गाडी पाहायला मिळेल ही जॉर्जची आशाच मावळली होती आणि जॉर्जकडे इतकी रोख रक्कमसुद्धा नव्हती त्याला द्यायला.

काऊंटरपलीकडच्या माणसानं वॉकीटॉकीवरून फोन केला, "हां, अरे जो, तू ती मघाशी काळी एस.यू.व्ही. आणली होतीस ना, ती न्यायला आलेत."

"या दारातून जाऊ शकता सर तुम्ही," तो त्या तरुणाला म्हणाला. "आणि मॅडम, तुम्ही इथंच बाहेर थांबलात तरी चालेल. बाहेरचं फाटक उघडेल आपोआप."

तिनं फणकाऱ्यानं त्याच्याकडे पाठ फिरवली, "साला!"

मग जॉर्जकडे वळून तो माणूस म्हणाला, "मी तुम्हाला काय मदत करू शकतो सर?"

त्या माणसानं जॉर्जला यार्डच्या एका बाजूला नेलं. बाहेर असलेली दोन मोठी जर्मन शेफर्ड कुत्री जॉर्जच्या अंगावर गुरगुरली.

"च्यायला काय वाईट आहे राव नशीब! मला माहितेय ही गाडी. मस्त होती. मी जेव्हा पहिल्यांदा पहिली ना, तेव्हाच मला कळलं की या अपघातातून गाडी चालवणारा वाचणं शक्यच नाही म्हणून!" तो माणूस बडबड करत होता.

"हो ना आणि या व्हिंटेज गाडीत दुर्दैवानं एअर बॅग्जसुद्धा नसतात," जॉर्जनं त्याच्या सुरात सूर मिसळला. ते दोघं मित्रच झालेत असं जॉर्जला त्या माणसाला भासवायचं होतं.

मघाशी ऑफिसमध्ये जॉर्जनं आपल्याकडे होते नव्हते तेवढे सगळे पैसे त्या माणसाला देऊ केले होते. तीनशे सतरा डॉलर्स. त्याच्याजवळ तेवढेच पैसे आहेत असं त्यानं त्याला सांगितलं होतं. "हे सगळे पैसे तू तुझ्यासाठीच ठेवू शकतोस,

फक्त मला एकदा माझ्या मित्राची गाडी पाहायला दे,'' असं पुढे जॉर्ज म्हणाला होता. मग त्यानं सॅलच्या गाडीचं वर्णन करून सांगितलं की ती गाडी इथं आणली गेल्याचं पोलिसांनी त्याला सांगितलंय. त्यानं एवढंही सांगितलं की त्याला गाडीत एक मायक्रोचिप शोधायची आहे. तो दागिन्यासारखी एखादी मौल्यवान वस्तू शोधतोय असं जर त्या माणसाला वाटलं असतं, तर कदाचित त्यानं जॉर्जला गाडीपाशी जाऊ दिलं नसतं; पण जॉर्जनं पुढे केलेले पैसे पाहून तो माणूस पटकन ''चालेल की!'' असं म्हणाला होता.

सॅलची गाडी त्याच्या बॉडीइतक्याच वाईट अवस्थेत होती. गाडीचं बॉनेट पार चेपलं गेलं होतं. ही गाडी कन्व्हर्टिबल असली तरी त्याचं 'हूड' सॅल नेहमी बंदच ठेवत असे. ते तसंच होतं. समोरचं इंजिन मागे चेपलं जाऊन पुढच्या सीटपाशी बाहेर आलेलं दिसत होतं. अरे देवा! जॉर्जला वाटलं होतं त्यापेक्षा या राड्यात चिप शोधणं फारच अवघड होतं. गाडीत कुठून आत शिरता येईल याचा विचार जॉर्ज करत होता, तेवढ्यात त्या माणसाचा वॉकीटॉकी वाजला. ''डॅनो? बाहेर कोणीतरी आलंय फाटकापाशी.'' पलीकडून आवाज आला.

''ओक्के! मी आलोच,'' डॅनो म्हणाला. मग जॉर्जकडे वळून तो म्हणाला, ''मला ऑफिसमध्ये परत जावं लागतंय. तुझं काम सुरू ठेव; पण जरा जपून. आणि यार्डात इकडेतिकडे अजिबात जायचं नाही. इथंच काय ते शोध.''

''हो, हो,'' जॉर्ज म्हणाला.

''तू स्वतःला काही दुखापत करून घेतलीस तर माझी जबाबदारी नाही. मी सरळ तुला कुंपणावरून बाहेर फेकून देईन आणि मी तुला ओळखत नाही म्हणून सांगेन. कळलं?''

''हो.''

''हं, गुड! मी पंधरा मिनिटांत परत येतोय. त्यामुळे पटापट काय ते उरक. आणि त्याआधीच काम झालं तर ऑफिसच्या मागच्या दारापाशी येऊन टकटक कर.''

''पण ते कुत्रे...?''

''मी सांगितलं ना, इथंच थांब. इकडेतिकडे भरकटू नकोस.''

''हो. ओके.'' जॉर्ज म्हणाला.

डॅनोनं मान डोलावली आणि तो घाईघाईनं निघून गेला. जॉर्जनं आपला मोर्चा त्या चपट्या झालेल्या गाडीकडे वळवला. संपूर्ण गाडीत काचांचे बारीक तुकडे पसरले होते. समोरची एक सीट पूर्ण त्या इंजिनानं व्यापली होती. चालकाच्या सीटवर थोडी जागा होती. जॉर्जनं आपल्या मोबाईलवरचा टॉर्च लावला आणि तो सीटखाली शोधू लागला. तिथे काचांचा इतका खच होता की आपलं काम जवळपास अशक्य कोटीतलं आहे याची जॉर्जला जाणीव झाली. पोस्टाच्या स्टँपइतकीच

ती चिप लहानशी असणार आणि काही मिलिमीटर जाडीची. तेही जर ती खरंच गाडीत पडलेली असेल तर! जॉर्जनं खोल श्वास घेतला. विचार करत बसण्यापेक्षा लवकर कामाला लागलं पाहिजे असं त्यानं स्वतःला बजावलं. मग तो समोरच्या फुटक्या खिडकीतून आत वाकला आणि तुटलेल्या एका वायपरनं काचा बाजूला सारत चिप शोधू लागला.

अर्धाएक तास झाला असेल, पण जॉर्जला अजूनही काहीच मिळालं नव्हतं. तो घामानं भिजला होता आणि त्याचं अंग ऑईल आणि घाणीनं माखलं होतं. त्याच्या निराशेचं रूपांतर आता रागात होऊ लागलं होतं. नुसत्या कल्पनेत ही मोहीम त्याला खूपच सोपी आणि छान वाटली होती! पण आता... निदान अजून तो डॅनो तरी नशिबानं परत आला नव्हता. आशा सोडून द्यावी का या विचारात जॉर्ज पडला.

आता तो मागच्या सीटवर होता. पोटावर पालथा पडून तो पुढच्या सीटखाली प्रकाशाचा झोत टाकत शोधात होता. काचेचा एक एक तुकडा हातात घेऊन तो गाडीबाहेर फेकून देत होता; पण प्रकाशझोत टाकल्यावर त्याला असं दिसलं की अजून काचेचे कित्येक तुकडे गाडीत पसरलेले आहेत. मग जॉर्ज हातानंच सीटखाली चाचपणार तेवढ्यात मागून आवाज आला, "काय मित्रा! वेळ संपलीय तुझी!"

"ओक्के! झालंच आहे माझं!" जॉर्ज शक्य तितक्या उत्साहानं म्हणाला; पण तो उठला मात्र नाही. काम थांबवावं लागेल अशी चिन्हं दिसायला लागल्यावर त्याला पुन्हा शोधायचा हुरूप आला. तो भराभर काचांचे तुकडे इकडेतिकडे सारत शोधू लागला. घाईमुळे त्याचे हात कापले जात होते.

डॅनो अधीरपणे बाहेर थांबला होता. "आत्ताच्या आत्ता थांबव! नाहीतर मला कुत्र्यांना सोडावं लागेल!" शेवटी तो म्हणाला.

"हो, हो!" जॉर्ज आता अगदी घायकुतीला आला होता. इतके कष्ट घेतले ते सगळे वाया जाणार की काय?

आता मात्र डॅनोचा धीर संपला. "मी आता तुला बाहेर खेचून काढणारे, समजलं?"

"येतोय, येतोय मी," जॉर्ज फक्त म्हणत होता; पण तो थांबायची काही चिन्हं नव्हती.

"ओक्के! एक... दो..."

जॉर्ज काचा सारतच होता. डोळ्यांत जाणाऱ्या घामामुळे त्याला आता अंधुक दिसत होतं.

"दोन..."

"ओक्के!"

"तीन!"

जॉर्जच्या पॅन्टचा बेल्ट मागच्या बाजूनं पकडला गेला आणि तो गाडीतून खसकन बाहेर खेचला गेला. कसाबसा तोल सावरत उभा राहायचा प्रयत्न करत असताना तेवढ्यात डॅनोनं त्याचा बेल्ट सोडून दिला. तो स्थूल दिसत असला तरी त्याच्या अंगात चांगलीच ताकद होती.

''ठरल्यापेक्षाही तू आधीच जास्त वेळ घेतलायस. आता चल.''

''शिट!'' जॉर्ज ओरडला, ''मला माहितेय मी जे शोधतोय ते इथंच कुठंतरी आहे! मला शोधायला दिलं पाहिजेस तू!''

''मी काय करायला पाहिजे आणि काय नको ते मला शिकवू नकोस! तुला पुन्हा शोधायची इतकी खाज आहे ना? मग दोनेक महिन्यांनी पोलीस ही गाडी सोडवतील तेव्हा ये आणि बस शोधत! तू तिला सोडवून घ्यायचे पैसे भर आणि खुशाल घेऊन जा. हवं तर तुझ्या घरी आणून पोहोचवू आम्ही अगदी. हां, पण त्याचे पैसे जादा लागतील बरं का!''

''प्लीज पाच मिनिटं!'' जॉर्ज काकुळतीला आला होता.

''नाही!'' त्या माणसानं जॉर्जवर आपली करडी नजर रोखली. अचानक जॉर्जच्या शर्टवर त्याला उन्हात काहीतरी चमकताना दिसलं. त्याच्या मळलेल्या शर्टवर काचांचे काही तुकडे आणि एक छोटी चपटी सोनेरी रंगाची चौकोनी डबी चिकटलेली होती.

''तू हेच शोधत होतास का?''

जॉर्ज काहीतरी उलट उत्तर देणार तेवढ्यात त्यानं खाली पाहिलं. डॅनोच्या हातात मायक्रो चिप होती.

''ओह!'' जॉर्ज पुटपुटला.

गाडीचा ए.सी. लावून जॉर्ज आपल्या गाडीत जाऊन बसला होता. तो अजून त्या यार्डाच्या पार्किंगमध्येच होता. भयंकर उकडत होतं पण तरीही त्याला अत्यानंद

झाला होता. त्याच्या हातात जी चिप होती ती कदाचित आता सगळं गूढ उकलणार होती! त्याच्या मोबाईलवर एक भिंगाचं ॲप होतं. त्यातून तो त्या चिपकडे पाहत होता. चिपच्या सोनेरी पृष्ठभागावर त्याला वेडेवाकडे काही ओरखडे दिसले. ते बहुधा सॅलच्या चाकूमुळे झालेले असणार. याचा अर्थ सॅल ती चिप बाहेर काढण्यात यशस्वी झाला होता तर! या चिपमध्ये काहीतरी घोटाळा आहे हे त्या बिचाऱ्याला अंतर्ज्ञानानं समजलं असणार. अर्थात ही जॉर्जची थिअरी होती आणि त्याच्या मते तरी ती बरोबर होती. कारण दुसरी काही शक्यता दिसत नव्हती. आत्महत्येच्या अफवेपेक्षा तरी केव्हाही याच कृतीचा अर्थ बरोबर लागत होता.

मोबाईल ॲपच्या भिंगानं चिप तपासण्याचे प्रयत्न जॉर्जनं सोडून दिले. त्याला आणखी शक्तिशाली भिंगाची गरज होती. कारण या भिंगातून इन्सुलिन साठवलेले छोटे छोटे चेम्बर्स दिसतच नव्हते. त्यासाठी त्याला पुन्हा हॉस्पिटलला जावं लागणार होतं. आपल्याला खरोखरच ती चिप सापडली आहे यावर त्याचा अजूनही विश्वास बसत नव्हता!

अचानक जॉर्जच्या काचेवर कोणीतरी काठीनं ठोकत असल्याचा आवाज आला. जॉर्जनं पाहिलं तर डॅनो! ''इथं पार्किंगमध्ये जास्त वेळ थांबू शकत नाहीस तू! चल निघ आता!'' तो ओरडत होता.

जॉर्जनं घाईघाईनं गाडी बाहेर काढली आणि तो निघाला.

चिपवर असलेले इन्सुलिनचे साठे जॉर्ज तपासत होता. प्रत्येक साठा अगदी टाचणीच्या टोकाइतका सूक्ष्म होता आणि अशा हजारो साठ्यांच्या ओळीच्या ओळी त्या चिपवर दिसत होत्या. ती चिप आपलं काम कसं करते याबद्दल जॉर्जनं थोडं संशोधन केलं होतं. प्रत्येक छोट्या साठ्याला स्वतःची अशी रेडिओ फ्रिक्वेन्सी दिलेली होती. याद्वारा संदेश मिळाला की एका छोट्या साठ्याचं सूक्ष्म आवरण विरघळून जाऊन औषध रक्तात पसरेल अशी सोय केलेली होती. अशा प्रकारे एका वेळी एका साठ्यातून एक डोस दिला जाई. मग तो डोस रक्तातून संपूर्ण शरीरात पसरत असे.

जॉर्ज हॉस्पिटलमध्ये परतला होता आणि त्यानं पॅथॉलॉजी लॅबमध्ये जाऊन एका मायक्रोस्कोपमधून चिपचं निरीक्षण केलं होतं. मायक्रोस्कोपमधून पाहिल्यावर त्याला सपष्टपणे दिसलं होतं की सगळेच्या सगळे साठे रिकामे होते! दोनच महिन्यांपूर्वी सॅलच्या शरीरात ती चिप बसवली होती आणि दोन महिन्यांत सगळे साठे रिकामे होणं नक्कीच अपेक्षित नव्हतं. कारण तो साठा त्याला किमान दोन वर्षं पुरेल इतका होता. त्या चिपवर इन्सुलिनच्या औषधाचं नावही लिहिलेलं होतं- ह्युमॅलॉग. अत्यंत पटकन काम करणारं असं हे इन्सुलिन होतं.

आता जॉर्जपुढे फक्त एकच प्रश्न होता- सॅलच्या मृत्यूच्या पूर्वी हा साठा रिकामा केला गेला की मृत्यूनंतर? मृत्यूच्या पूर्वी असेल तर याचा अर्थ सॅल जिवंत असताना त्याच्या शरीरात एकदम इन्सुलिनचा मोठा डोस सोडला गेला होता. म्हणजे एका अर्थानं त्याचा खून झाला असं म्हणता आलं असतं! मग हे काम एखाद्या हॅकरचं असेल किंवा आयडॉक बनवणाऱ्यांचं! दुसरी शक्यता ही होती की सॅलच्या अपघातात ती चिप त्याच्या शरीरातून बाहेर फेकली गेली तेव्हा त्या धक्क्यानं तिच्यातला सगळा साठा बाहेर पडला. आणि तसंही ती गाडी काही दिवस तळपत्या उन्हात त्या यार्डात पडून होतीच की! कदाचित त्यामुळेही तो साठा रिकामा

झाला असेल.

पण तरीही, या सगळ्या शक्यतांचा विचार करता जॉर्जला पहिलीच शक्यता अधिक वास्तववादी वाटली. सॅलच्या मृत्यूपूर्वीच तो साठा रिकामा झाला असणार. पण जॉर्जला अजून ठोस पुराव्याची गरज होती. त्याला एक कल्पना सुचली. कदाचित सॅलच्या मोडक्या स्मार्टफोनला आणि या चिपला एकत्र आणलं तर काहीतरी पुरावा हाती मिळू शकेल? पण हे काम करण्यासाठी त्यातला कोणीतरी जाणकार माणूस पाहिजे. जॉर्जच्या मनात पाहिलं नाव आलं ते झीचं!

पॅथॉलॉजी लॅबमधल्या टेक्निशियनचे आभार मानून जॉर्ज बाहेर पडला. स्वतःच्याच शोधावर तो खूश होता; पण त्याचबरोबर एक गोष्ट त्याला जाणवली होती. त्याला आता खूप सावधानता बाळगायची गरज होती. बऱ्याच लोकांचा या चिपवर डोळा असण्याची शक्यता होती- क्लेटन, सॅलचं घर धुंडाळणारे ते लोक आणि नक्कीच अमाल्गमेटेड. त्यामुळे त्याच्या हाती खूपच नाजूक आणि स्फोटक ऐवज पडला होता,यात काहीच शंका नव्हती.

जॉर्ज घरी परतला. गाडी चालवताना त्याच्या मनात शेकडो विचारांचं काहूर माजलं होतं. आपण उकरतोय ते काहीतरी खूप मोठं गंभीर प्रकरण आहे हे त्याला उमजलं होतं. पहिल्यांदा त्यानं पॉलाला फोन करायचं ठरवलं. तिच्या पोटच्या पोरासारख्या असणाऱ्या या प्रोजेक्टमध्ये कोणीतरी मोठीच गडबड करतंय हे तिला कळायलाच हवं. ती त्याच्यावरच याचं खापर फोडणार नाही ना, अशी त्याला भीती वाटत होती. कारण तो जे सांगणार होता ते ऐकून तिला भयंकर धक्का बसणं स्वाभाविकच होतं. तिला हवाईमध्ये फोन करावा की नाही या विचारात जॉर्ज होता. पण मग त्याला वाटलं की नक्कीच करायला हवा. लवकरात लवकर घरी पोहोचल्या पोहोचल्या तिला हे कळवायला हवं. यात दिरंगाई कामाची नाही. कारण एकीकडे लोक अक्षरशः मरतायत.

३७

जॉर्जचं घर
वेस्टवूड, लॉस एंजलिस, कॅलिफोर्निया
शुक्रवार, ४ जुलै २०१४, दुपारचे ३.५२

काळ्या काचा असलेल्या दोन गाड्या- एक काळी एस.यू.व्ही. आणि एक काळी व्हॅन जॉर्जच्या घराच्या मागच्या बाजूला येऊन थांबल्या. चोरून ऐकता येईल अशा अनेक इलेक्ट्रॉनिक उपकरणांनी व्हॅनची आतली बाजू भरली होती. युनिफॉर्म्स घातलेले चार लोक गाडीतून उतरले. व्हॅनमध्ये दोन टेक्निशियन थांबले होते आणि एस.यू.व्ही. मध्येही सूट घातलेली दोन माणसं बसून राहिली होती.

युनिफॉर्ममधल्या माणसांनी इलेक्ट्रिकल टूल्स असलेले बेल्ट लावले होते. जवळच्या एका खांबावर त्यातला एक जण चढला आणि त्यानं एक फोनची लाईन टॅप केली. उरलेले तिघे इमारतीच्या इलेक्ट्रिकल पॅनेलपाशी गेले आणि त्यांनी ते खोललं. मग त्यातले दोघे इमारतीत शिरले आणि एक जण इमारतीच्या दुसऱ्या बाजूला वळला.

तिघंही वेळ न दवडता जॉर्जच्या घराच्या चहू बाजूंनी जवळ येऊ लागले. एक मागून आणि दोघे पुढून. त्यांच्यात काहीही बोलाचाली झाली नाही की ते अडखळले नाहीत. सगळे एकदम व्यावसायिक होते. त्यांचं सगळं आधीच ठरलेलं होतं. कोणतीच गोष्ट त्यांच्या प्लॅनिंगमधून सुटली नव्हती.

पुढून इमारतीत शिरलेल्या दोघांनी जॉर्जच्या घराची बेल वाजवली. आतून काहीच उत्तर येणार नाहीये हे त्यांना आधीच माहीत होतं. तो दूर त्या व्हॅन नुईजच्या दरीत गेलेला आहे, हे जॉर्जच्या मोबाईलच्या जी.पी.एस. वरून त्यांना समजलं होतं; पण तरीही खात्री करण्यासाठी त्यांनी बेल वाजवून पाहिली होती. मग त्यांच्यातल्या

एकानं सहजतेनं जॉर्जच्या घराचं कुलूप उचकटलं.

एक शब्दही न बोलता त्यांच्यातला उंच माणूस आत गेला आणि दुसरा दाराच्या आत पाळत ठेवत उभा राहिला. तो खिडकीतून बाहेर पाहत होता. समोर दिसणाऱ्या स्विमिंगपूलपाशी कोणीही नव्हतं. चार जुलैची सुट्टी साजरी करण्यासाठी सगळे बीचवर गेलेले होते.

घरात शिरलेला माणूस आपलं काम झटपट उरकत होता. त्यानं घरभर अनेक छोटे कॅमेरे आणि चोरून ऐकण्याची यंत्रं लपवली. मग ती सगळी एकमेकांशी वायरलेस पद्धतीनं जोडली आहेत ना याची खात्री केली. त्या सगळ्या यंत्रांचा बॅटरीवर चालणारा ॲम्प्लिफायर त्याच्या सहकाऱ्यानं मघाशीच घराच्या मागच्या बाजूला बसवला होता. हाच ॲम्प्लिफायर घरातल्या सगळ्या यंत्रांकडून येणारे सिग्नल गोळा करून व्हॅनमध्ये असलेल्या रेकॉर्डिंग यंत्रणेला पुरवणार होता. त्या माणसाचं सगळं काम अवघ्या सात मिनिटांत उरकलं!

मग ते चौघंही परत गाडीत जाऊन बसले. त्यांना घ्यायला काही मिनिटांतच तिसरी एक गाडी आली. पटापट ते चौघे त्या नवीन गाडीत बसले. दोन टेक्निशियन आणि सूट घातलेली दोन माणसं मात्र मागे गाडीतच थांबली. एस.यू.व्ही.मध्ये बसलेल्या सूट घातलेल्या दोघांनी आपापली शस्त्रं काढून शेजारी ठेवली आणि ते जरा आरामात पसरून बसले. कदाचित बरीच वाट पाहावी लागेल हे त्यांना माहीत होतं. अनेक तास एकाच ठिकाणी वाट पाहत थांबणं आणि काही मिनिटांचा हिंसाचार, हे तर त्यांच्या कामाचं स्वरूपच होतं.

ड्रायव्हरच्या सीटमध्ये बसलेल्या माणसानं फोनवरून एक नंबर फिरवला. ''सगळं काही ठीक!'' एवढाच मेसेज त्यानं ठेवला.

३८

जॉर्जचं घर
वेस्टवूड, लॉस एंजलिस, कॅलिफोर्निया
शुक्रवार, ४ जुलै २०१४, संध्याकाळचे ६.०५

जॉर्जनं घराच्या मागच्या रस्त्यावर गाडी वळवली. त्या भंगार डेपोमधून येताना अपघात होता होता तो थोडक्यात बचावला होता. सुट्टी असूनही रस्त्यावर गर्दी होती आणि तो आता पारच दमून गेला होता. त्यानं आपल्या राखीव पार्किंगमध्ये गाडी नेली तेव्हा रस्त्यावर जवळच उभ्या असलेल्या काळ्या एस.यू.व्ही. गाडीकडे त्याचं लक्षही गेलं नाही. आणखी पुढे थोड्या अंतरावर उभी केलेली काळी व्हॅनसुद्धा त्याच्या लक्षात आली नाही. या मॉडेलच्या काळ्या रंगाच्या इतक्या गाड्या या भागात होत्या की त्यात चटकन लक्षात येण्यासारखं काहीच नव्हतं.

खिशात अजूनही ती छोटीशी चिप आहे ना याची खात्री करत जॉर्ज गाडीतून उतरला आणि धावतपळतच घरी गेला. आपल्याकडचं सगळं सामान त्यानं टेबलावर टाकून दिलं. मग त्यानं केसी आणि सॅल दोघांचेही स्मार्टफोन आणले. चिपबरोबर तेही खिशात टाकून तो बाहेर पडला आणि झीच्या घरी गेला.

"कोणे यार! येतोय ना!" दारावर जोरजोरात पडणाऱ्या थापा ऐकून झी आतून ओरडला. क्षणभरातच त्यानं दार उघडलं. जॉर्जचा अवतार आणि त्याच्या चेहऱ्यावरचे भाव पाहून झीच्या तोंडाचा आ वसला, "ड्यूड! काय चाललंय काय? आपल्या बिल्डिंगला आगबिग लागलीये की काय?"

"मला तुझी मदत हवीये. आत्ताच्या आत्ता."

"ओक्के ड्यूड! कूल डाऊन! मी आहे इथंच." झीनं आपल्या अस्वस्थ शेजाऱ्याला शांत करायचा प्रयत्न केला.

जॉर्जनं एक खोल श्वास घेतला. स्वतःला सावरलं पाहिजे हे त्याला उमजलं. त्याला माहीत होतं की झीला तो जे काही करायला सांगणार आहे त्याला बराच वेळ लागू शकतो. आणि तेही जर झी हे काम करू शकणार असला तरचाच प्रश्न आहे. आणि पुन्हा झीला जमणार का, यापेक्षाही तो ते काम करायला तयार होईल का, हा आणखी एक वेगळाच मुद्दा होता. कारण जॉर्ज जी काही मदत मागणार होता त्यात नक्कीच ढीगभर कायद्यांचं उल्लंघन होणार होतं.

आवाजात शक्य तितका शांत भाव आणत जॉर्ज म्हणाला, ''एक काम आहे. जे तू करावंस अशी माझी इच्छा आहे. मी त्याचे पैसे देईन तुला. भरपूर देईन. माझ्याकडे रोख आणि क्रेडिट कार्डावर मिळून दहाएक हजार डॉलर्स तरी असतील.''

''बापरे! ड्यूड! ए... एक मिनिट. मला सगळं नीट सांग पहिल्यापासून!''

''नाही... म्हणजे... मला माहितेय की तुझ्याकडे सध्या फार काम नाहीये आणि पैसे...''

''हे बघ, मी जरी काम करत असलो ना, तरी मला नेहमीच पैशाची चणचण असते; पण ते सोड यार. तू सांग मला काय ते.''

''मला थोडं हॅकिंग करून हवंय तुझ्याकडून.''

झी एकदम सावरून बसला. ''कोणतंही हॅकिंग हे थोडं वगैरे नसतं. काही सोपं असतं, काही नसतं. पण थोडं किंवा छोटा जॉब असं काही नसतं. हॅक करणाऱ्यासाठी तर नाहीच नाही. नक्की काय करून हवंय तुला ते मला सविस्तर सांग. आणि रिलॅक्स जॉर्ज! बिअर देऊ तुला?''

''हो... चालेल.'' सोफ्यावर बैठक मारत जॉर्ज म्हणाला.

झी दोन बिअरच्या बाटल्या घेऊन आला आणि जॉर्ज त्याला अमाल्गमेटेड आणि आयडॉकबद्दल माहिती देऊ लागला. स्मार्टफोन हा डॉक्टरचं काम करणार ही कल्पना झीला जबरदस्त वाटली. तो कुतूहलानं ऐकू लागला. आयडॉकसाठी आपणही नाव नोंदवणार असं त्यानं तर जाहीरच करून टाकलं! म्हणजे गुप्तरोगासारखे काहीही आजार झाले तरी खऱ्या डॉक्टरकडे जायला नको. ''तुला माहितेय, बऱ्याचदा डॉक्टरकडे जायचं म्हणजे लाजिरवाणं होतं. काय काय कबूल करावं लागतं. ए, पण मी सांगू? या आयडॉकला अजून चांगलं बनवण्याची एक कल्पना आहे माझ्याकडे.''

''झी, आपण भरकटतोय.'' जॉर्जनं त्याला पुन्हा मुद्द्यावर आणलं.

''नाही रे! ऐक तर. तू जेव्हा औषधं विकत घ्यायला जातोस तेव्हा त्या दुकानदाराशी बोलणं म्हणजे डॉक्टरशी बोलण्याइतकंच लाज आणतं. तेही करायची गरज नाही आता. फोनवर एक बटण दाबलं की प्रिस्क्रिप्शन हातात आलं पाहिजे. काय!''

"हो झी. ही चांगली कल्पना आहे, पण आपण मुद्दा सोडून भलतंच बोलतोय."

"सॉरी. हां, बोल तू." झी म्हणाला.

"हे आयडॉक ॲप भारी आहे यात शंकाच नाही. आणि तेच मेडिकल क्षेत्राचं भविष्य असणार आहे हे खरं आहे; पण यात एक प्रॉब्लेम आहे. कदाचित त्याच्या प्रोग्रामिंगमध्ये दोष आहे किंवा काही अपघातानं ते मनमानी करायला लागलंय. मला वाटतं की ते 'डेथ पॅनेल' सारखं काम करायला लागलंय."

झी धक्का बसून नुसताच जॉर्जकडे पाहत राहिला. मग म्हणाला, "नीट सांग!"

जॉर्जनं त्याला सगळं सविस्तर सांगितलं. केसीसुद्धा आयडॉक बीटा चाचणीत सहभागी झालेली होती आणि सॅलही, हे त्यानं झीला सांगितलं. झी केसीला थोडा ओळखत होताच. मग त्यानं लेनी चेस्नी, ग्रेग टार्किंग्टन आणि क्लेअर वाँगबद्दलही सांगितलं. या सगळ्यांना मधुमेहाबरोबरच इतरही गंभीर आजार होते. "या सगळ्यांनी आयडॉकवर विश्वास ठेवला. नवीन टेक्नोलॉजीवर विश्वास ठेवला. त्यांच्या शरीरात इन्सुलिनचे साठे बसवले होते. आणि आयडॉक त्यांच्या शरीरातील साखरेच्या प्रमाणाचं सतत निरीक्षण करून साखरेची पातळी नियंत्रणात ठेवायचा."

"हं, समजलं. पुढे काय झालं?" झी म्हणाला.

"या पाचही पेशंटच्या बाबतीत माझा असा अंदाज आहे की आयडॉकनं त्यांच्या शरीरात एकदम सगळंच्या सगळं इन्सुलिन रिकामं करून त्यांचा जीव घेतलाय."

झी जॉर्जकडे पाहतच राहिला. "जर तुला असं वाटत असेल की या साठ्यांनी गोची केलीये तर मी पूर्ण सहमत आहे. च्यायला, असल्या काहीतरी भानगडी होतच असतात; पण जर तुला असं वाटत असेल की कोणीतरी हे मुद्दाम करतंय, तर मी म्हणेन की तू वेडा झालायस! मला असे खूप लोक माहिती आहेत की जे..."

"पुरावा आहे माझ्याकडे!" जॉर्जनं झीचं बोलणं मध्येच तोडलं आणि आपल्या खिशातून ती चिप बाहेर काढली. "मी आत्ता जे सांगितलं त्याचा हा पुरावा. आता हे मुद्दाम कोणी करतंय की आयडॉकमध्येच काहीतरी दोष आहे, हेच जाणून घ्यायला मी तुझ्याकडे आलोय. आणि खरं सांगायचं तर मला यात कोणाचातरी हात आहे असंच वाटतंय."

झीनं काळजीपूर्वक ती चिप उचलली आणि त्याचं निरीक्षण केलं.

"मायक्रोस्कोपमधून पाहिल्याशिवाय नीट काहीच समजणार नाही." जॉर्ज म्हणाला. "अरे त्या चिपवर हजारोंच्या संख्येनं छोटे छोटे इन्सुलिनचे साठे आहेत. एक साठा एका वेळी औषध सोडेल असं प्रोग्रामिंग केलेलं आहे. त्यासाठी प्रत्येकाची वेगळी रेडिओ फ्रिक्वेन्सी आहे."

"हं, हे सगळं कळलं मला; पण याचा अर्थ आयडॉकच पेशंटला मारतोय असं कसं तू एकदम म्हणू शकतोस?"

"तुझ्या हातात हा जो साठा आहे तो सॅलच्या शरीरात दोन महिन्यांपूर्वी बसवला होता. सॅलच्या रक्तातील साखरेच्या पातळीनुसार दोन ते तीन वर्षं तो टिकणं अपेक्षित होतं; पण हा साठा आत्ता पूर्णपणे रिकामा आहे! मला असं वाटतं की तो संपूर्ण रिकामा करण्याचे संदेश आयडॉककडूनच मिळाले असावेत."

आपण हातात धरलेली चिप सॅलच्या शरीरात होती या कल्पनेनं किळस वाटून झीनं ताबडतोब ती टेबलावर ठेवून दिली. "तुला कसं माहीत की सॅलच्या मृत्यूपूर्वीच या साठ्यानं सगळं इन्सुलिन शरीरात सोडलं म्हणून? कदाचित त्याच्या मृत्यूनंतर त्याच्या बॉडीतून ही चिप काढली असेल तेव्हा तो साठा रिकामा झाला असेल."

"चांगला प्रश्न आहे. आणि मला अजून त्याचं नक्की उत्तर माहीत नाहीये. त्यासाठीही मला तुझी मदत हवी होती."

"हे कोणीतरी मुद्दाम करतंय असं का वाटतंय तुला?"

"या पाचही पेशंटना मधुमेहाखेरीज आणखी एक गंभीर आजार झाल्याचं निदान झालं होतं. त्याची नोंद त्यांच्या इलेक्ट्रॉनिक मेडिकल रेकॉर्डमध्ये केली गेली होती. त्यानंतर काही वेळातच त्या सगळ्यांचा मृत्यू झाला. आणि हा काही योगायोग वाटत नाहीये."

झी गप्प झाला. टेबलावर ठेवलेल्या त्या चिपकडे पाहत तो काही वेळानं म्हणाला, "मी नक्की काय करणं अपेक्षित आहे?"

झी काम करायला तयार होत असल्याची चिन्हं पाहून जॉर्जनं सुटकेचा निःश्वास सोडला. "बऱ्याच गोष्टी कराव्या लागणारेत." मग त्यानं खिशातून एक फोन काढला. "हा केसीचा होता." तो चालू करून त्यानं झीला आयडॉकचा लोगो दाखवला आणि त्यापुढे ते ॲप चालू होत नाही हेही दाखवलं. "पेशंटच्या मृत्यूनंतर अमाल्गमेटेड फोनवरचा सगळा डेटा पुसून टाकतं. उघड आहे म्हणा ते. कारण पेशंटच्या मेडिकल हिस्टरीची गुप्तता बाळगण्याच्या दृष्टीनं ते योग्यच आहे."

मग जॉर्जनं दुसरा फोन बाहेर काढला आणि झीकडे सोपवला. "हा सॅलचा आहे. अपघाताच्या वेळी हा फोनही गाडीतून बाहेर उडून पडला होता. तो नक्कीच मोडला आहे, पण पडल्यानंतर काही काळ तो चालू होता. एका नर्सनं त्यातून थोडी मेडिकल रेकॉर्डची माहिती काढून घेतली होती. मीही तो एकदा थोडा वेळ चालू करू शकलो; पण बहुधा आता तो बंद पडला आहे."

झीनं फोन हातात घेतला नि तपासला. "बिचारा सॅल!"

"आता मला अशी शक्यता वाटतीये की या केसमध्ये कदाचित आयडॉकची सगळी माहिती पुसून टाकली गेली नसेल. म्हणून तू यातून काही काढू शकतोस का ते मला विचारायचं होतं. म्हणजे आयडॉकनं तो साठा रिकामा करायची सूचना केली होती का, वगैरे..."

फोनच्या फुटक्या स्क्रीनकडे पाहत झीनं मान डोलावली. "मी ऑटॉप्सी करतो या फोनची! कदाचित त्यात थोडा डेटा शिल्लक असेलही." मग झी जॉर्जकडे बघत अविश्वासानं म्हणाला, "तू मला या कामासाठी दहा हजार डॉलर्स द्यायला तयार आहेस?"

"नाही. तेवढ्या रकमेसाठी मला अजून थोडं काम करून हवंय!"

"हं. ते उघड आहे. काय काम?" झी आठ्या घालत म्हणाला.

"अमाल्गमेटेडचा आयडॉकसाठीचा मुख्य सर्व्हर तू हॅक करावास अशी माझी इच्छा आहे. जर तिथं आपल्याला सॅलचं संपूर्ण रेकॉर्ड मिळालं तर त्याची तुलना आपण या फोनवरच्या डेटाशी करू शकू. माझ्या शंकेनुसार जर हे मुद्दाम केलेलं असेल, तर मला ते शाबीत करण्यासाठी ठोस पुरावा लागेल. तरच हे काम हॅकर्सचं आहे की अमाल्गमेटेड मधल्याच कोणाचंतरी आहे याची आपण शंभर टक्के खात्री करून घेऊ शकतो. मगच या सगळ्या मृत्यूंना कोण जबाबदार आहे ते कळेल."

"हे जरा फारच विचारतोयस तू..."

"जर माझ्या शंका खऱ्या ठरल्या, तर त्यांनी माझ्या प्रेयसीचा खून केलाय असं शाबीत होईल. तू ओळखायचास ना तिला. आणि सॅललासुद्धा त्यांनी मारलंय हे सिद्ध होईल. मला हे पाच लोक माहीत आहेत. पण आयडॉकचा जेव्हा देशभर किंवा आंतरराष्ट्रीय पातळीवर प्रसार होईल तेव्हा असे किती लोक अकस्मात मृत्यू पावतील कुणास ठाऊक!"

"मला काय माहीत च्यायला!" झी पुटपुटला. त्यानं पुन्हा त्या दोन फोनवर नजर टाकली. "हा तर गंभीरच लोच्या आहे राव! हेल्थ रेकॉर्ड्समध्ये हॅक करायचं म्हणजे काय खायचं काम आहे का? पेंटॅगॉनमध्ये हॅक केल्यासारखं आहे ते. कळतंय का तुला?"

"हो हा गंभीर गुन्हा आहे हे मला माहितेय; पण लोकांना मारणं हाही तितकाच गंभीर गुन्हा आहे." जॉर्ज म्हणाला.

झीनं होकारार्थी मान डोलावली. वादात जॉर्जचं पारडं जड ठरलं होतं.

"हे बघ, या अशा प्रकारच्या संशय किंवा शंकांविरुद्ध अमाल्गमेटेडकडे काहीतरी प्लॅन नक्कीच असणार. मी तुला सरळ काय ते स्पष्ट सांगतो. हे काम केल्यानं आपण धोक्यात येऊ शकतो कारण यात कित्येक लाखो, करोडो डॉलर्स गुंतलेले असणार. कळलं? आणि मी मुळीच फुगवून काही सांगत नाहीये."

झीचा चेहरा अत्यंत गंभीर झाला होता. ही बाजू सांगून जॉर्ज मदत करायची सोडून उलट अजून भीती दाखवत होता. तरीही जॉर्जनं सगळं प्रामाणिकपणे सांगून टाकायचं ठरवलं. "ऐक, झी," जॉर्ज आपल्या आवाजातली निकडीची, उतावीळपणाची भावना शक्य तितकी लपवत म्हणाला, "हे काम मला केलंच पाहिजे. मग तू मला

त्यात मदत कर किंवा नको करूस; पण मीडियाकडे जायचं असल्यास मला नक्कीच ठोस पुरावे लागणार आहेत. कारण माझे सगळे अंदाज जर खरे निघालेच, तर मला हीच पावलं उचलावी लागतील. आणि तू जे मला सांगू शकतोस त्यासाठी एकच मार्ग आहे पुरावे मिळवण्याचा.''

झी जरा मवाळला. ''ते दहा हजार जे तू म्हणालास, ते खरंच देणारेस का मला?''

''हो. आणि माझा अंदाज जर खरा ठरला आणि एकदा का हे प्रकरण बाहेर फुटलं की तुला कित्येक जॉब ऑफर्स मिळतील याची मला खात्री आहे. कारण हे प्रकरण बाहेर काढायला तूच मदत केली असशील ना.''

झी 'हो' म्हणाला. ''हं... म्हणजे त्याचं काय आहे ना, गेल्या काही दिवसांत मी पोकरचे बरेच गेम हरलोय आणि मलाही भाडं, बिलं वगैरे भरावीच लागतात ना...'' तो ओशाळून म्हणाला.

''मला मदत कर आणि सगळे पैसे घेऊन जा!''

''ठीक आहे. करेन मी हे काम!'' झी उत्तरला, ''पण माझ्या काही अटी आहेत. अमाल्गमेटेडचा सर्व्हर हॅक करायला मी तुझा कॉम्प्युटर वापरणार आणि मी फक्त तुझा मोडेम वापरणार. म्हणजे जर काही गोची झाली तर तिथं होईल!''

''काहीच प्रॉब्लेम नाही. कधी सुरू करू शकतोस तू काम?'' जॉर्ज ताबडतोब म्हणाला.

''तासाभरात येतो. मला शॉवर घेऊ दे आणि काहीतरी खाऊ दे. मला हे काम चालू करताना फ्रेश असावं लागेल. सोपं नाहीये हे अजिबात. त्या लोकांची नक्कीच मोठी फायरवॉल वगैरे असणार.''

जॉर्जला एकदम हायसं वाटलं. ''ओके! ग्रेट! मी काय मदत करू सांग.''

''पैसे पुरव म्हणजे झालं! माझं भाडं थकलंय. ते भरलंस तर मी तुझ्या कामावर चित्त एकाग्र करू शकेन.''

''तुझं भाडं भरलंच म्हणून समज!''

३९

जॉर्जचं घर
वेस्टवूड, लॉस एंजलिस, कॅलिफोर्निया
शुक्रवार, ४ जुलै २०१४, संध्याकाळचे ७.२०

शब्द दिल्याप्रमाणे झी तासाभरात जॉर्जच्या घरी हजर झाला. त्यानं अंघोळबिंघोळ केलेली दिसत होती आणि स्वच्छ स्वेटशर्ट घातला होता. त्याच्या एका हातात मोठ्ठा कॉफीपॉट होता. आणि दुसऱ्या हातात रेड बुल एनर्जी ड्रिंकचा एक खोका आणि मार्लबोरो सिगारेट्सची बरीच पाकिटं. या खोक्याखाली त्याची सगळी कॉम्प्युटरची हत्यारं आणि कसल्या कसल्या सीडीज वगैरे साहित्य होतं. "बाप रे! केवढी हत्यारं आणि साहित्य आहे तुझ्याकडे!" जॉर्ज म्हणाला.

यावर झी म्हणाला, "मग? वाट्टेल त्या परिस्थितीशी दोन हात करायला मी सुसज्ज आहे!"

जॉर्ज झीकडच्या सिगारेटच्या पाकिटांकडे पाहत म्हणाला, "तू सिगारेट्स नको ओढूस इथं."

"सॉरी ड्यूड! सिगारेट्सशिवाय आपलं काम होऊच शकत नाही. एकतर मी आणि सिगारेट्स इथं थांबू; नाहीतर हा मी निघालो!"

"ओके! ठीक आहे." जॉर्जचा विरोध निवळला. त्याला माहीत होतं की काही लोक सिगारेट ओढल्याशिवाय कामावर लक्ष एकाग्र करूच शकत नाहीत. आणि काही वेळा निकोटीनच्या व्यसनापेक्षा सिगारेट ओढण्याची क्रिया या लोकांसाठी जास्त महत्त्वाची असते. मग त्यानं झीला जेवणाच्या खोलीतल्या टेबलापाशी नेलं. तिथं त्यानं आपला लॅपटॉप आणि सॅलचा फोन जय्यत तयारीनिशी ठेवले होते. केसीचा फोन मात्र त्यानं पुन्हा खोक्यात ठेवून दिला होता.

"मोडेम कुठं आहे तुझा?" झीनं विचारलं.

जॉर्जनं टीव्हीच्या शेजारी निर्देश केला. झीनं जाऊन मोडेम तपासला.

"व्यवस्थित चालतो तो. केबलवाले लोक म्हणाले की चांगल्यापैकी आहे." जॉर्ज म्हणाला.

"हं! भंगार आहे राव हा मोडेम! पण ठीक आहे. चालवीन मी तसाच."

जे जे कोणी आपल्या घरात येतं ते घराला किंवा घरातल्या गोष्टींना 'भंगार' हे एकच विशेषण लावतं हे जॉर्जच्या एव्हाना लक्षात आलं होतं. हे सगळं प्रकरण संपल्यावर जरा घराकडे लक्ष द्यायला हवं, हे त्याला कळून चुकलं. म्हणजे हे प्रकरण संपून तो काही न होता त्यातून सुखरूप बाहेर पडला तरच्याच या सगळ्या गोष्टी होत्या. कारण यात जॉर्जचं सगळं करिअर बरबाद होऊ शकतं याची त्याला चांगलीच जाणीव होती.

झीनं आपला इलेक्ट्रिक कॉफीपॉट प्लग केला आणि रेड बुलचा खोका फ्रिजमध्ये ठेवला. मग त्यानं टेबलपाशी स्थानापन्न होत आपली साधनं बाहेर काढली. आता बोलणं बिलणं सबकुछ बंद! त्यानं आधी सॅलच्या फोनवर काम सुरू केलं. त्याचा मागचा भाग उघडून त्यानं तो एका भिंगातून नीट तपासला.

जॉर्ज थोडा वेळ त्याचं काम पाहत बसला; पण मग त्याला कंटाळा आला. तो फ्रिजपाशी गेला आणि काही खायला आहे ते पाहू लागला. "तुला खायला काही हवंय?" त्यानं झीला विचारलं.

झीनं काहीच उत्तर दिलं नाही. ते एक प्रकारे जॉर्जच्या पथ्यावरच पडलं; कारण फ्रिजमध्ये फार काही नव्हतंच. जे काही उरलंसुरलं होतं ते घेऊन जॉर्जनं एक सँडविच बनवलं आणि तिथंच उभ्या उभ्या खाऊन घेतलं. पॉलाला फोन करावा का या विचारात तो होता; पण अजून थोडा पुरावा मिळाला की मगच फोन करू, असं त्यानं ठरवलं. ती सुरुवातीला विश्वास ठेवणारच नाही याची त्याला जवळपास खात्रीच होती. या सगळ्याचा त्यांच्या मैत्रीवर काय परिणाम होईल? फारसा चांगला नक्कीच नाही- त्याच्या मनात आलं.

४०

इलेक्ट्रॉनिक सर्व्हेलन्स व्हॅन
जॉर्जच्या इमारतीबाहेर
वेस्टवूड, लॉस एंजलिस, कॅलिफोर्निया
शुक्रवार, ४ जुलै २०१४, रात्रीचे ८.५२

आधी ठरल्यानुसार व्हॅनच्या मागच्या बाजूवर टकटक झाली. स्टीव्हननं – म्हणजे दोघांपैकी बुटक्या टेक्निशियननं – दार उघडलं. उंचापुरा, देखणा अँडर नॅगी आत चढला. त्यानं आपल्या सुटातलं जॅकेट काढून टाकलेलं दिसत होतं आणि टायसुद्धा सैल केलेला होता.

"काय चाललंय?" अँडरनं विचारलं. त्याचे उच्चार हंगेरियन होते. व्हॅनच्या एका बाजूच्या बाकावर तो जाऊन बसला.

स्टीव्हन स्क्रीनवर जॉर्जच्या घरातली दृश्यं तपासत होता. त्यानं टेबलापाशी वाकून बसलेल्या झीकडे बोट दाखवलं. तो स्मार्टफोनशी झटापट करताना दिसत होता. "तुमचा जो अंदाज आहे तीच शक्यता आम्हालाही वाटतीये. हा कोणीतरी शेजारी आलेला दिसतोय आणि तो एक फोन घेऊन काहीतरी करतोय. तो फोन आपल्या 'सावजाचा' आहे असं वाटतंय."

"असं वाटण्याचं काही कारण?"

"नाही असं काही ठोस कारण नाहीये. हा शेजारी तासाभरापूर्वी आला. तेव्हापासून या दोघांच्यात काहीही बोलाचाली झालेली नाहीये."

"विल्सन कुठाय?"

स्टीव्हननं दुसऱ्या एका स्क्रीनकडे निर्देश केला. एक कॅमेरा जॉर्जच्या बेडरूममधली दृश्यं दाखवत होता. खोलीत अंधार होता. जॉर्जची आकृती पुसटशी दिसत होती.

पलंगावर पडल्या पडल्या तो हळू आवाजात टीव्ही पाहत होता.

अँडरनं लीला हाक मारली. ली गाडीतच जरा पुढे बसला होता. तो हेडफोन घालून जॉर्जच्या घरातली सगळी संभाषणं टिपत होता. जॉर्ज आणि त्याचा शेजारी एकमेकांशी काहीच बोलले नाहीत ना याची अँडरला खात्री करून घ्यायची होती.

''हो. काहीच नाही बोललेत ते.'' ली उत्तरला.

''इंटरनेटवर काय पाहतोय तो?'' त्यानं विचारलं. लॅपटॉप नेमका अशा कोनात टेबलावर ठेवलेला होता की कोणत्याच कॅमेऱ्यात त्याचा स्क्रीन दिसत नव्हता.

''अजून तरी काही नाही. तो इतका वेळ फोनशीच झटापट करतोय.''

अँडरनं खांदे उडवले. ''म्हणजे आपल्याला अजून वाट पाहावी लागेल असं दिसतंय. विल्सननं काही फोन किंवा मेसेज पाठवले का कोणाला?''

''नाही.''

''काही घडलं तर मला लगेच कळवा.'' असं म्हणून अँडर जायला उठला.

''हो, नक्कीच,'' स्टीव्हन उत्तरला.

४१

जॉर्जचं घर
वेस्टवूड, लॉस एंजलिस, कॅलिफोर्निया
शनिवार, ५ जुलै २०१४, पहाटेचे ५.४०

झीनं जॉर्जचा खांदा गदागदा हलवत त्याला गाढ झोपेतून जागं केलं. जॉर्ज टीव्ही पाहता पाहताच, कपडेही न बदलता झोपी गेला होता. टीव्ही अजून चालूच होता.

झी भीतीनं अक्षरशः थरथरत होता, "मी चाललो. बस्स झालं!" तो एखाद्या वेड्या माणसाप्रमाणे बडबडत होता. त्याचा चेहरा खंगलेला आणि पांढुरका दिसत होता. डोळे लाल झाले होते. रात्रभर केलेलं काम आणि त्यात रेड बुल, सिगारेट्स आणि कॉफी यामुळे त्याचा हात थरथरत होता. आवाज चिरकला होता.

"चाललो म्हणजे काय?" जॉर्जनं विचारलं.

"म्हणजे मी पळतोय इथून!" झी बाहेरच्या खोलीत जात म्हणाला.

जॉर्जनं पलंगावरून उडी मारली आणि तो त्याच्या मागे धावला.

झी आपलं सगळं साहित्य पिशवीत भारत होता आणि तोंडानं पुटपुटत होता, "शिट! मेलो! मेलो, मेलोय मी!"

"कुठे चाललायस तू?"

"हे सगळं प्रकरण थंड होईपर्यंत मी गायब होणारे."

"काय थंड होईपर्यंत?" जॉर्ज गोंधळून म्हणाला.

"सगळंच!" झी गूढपणे म्हणाला.

"काय सापडलं तुला?"

"नको तितकं कळलंय मला," झी आपला टूलबॉक्स बंद करत म्हणाला.

“अतिच झालंय हे!”

हे काय चाललंय तेच जॉर्जला कळेना. “मी गायब होणारे असं तू म्हणालास, त्याचा नेमका अर्थ काय झी?”

“जे वाटतंय ना तुला तोच अर्थ आहे त्याचा! मी शहराबाहेर निघून जातोय. जोवर हे प्रकरण निवळत नाही तोपर्यंत. सॅन फ्रान्सिस्कोजवळ माझे काही मित्र आहेत. त्यांनी डोंगरात एक केबिन बांधलेली आहे. तीच एक जागा मला आत्ता योग्य वाटतेय.”

झी पळून चाललाय यावर जॉर्जचा विश्वासच बसेना. “पण इतकी घाई का? काय सापडलं तुला सांग ना!”

“जर तुला खरंच माहीत करून घ्यायचं असेल, तर माझ्याबरोबर माझ्या घरी ये. मला सामानाची बांधाबांध करायचीये. तेवढ्या वेळात सांगतो तुला.”

आपण स्वप्नात तर नाही ना, असं जॉर्जला वाटलं. “म्हणजे? तू आत्ता, या क्षणी निघातोयस? आत्ता लगेच?”

“हो. सामान गोळा केलं की लगेच.” झी दारापाशी गेला. मग वळून म्हणाला, “तू कबूल केलेले पैसे?”

“एवढे पैसे द्यायला मला बँकेत जावं लागेल. मी सोमवारी सकाळी तुला द्यायचे असा विचार करत होतो. जर तोपर्यंत तू थांबलास तर...”

“आत्ता किती आहेत तुझ्याकडे?”

“दोनशे वगैरे असतील.” जॉर्ज खांदे उडवत म्हणाला. भंगार डेपोतून येताना त्यानं एटीएममधून थोडे पैसे काढले होते.

“तेवढे दे आत्ता. बाकीचे मी नंतर घेईन.”

जॉर्जनं त्याला होते ते सगळे पैसे दिले. “पण मी तुला ज्या कामासाठी पैसे देतोय त्याचं काय?”

“वर चल, माझ्या घरी.” असं म्हणून झी बाहेर पडलासुद्धा.

आश्चर्यचकित झालेला जॉर्ज त्याच्या मागोमाग गेला. झी बेडरूममध्ये गेला. जॉर्जही मागे होताच.

एकदम जॉर्जला वाटलं की याला जरा शांत केलं पाहिजे. “एक मिनिट झी. खोल श्वास घे आणि शांत हो बरं. काय शोधलंस तू?”

झी आपले कपडे गोळा करून बॅगेत भरू लागला होता. “तुझा अंदाज बरोबर होता.” तो सांगू लागला, “आयडॉकमध्ये काहीतरी जबरी लोच्या आहे. मी अमाल्गमेटेडच्या सर्व्हरमध्ये हॅक करण्यात यशस्वी झालो. मी त्या सगळ्यांची रेकॉर्ड्स तपासली– केसी, सॅल, टार्किंग्टन, वाँग आणि चेस्नी. पहिल्यांदा सगळं नॉर्मल वाटलं. म्हणजे मी तर प्रयत्न सोडून देणार होतो. तेवढ्यात मला काहीतरी विचित्र गोष्ट आढळली. मुद्दाम केलेला काहीतरी बदल मानवनिर्मित (‘आर्टिफॅक्ट’)

होता तो. म्हणजे कळेल न कळेल असा होता, पण तरी होता. या पाचही पेशंटच्या रेकॉर्ड्‌र्समध्ये त्यांच्या मृत्यूच्या बरोब्बर सतरा मिनिटं आधी काहीतरी गडबड केलेली, बदल केलेला दिसत होता. हा बदल सगळ्यांच्या केसमध्ये सतरा मिनिटं आधीच घडला होता. असं चुकून घडणं कसं शक्य आहे ना? म्हणून मला संशय आला.

"हा बदल नक्की काय आहे ते मी शोधायचा प्रयत्न केला. म्हणजे तो का केलाय प्रोग्रामिंगमध्ये ते. समजतंय न तुला?" झीनं विचारलं; पण उत्तरची वाट न बघता तो पुढे बोलू लागला, "आणि मी सगळ्या शक्यतांचा विचार करत होतो तेव्हा मला एक गोष्ट लक्षात आली! एका क्षणी मला समजलं! हे पाहून मला 'स्टक्सनेट'ची आठवण झाली."

झी कशाबद्दल बोलत होता ते जॉर्जच्या डोक्यावरून जात होतं.

झीनं मग स्पष्टीकरण दिलं. "तुला आठवतंय, यू.एस. आणि इस्त्राईलनं इराणच्या कॉम्पुटर्समध्ये हॅक केल्याची 'शक्यता' वर्तवली गेली होती? इराणच्या या कॉम्प्युटरमध्ये न्युक्लीयर सेन्ट्रीफ्यूज होते?"

"अं... मला नाही वाटत मला माहितीये हे." जॉर्ज म्हणाला.

"असो. या हॅकिंगदरम्यान एक असाच 'बदल' करून ठेवला होता. किंबहुना त्यामुळेच तो नंतर लक्षात आला. म्हणजे जे खरं घडत होतं तो डेटा हॅकर्सनी लपवला आणि त्यावर खोटा डेटा तयार करून लावून टाकला. इराणला फक्त हा बदललेला डेटा दिसला असता. मला आयडॉकमध्ये जे बदल केलेले सापडले ना, ते याच प्रकारचे आहेत. म्हणजे कोणीतरी आयडॉकमध्ये हॅक केलं आणि मग या पेशंटच्या रेकॉर्डमध्ये मृत्यूपूर्वी जे काही घडलंय ते पुसून त्यावर पुन्हा नवीन डेटा ओव्हरराइट केला गेलाय."

"मला काहीच कळत नाहीये."

झी अजूनही कपडे बॅगेत कोंबत होता. तो म्हणाला, "हे बघ, या लोकांच्या मृत्यूपूर्वी इन्सुलिनचे साठे एकाच वेळी रिकामे करायची जी सूचना केली गेली ना, ती पुसून टाकायचा प्रयत्न या लोकांनी केलाय असा माझा अंदाज आहे. किंवा हे जर काम एखाद्या हॅकरचं असेल, तर ते काम कोणाला कळू नये असे बदल त्यानं केलेत. आत्ता विचार केल्यावर तर मला असं वाटतंय, की हे बदल करण्याचं काम घाईघाईत केलेलं आहे. कारण सगळ्यांच्या बाबतीत सतरा मिनिटांचाच डेटा बदलला गेलाय. कोणाला शंका येऊ नये म्हणून खरंतर त्यांनी प्रत्येकाचा डेटा वेगवेगळ्या वेळांकरता बदलायला हवा होता; पण जेव्हा तुम्ही घाईत असता तेव्हा... जाऊ दे, हे साठे रिकामे करायची सूचना ॲपनं दिली असो किंवा कोण्या हॅकरनं, तो सगळा डेटा पुसलेला आहे." झी थांबला. मग असं करण्याची कारणं आपल्या बोटांवर मोजत म्हणाला, "साठे रिकामे करायची

सूचना दिली गेली होती हे लपवायचं असू शकतं. ही सूचना कोणी दिली होती ते लपवायचं असू शकतं. आणि इन्सुलिन एकदम शरीरात गेल्यावर मृत्यू होईपर्यंत पेशंटवर काय परिणाम झाला ती लक्षणंही लपवायचे प्रयत्न असू शकतात. मी हे एवढं ठामपणे का सांगू शकतोय तर, सॅलच्या फोनला इन्सुलिनचा संपूर्ण साठा एकाच वेळी रिकामा करायची सूचना मिळाली होती, हे मी शोधलंय! त्याच्या फोनमधून मी काही डेटा काढून घेऊ शकलो. म्हणूनच या एका केसबद्दल मी ही गोष्ट शंभर टक्के खरी आहे असं ठामपणे म्हणू शकतो. हां, पण आयडॉकच्या अल्गोरिदममध्ये गोची झालीये का बाहेरच्या हॅकरचं हे काम आहे, हे मात्र मी सांगू शकत नाही.''

''तू म्हणालास की ही गोष्ट लपवायचा प्रयत्न केला गेलाय. पण डेटामधला हा बदल कोणी केलाय हे तुला कळलं का? तू त्याचं मूळ शोधू शकलास का?''

झीनं आता बॅगा बंद केल्या. ''हो. ते काम अजिबात सोपं नव्हतं. तासाभरापूर्वी मी तेच शोधत होतो. तेव्हा मी काही हाय-ॲनॉनिमिटी प्रॉक्सी सर्व्हर्सपर्यंत पोहोचलो. म्हणजे हे सर्व्हर आपली खरी आयडेंटिटी – म्हणजे आय.पी. ॲड्रेस लपवतात. ते प्रॉक्सी म्हणजेच बदलीचे किंवा दुसऱ्याचं प्रतिनिधित्व करणारे सर्व्हर्स असतात. साधे प्रॉक्सी सर्व्हर बरेच असतात, पण हे उच्च दर्जाचे जे असतात ते आपण प्रॉक्सी आहोत ही गोष्टसुद्धा लपवतात! खूप छपवाछपवी करतात ते. पण त्यांची खरी आयडेंटिटी उघड करण्याचं कसब आहे आपल्याकडे! ते कोणासाठी काम करतायत ते शोधलंय मी.''

''मग? कोण आहेत ते लोक?''

''त्याचसाठी मी इथून पळून चाललोय. या सगळ्या प्रकरणात हीच गोष्ट सगळ्यात धक्कादायक आणि भयंकर आहे.'' झी बाथरूममध्ये जाऊन आपली सगळी औषधं गोळा करून पिशवीत भरत म्हणाला.

''हे सर्व्हर्स ज्या कोणासाठी काम करतायत त्यापैकी एक सर्व्हर बँक जवळच आहे. हॉलिवुड हिल्समध्ये. विचित्र ठिकाण आहे नाही या गोष्टीसाठी?''

''यासाठी तू निघून चाललायस?''

''नाही. आणखी एक ठिकाण सापडलंय मला. तिथून एकतर हा डेटा ओव्हरराइट झाला असावा किंवा ते नुसतेच यावर लक्ष ठेवून असावेत. मेरीलँडमध्ये ट्रेस सापडलाय मला.''

जॉर्जला आश्चर्य वाटलं. अमेरिकेच्या पूर्व किनाऱ्यावरच्या या भागात अजून तरी अमाल्गमेटेडचं काही ऑफिस वगैरे नव्हतं.

''अमाल्गमेटेडचा संबंध नाहीये इथे.'' झीनं जणू जॉर्जच्या मनातले विचार ओळखले.

"तुला कसं माहीत?"

"कारण तिथे... केंद्र सरकार, म्हणजे फेडरल गव्हर्न्मेंट आहे!"

जॉर्ज झीच्या पलंगावर मटकन खालीच बसला. त्याला जबरदस्त धक्का बसला होता. या सगळ्यातून काय अर्थ निघत होता?

"मी जेवढा शोधू शकलो त्यावरून मला वाटतंय की ती एक एजन्सी असावी. तिचा उल्लेखसुद्धा मला इंटरनेटवर कुठे मिळाला नाही. यूआरआय नाव आहे तिचं – युनिव्हर्सल रिसोर्स इनिशिएटिव्ह."

"तुला इंटरनेटवर जर त्याबद्दल काहीच माहिती मिळाली नाही, तर तुला कसं कळलं की ती फेडरल गव्हर्न्मेंटशी संबंधित आहे?"

"ड्यूड! मी त्यांचा सर्व्हर हॅक केला होता ना!" झी ओरडला. त्याचं डोकं ताळ्यावर नव्हतं. तो भयानक अस्वस्थ झाला होता. मग काही क्षण थांबून त्यानं स्वतःला सावरलं. "सॉरी. यूआरआय या एजन्सीचे संबंध आणखी एका एजन्सीशी आहेत- इन्डिपेंडन्ट पेमेंट ॲडव्हायझरी बोर्ड. हां, आता या एजन्सीबद्दल माहिती मिळते. बरीच प्रसिद्ध आहे ही एजन्सी आणि नव्यानंच चालू झालीये. ओबामाकेअर म्हणजेच अफोर्डेबल केअर ॲक्टनं ती स्थापन केलीये. मेडिकेअर आणि मेडिकेड पैशाची बचत कशी करू शकतात त्यावर सल्ला देण्यासाठी म्हणे या एजन्सीची स्थापना केली गेली आहे. म्हणजे 'अगोदर ठरविलेल्या मर्यादेच्या (टार्गेट) आत खर्चाची पातळी ठेवणे' हे त्याचं कथित उद्दिष्ट आहे."

आता झी स्वयंपाकघरात जाऊन खाद्य पदार्थांचे डबेडुबे पिशवीत भरू लागला. जॉर्ज त्याच्या मागे गेला. "ड्यूड, मला शोधता शोधता ते घबाडच हाती लागलं म्हण ना! मी त्यांच्या इतक्या आतपर्यंत, वर्मापर्यंत पोहोचलोय, की ते काही मला आता सोडणार नाहीत हे मला कळून चुकलंय. म्हणूनच मी इथून गायब होतोय ड्यूड! मी डोंगरावरच्या त्या केबिनमध्ये जाणार. कारण ते लोक इथपर्यंत येऊन पोहोचतील हे नक्की. म्हणजे तुझ्या घरी येतील खरंतर आणि मला शक्य तितक्या दूर पोहोचायचंय तोपर्यंत. तूही निघ इथून असा सल्ला देईन मी. ते येतील तेव्हा तू इथं असणं मुळीच चांगलं नाही, लक्षात ठेव. कारण ते पहिल्यांदा तुझ्या आणि तुझ्या कॉम्प्युटरच्याच मागावर येणार; पण मग मात्र ते या हॅकिंगचा माग काढत माझ्यापर्यंत पोहोचणार हे नक्की. तुला हॅकिंगमधला 'ह'सुद्धा कळत नाही हे त्यांना लगेचच कळेल. तू जरी त्यांना माझं नाव सांगितलं नाहीस, तरी मला शोधायला त्यांना वेळ लागणार नाही. तुला बोलतं करण्यासाठी ते काय वाट्टेल ते करतील. खरं सांगतोय मी."

"झी, अरे हे जरा अति नाही वाटत का? तू उगीच..." जॉर्जनं विरोध दर्शवला.

"मुळीच अति नाहीये हे!" झी किंचाळला. "तुला मागच्या वर्षीची ती केस

आठवतेय का? त्या माणसानं एमआयटीच्या सिस्टममध्ये हॅक करायचा प्रयत्न केला होता ती. त्याला तर फक्त विद्यार्थ्यांना द्यायला अभ्यासाची जर्नल्स फुकटात डाऊनलोड करायची होती. आणि त्याचं काय झालं ते बघ!''

''काय झालं त्याचं?'' जॉर्जनं कधी या माणसाबद्दल काहीच वाचलं, ऐकलं नव्हतं.

''मेला तो! ते म्हणतायत की त्यानं स्वतःला फास लावून घेतला; पण खरं काय असेल?... आपण जे काही केलंय ते तर या गोष्टीपेक्षा इतकं मोठं आहे ना! जरा विचार कर! तुला इतकं काही समजलंय आता की ते तुला असं मोकळं फिरू देतील असं वाटतंय तुला?''

झीनं आपल्या सगळ्या पिशव्या आणि बॅगा घेतल्या आणि तो दारापाशी गेला.

''तू खरंच पळून जातोयस यावर माझा अजूनही विश्वास बसत नाहीये.''

''तो एकच पर्याय आहे. पळून जा आणि कधीही मागे वळून पाहू नकोस!''

''मी असा नाही जाऊ शकत. माझी रेसिडन्सी....'' जॉर्जनं वाक्य तसंच सोडून दिलं. आपल्यापुढे काय काय पर्याय आहेत याचा तो विचार करू लागला.

''तू जेलमधून किंवा तुझ्या कबरीमधून तर पेशंट पाहणार नाहीयेस ना!''

''झी तू जरा जास्तच करतोयस हां! हे बघ, कॅफीन आणि निकोटीनमुळे तू गरजेपेक्षा जास्त अस्वस्थ होतोयस आणि...''

''हा जीवनमरणाचा प्रश्न आहे जॉर्ज! खुशाल मला वेडा म्हण तू, पण मला जिवंत राहायचंय. समजलं?''

जॉर्ज झीच्या मागोमाग पायऱ्या उतरून खालच्या मजल्यावर आला. अजूनही तो त्याला पुन्हा विचार करण्याबाबत सांगत होता; पण झीनं ठाम ठरवलं होतं आणि तो आपला निर्णय बदलायच्या मनःस्थितीत मुळीच नव्हता.

आपल्या जुन्या टोयोटा गाडीत झीनं सगळ्या पिशव्या आणि बॅगा भिरकावल्या आणि तो आत बसला. मग खिडकीची काच खाली करून तो जॉर्जला म्हणाला, ''हे बघ पटकन कपडे भर थोडे आणि माझ्याबरोबर चल. इथं जे काय व्हायचंय ते होऊ दे. हे लोक तुला शोधू शकणार नाहीत अशा ठिकाणी काही काळ लपून राहणंच योग्य आहे. मग तू परत येऊ शकतोस ना.''

''नाही. शक्यच नाही. मी इथंच थांबणार आहे. काय होतंय ते पाहू.'' जॉर्ज ठामपणे म्हणाला.

''ठीक आहे ड्यूड! शेवटी तुझं आयुष्य आहे, तूच ठरव! मी फक्त तुला सावध करू शकतो.''

जॉर्ज खिडकीपाशी वाकून झीला म्हणाला, ''सॉरी, झी. मीच तुला या सगळ्या प्रकरणात ओढलं.''

झीनं नकारार्थी मान हलवली, ''नाही. तू काही माझ्यावर जबरदस्ती केली नव्हतीस. अशा प्रसंगांची प्रत्येक हॅकरला तयारी ठेवावीच लागते. आमच्या कामाचाच भाग आहे तो असं समज.''

''थँक्स, झी. मी सगळं सांभाळतो इकडे. बघच तू. पण काय आहे ना, आयडॉकनं सॅलच्या चिपला संपूर्ण साठा रिकामा करायची सूचना दिली इतकाच पुरावा आहे आत्ता माझ्या हातात.''

''सगळा पुरावा तुझ्या घरी टेबलावर आहे जॉर्ज! आणि इतर पेशंटच्या बाबतीतही असंच घडलं असणार याची मला जवळपास खात्रीच आहे.''

''पण हे केलंय कोणी?'' जॉर्जनं विचारलं, ''ही सूचना दिली कोणी? कोणत्याच व्यक्तीविरुद्ध माझ्याकडे पुरावा नाहीये. नेमकं तेच शोधल्याशिवाय काही उपयोग नाही, कळतंय ना तुला? मला अजून माहिती मिळवून दिल्याशिवाय तू कसा काय जाऊ शकतोस?''

''शक्य आहे तोवर मला इथून निसटू दे. मला जे काही करता येण्यासारखं होतं ती सगळी मदत मी केलीये तुला.''

''पण मीडियाकडे जाण्याएवढा पुरावाच नाहीये माझ्याकडे!'' जॉर्ज निराश होऊन ओरडला. काही काळापूर्वी जेव्हा अफोर्डेबल केअर ॲक्टमधल्या वृद्ध पेशंटशी बोलून 'आजारपणामुळे मृत्यूच्या दारात असलेल्या पेशंट्ससाठी काही पर्याय शोधता येतील का' असा प्रस्ताव सरकारनं मांडला होता, तेव्हाच त्याच्याविरुद्ध चर्चांना उधाण आलं होतं. मग आता आयडॉक गंभीर आजार झालेल्या लोकांना मारत असेल तर मीडियामध्ये त्याचे काय पडसाद उमटतील याची केवळ कल्पनाच केलेली बरी!

झीनं गाडी चालू केली. सकाळच्या शांततेत केवढातरी मोठा आवाज झाला.

''या सूचना आयडॉकला कुठून मिळाल्या असतील हे मी शोधण्यासाठी काय करू शकतो? तू सांगू शकतोस का काही मला?'' जॉर्ज काकुळतीला येत म्हणाला.

झी आता निघण्याच्या बेतात होता. ''आता हॅकिंगमधून अजून काही माहिती मिळू शकेल असं मला नाही वाटत. अमाल्गमेटेडमध्येच काम करणारी आणि जिला कम्प्युटरचा ॲक्सेस असेल अशी कोणी व्यक्ती असेल, तरच काहीतरी होऊ शकतं. तेवढा एकच मार्ग आहे तुझ्यापुढे. गुड लक ड्यूड!'' असं म्हणून तो निघून गेला.

त्याची गाडी रस्त्याच्या वळणावर दिसेनाशी होईपर्यंत जॉर्ज पाहत राहिला. आपल्यासमोर फार काही पर्यायच नाहीयेत असं जे झी म्हणाला होता, त्यात खरंच तथ्य असू शकेल असं जॉर्जला वाटलं. पॉला हा एकच पर्याय आता त्याच्यापुढे

शिल्लक होता. तिला नक्कीच अमाल्गमेटेडमध्ये कॉम्प्युटर वापरायचे उच्चाधिकार असणार. फक्त ती जॉर्जला मदत करायला तयार होईल की नाही, हाच मुख्य प्रश्न होता.

जॉर्ज वळला आणि घरी परतला. नेमकी त्याच वेळी ती काळी एस.यू.व्ही. गाडी झीच्या गाडीचा पाठलाग करत निघालीये, हे त्याच्या लक्षातच आलं नाही.

४२

एस.यू.व्ही. सर्व्हेलन्स गाडी
वेस्टवूड, लॉस एंजलिस, कॅलिफोर्निया
शनिवार, ५ जुलै २०१४, सकाळचे ६.२९

"तो बघ, तिकडे दिसतोय!" मायकेल डॉनेली झीच्या गाडीकडे निर्देश करत म्हणाला. झी नुकताच हायवे ४०५ ला लागला होता. मायकेल गाडीच्या चालकाशेजारच्या सीटवर बसला होता.

"हो," अँडर म्हणाला. गाडीचा वेग कमी करत त्यानं झीच्या आणि त्यांच्या गाडीतलं अंतर वाढवलं. कोणीतरी आपला पाठलाग करतंय याचा झीला संशय यायला नको होता. मग तेही हायवेला लागले. सकाळची वेळ असली तरी हायवेवर तसा बराच ट्रॅफिक होता त्यामुळे त्यांना लपतछपत पाठलाग करणं सहज शक्य होत होतं.

रिकाम्या रस्त्यावर पाठलाग करणं नेहमीच जास्त अवघड असतं, त्यामुळे सुरुवातीला त्यांनी पाठलाग सुरू केला तेव्हा अँडरला गाडी बरीच मागे ठेवावी लागली होती. झीची गाडी एखाद्या वळणावर दिसेनाशी झाली की अँडरला वेग वाढवून पटकन पुढे जावं लागत होतं; पण या कामात मुरलेला अँडर, आपलं काम चोख बजावत होता.

झी ज्याप्रमाणे घाबरलेला होता त्याचप्रमाणे या गाडीतले लोकही अस्वस्थ झालेले होते. अख्खी रात्र विल्सनच्या घरात सामसूम होती. फार काहीच घडलेलं नव्हतं; पण मग एकदम सगळी घाई गडबड सुरू झाली तेव्हा पाळत ठेवणारे हे लोकही चक्रावले. त्यांना हे अपेक्षित नव्हतं. त्यांनी रात्रभरात झीबद्दल बरीच माहिती काढली होती. तो पट्टीचा कॉम्प्युटरतज्ज्ञ आहे आणि हॅकिंगसाठी एकदा त्याच्यावर खटलासुद्धा चालवला गेला होता, हे त्यांना समजलं. जर तो जॉर्ज विल्सनला मदत

करत असेल तर त्याच्यावरही पहारा ठेवणं गरजेचं होतं.

सकाळी जॉर्ज आणि झीमध्ये झालेलं संभाषण गाडीतल्या टेक्नीशियननं ऐकलं होतं. त्यावरून कोणत्यातरी विशिष्ट मुद्द्यावरून झी एकदम गळपटलाय, घाबरलाय हे त्यांना समजलं होतं; पण नेमकं काय झालंय हे त्यांना कळत नव्हतं. कारण जॉर्जच्या घरी त्या दोघांच्यात फारसं संभाषण झालंच नव्हतं. जेव्हा या टेक्निशियननं अँडर आणि मायकेलला ही गोष्ट सांगितली तेव्हा त्यांनाही यातून नक्की अर्थ काढता आला नव्हता. खरंतर जॉर्ज विल्सनवर लक्ष ठेवायचं, त्याचा पाठलाग करायचा आणि वेळ आलीच तर पुढची पावलं उचलायची असं अँडर आणि मायकेलला सांगण्यात आलं होतं; पण आता मध्येच हा विल्सनचा शेजारी उपटला होता ना. त्याच्यावरही लक्ष ठेवणं गरजेचं झालं होतं.

नक्की काय घडलंय हे जाणून घेण्यासाठी जॉर्जच्या घरातून अजून काही ऐकू येतंय का, दिसतंय का हे ते दोन टेक्निशियन पाहत होते. त्या दोघांवरच अँडर आणि मायकेलची भिस्त होती. दरम्यान अँडरनं गोथिएला फोन केला होता. शनिवारी पहाटे उठवल्याबद्दल गोथिएची चिडचिड झाली होती; पण फोनचं महत्त्व कळल्यावर त्याचा राग निवळला. जेव्हा त्यानं झी बोरेगार्डच्या सहभागाविषयी ऐकलं तेव्हा त्यानं जॉर्जबरोबरच झीवरसुद्धा पाळत ठेवायच्या सूचना दिल्या.

अँडरनं काहीसं हायसं वाटून फोन ठेवला; पण तेवढ्यात अचानक झी बाहेर पडलेला त्यांना दिसला. त्यानं सामान बांधलं होतं आणि तो गाडीतून निघायची तयारी करत होता. अँडरनं पुन्हा गोथिएला फोन केला. गोथिएनं त्यांना झीचा पाठलाग करायला सांगितलं. तोपर्यंत विल्सनवर लक्ष ठेवायला दुसरी टीम पाठवतो असं तो म्हणाला.

एकदम झीच्या गाडीचा वेग वाढला. त्यानं आपली गाडी बरीच पुढे नेली होती. अँडर दचकला.

"काय चाललंय!" तो पुटपुटला आणि त्यानंही वेग वाढवला; पण तोवर झीची गाडी पुढच्या काही ट्रकच्या समोर दिसेनाशी झाली होती. अँडरनं ट्रकना ओव्हरटेक केलं तरी झीची गाडी कुठेच दिसेना. "शिट!" तो चरफडला, "साला हा गेला कुठं?"

मायकेल उलट्या दिशेला पाहू लागला. त्यालाही समजत नव्हतं. "तो गायबच झालाय. कळतच नाहीये कुठे गेला ते!"

रस्ता सरळ पुढे गेला होता, पण झीच्या गाडीचं काहीच चिन्ह नव्हतं. ते अजून काही ट्रकना ओलांडून पुढे गेले तरी झी दिसेना.

मायकेलनं एकदम मागे वळून पाहिलं. "च्यायला! हा आपल्या मागे कसा काय गेला?"

"मघाशी वेग कमी करून कोणत्यातरी लेनमध्ये ट्रकच्या रांगांत लपला

असेल स्साला!''

पुढच्याच मिनिटाला झीची गाडी त्यांच्या शेजारी होती. झी एसयूव्हीच्या काळ्या काचांतून आतलं काही दिसतंय का ते पाहायचा प्रयत्न करत होता.

''त्याला कळलंय आपण पाठलाग करतोय ते,'' मायकेल म्हणाला.

झीनं अचानक वेग वाढवत गाडी पुढे नेली. अँडर आणि मायकेलनं एकमेकांकडे पाहिलं.

''आपल्याकडे आता दुसरा काही पर्याय नाहीये,'' अँडर म्हणाला.

''हं, मी फक्त गोथिएला एकदा फोन करून खात्री करून घेतो.'' मायकेल म्हणाला.

अँडरनं वेग वाढवत झीच्या गाडीच्या मागे आपली गाडी दामटली. मायकेलनं आपल्या बॉसला फोन लावला.

४३

जॉर्जचं घर
वेस्टवूड, लॉस एंजलिस, कॅलिफोर्निया
शनिवार, ५ जुलै २०१४, सकाळचे ८.००

जॉर्जनं पॉलाला फोन करायचं ठरवलं. लॉस एंजलिस आणि हवाईमध्ये तीन तासांचा फरक असतो हे त्याला माहीत होतं. आठ वाजेपर्यंत तो कसाबसा स्वतःला रोखू शकला होता, पण आता मात्र तो फारच अधीर झाला होता. झी गेल्यानंतर आता काय पावलं उचलावीत याचा विचार करता करता, त्याचं म्हणणं योग्यच होतं अशा निष्कर्षाप्रत तो येऊन पोहोचला. पॉलाला फोन केलाच पाहिजे! दुसरा काहीही पर्याय नव्हता. कारण झीनं केलेल्या हॅकिंगमुळे लवकरच त्याच्यावर आरोप होऊन तपासाची चक्रं फिरू लागण्याची शक्यता होतीच.

त्यानं पॉलाचा मोबाईल नंबर फिरवला. पोलीसबिलीस आपल्या घरी यायला अजून किती वेळ लागेल याचा तो विचार करत होता. सरकारी यंत्रणेबद्दल त्याला जे काही माहीत होतं, त्यावरून झीची भीती रास्त नव्हती; किमान पुढचे काही आठवडे तरी काही घडण्याची शक्यता नव्हती, असं त्याचं मत होतं. तेवढ्या वेळात आयडॉकबद्दल काहीतरी ठोस उत्तरं शोधायचीच किंवा किमान तो हॅकिंग का करत होता याचं काहीतरी सयुक्तिक स्पष्टीकरण तरी तयार ठेवायचं, असं त्यानं ठरवलं होतं. मृत्युमुखी पडलेले हे पाच लोक जॉर्जला माहीत होते, पण बीटा चाचणीतील वीस हजार लोकांपैकी अजून किती लोक मरण पावलेत कोण जाणे! नक्कीच अजून बरेच असणार.

एकीकडे पॉलाच्या फोनची रिंग ऐकताना जॉर्जचं मन भरकटत होतं. पहिल्या दिवसापासूनच त्याला पॉलाला आपल्या शंकांबद्दल सगळं सांगायची इच्छा होती.

त्याचा दृष्टिकोन हा 'कोल्ह्याला द्राक्षं आंबट' असा आहे असं तिचं मत होतं; पण तिच्या कष्टांचं चीज व्हावं असं जॉर्जला मनापासून वाटत होतं, ही खरी गोष्ट होती. आणि त्यात कोणीतरी दुष्ट मनुष्य किंवा हॅकर खोडा घालून सगळं उद्ध्वस्त करू पाहत असेल, तर ते त्याला थांबवायचं होतं.

चार रिंग वाजल्या तरी तिनं फोन उचलला नव्हता. आता आपल्याला तिच्या व्हॉईस मेलवर मेसेज ठेवावा लागणार असं दिसतंय, जॉर्जच्या मनात आलं; पण मेसेज करावा की नंतर फोनच करावा, की मोबाईलवर मेसेज पाठवावा हे त्याला कळेना. शेवटी सुट्टीसाठी हवाईला गेलेल्या कोणाहीसाठी सकाळचे पाच म्हणजे जणू मध्यरात्रच होती! ती एकटीच असेल की कोणा मित्रासोबत... जॉर्जच्या मनात विचार चमकून गेला. मग आपण असा विचार केलाच कसा असंही त्याला वाटून गेलं.

पण मग अचानक तिनं फोन उचलला.

"हाय जॉर्ज! गुड मॉर्निंग!" पॉला म्हणाली. तिचा आवाज अजिबात झोपेतून उठल्यासारखा वाटत नव्हता. उलट तिला काहीशी धाप लागल्यासारखं वाटत होतं.

"सॉरी. मी खूप लवकर फोन केलाय. तुला झोपेतून उठवलं असेल मी. हवाईत पाचच वाजले असतील ना?"

"अरे ठीक आहे. काहीच प्रॉब्लेम नाही. मी झोपलेली नव्हते. नाश्त्याच्या आधी जरा सायकलवर व्यायाम करत होते. आणि अरे मी हवाईमध्ये नाहीये. घरीच आहे. मी ट्रिपला गेलेच नाही."

"तू इथंच आहेस! ग्रेट! बरं झालं."

"काय झालंय? इतक्या सकाळी तुझा फोन आला म्हणून आश्चर्यच वाटलं मला."

"आपल्याला लवकरात लवकर भेटलं पाहिजे. मला खूप भीती वाटतेय. मला काहीतरी प्रचंड मोठं प्रकरण हाती लागलंय. तुला ते ऐकवलंच पाहिजे."

"मग आत्ताच सांग की," तिचा आवाज जरा सावध झाला.

"मी फोनवर काहीही बोलू इच्छित नाही. कोणीतरी आयडॉकला भयंकर गोष्टी करायला लावतंय. मी तुझ्या घरी येतो. तसंही मला आता माझ्या घरी थांबता येणारच नाहीये. अनधिकृत हॅकिंगसाठी मला पकडू शकतात. मी खूप अडचणीत सापडलोय."

"तू कोणता कॉम्प्युटर हॅक केलायस जॉर्ज?" पॉलाचा आवाज आता अत्यंत गंभीर झाला होता.

"नाही, म्हणजे मी नाही. मी कोणाकरवी तरी ते काम करून घेतलं."

"मग काय सापडलंय तुला?"

''भेटूनच सांगीन.''

पॉला क्षणभर काहीच बोलली नाही. मग म्हणाली, ''घरी नको. बाहेर भेटणंच बरं.''

''तू सांगशील तिथं. कुठंही चालेल.''

''सँटा मोनिकामधल्या माँटाना ॲव्हेन्यूमध्ये कॅफे ल्युक्स म्हणून रेस्तराँ आहे.''

''ठीक आहे. मी शोधेन ते. किती वाजता? लवकरात लवकर?''

''दहा.''

''ओके. मी पोहोचतो.''

४४

जॉर्जचं घर
वेस्टवूड, लॉस एंजलिस, कॅलिफोर्निया
शनिवार, ५ जुलै २०१४, सकाळचे ८.२०

जॉर्जनं पटकन शॉवर घेतला. रात्रभर त्याच मळक्या कपड्यात झोपल्यामुळे शॉवर घेतल्यावर त्याला एकदम छान वाटलं. मग त्यानं भराभर कपडे केले. सँटा मोनिकामधल्या कॉफी शॉपमध्ये दहा वाजता पोहोचायच्या आधी जॉर्जला आणखी एक काम करायचं होतं. केसीच्या वस्तू असलेलं खोकं त्यानं बाहेर काढलं.

पलंगावरची चादर ठीकठाक करून त्यानं केसीच्या एकेक गोष्टी पलंगावर नीट मांडून ठेवल्या. तिच्या जवळ असण्याचा, तिच्याशी संवाद साधण्याचा त्याचा हा मार्ग होता. तिला झालेल्या गंभीर आजाराशी ते दोघं मिळून कसे झगडले असते? त्याच्या मनात विचार आला. तिला कर्करोग झाल्याचं दोघांनाही ठाऊक नव्हतं. या बातमीनं त्यांच्यावर काय आघात झाला असता? ते आणखी जवळ आले असते का एकमेकांच्या? आणि केसीनं लग्न करायचा निर्णय बदलला असता की नसता? अनेक प्रश्न त्याच्या मनात काहूर माजवत होते, पण त्यांची उत्तरं काही त्याच्यापाशी नव्हती. एक गोष्ट मात्र नक्की होती- त्याच्या मनात खोलवर खूप चीड, राग साठला होता. या प्रकरणात त्यानं जे काही शोधून काढलं होतं, त्यावरून एकच अर्थ निघत होता – केसीच्या सोबत असण्याचा, तिचा निरोप घेण्याचा त्याचा हक्क कोणीतरी हिरावून घेतलाय. केसी त्याच्यासाठी किती खास आणि जवळची होती हेही त्याला तिला सांगता आलं नव्हतं. तिनं त्याचं संपूर्ण आयुष्यच कसं बदलून टाकलं आहे, हेही तिच्या मृत्यूपूर्वी त्याला सांगताच आलं नव्हतं.

अचानक जॉर्जच्या घराचं दार काडकन मोडल्यासारखा आवाज झाला. जॉर्जचे

प्राण कंठाशी आले. क्षणभरात तो पलंगावरून उडी मारून उठला. बाहेरच्या खोलीत त्याला गोंधळ ऐकू येत होता. एका क्षणातच बेडरूममध्ये काही लोक घुसले. त्यांनी काळे युनिफॉर्म घातले होते आणि तोंडावर मास्क. काहींचे कपडे तपकिरीही होते. मात्र सगळ्यांच्या हातात शस्त्रं होती. सगळ्यांच्या हातातल्या बंदुका जॉर्जवर रोखलेल्या होत्या.

अचानक ते लोक ओरडू लागले, "हात वर! जमिनीवर आडवा हो, चल! लगेच! खाली! खाली! हात पाय पसर!"

आत्यंतिक भीतीनं जॉर्ज बधिर झाला होता. त्या तंद्रीतच तो खाली आडवा झाला. खोलीत अजून काही लोक आले. त्याच्या अंगावर काहींनी आपले गुडघे रोवल्याचं त्याला जाणवलं. पाच-सहा जणांनी त्याच्याकडे काही शस्त्र नाही ना, हे तपासलं. मग त्याचे हात खसकन मागे ओढून मनगटांत बेड्या ठोकल्या गेल्या. सॅलच्या घरात घुसलेला असताना त्याला जसं पोलिसांनी पकडलं होतं तसाच काहीसा हा प्रकार होता; पण अजूनच भयंकर! पुढच्याच क्षणी त्याला अक्षरशः उचलून उभं केलं गेलं. हात मागे बांधलेले असल्यानं त्याच्या खांद्यातून कळा येऊ लागल्या होत्या.

जितक्या अचानक ते लोक ओरडू लागले होते तितक्याच अचानक सगळे एकदम गप्प झाले. वादळानंतरची शांतता!

जॉर्जनं हळूच सावधगिरीनं आजूबाजूला पाहिलं. काही जणांनी आपापले मास्क काढले होते. ते लोक कोण होते ते आता उघड दिसत होतं. त्यांच्या बुलेटप्रुफ जाकिटांवर लिहिलेलंच होतं- एफबीआय, सिक्रेट सर्व्हिस आणि लॉस एंजलिस स्वॅट! आता त्यांनी बंदुका खाली घेतल्या.

मग एक जण जॉर्जच्या बेडरूममध्ये शिरला. इतरांनी त्याला जायला जागा करून दिली. त्या माणसाचा चेहरा शांत, भावनाविरहित होता. त्यानं आपलं आयडेंटिटी कार्ड जॉर्जच्या डोळ्यांसमोर धरलं.

"मी एफबीआय स्पेशल एजंट कार्ल सॉंडर्स," तो म्हणाला, "कॉम्प्युटर आणि वायर फ्रॉडच्या पंधरा गुन्ह्यांसाठी तुला अटक करण्यात आलीये." मग त्यानं कसलासा एक कागद जॉर्जच्या तोंडापुढे धरला. "हे तुझ्या अटकेचं वॉरंट." मग तसाच आणखी एक कागद बाहेर काढत तो म्हणाला, "आणि हे तुझ्या घराची झडती घेण्यासाठीचं वॉरंट." मग हाताखालच्या एका माणसाकडे वळून तो म्हणाला, "त्याचे हक्क/अधिकार त्याला वाचून दाखवा कोणीतरी."

जॉर्जला बेडरूममधून बाहेर नेल्यावर त्याला दिसलं की काही जण त्याचा कॉम्प्युटर, सॅलचा फोन वगैरे गोष्टी गोळा करत होते.

आपल्याला काय सापडलंय ते लगेच सांगून टाकावं असं पहिल्यांदा जॉर्जच्या

मनात आलं, पण तोवर त्याला त्याचे अधिकार वाचून दाखवण्यात आले होते. त्यावरून त्याला वाटलं की काहीच न बोलणं आत्ता तरी रास्त ठरेल. या लोकांपैकी कोणीच त्याच्याशी नीट वागत नव्हतं. तो एखादा भयंकर, अट्टल गुन्हेगार असल्यासारखं ते लोक त्याच्याशी वागत होते. जॉर्जला खेचत घरातून बाहेर काढलं तेव्हाही तो गप्पच राहिला.

बाहेर जमलेला पोलिसांच्या गाड्यांचा तांडा आणि आरोपीला नेण्यासाठी वेगळी व्हॅन असा सगळा प्रकार पाहून काही शेजारीपाजारी बाहेर जमले होते.

त्या गाडीत जॉर्जबरोबर स्पेशल एजंट सॉंडर्स बसला आणि ते निघाले.

सायरन वाजवत त्यांची गाडी लॉस एंजलिसच्या ट्रॅफिकमधून वाट काढत निघाली होती आणि जॉर्ज मूकपणे शेजारच्या छोट्याशा खिडकीतून बाहेर पाहत होता. मग त्यानं शेजारी बसलेल्या सॉंडर्सकडे पाहिलं आणि तो म्हणाला,"तुम्ही लोक अजिबात वेळ दवडत नाही, नाही का?"

"तू पूर्णपणे फसलायस मित्रा," तो एजंट उत्तरला. "पंचवीस ते तीस वर्षांची सजा तर धरूनच चाल तू आता. आणि कित्येक लाखांचा दंडसुद्धा होऊ शकतो. तुला काही बोलायचंय का तुझ्यावर ठेवल्या गेलेल्या आरोपांबद्दल?"

"माझा वकील आल्याशिवाय काहीही बोलायचं नाही, हे समजण्याएवढे पोलीस सिनेमे पाहिलेत मी."

एजंट सॉंडर्सनं त्याच्याकडे उपहासानं हसत बघितलं, "सिनेमे? टीव्ही शोज? हं! तू एक दीडशहाणा डॉक्टर आहेस!"

"तुम्हाला कसं कळलं की मी डॉक्टर आहे?" जॉर्जनं विचारलं.

"आम्हाला तुझ्याबद्दल बरीच माहिती आहे. हॉस्पिटलमधल्या तुझ्या वरिष्ठ डॉक्टरांशीही आमचा संपर्क झालाय. फेडरल गव्हर्न्मेंटचे आरोप वगळता हॉस्पिटललाही तुझ्यावर वेगळे आरोप ठेवायचे आहेत. तुझी पूर्ण वाट लागलीये मित्रा! हे कमी म्हणून की काय, तू 'हिपा' नियम मोडले आहेस असंही त्यांचं म्हणणं आहे. त्यामुळे... तुझ्या रेसिडन्सीमधून तुला जबरदस्तीच्या 'सुट्टीवर' पाठवण्यात आलंय हे तुला एव्हाना कळलंच असेल!"

अरे देवा! बापरे! हे मी काय करून बसलोय! जॉर्जच्या मनात विचारांचं वादळ उठलं. एका रात्रीत त्याचं अख्खं आयुष्य उलटंपालटं झालं होतं आणि तो आता तुरुंगाच्या वाटेवर होता! त्यानं आत्यंतिक निराशेनं बाहेर पाहिलं. जर समजा आयडॉकबद्दलच्या त्याच्या मनातल्या शंका खोट्या निघाल्या तर? जर हा सगळा एक निव्वळ योगायोग असेल तर... त्याला कल्पनाही करवेना.

४५

होल्डिंग सेल, लॉस एंजेलिस काउंटी सेन्ट्रल जेल
डाऊनटाउन लॉस एंजलिस, कॅलिफोर्निया
शनिवार, ५ जुलै २०१४, रात्रीचे ९.२०

जॉर्जसाठी आजचा दिवस भयंकरच होता. कदाचित त्याच्या संपूर्ण आयुष्यातला सगळ्यात भयानक दिवस; अर्थात, केसीच्या मृत्यूचा दिवस वगळता. त्याला कोठडीत डांबलं होतं. तो पकडला गेल्यानंतर त्याला झीच्या बोलण्यात तथ्य आहे, असं जाणवलं होतं. झी म्हणालाच होता की आयडॉकच्या जाणीवपूर्वक मृत्यू घडवण्याच्या प्रकरणात कुठंतरी सरकारचा काहीतरी संबंध आहे. वेळ जसजसा पुढे सरकू लागला, तसतसं सगळं खरं खरं ओकून टाकावं अशी जबरदस्त ऊर्मी जॉर्जच्या मनात निर्माण झाली. अमाल्गमेटेडचे सर्व्हर कशासाठी हॅक केले आणि त्यातून काय सापडलंय हे एकदाचं सांगून टाकावं असं त्याला कितीतरी वेळा वाटलं, पण त्यानं स्वतःला सावरलं, रोखून धरलं. कारण तो काहीतरी बोलून जायचा आणि त्यामुळे त्याचंच जास्त नुकसान व्हायचं, अशी त्याला भीती वाटत होती. इतकी वर्षं आपण जे आयुष्य जगत होतो त्याची क्षणात राखरांगोळी झाल्याचं त्याला कळून चुकलं होतं. हॉस्पिटलनं जबरदस्तीच्या सुट्टीवर पाठवलंय याचा अर्थ काय हे त्याला कोणी वेगळं समजवायची गरज नव्हती. नोकरीवरून हाकललं आहे हे सांगण्याची 'सभ्य' पद्धत होती ती! आणि जर त्याच्यावरचे आरोप सिद्ध झाले, तर कदाचित तो परत कधीच एक डॉक्टर म्हणून काम करू शकला नसता. त्याला लायसन्सच मिळालं नसतं.

कोठडीत सगळी कायदेशीर प्रक्रिया होईपर्यंत दिवस संपत आला. आत्तापासूनच त्याला एखाद्या अट्टल गुन्हेगारासारखी वागणूक देण्यात येत होती. येणारा-जाणारा

प्रत्येक माणूस त्याच्याशी उद्धटपणे आणि तुटकपणे बोलत होता. सगळा प्रकारच अत्यंत अपमानास्पद होता- गुन्हेगारांचा काढतात तसा चेहऱ्याचा फोटो, आपल्या सगळ्या चीजवस्तू काढून सुपूर्त करणं, बोटांचे ठसे देणं, पूर्ण शरीराची तपासणी, यापूर्वी काही गुन्हे केलेत का ते पाहण्यासाठी वॉरंटची तपासणी, हेल्थ स्क्रीनिंग, लैंगिक कृतीतून होणाऱ्या संसर्गजन्य रोगांसाठी रक्ताची तपासणी... या सगळ्या प्रकारानं जॉर्ज पार खचून गेला होता. आरोप सिद्ध होईपर्यंत माणूस निरपराध असतो असं म्हणतात; इथं मात्र निरपराधित्व सिद्ध होईपर्यंत त्याला खुशाल गुन्हेगार असल्यासारखंच वागवलं जात होतं.

शेवटी रात्री नऊ वाजता एकदाची सगळी प्रक्रिया संपली आणि जॉर्जला एका पंधरा बाय पंधरा फुटी कोठडीत नेण्यात आलं. इथं मूत्र आणि जंतुनाशकांचा वास भरून राहिला होता. तिथून त्याला शेवटी एकदा त्याच्या वकिलाला फोन करायची परवानगी देण्यात आली. कोठडीच्या भिंतीवर एक जुना फोन अडकवलेला होता. जॉर्जनं तो उचलला, पण कोणाला करावा फोन? त्याला क्रिमिनल केसेस हाताळणारा कोणीच वकील माहीत नव्हता. तसं पाहता त्याला एकूणच एकही वकील माहीत नव्हता! त्यात हा वीकएंड. बापरे! म्हणजे बहुतेक संपूर्ण दोन दिवस इथंच काढावे लागणार या विचारानं तो हादरला.

घाबरलेल्या अवस्थेतच त्यानं फोन कसाबसा ठेवून दिला आणि कोठडीतल्या इतर तीन जणांकडे नजर टाकली. एक जण जमिनीवरच ओकला होता आणि तिथंच थारोळ्यात निपचित पडला होता. दुसरा नक्कीच ड्रग ॲडिक्ट होता; कारण त्याचे हात हेरॉइनमुळे काळे पडलेले दिसत होते. तिसरा एक धिप्पाड बायकर होता. त्याच्या दोन्ही हातांवर टॅटू काढलेले होते आणि छातीवरसुद्धा मोठ्ठा टॅटू होता. कंटाळलेल्या नजरेनं तो जॉर्जकडे पाहत होता.

जॉर्ज त्याच्याकडे पाहून कसंबसं थोडंसं हसला आणि पटकन वळून दुसरीकडे पाहू लागला.

"अरे ए!"

जॉर्जच्या पोटात भीतीनं गोळाच आला. त्या बायकरनं त्यालाच उद्देशून हाक मारली असणार. त्याच्याशी बोलण्यावाचून काहीच पर्याय नव्हता! जॉर्ज भीतभीतच वळला. दोघं एकमेकांकडे काही क्षण पाहत राहिले. आपण बोलणं अपेक्षित आहे की नाही हे जॉर्जला समजेना. शेवटी त्या धिप्पाड माणसानं हळूहळू आपल्या केशरी शर्टाची एक बाही वर सरकवायला सुरुवात केली.

जॉर्ज गोंधळून नुसतंच नकारार्थी मान हलवत होता, "मी... नाही... म्हणजे..."

पण त्या माणसानं आपल्या दंडावर काढलेल्या एका टॅटूकडे बोट दाखवलं.

जॉर्ज काही पावलं पुढे सरकला. हे काय चाललंय याची त्याला मुळीच कल्पना

येत नव्हती. तो आपले टॅटू दाखवत होता की जॉर्ज जवळ गेल्यावर त्याला तो पकडणार होता? जॉर्जनं अत्यंत सावधपणे वाकून पाहिलं. गरज पडली तर तो पटकन मागे सरकायच्या तयारीत होता! पण जवळ गेल्यावर त्याला दिसलं की तो माणूस एका फोन नंबरच्या टॅटूकडे बोट दाखवत होता!

"माझा वकील! चांगला आहे एकदम."

"तुझ्या बँक अकाउंटची काय परिस्थिती आहे?"

कोठडीतला फोन इतका घाणेरडा होता की जॉर्जनं तो आपल्या चेहऱ्यापासून

शक्य तितका दूर धरला होता. न जाणो त्याच्यावर कसले कसले जंतू असतील! आणि इथून बाहेर पडताना जॉर्जला इथल्या भयंकर आठवणींखेरीज काहीच बाहेर न्यायची इच्छा नव्हती. त्या माणसाच्या वकिलाचं नाव मारिओ बोनिफासिओ होतं. त्यानं जॉर्जला त्याच्या केसबद्दल असंख्य प्रश्न विचारले. वकिलाचा नंबर कोणी दिला हेही त्यानं विचारलं होतं. मग तो सरळ मुद्द्यावर आला होता. जॉर्जची आर्थिक परिस्थिती!

"अं... म्हणजे... माझ्याकडे तसे फार पैसे नाहीयेत."

"क्रेडिट कार्ड?"

"हो. व्हिसाचं."

"क्रेडिट कार्डाची लिमिट?"

"अं... बरीच आहे तशी. दहा हजारच्या आसपास असेल."

"ठीक आहे. मग मला क्रेडिट कार्ड चालेल. माझी फी बाराशे डॉलर्स असेल. म्हणजे माझ्या आजच्या आणि उद्याच्या कामाची फी. कारण मी तुला आत्ता बाहेर काढू शकत नाही. त्यामुळे तुला आजची रात्र तरी तिथंच थांबावं लागेल. माझ्या नेहमीच्या विश्वासू 'ग्राहका'नं तुला माझा नंबर दिलाय म्हणून मी तुला फीमध्ये सवलत देतोय हे लक्षात ठेव."

जॉर्जनं मागे वळून त्या बायकरकडे पाहिलं. त्याचंही नाव योगायोगानं जॉर्जच होतं! जॉर्जनं फोन दूर धरल्यामुळे त्यालाही बोलणं ऐकू येत होतं. सवलतीचा विषय निघाल्यावर तो जॉर्जकडे पाहून हसला.

"काही प्रॉब्लेम?"

"न... नाही. ठीक आहे."

"ठीकच आहे. आता जामीन. तो एक वेगळाच प्रश्न आहे. जजनं सांगितलेल्या रकमेच्या दहा टक्के रक्कम बाँड्समन मागेल. ती त्यांची फी असते. ती तुला परत मिळणार नाही. कळलं?"

"हो."

"मला नाही वाटत तुला कोणी जामीन देणारा बाँड्समन माहीत असेल असं."

"नाही."

"काही हरकत नाही. मी बघून घेईन तेही; पण एक गोष्ट मी आत्ताच स्पष्टपणे सांगतोय तुला- तुझ्यावरचे आरोप अतिशय गंभीर आहेत. त्यामुळे जामिनाची रक्कमही तशीच असणार. पण तिथल्या फायलिंग डेप्युटीला मी ओळखतो. काही कमी करता येईल का ते मी पाहतो. तुझ्या नावावर आधीचे काहीच गुन्हे नाहीतेय ही गोष्ट चांगली आहे."

"या जामिनाची वगैरे सुनावणी कधी होईल?"

"सकाळी. मी आत्ताचा फोन ठेवल्यावर जेलमध्ये फोन करणार आहे. सुनावणीच्या आधी तुला मला आणि त्या बाँड्समनला पैसे द्यावे लागतील. तुझं व्हिसा कार्ड आहे ना तुझ्याजवळ?"

"हो... म्हणजे मी ज्या सगळ्या वस्तू काढून त्यांच्याकडे सुपूर्त केल्यायत त्यात आहे."

"हां ठीक आहे ना. काही प्रॉब्लेम नाही. आता आराम कर. टेन्शन घेऊ नकोस. मी सकाळी बोलेन तुझ्याशी." बोनिफासिओनं फोन ठेवून दिला.

जॉर्जनं फोन ठेवून त्या बायकरचे आभार मानले.

त्यानं मान डोलावली आणि तो आपली नखं साफ करण्यात गुंतला.

जॉर्जनं खोलीभर नजर फिरवली. कुठं बसावं? च्यायला आपल्याला अख्खी रात्र इथं काढायचीये! त्याच्या एकदम लक्षात आलं. कोठडीच्या दाराजवळ त्याला त्यातल्या त्यात स्वच्छ जमिनीचा भाग दिसला आणि त्यानं तिथंच बसून घेतलं. डोळे मिटल्यावर तो या सगळ्या परिस्थितीनं शहारल्यासारखा झाला. आपण आज 'अधिकृत'पणे आयुष्यातली न्यूनतम पातळी गाठली आहे असं त्याला वाटलं. समाजातल्या सगळ्यात वाईट समजल्या जाणाऱ्या, या उकिरड्यासदृश ठिकाणी तो आज आलेला होता. आता उद्याच्या सकाळनं पुढ्यात आणखी काय वाढून ठेवलंय कोण जाणे!

भाग ३

४६

लॉस एंजलिस क्रिमिनल कोर्ट
डाऊनटाउन लॉस एंजलिस, कॅलिफोर्निया
रविवार, ६ जुलै २०१४, सकाळचे ९.४५

जॉर्जला इतर तीन लोकांबरोबर कोर्टात हजर करण्यात आलं. तिथं बसायला खूप दाटीवाटी होत होती. कोर्टाचे सगळे कर्मचारी आणि त्यांच्यात एक काचेची भिंत होती. त्यातून जज आणि वकील वगैरेंना आरोपींचं बोलणं ऐकू जावं म्हणून त्या भिंतीला साधारण चेहऱ्याच्या उंचीला एक आडवी खाच होती.

जॉर्ज सकाळी लवकरच एका इंटरव्ह्यूच्या खोलीत बोनिफासिओ आणि जामीन देणाऱ्या बाँड्समनला भेटला होता. तिथं बोनिफासिओनं जॉर्जचं क्रेडिट कार्ड घेतलं होतं आणि इतर आर्थिक बाबींची काळजी घेतली होती. जॉर्जच्या शेजारचे दोघंही उंच, जाडे आणि अत्यंत कळकट होते.

चार वर्षं मेडिकल स्कूलमध्ये आणि मग तीन वर्षं रेसिडेन्सीमध्ये राबूनसुद्धा जॉर्ज यापूर्वी कधीच इतका दमला नव्हता. आदल्या रात्रभरात त्या कोठडीत अजून काही लोकांना आणून टाकण्यात आलं होतं. त्यामुळे झोप तर सोडूनच द्या, साधा डोळा लागणंही अशक्य झालं होतं. त्यातला एक माणूस तर जॉर्जशी 'जवळीक' साधायच्या प्रयत्नांत होता! पण बहुधा त्या बायकरला गे माणसाचं वावडं असावं! कारण त्यानं त्या माणसाची चांगली धुलाई केली होती.

पण या सगळ्या प्रसंगावर कडी केली ती एका वेगळ्याच गोष्टीनं. रात्री केव्हातरी जॉर्जच्या पोटात कळा येऊ लागल्या आणि त्याला संडासाचा वापर करावा लागला. तो कमोड इतका घाणेरडा होता की जॉर्जला टॉयलेट सीटवर बसणं शक्यच नव्हतं. त्यामुळे त्यानं अर्धवट, हवेतल्या हवेत वाकल्यासारखं उभं राहून विधी उरकला होता!

तो आधीच खूप ओशाळला होता, नि त्यात भर म्हणजे त्याची ही कसरत पाहून इतर कैद्यांची हसून हसून पुरेवाट झाली, शिवाय 'साला उच्चभ्रू' अशी निर्भर्त्सना झाली ते वेगळंच! आणि टॉयलेट पेपरच्या तुकड्यासाठी तर त्याला अक्षरशः जेलर्सच्या हातापाया पडावं लागलं.

या सगळ्यामुळे सकाळी जॉर्जचा अवतार अगदी पाहण्यासारखा झाला होता. अंघोळ नाही, दात घासणं नाही. तोच काय पण त्याच्या शेजारी आत्ता बसलेल्या इतर तिघांनीही दात घासलेले नव्हते. त्यामुळे जो काय वास मारत होता तो भयंकर होता! जॉर्जला मळमळू लागलं होतं.

बोनिफासिओसुद्धा त्या बायकरएवढाच धिप्पाड होता. फक्त नशिबानं तो या सगळ्या कामकाजाच्या पद्धतीला सरावलेला वाटत होता.

"काय रे, ठीक आहेस ना?"

जॉर्जनं होकारार्थी मान डोलवली.

"हं... मी प्रोसेक्युटरशी बोललोय. माझ्या माहितीतल्याच एकाकडे तुझी केस सोपवण्यात आलीये. तो जज काही वाईट नाहीये. त्यामुळे काळजी करू नकोस. तुझ्या क्रेडिट कार्डची लिमिट पाहता पंचाहत्तर हजार डॉलर्सपर्यंत जामीन भरायला काहीच हरकत वाटत नाहीये."

"बापरे! इतके लागतीलच का?"

बोनिफासिओनं खांदे उडवले. "बघ, मी तुला आधीच सांगितलंय की तुझ्यावरचे आरोप गंभीर आहेत. त्यामुळे दोन लाखांपेक्षाही वर आकडा जाऊ शकतो! पण माझ्या ओळखी आहेत इथं!" असं म्हणून तो हसला. त्याच्या तोंडाला इतका घाण वास का येतोय हे त्याच्या दातांकडे पाहून कळत होतं.

सध्या जॉर्जचं नशीब काही चांगलं नव्हतंच. इथंही इतर तिघांची केस होईपर्यंत त्याला ताटकळत बसून राहावं लागलं. त्यांपैकी कोणालाही जामीन न मिळाल्यामुळे जॉर्जच्या पोटात गोळा आला होता. बहुधा जजचा मूड चांगला नसावा. शेवटी एकदाचं जॉर्जचं नाव पुकारलं गेलं. बोनिफासिओ आणि दुसऱ्या बाजूचा वकील उठून उभे राहिले. बोनिफासिओनं जॉर्जवरचे सगळे आरोप वाचून दाखवले आणि मग तो म्हणाला, "माझा अशील या सगळ्या आरोपांमध्ये निर्दोष आहे आणि त्याला लवकरात लवकर केसची सुनावणी हवी आहे."

जजनं आश्चर्यानं जॉर्जकडे पाहिलं, "इतर तिघांप्रमाणे तुला दहा दिवसांच्या आत होणाऱ्या पहिल्या सुनावणीच्या हक्कावर पाणी सोडायचं नाहीये?"

आधीच्या सगळ्यांनी हा हक्क सोडून दिला होता. कारण केस जितकी उशिरा कोर्टात येईल तितका जज कंटाळून आपल्याला सोडून देईल किंवा शिक्षा कमी

करेल अशी आरोपींची आणि त्यांच्या वकिलांची नेहमीची खेळी असते; पण बोनिफासिओनं जॉर्जला समजावलं होतं की, जर त्यानं लवकरात लवकर सुनावणी होण्याची मागणी केली, तर तो खरंच निर्दोष आहे असं जजच्या मनावर ठसलं जाईल आणि जॉर्जविषयी त्याच्या मनात चांगली प्रतिमा तयार होईल. जामिनाची रक्कम कमी करून घेण्याची ही एक खेळी होती! बोनिफासिओच्या म्हणण्यानुसार त्यानं या खेळीचा वापर यापूर्वी अनेकदा केला होता. हा निर्णय योग्य ठरावा एवढीच प्रार्थना जॉर्ज करत होता. कारण जामिनावर सुटणं हे जॉर्जचं सध्याचं पहिलं उद्दिष्ट होतं. आणि मग सगळ्या आरोपांतून मुक्त होण्याचा एकच मार्ग होता- तो म्हणजे आयडॉकविषयी त्याच्या शंका खऱ्या होत्या असे पुरावे गोळा करणं. आणि जेलमध्ये बसून तर तो काहीच करू शकणार नव्हता. सद्यःस्थितीत त्याच्यापुढे दुसरा काहीच प्लॅन नव्हता!

"जजसाहेब, माझा अशील पूर्णपणे निर्दोष आहे. त्यामुळे दहा दिवसांच्या आत पहिली सुनावणी झाली की ही केसच निकालात निघेल, असा आम्हाला विश्वास वाटतो. त्यामुळे आम्ही त्या हक्कावर पाणी सोडणार नाही."

जज आपल्या तारखांचं पत्रक पाहू लागला. एव्हाना जॉर्जच्या डोक्याचा अक्षरशः भुगा झाला होता. तो अतिशय टेन्शनमध्ये होता. एक एक क्षण एखाद्या युगासारखा भासत होता. तेवढ्यात अचानक त्याचं लक्ष वकिलाच्या टेबलावर ठेवलेल्या एल.ए. टाइम्सकडे गेलं. त्याला काय दिसलं? झीचा फोटो! त्यावरची हेडलाईन काही त्याला वाचता येत नव्हती पण हे काय चाललंय! झी?...

समोरच्या काचेतल्या फटीमध्ये जॉर्जनं आपलं डोकं घुसवलं आणि बातमी जवळून वाचायचा प्रयत्न केला. तो झीच होता! आणि आता जॉर्जला हेडलाईनसुद्धा वाचता आली : 'अति वेगामुळे झालेल्या अपघातात बेरोजगार गेमरचा मृत्यू!' खाली सबहेडलाईन होती : 'ॲक्सिलरेटर बिघडल्यामुळे अपघात झाला असल्याची शक्यता'. जॉर्ज सुन्न झाला. झीचा मृत्यू निव्वळ अपघात असेल की...! त्याच्या मनात भीती दाटून आली. हा मृत्यू म्हणजे नक्कीच योगायोग नसणार. त्याच्या मनात भीतीइतकीच स्वतःच्या अपराधीपणाची भावनाही उचंबळून आली. कारण शेवटी त्यानंच तर झीला या प्रकरणात ओढलं होतं!

"जॉर्ज? जॉर्ज, लक्ष कुठंय तुझं?" बोनिफासिओ जॉर्जकडे चिंतित नजरेनं पाहत होता.

"सॉरी! काय झालं?" जॉर्ज कसंबसं म्हणाला.

"तुझ्या सुनावणीची तारीख अठरा जुलै निश्चित करण्यात आलीये. अरे लक्ष दे, नाहीतर जज वैतागेल आणि मग..." बोनिफासिओ कुजबुजला.

आता दुसरा वकील बोलत होता, "गुन्ह्यांचं गांभीर्य लक्षात घेता पाच लाख डॉलर्स

इतका जामीन मागण्यात यावा, अशी न्यायालयाला आमची विनंती आहे.''

जॉर्जनं आ वसला. इतकी मोठी रक्कम त्याच्या क्रेडिट कार्डच्या लिमिटच्या कितीतरी बाहेर होती. भीती आणि तीव्र पश्चात्तापाच्या भावनेबरोबर, भयानक टेन्शन एखाद्या वणव्याप्रमाणे झपाट्यानं त्याच्या नसानसात पसरलं. त्याला हलताही येईना. त्याच्या नशिबात जेलमध्ये खितपत पडणंच लिहिलं होतं की काय? कसा तग धरणार होता तो अशा ठिकाणी? कालच्या एकाच रात्रीत त्याला ब्रह्मांड आठवलं होतं! आणि आता झीच्या बाबतीत जे काही घडलं असल्याची शक्यता होती ती पाहता त्यानं एकूणच सरकारच्या कचाट्यातून शक्य तितक्या दूर जाणंच शहाणपणाचं होतं.

जजनं सरकारी वकिलाकडे पाहिलं, ''ही रक्कम फार जास्त वाटते आहे. इतकी का सांगत आहात आपण?''

''युअर ऑनर, गुन्हेच तितके गंभीर आहेत. आमच्या मते आरोपी फरार होण्याची दाट शक्यता आहे.''

बोनिफासिओनं घसा खाकरला. ''युअर ऑनर, डॉ. विल्सन हे एल.ए. युनिव्हर्सिटी मेडिकल सेंटरमध्ये चौथ्या वर्षाच्या रेसिडेन्सीचे विद्यार्थी आहेत. त्यांची वागणूक आत्तापर्यंत कायमच उत्तम राहिली आहे आणि त्यांच्या नावावर यापूर्वी एकही गुन्हा नाहीये. अगदी गाडीची वेगमर्यादा ओलांडल्याचाही नाही!''

''तुम्हाला काय प्रकारचा जामीन अपेक्षित आहे?'' जजनं बोनिफासिओला विचारलं.

''सर, माझ्या अशिलाचं स्वच्छ रेकॉर्ड पाहता पंचवीस हजार डॉलर्स खूप झाले.''

''सर, फेडरल गव्हर्न्मेंट आणि इतर कॉर्पोरेट कंपन्यांच्या हेल्थ रेकॉर्डशी संबंधित गुन्हे आहेत हे!'' सरकारी वकील ताबडतोब म्हणाला.

जजनं जॉर्जकडे पाहिलं. तो बहुधा त्याला अजमावून बघत असावा! मग त्यानं पुढ्यातल्या कागदावर काहीतरी लिहायला सुरुवात केली. नंतर वर बघत म्हणाला, ''जामिनाची रक्कम पन्नास हजार डॉलर्स इतकी ठरवली गेली आहे.''

जॉर्जला इतकं हायसं वाटलं, की आपण खुर्चीवरून पडू की काय असं त्याला झालं.

बोनिफासिओ जॉर्जकडे बघून डोळे मिचकावत म्हणाला, ''बघ तुला तासाभरात इथून बाहेर काढतो की नाही ते!''

जॉर्जची सुटका झाल्यावर त्याला त्याचे कपडे आणि मोबाईलसकट सगळ्या वस्तू परत दिल्या गेल्या. त्यानं बाहेरच्या भगभगीत उन्हात पाऊल ठेवलं.

देवा! किती बरं वाटत होतं! पण तेवढ्यात त्याला पुन्हा झी आठवला.

जॉर्ज घाईघाईनं जवळच्या पेपरवाल्याकडे गेला आणि त्यानं एल.ए. टाईम्सची एक प्रत विकत घेतली. मग तिथंच फुटपाथवर बसून त्यानं झीबद्दलची बातमी वाचून काढली. तो म्हणे १००च्या पेक्षा जास्त वेगानं गाडी चालवत होता आणि त्याच वेळी अचानक त्याची गाडी रस्ता सोडून वळली होती आणि वरच्या फ्लायओव्हरच्या मोठ्या कॉन्क्रीटच्या खांबाला धडकली होती. वार्ताहराच्या मते टोयोटाचा ॲक्सिलरेटर नादुरुस्त झाला असावा. बातमी वाचून झाली तरी जॉर्ज तसाच बसून राहिला. त्याचे हात थरथरत होते. हा अपघात 'चुकून' झाला असण्याची शक्यता जवळपास नव्हतीच. हां, म्हणजे असे ॲक्सिलरेटर नादुरुस्त झाल्यामुळे अपघात होतात हे बरोबर आहे, पण आत्ता? या परिस्थितीत असा योगायोग कसा शक्य होता? याचा अर्थ हा अपघात नसून खून होता! आता तर त्याला प्रत्येक घटनेमागे काहीतरी कट-कारस्थान आहे, असं वाटायला लागलं!

फुटपाथवर बसल्याबसल्याच जॉर्ज एका वेगळ्याच विचारात हरवून गेला. समोरच्या रस्त्यावरचा ट्रॅफिक, त्याच्याकडे विचित्र नजरेनं बघणारे, येणारे जाणारे लोक या कशाकडेच त्याचं लक्ष नव्हतं. जर झीच्या मृत्यूचा संबंध सरकारशी नसेलच तर? त्याच्या मनात विचार आला- या प्रकरणात सरकारचा हात आहे अशी आत्यंतिक भीती झीला वाटली होती, तरी त्याची हत्या एखाद्या खासगी कंपनीला किंवा माणसाला सुपारी देऊन झाली असल्याची शक्यताच जास्त होती. हेच लोक आयडॉकच्या घोटाळ्याच्या मागे असू शकतात. हीच शक्यता जास्त रास्त वाटत होती. कारण शेवटी आयडॉक काय किंवा अमाल्गमेटेड काय, खासगी कंपनीच तर होती!

या नवीनच विचारात गुरफटल्यानं जॉर्जच्या नकळत त्यानं श्वास रोधून धरला होता. त्याच्या एकदम लक्षात आलं आणि त्यानं मोठ्ठा सुस्कारा सोडला. सरकारची भीती बाळगण्यापेक्षा हे जास्त भयानक होतं. या अंगानं विचार केल्यावर त्याला एकदम वाटू लागलं की इथं बाहेर असण्यापेक्षा कदाचित तुरुंगातच तो जास्त सुरक्षित राहिला असता!

तो धडपडत उठला. एकदम भीती वाटून त्यानं आजूबाजूला पाहिलं; पण कोणीही त्याच्याकडे ढुंकूनही पाहत नव्हतं. त्याच्या मनात अजून एक शंका उत्पन्न झाली; आता घरी परत जाणं तरी कितपत सुरक्षित ठरलं असतं? घरी राहणं तर आता शक्यच नव्हतं. जॉर्जनं आयडॉकच्या सर्व्हरमध्ये हॅक केलंय ही गोष्ट जर सरकारला इतक्या लवकर समजली असेल, तर याचा अर्थ यात हात असणाऱ्या लोकांना तर ती एव्हाना नक्कीच कळली असणार.

पँटवरची धूळ झटकत जॉर्जनं टॅक्सी बोलावली आणि घराचा पत्ता सांगितला. तो घरी राहणार नसला तरी काही गोष्टी घेण्यासाठी त्याला तिथं जावंच लागणार

होतं. थोडा वेळच तर लागेल, तेवढं ठीक आहे, असा त्याचा अंदाज होता. टॅक्सी काही अंतर गेल्यावर जॉर्ज जरा शांत झाला. मग त्यानं पॉलाचा नंबर फिरवला. त्याला जर आता आयडॉकबद्दल अजून माहिती हवी असेल तर पॉलाची मदत घ्यावीच लागणार होती; पण ती त्याला मदत करेल का? जॉर्जला काहीच सांगता येत नव्हतं. पण तिला विचारण्यावाचून गत्यंतर नव्हतं.

पॉला जणू त्याच्याच फोनची वाट पाहत होती! कारण तिनं पहिल्याच रिंगला फोन उचलला. ''काय वेडेपणा आहे जॉर्ज! तू उगवलाच नाहीस. त्या कॉफी शॉपमध्ये तासभर वाट पाहत होते मी. आणि किती मेसेज केले तुला!''

''सॉरी, सॉरी! मी ठरवल्याप्रमाणे काहीच घडलं नाही काल.'' जॉर्ज कसाबसा म्हणाला. अंडरस्टेटमेन्ट ऑफ द इअर!

''हं! इतकं काय महत्त्वाचं काम निघालं?'' ती काहीशा उपहासानं म्हणाली.

''मला अटक झाली होती.''

पलीकडून काहीच उत्तर आलं नाही. पॉलाला त्याचं बोलणं पचवायला वेळ मिळावा म्हणून तो मिनिटभर तसच गप्प राहिला.

''तू गंमत करतोयस ना?''

''तसं असतं तर बरं झालं असतं! गेले चोवीस तास माझ्या आयुष्यातले सगळ्यात वाईट चोवीस तास असतील. मला माहीत होतं की तू माझी वाट पाहत असशील, पण मी फोन कसा करू शकणार होतो? मेसेजसुद्धा करू शकत नव्हतो मी. नुसती अटक नाही झालीये मला... त्यात भर म्हणून की काय, मला जबरदस्तीच्या रजेवर पाठवण्यात आलंय. म्हणजे नोकरीवरूनही काढून टाकलंय असाच त्याचा अर्थ होतो. जर मी निर्दोष असेन, तर कदाचित परत कामावर जाऊ शकेनही; पण माझ्यावर इतके गंभीर गुन्हे दाखल केलेत की ते मला शक्य वाटत नाहीये.''

''हे... हे सगळं काय बोलतोयस तू?'' पॉला म्हणाली.

''आयडॉकमध्ये हॅक केल्याबद्दल मला अटक झाली. काल आपलं बोलणं झाल्यानंतर काही क्षणांतच मला पकडलं गेलं, पॉला. रात्रभर मी जेलमध्येच होतो. आत्ताच सुटलोय.''

''तू कुठं आहेस जॉर्ज?'' तिनं हळूच विचारलं. तिचा आवाज आता मृदू बनला होता.

''टॅक्सी घेऊन घरी जातोय.''

''नक्की काय केल्याचे आरोप आहेत तुझ्यावर?''

''मी काल म्हणालो ना तुला, खरंतर मी स्वतः हॅकिंग केलं नाहीये. मी कोणाला तरी पैसे देऊन ते काम करून घेतलं. झी बोरगार्ड नावाचा प्रोफेशनल गेमर आहे. आजच्या पेपरमध्ये तू त्याच्याबद्दल वाचू शकतेस.'' अचानक जॉर्जच्या डोळ्यांत पाणी जमा झालं. तो कसाबसा पुढे म्हणाला, ''झीला अमाल्गमेटेडच्या सर्व्हरमध्ये आयडॉकचं

सगळं रेकॉर्ड मिळालं होतं.''

''काय संगतोयस? तू आमच्या फायरवॉल भेदून हॅक करू शकलास?''

''मी नाही. झी!''

पॉला अचानक मोठ्यानं हसली. तिच्या हसण्यात एक उदास स्वर होता. ''जॉर्ज, तू जर असं केलं असशील तर तुला अटक झाली यात काहीच आश्चर्य नाहीये! का केलंस पण तू असं?

जॉर्जला फोनवर सगळं सांगत बसायचं नव्हतं. ''हे बघ, आपण भेटूनच बोलू. आयडॉकमध्ये मोठ्ठी गोची आहे याबद्दल माझी खात्री पटलीये. आणि मी हॅकिंगविषयी बोलत नाहीये. कोणीतरी मुद्दाम आयडॉकला लोकांना मारायला लावतंय!''

''जॉर्ज! हे तू काय बोलतोयस, कळतंय का तुला तरी?''

''हो. भेट मला. मी तुला सगळं सविस्तर सांगतो. मी आत्ता म्हणतोय त्यापेक्षा कितीतरी जास्त गुंतागुंतीचं आहे हे प्रकरण. कोणत्यातरी पातळीवर फेडरल गव्हर्न्मेंटचासुद्धा यात संबंध आहे. नाहीतर मला इतक्या लगेच अटक झालीच नसती ना! हे बघ, हे सगळं असं समजावणं कठीण आहे. तू माझं सगळं बोलणं ऐक आणि मगच ठरव माझ्यावर विश्वास ठेवायचा की नाही ते. पण प्लीज, मला सगळं सविस्तर सांगायची एक संधी दे!''

''मला हे सगळं पटतच नाहीये जॉर्ज, पण आपल्या मैत्रीखातर मी तुझं म्हणणं ऐकायला तयार आहे. हे बघ, माझ्या बोलण्याचा चुकीचा अर्थ काढू नकोस, पण... कॉलेजमध्ये असतानासुद्धा तू असल्या भानगडीत फार अडकायचास. कट-कारस्थानांच्या गोष्टींवर तुझा विश्वास बसायचा. एकदा तर त्या ऑसवाल्ड प्रकरणात त्याचा एकट्याचा हात असूच शकत नाही असा तुझा युक्तिवाद होता.''

''ते वेगळं. ते पियाचं मत होतं. मी फक्त तिच्या बाजूनं बोलत होतो.''

''जे काही असेल ते! आयडॉक हा मेडिकल प्रोफेशनला सरळसरळ आव्हान देईल असं तू म्हणालास तेव्हा तुला ते आवडलं नव्हतं, हे मला जाणवलं होतं. एक प्रकारे तुझी बाजू बरोबर होती. कारण तुझ्याच या भारी कल्पनेचा उपयोग मेडिकल क्षेत्रानं केलाच नाही. उलट ती एका इन्श्युरन्स कंपनीनं चोरली, असं तुला वाटणं स्वाभाविक होतं. त्यामुळे आयडॉकविरुद्ध तुझं मन कलुषित होणं यात काही आश्चर्य नाहीये, मला इतकंच म्हणायचंय. पण तू जर मला काही पुरावा दाखवलास तरच मला तुझं बोलणं पटू शकेल. पण तुझ्या ज्या काही शंका, अंदाज आहेत ते सगळं मला सांग. इतर कोणापुढे तोंड उघडू नकोस आत्ताच्या घडीला.''

''हो, सांगीन मी तुला सगळं. पण प्रत्यक्ष भेटूनच. मला १०० टक्के खात्री करून घेण्यासाठी तुझी थोडी मदतसुद्धा लागणार आहे.''

पॉलानं सुस्कारा सोडला. मग क्षणभर विचार करून ती म्हणाली, ''ठीक आहे.

भेटू आपण.''

''ग्रेट! आत्ता लगेच?''

''ओके.''

''मी आत्ता घरी निघालोय खरा, पण मला तिथे जास्त वेळ थांबण्याची भीती वाटतीये.''

''बरं आणि तुझ्या त्या मित्राचं काय? बातमी काय आलीये त्याच्याबद्दल?''

''कारण त्याचा मृत्यू झालाय!!'' जॉर्जला पुन्हा रडू फुटेल की काय, असं वाटत होतं. ''तो हायवेवरून गाडी चालवत होता. बातमीत असं म्हटलंय की त्याचा ॲक्सिलरेटर बिघडला आणि अपघात झाला. त्याची गाडी जुनी होती हे मान्य आहे, पण मला हा योगायोग वाटत नाही. हॅकिंग झाल्या झाल्या लगेच असं कसं घडलं? यात कोणाचातरी हात असेल असं नाही तुला वाटत? सरकारचे लोक त्याच्या मागे लागलेत अशी त्याला भीती वाटत होती. म्हणूनच खरंतर तो निघून चालला होता.''

''तू लगेच माझ्याच घरी ये.'' पॉलाच्या आवाजात आता अधीरपणाची भावना होती. ''आत्ताच्या आत्ता! माझ्या गेस्टरूममध्ये तू राहू शकतोस. ड्रायव्हरला माझा पत्ता दे – रस्ता ४२८, सोळावी गल्ली, मॉंटाना अव्हेन्यूच्या उत्तरेला. तुझ्या बोलण्यावर माझा विश्वास बसलाय, असा याचा अर्थ काढू नकोस हां! पण तू कोणताही धोका पत्करू नयेस असं मला वाटतं. मग लगेच येतोयस ना?''

''मला घरून माझी गाडी आणि इतर काही गोष्टी घ्याव्याच लागतील. पण मी काळजी घेईन. तू निर्धास्त राहा आणि तुझ्या घरी येताना कोणी माझा पाठलाग करत नाहीये ना याची मी खबरदारी घेईन.''

''ठीक आहे. तुला जावंच लागणार असेल तर... पण लवकर ये!''

घरापाशी पोहोचल्यावर जॉर्जनं टॅक्सी ड्रायव्हरला इमारतीला वळसा घालायला सांगितलं. कोणी पाळत ठेवून नाहीये ना, हे त्याला पाहायचं होतं; पण नेहमी रविवारी सकाळी असतो तसाच शुकशुकाट होता. मग त्यानं गाडी थांबवली आणि तो उतरला.

इमारतीत शिरतानाही तो अत्यंत सावध होता. आजूबाजूला कोणीही नव्हतं. एकदा घरात शिरल्यावर त्यानं पटकन कोपऱ्यात लपवलेली बेसबॉलची बॅट घेतली. मग ती हातात धरून त्यानं इतर खोल्यांची पाहणी केली. मग सगळी दारं, खिडक्या बंद असल्याची खात्री करून घेतली. त्यानं कपाटं आणि पलंगाखालीसुद्धा बघितलं! हे जरा अतिच होतंय, असं त्यालाही जाणवलं; पण त्याचा इलाज नव्हता.

आपण एकटेच आहोत अशी खात्री झाल्यावर त्यानं पलंगावर पसरलेल्या केसीच्या वस्तू परत आवरून खोक्यात ठेवून दिल्या. मग बाथरूममध्ये जाऊन त्यानं पटकन

शॉवर घेतला. त्यमुळे त्याला जरा माणसांत आल्यासारखं वाटलं. मग एका बॅगेत त्यानं भराभर आपल्या चीजवस्तू भरल्या. बेसबॉल बॅटसुद्धा सोबत घेतली. तसं काही झालंच तर तिचा उपयोग शून्य आहे याची त्याला जाणीव होती, पण उगाच आपलं मानसिक समाधान!

पंधरा मिनिटांत जॉर्ज निघायला तयार होता.

४७

जॉर्जची इमारत
वेस्टवूड, लॉस एंजलिस, कॅलिफोर्निया
रविवार, ६ जुलै २०१४, दुपारचे १२.३२

एका हातात बॅग आणि दुसऱ्यात बेसबॉलची बॅट घेऊन जॉर्ज बाहेर पडला. समोरच स्विमिंग पूलमध्ये एक मुलगी फ्लोटवर पहुडली होती. तिचे डोळे बंद होते. जॉर्जनं तिला कधीच पाहिलं नव्हतं. सूर्य अक्षरशः भाजून काढत होता. जॉर्जच्या कपाळावर आत्ताच घाम जमा होऊ लागला होता. तो मागच्या बाजूनं गाडीपाशी गेला.

गाडीत बसायच्या आधी त्यानं आजूबाजूला नजर टाकली. मग जरा पुढे जाऊन रस्त्याच्या दोन्ही बाजूंना कोणी नाहीये ना हे तो पाहून आला. त्याला आत्ता जितकं धास्तावल्यासारखं आणि संशयी वाटत होतं तेवढं यापूर्वी कधीच वाटलं नसेल. कोणी दिसत नव्हतं त्यामुळे त्याला हायसं वाटलंच, पण दुसऱ्या बाजूनं असंही वाटलं की जर कोणी पाळत ठेवतंय असं दिसलं असतं तर निदान त्याच्या अंदाजाला पुरावा आणि पुष्टी तरी मिळाली असती.

पार्किंगमध्ये एक दोन जण आपापल्या गाड्या धुवत होते. काही जण कुत्र्यांना फिरवायला बाहेर पडत होते. जॉर्ज पाहतोय म्हटल्यावर त्यातल्या एकानं त्याला खुन्नस दिली! रस्त्यावर दोन काळ्या रंगाच्या एस.यू.व्ही गाड्या थांबलेल्या होत्या; पण अशा तर अगणित गाड्या लॉस एंजलिसमध्ये असतात. तरीसुद्धा जॉर्जच्या मनात संशय उत्पन्न झालाच...

तो काही वेळ तसाच उभा राहिला. तो काय करतोय याची दखल कोणीच घेतली नाही. एक-दोन मुलं खेळत बाजूनं निघून गेली. पक्ष्यांचा चिवचिवाट ऐकू येत

होता. दूरवर एक कुत्रं भुंकत होतं. कोणाच्या तरी बागेतून स्प्रिंकलरचा आवाज येत होता, पण बाकी कसलीही हालचाल नव्हती. शेवटी जॉर्ज आपल्या गाडीकडे परत गेला.

जीपच्या मागच्या सीटवर जॉर्जनं आपली बॅग आणि बॅट टाकली आणि तो समोरच्या सीटवर चढला. गाडी चालू करता क्षणी सिनेमात दाखवतात तसा मोठा स्फोट होईल आणि संपूर्ण गाडी जळून खाक होईल अशी काहीतरी कल्पना जॉर्जच्या मनात चमकून गेली! पण तसं काहीही झालं नाही. जीप नेहमीसारखी चालू झाली. त्यानं गाडी रस्त्यावर आणली आणि कोणी मागे येत नाही ना, हे आरशात तपासत तो निघाला. आपला कोणी पाठलाग करत नाही ना ही भीती, झीच्या बाबत जे घडलं तेव्हापासून सतत जॉर्जच्या मनात होती. आता त्याला पॉलाला कोणत्याही संकटात टाकायचं नव्हतं.

गाडी चालवता चालवता जॉर्जच्या डोक्यात विचारचक्र फिरत होतं. कट-कारस्थानांच्या दुनियेत आपण अगदीच नवखे असल्याचं त्यानं स्वतःशी कबूल केलं. खरं सांगायचं तर तो काय करत होता, किंवा त्याच्यावर लक्ष ठेवण्यासाठी 'बडे' लोक किंवा कंपन्या कोणत्या थराला जाऊ शकतात याची त्याला काहीच कल्पना नव्हती. पैसा आणि असल्या कामातलं प्रावीण्य असल्यामुळे या लोकांना जॉर्जवर लक्ष ठेवणं किती सोपं होतं! शिवाय हे सगळं त्याच्या नकळत करणंही त्यांना सहज शक्य होतं. त्यात पुन्हा जर फेडरल गव्हर्न्मेंटच्या हाताखाली असणाऱ्या एफबीआय आणि सीआयएसारख्या संस्था यात सहभागी असतील तर मग आनंदीआनंद! जॉर्ज गाडीच्या काचेतून आकाशात कुठे ड्रोन विमान तर दिसत नाहीये ना, हेही पाहू लागला. एकीकडे त्याला हे अति करतोय असं वाटत होतं; पण कुणी सांगावं... काहीही घडू शकतं. त्याला आता इतकी भीती वाटत होती की त्याच्यातला संशयखोर प्रचंड बळावला होता. आपला अंत झीसारखा होऊ नये असं त्याला वाटत होतं.

आपण कितीही नवखे असलो तरी सावधानता बाळगलीच पाहिजे, असं जॉर्जनं ठरवलं. म्हणून मग त्यानं एक सोपी खेळी करायचं ठरवलं. तो हॉस्पिटलच्या पार्किंगमध्ये शिरला आणि तिथं गाडी लावली. तिथून त्याला बाहेरचा रस्ता दिसत होता. आपल्या मागे कोणी पाठलाग करत येतंय का हे त्याला पाहायचं होतं; पण पंधरा मिनिटं झाल्यावरही कोणी त्याच्या मागे आलं नाही. काहीही संशयास्पद आढळलं नाही म्हणून तो एका वेगळ्या रस्त्यानं बाहेर पडला. त्यानं जसा वेग वाढवला तसा त्याचा आत्मविश्वास वाढला.

जॉर्जनं मुद्दामच मोठ्या हायवेजवरून गाडी चालवणं टाळलं. उलट तो लहान मोठ्या गल्ल्यांमधून वाट काढत सँटा मोनिकाच्या रस्त्यांना लागला. आता तर तो

जरा सैलावलादेखील. पॉलाला भेटण्यास तो अधीर झाला होता आणि तिची मदत मिळेल अशी त्याला आशा वाटत होती.

तिचा बंगला दिसू लागल्यावर त्यानं रस्त्याच्या कडेला गाडी थांबवली आणि तो पाहतच राहिला. तो दुमजली बंगला खरोखर सुंदर होता. मेडिटरेनियन शैलीत बांधलेला, कौलारू छप्पर आणि स्पॅनिश वास्तुशास्त्राची वैशिष्ट्यं असलेला. तीस लाख डॉलर्सचा तरी असेल- जॉर्जच्या मनात आलं. त्यानं पॉलाच्या घराची आपल्या घराशी मनोमन तुलना केली. एम.डी. आणि एम.डी. एम.बी.ए. या डिग्र्यांमधला फरकच होता तो जणू! आपल्याला असूया वाटतीये हे त्याला कळत होतं, पण दोघांच्या जीवनमानातला फरकच तेवढा होता ना!

बंगल्याच्या समोर गाडी लावायला काही जागा दिसत नव्हती. याचा अर्थ मागच्या बाजूनं काहीतरी रस्ता असणार. तेवढ्यात पॉला फाटकापाशी आली. एवढ्या मोठ्या बंगल्याची मालकीण असायला ती फारच तरुण होती! तिनं हातानंच जॉर्जला मागच्या बाजूनं येण्याची खूण केली.

जॉर्ज आज्ञाधारकपणे मागच्या गल्लीतून वळून आला. पॉला गॅरेजचं दार उघडून तयारच होती. त्यानं गाडी आत घेतली आणि तिच्या नव्याकोऱ्या पोर्श गाडीशेजारी आपला खटारा उभा केला.

''आत्ताच्या परिस्थितीत तुझी गाडी रस्त्यावरून दिसायला नको,'' पॉला म्हणाली.

''हो, अगदी बरोबर.'' जॉर्ज आपल्या बॅगा बाहेर काढत म्हणाला. त्यानं बॅट मात्र गाडीतच राहू दिली.

पॉला त्याच्या जवळ आली आणि त्याचे दंड पकडून तिनं त्याच्याकडे काळजीनं पाहत विचारलं, ''तू ठीक आहेस ना रे? हातपाय थरथरतायत तुझे!''

जॉर्जनं खरं काय ते कबूल करायचं ठरवलं, ''हं... मलाच माहीत नाही, मी ठीक आहे की नाही ते.''

''खूप दमलेलासुद्धा दिसतोयस.''

''हो, दमल्यासारखं वाटतंय मला!''

''बरं! आत तर चल. जरा आराम कर. भूक लागलीये का तुला? प्यायला काही हवंय?'' तिनं त्याचा एक हात धरूनच त्याला आत नेलं.

तिच्या स्वागतानं जॉर्जला जरा बरं वाटलं, कारण तो वाईट बातमी घेऊन आल्यानं तिची प्रतिक्रिया काय असेल याचा त्याला काहीच अंदाज आलेला नव्हता. ते दोघं मागच्या अंगणात गेले. जाता जाता जॉर्जला बंगल्याचा आवाका लक्षात आला. स्विमिंग पूल, जाकुझी, मोठी गच्ची आणि मस्त राखलेली बाग. घरात सुंदर, उंची फर्निचर होतं.

हॉल आणि स्वयंपाकघराच्या मध्येच थांबत तो उद्गारला, ''फारच छान घर

आहे तुझं!'' तिथल्या मोठ्या दरवाजांमधून समोर पूल दिसत होता.

''थँक्स! तुला आवडलं हे ऐकून बरं वाटलं मला,'' पॉला म्हणाली. ''पण मी हे घर फर्निचरसकटच विकत घेतलंय. त्यामुळे त्यात माझं काही कौतुक नाहीये.'' तिनं त्याला स्वयंपाकघरातून पलीकडे गेस्टरूममध्ये नेलं. ''इथं राहा तू. मला वाटतं तुला आत्ता झोपेचीसुद्धा गरज आहे. त्यामुळे...''

''मला वाटतं की आपण आधी बोलू या. मी इतका अस्वस्थ आहे की झोप लागेलसं वाटत नाही.'' जॉर्ज तिचं वाक्य तोडत म्हणाला.

''ठीक आहे. मी समजू शकते. मग आपण असं करू या, तू तुझं सामान खोलीत ठेव. मी तुला बाकीचं घर दाखवते, मग आपण बोलू यात.'' पॉला म्हणाली.

''हो, चालेल,'' जॉर्ज म्हणाला. त्याला अटक झाल्यापासून आत्ता पहिल्यांदाच त्याला जरा सुरक्षित वाटत होतं.

पॉलानं त्याला संपूर्ण घर दाखवलं. जॉर्जला बरं वाटलं. तो जरा सावरला आणि त्याचं डोकं थोडं ठिकाणावर आलं.

पॉलाच्या घरात एक गोष्ट फार विचित्र होती. त्या घराच्या पूर्वीच्या मालकानं तळघरात एक 'सेफ रूम' बांधली होती. आणि मुख्य बेडरूममधून त्या तळघरात जायला चक्क एक घसरगुंडी होती! मुख्य बेडरूमच्या एका कपाटामागे या घसरगुंडीचं प्रवेशद्वार लपलेलं होतं आणि ती थेट तळघरात सेफ रूमच्या दाराशी जाऊन पोहोचत होती. आग लागली किंवा मोठा स्फोट झाला तरी या सेफ रूमला काहीही होत नाही असं पॉला म्हणाली. ती घर विकत घेत असताना तिच्या रियल इस्टेट एजंटनं या खोलीचे अनेक फायदे वर्णन करून सांगितले होते. पॉलाला मात्र त्याबद्दल फक्त कुतूहल वाटत होतं.

''घसरगुंडीवरून जायचंय का?'' तिनं विचारलं.

जॉर्ज खाली वाकून अंधाऱ्या तळघरात डोकावला. ''अं... नको.''

''अरे काय तू! चल की जरा; मज्जा!'' पॉलानं आग्रह केला.

मग एकदम जॉर्ज तयार झाला. तिसरीनंतर तो कधीच घसरगुंडीवर बसला नव्हता. त्याला गंमत वाटली. तो आणि पॉला खाली घसरून एकमेकांच्या अंगावर वेडेवाकडे पडले आणि अंधारातच हसत बसले! शेवटी पॉलानं दिवा लावला.

जॉर्ज सेफ रूमकडे पाहत म्हणाला, ''हा पूर्वीचा मालक नक्की काय करायचा म्हणे?''

''मीसुद्धा तेच विचारलं होतं, पण कोणीच मला धड काय ते सांगू शकलं नाही. पण तो शस्त्रास्त्रांच्या व्यवसायात होता आणि मागच्या वर्षीच त्याचा कोणीतरी खून केला, असं मात्र मी ऐकलंय.''

पॉला आणि जॉर्ज परत वरती स्वयंपाकघरात आले. तिनं सँडविच बनवून ठेवले होते. त्याच्याशिवाय थंडगार आईस टी घेऊन ते गच्चीत गेले. बसल्या बसल्या पॉलानं झीबद्दल विचारायला सुरुवात केली.

पेपरमध्ये जे काही वाचलं होतं तेवढंच जॉर्जला माहीत होतं. तेच त्यानं पॉलाला सांगितलं. तिनं आपल्या आयपॅडवर ती बातमी शोधून काढली आणि त्या दोघांनी पुन्हा ती वाचली. ''हे सगळं खूपच...'' पॉलाला पुढे काय बोलावं ते कळेना.

''भीतिदायक आहे... असंच ना?'' जॉर्जनं तिचं वाक्य पूर्ण केलं.

''हो. त्याहीपेक्षा जास्त.'' पॉलानं कबूल केलं. मग तिनं जॉर्जच्या अटकेबद्दल विचारलं.

''माझ्या आयुष्यातले सगळ्यात भयंकर चोवीस तास!'' जॉर्ज शहारत म्हणाला. मग त्यानं तिला तो अख्खा प्रसंग व्यवस्थित तपशीलवार सांगितला. अगदी त्या बायकर मित्रापासून ते त्या वकिलापर्यंत सगळं काही.

''बापरे! किती भयंकर आहे रे हे सारं! पण सगळ्यात वाईट म्हणजे तुझ्या मित्राचा मृत्यू.'' पॉला उद्गारली, ''आणि तू म्हणतोयस तसं, त्याचा ॲक्सिलरेटर बिघडला हे काही खरं वाटत नाहीये. इतका कसा योगायोग असू शकतो ना?''

''हो ना. आणि या लोकांच्या दृष्टीनं सगळं किती सोयीस्कर!'' जॉर्ज म्हणाला.

पॉलानं मान डोलावली. तिनं दोघांसाठी अजून आईस टी ओतला. ''हं... मग आता आयडॉकबद्दल बोलू या. तुझ्या मते काय चाललंय हे सगळं?''

जॉर्जनं एक खोल श्वास घेतला आणि अगदी सुरुवातीपासून तो सांगायला लागला. म्हणजे केसीपासून. मात्र आपलं तिच्याशी लग्न ठरलं होतं हे काही त्यानं सांगितलं नाही. फक्त 'ती माझ्या ओळखीची होती' असं तो म्हणाला. आपण उठलो तेव्हा तिच्या प्रेताशेजारीच होतो, हेही अर्थातच त्यानं सांगितलं नाही! पॉलानंही त्यांच्या नात्याबद्दल काही विचारलं नाही. जॉर्जला खरंतर तिला सगळं सांगायचं होतं, पण इतक्यात नाही.

मग त्यानं इतर चार जणांच्या अनपेक्षित मृत्यूंविषयी सांगितलं : टार्किंग्टन, वाँग, डीॲंजेलीस आणि चेस्नी. ते सगळे त्याच्याशी कसे संबंधित होते तेही त्यानं सांगितलं आणि 'हिपा' नियम त्याला का मोडावे लागले हेही. ''थोडक्यात सांगायचं तर हे सगळे लोक आयडॉक बीटा चाचणीत सहभागी झालेल्यांपैकी होते. आणि त्यांच्या कळत किंवा नकळत असेल, पण इतक्यातच मधुमेह वगळता आणखी एका गंभीर आजाराचं निदान त्यांच्या बाबतीत झालं होतं.''

जॉर्जच्या बोलण्याचा रोख पॉलाला ताबडतोब समजला. ''म्हणजे आयडॉक हा डेथ पॅनेलचं काम करतोय असं तुला वाटतंय?''

''बरोब्बर!'' जॉर्ज म्हणाला, ''म्हणजे बघ ना... हे सगळं योगायोगानं होत

असण्याची फारशी शक्यता नाहीये. मला असं वाटतंय की गंभीर आजार असलेल्या पेशंटना आयडॉक मारतंय. या लोकांना महागड्या उपचारांची गरज होती, पण ते वाचण्याची काही शक्यता नव्हती.''

पॉलाचा चेहरा लाल झाला, ''हे बघ जॉर्ज! आयडॉक निर्माण करताना हे असं मुद्दाम करण्याचा विचारही कधी आमच्या मनात आला नव्हता. कधीच नाही!''

''माझा विश्वास आहे तुझ्यावर.'' जॉर्ज म्हणाला.

''मग तू सरळ अशा निष्कर्षाला कसा काय पोहोचू शकतोस?''

''मी काही एकदम असा निष्कर्ष काढला नाहीये! माझा विश्वास बसेलच असं काहीतरी माझ्यासमोर घडलंय.''

पॉलानं त्याच्याकडे अविश्वासानं पाहिलं. ''तू फार मोठी उडी मारून वाट्टेल ते अर्थ लावतोयस असं मला वाटतंय.''

''ठीक आहे. मी सगळं समजावतो तुला.'' जॉर्ज म्हणाला. मग, वायरलेस हॅकिंगबद्दल त्यानं मेडिकल जर्नलमध्ये जो एक लेख वाचला होता त्याविषयी पॉलाला सांगितलं. भविष्यात असं हॅकिंग सहज शक्य होणार होतं. जेव्हा जॉर्जच्या समोर असे एकामागून एक मृत्यू होऊ लागले तेव्हा त्याला हे वाचल्याचं आठवलं होतं.

''तुझ्याकडे पुरावा आहे का काही?'' पॉलानं विचारलं.

''हो!'' जॉर्ज ठासून म्हणाला. मग त्यानं सॅलच्या शरीरातली चिप मिळवण्यासाठी काय काय करामती केल्या आणि कशाकशाला तोंड दिलं ते पॉलाला सांगितलं.

जॉर्जनं सॅलच्या फ्युनरलला जाऊन त्याचा कॉफिन उघडून बॉडी तपासायचा प्रसंग सांगितल्यावर तर पॉलाला जो धक्का बसला तो काही विचारूच नका! ''मला तुझ्या हिमतीची दाद द्यावीशी वाटतेय! मला तर असं काही करणं शक्यच झालं नसतं. तू खरंच तुझ्या ध्येयानं प्रेरित वगैरे झालेला असला पाहिजेस!'' पॉला म्हणाली.

''मला काहीही करून ती चिप मिळवायचीच होती.'' जॉर्ज ठामपणे म्हणाला. ''सगळ्या प्रश्नांची उत्तरं शोधण्यासाठी ती खूप महत्त्वाची ठरेल असं माझं मन मला सांगत होतं. हॉस्पिटलमध्येच मी त्याची बॉडी तपासायचा प्रयत्न केला होता; पण शवागारातून मला बाहेर काढण्यात आलं.''

''पण शेवटी मिळाली का तुला ती चिप?''

''येस!'' मग जॉर्जनं त्या भंगार डेपोमध्ये जाऊन शोधण्याचा प्रसंग सांगितला.

''म्हणजे ही चिप, हा साठा हा तुझा पुरावा आहे का?''

''फक्त तेवढंच नाही.'' जॉर्ज उत्तरला. त्यानं सॅल आणि केसीच्या स्मार्टफोनबद्दल

पॉलाला सांगितलं. केसीच्या फोनमधला डेटा जरी आयडॉकनं पुसून टाकला असला तरी सॅलचा फोन अपघातात मोडला असल्यानं त्याच्यावर काही डेटा अजूनही शिल्लक होता. त्यावरूनच झीच्या मदतीनं जॉर्जनं हे शोधून काढलं होतं की त्या चिपमधला संपूर्ण साठा एकाच वेळी सॅलच्या शरीरात रिकामा करण्याची ऑर्डर सॅलच्या फोनला मिळाली होती!

"तुझा जो अंदाज होता, त्याच्याशी हे मिळतंजुळतं होतं का?"

"हो. पूर्णपणे! मी जेव्हा तो साठा तपासला होता तेव्हा तो पूर्णपणे रिकामा होता. आणि डॉक्टरांच्या म्हणण्यानुसार त्या साठ्यातलं औषध दोन ते तीन वर्षं पुरणं अपेक्षित होतं. आणि सॅलच्या शरीरात ती चिप बसवून जेमतेम दोन महिने झाले होते!"

"यामुळेच मग तू झीची मदत घ्यायचं ठरवलंस?"

"हो!" जॉर्ज उद्गारला. मग त्यानं पॉलाला पुढच्या सगळ्या गोष्टी सविस्तरपणे सांगितल्या. झीनं जेव्हा अमाल्गमेटेडच्या सर्व्हरमध्ये हॅक केलं तेव्हा त्याला संपूर्ण साठा रिकामा करण्यासंबंधीची कोणतीही सूचना दिसली नाही. याउलट सॅलच्या फोनमध्ये तर तशी सूचना सरळसरळ दिसत होती. इतर चार जणांच्या डेटामध्येसुद्धा झीला अशी काही सूचना आढळली नाही. "पण जेव्हा त्यानं नीट पाहिलं तेव्हा त्याला पुरावा सापडला!"

"काय सापडलं त्याला?" पॉलानं विचारलं.

"त्याला तो 'आर्टिफॅक्ट' म्हणत होता – डेटामधला काही भाग ओव्हरराईट केला गेला असल्याचा बारीकसा पुरावा. झीच्या मते साठा रिकामा करण्याची ऑर्डर दिली गेली तेव्हा आणि नंतर पेशंटच्या मृत्यूपर्यंत काय काय झालं, हा सगळा डेटा पुसण्यात आला होता आणि त्यावर दुसरा डेटा ओव्हरराईट केला गेला होता. पाचही पेशंटच्या बाबतीत त्यांच्या मृत्यूपूर्वी बरोबर सतरा मिनिटं आधीचा डेटा पुसलाय असं झीला दिसून आलं. त्याच्या मते ही डेटा ओव्हरराईट करण्याची सूचना कोणत्यातरी बाहेरच्या सर्व्हरवरून आली होती."

पॉला चकित झाली होती, चिडली होती, तिचा विश्वास बसत नव्हता. ती जागीच खिळून गेल्यासारखी जॉर्जचं बोलणं ऐकत होती. "बरं, मला आता सांग, की या सगळ्याचा अर्थ काय लावायचा?"

"पहिली गोष्ट म्हणजे माझ्याकडे जो काही थोडाफार पुरावा आहे तो फक्त डीअँजेलीसच्या केसपुरता मर्यादित आहे; पण त्यावरून मी असं म्हणू इच्छितो की हे कोण्या हॅकरचं काम आहे. आणि नंतर हे हॅकिंग केलं गेलंय हे लपवण्यासाठी दुसऱ्या कोणीतरी पुन्हा डेटा बदलला आहे."

"हे फारच गुंतागुंतीचं आहे," पॉला मान हलवत म्हणाली. "आपल्या क्षेत्रात,

जेव्हा एखाद्या पेशंटला बरीच वेगवेगळी लक्षणं दिसून येतात, तेव्हा खरंतर काहीतरी एकाच आजाराचं निदान होतं!''

''हो मान्य आहे. मी काही शंभर टक्के खात्रीपूर्वक हे सांगू शकत नाहीये; पण झीला अजूनही काहीतरी सापडलं. त्यानं जेव्हा हॅकरचा माग काढायचा प्रयत्न केला तेव्हा तो दोन हाय-अॅनॉनिमिटी प्रॉक्सी सर्व्हर्सपर्यंत पोहोचला. त्याच्या अंदाजानुसार हाच हॅकिंगचा मूळ स्रोत होता. एक लॉस एंजलिसमध्येच होता... हॉलिवूड हिल्समध्ये कुठंतरी आणि दुसरा मेरिलँडमध्ये.''

''मेरिलँड?''

''हो. याच सर्व्हरमुळे झीनं धसका घेतला. त्याच्या म्हणण्यानुसार हा सर्व्हर युनिव्हर्सल रिसोर्स इनिशिएटिव्ह- यू.आर.आय. या गुप्त सरकारी संस्थेचा होता. ही संस्था इंडिपेंडन्ट पेमेंट अॅडव्हायझरी बोर्डशी काहीतरी प्रकारे संलग्न आहे, इतकीच माहिती झीला मिळू शकली. आणि तुला माहीत नसेल तर सांगतो, इंडिपेंडन्ट पेमेंट अॅडव्हायझरी बोर्ड हा अफोर्डेबल केअर अॅक्टनं स्थापन केला आहे. मेडिकेअर आणि मेडिकेडच्या आर्थिक व्यवहारांवर नियंत्रण ठेवण्यासाठी आणि सल्ला देण्यासाठी!''

पॉला काहीशी खिन्न झाली. ''म्हणजे तुला म्हणायचंय की हा सगळा पैसा बचतीचा वेड्यासारखा प्लॅन सरकारचा आहे?''

जॉर्जनं खांदे उडवले. ''मला नाही माहीत. माझ्या मनातपण हा विचार येऊन गेला. हे सरकारचं काम असू शकतं किंवा अमाल्गमेटेडचं.''

पॉला ''नाही, नाही,'' असं पुटपुटत कितीतरी वेळ डोकं धरून बसली होती. मग अचानक तिनं स्वतःला सावरलं आणि ती जॉर्जकडे रोखून पाहू लागली. रागानं खिन्नतेवर मात केली होती. ''तू म्हणतोयस ते जर खरं असेल, तर मेडिकल क्षेत्राच्या संपूर्ण इतिहासातल्या सगळ्यात मोठ्या शोधाचा हा भयंकर विध्वंस असेल! आयडॉक लोकांना वाचवण्यासाठी आहे, मारण्यासाठी नाही! आयडॉक मेडिकल क्षेत्रात क्रांती घडवून आणणार आहे, उपचारांचं लोकशाहीकरण करणार आहे, 'आजारी लोकांवर उपचार' ही वैद्यकाची व्याख्या बाद होऊन खरी 'हेल्थ केअर' सुरू होणार आहे. प्रत्येकाला स्वतःचा डॉक्टर चोवीस तास उपलब्ध असेल. तो त्यांना संपूर्ण ओळखत असेल आणि त्यांना अद्ययावत तपासण्या आणि उपचारांची माहिती देणारा असेल!''

जॉर्ज काहीच बोलला नाही. पॉलाचा चेहरा लालबुंद झाला होता. तिच्या डोळ्यांत एक वेडसर झाक दिसत होती. आयडॉकला कोणीतरी उद्ध्वस्त करू पाहतंय या कल्पनेनंच तिचा संताप झाला होता. त्याच भरात ती पुन्हा पुन्हा आयडॉकच्या प्रेझेन्टेशनमधले मुद्दे मांडत होती. जॉर्जनं तिला रोखण्याचा प्रयत्न

केला नाही. तिला किती मोठा धक्का बसला असणार हे त्याला माहीत होतं! त्यालाही तर सुरुवातीला असाच धक्का बसला होता. त्यानं तिला तिच्या मनात साचलेली सगळी गरळ ओकू दिली.

"तुला चांगलंच माहितेय जॉर्ज, आयडॉक हा अनावश्यक तपासण्या आणि उपाचारांना आळा घालणार आहे म्हणून." पॉला रागानं म्हणाली, "आणि डॉक्टरांच्या हाती असलेल्या सर्वंकष सत्तेला तो आव्हान देणार आहे!" जॉर्जकडे रोखून पाहत ती म्हणाली.

"हो, हो. बरोबर आहे," तिला शांत करत तो म्हणाला, "तू जे म्हणतीयेस ते सगळं मान्य आहे मला; पण काहीतरी प्रॉब्लेम आहे. या पाच जणांच्या गूढ मृत्यूचं काय? या प्रकरणात लक्ष घातलंच पाहिजे ना. म्हणजे माझ्या म्हणण्यात तथ्य असेल तर ते सिद्ध करून उघडकीस आणलं पाहिजे किंवा हा निव्वळ योगायोग आहे असं तरी सिद्ध झालं पाहिजे. मात्र या परिस्थितीत हा योगायोग असेल असं मला तरी अजिबात वाटत नाहीये."

"ठीक आहे, ठीक आहे! पण हे शोधण्यासाठी आपल्याला काय करावं लागेल?" स्वतःला सावरण्याचा आटोकाट प्रयत्न करत पॉला म्हणाली.

आता पुढचं बोलणं अत्यंत 'नाजूक' आणि महत्त्वाचं होतं. जॉर्जनं एकेक शब्द तोलूनमापून, सावधपणे उच्चारायची गरज होती.

"अं... तुझं अमाल्गमेटेडमध्ये जे स्थान आहे ते पाहता, तूच अशी एकमेव व्यक्ती आहेस की जी हा प्रॉब्लेम खरा आहे की नाही, ते तपासून पाहू शकतेस. आयडॉकच्या प्रोग्रामिंग टीममध्ये किती लोक आहेत?"

"अं.. माहीत नाही... दोनशे तरी असतील."

"त्यात एखादी व्यक्ती अशी आहे का, जिच्यावर तुझा पूर्ण विश्वास आहे? अशी व्यक्ती जिला या प्रोग्रॅमचा पूर्ण ॲक्सेस आहे आणि जी हा प्रॉब्लेम शोधू शकते?"

पॉलानं मान हलवली. "कोणताच प्रोग्रॅमर माझ्या फार ओळखीचा नाहीये. त्यांना कोणालाच बाहेरच्यांशी फारसं बोलायची परवानगी नाहीये. लँगलीची कृपा! दुसरं काय. आणि खरं सांगू का? अमाल्गमेटेडमधल्या मुख्य लोकांपैकी ज्या व्यक्तीवर माझा पूर्ण विश्वास नाहीये, ती म्हणजेच लँगली!"

"का?"

"आयडॉकच्या निर्मितिप्रक्रियेत मला नको तितकं महत्त्व दिलं जातंय आणि तितका काही माझा वाटा मोठा नाहीये, असं लँगलीनं वारंवार बोलून दाखवलंय. आता विचार केल्यावर मला असं वाटतंय की कदाचित लँगलीनंच यात काहीतरी प्रॉब्लेम निर्माण करून ठेवला असेल. म्हणजे मागाहून त्यानंच तो दोष दूर केला की

त्याचा उदोउदो होईल ना!''

''तुझ्या अंतर्मनाला जरी असं वाटत असलं, तरी आयडॉकची बदनामी झाली तर त्यात लँगलीलाच खूप काही गमवावं लागेल. निदान माझ्या मनाला तरी तुझं म्हणणं पटत नाहीये. मला हे सांग, ज्याच्यावर तुझा पूर्ण विश्वास आहे असं कोणी अमाल्गमेटेडमध्ये आहे का?''

''थॉर्न. फक्त त्याच्यावरच माझा पूर्ण विश्वास आहे. तू म्हणतोयस ते बरोबर आहे. असं करण्यात लँगली खूप काही गमावू शकतो, पण तरीही हा प्रश्न घेऊन आपण त्याच्याकडे जावं असं मला नाही वाटत. मला वाटतं की आपण सरळ थॉर्नकडे जावं आणि तुला जे काही सापडलंय ते आणि आपल्याला ज्या शंका आहेत, त्या त्यालाच विचारू यात.''

जॉर्जनं तोंड वाकडं केलं आणि नकारार्थी मान हलवली. ''मला नाही वाटत तसं पॉला. ज्या कारणांसाठी मी लँगलीकडे जायला धजावत नाहीये, त्याच कारणांसाठी थॉर्नकडे जायलाही कचरतोय मी. या आयडॉक प्रकरणात एवढा पैसा, पॉवर आणि प्रसिद्धी आहे ना, की थॉर्नसारखा बिझनेसमन या प्रसंगी त्रयस्थपणे विचार करू शकेल, असं मला वाटत नाही.''

''मी थॉर्नला जितकं ओळखते तसं तू ओळखत नाहीस जॉर्ज. त्या माणसात काहीतरी खास आहे.''

जॉर्जनं पुन्हा नकारार्थी मान हलवली. ''मी जेव्हा थॉर्नकडे पाहतो, तेव्हा मला फक्त एक हाडाचा व्यावसायिक दिसतो, ज्याला निव्वळ नफा सोडून कशातच फारसा रस नाहीये,'' जॉर्ज म्हणाला.

''मी त्याला गेली चार वर्षं ओळखतीये आणि तो मला माझ्या वडिलांसारखा आहे. तो पक्का बिझनेसमन आहे, यात काहीच शंका नाही; पण त्याच्याकडे सचोटी आहे. आणि माझा त्याच्यावर वादातीत विश्वास आहे.''

''कदाचित माझी भीती बाजूला ठेवून, आपण सरळ एफबीआयकडे जाणं शहाणपणाचं ठरेल. म्हणजे माझ्या शंका खऱ्या आहेत की नाही त्याचा एकदाच काय तो सोक्षमोक्ष होईल.''

पॉलानं मान हलवली. ''तुझ्या म्हणण्याप्रमाणे यात कुठंतरी सरकारचा हात असू शकतो. त्यापेक्षा थॉर्नकडे जाणं हा पर्याय चांगला आहे. पुढे काय पावलं उचलायची हे तो नीट ठरवू शकेल. आणि मला खात्री आहे, कोणी आयडॉकला मुद्दाम गोत्यात आणतंय हे समजलं, तर थॉर्न माझ्याइतकाच संतापेल.''

जॉर्जचं मन अजूनही तळ्यात-मळ्यात होत होतं. तो थॉर्नला पॉलाइतकं नीट ओळखत नव्हता हे जरी खरं असलं, तरी त्याचं अंतर्मन 'थॉर्नकडे जाऊ नये' असं त्याला सांगत होतं. ''मला अजूनही अशी भीती वाटतीये की आयडॉक अमाल्गमेटेडच्या

बिझनेससाठी किती फायद्याचं आहे, हाच विचार थॉर्नच्या दृष्टीनं सगळ्यांत महत्त्वाचा असेल.''

पॉला काहीशी निराश झाली. ''हे बघ, अमाल्गमेटेडसाठी आयडॉक किती महत्त्वाचं आहे हे आपल्या सगळ्यांनाच माहितेय; पण प्रश्न तो नाहीच आहे. थॉर्न हा सगळ्यात आधी नीती-अनीतीचा विचार करणारा माणूस आहे.'' तेवढ्यात तिला काहीतरी सुचलं, ''यात एएमए (अमेरिकन मेडिकल असोसिएशन) चा तर काही हात नसेल ना? कारण ऑर्गनाइझ्ड मेडिसीनसाठी आयडॉक हा मोठा स्पर्धक ठरणार आहे. कदाचित त्याचा प्रसार होण्याआधीच लोकांचा त्याच्यावरचा विश्वास उडवायचा, असा काहीतरी डाव असू शकतो त्यांचा.''

जॉर्जला तिच्या या बोलण्याचं फार आश्चर्य वाटलं. त्याच्या मनाला ही शंका शिवालीही नव्हती; पण आता विचार करता, ही शक्यतासुद्धा निकालात काढण्यासारखी नक्कीच नव्हती. कारण चाळीसच्या दशकात, जेव्हा राष्ट्राध्यक्ष ट्रूमननं अमेरिकेत राष्ट्रीय पातळीवर हेल्थ केअर सिस्टीम रूढ करायचा प्रयत्न केला होता, तेव्हा ऑर्गनाइझ्ड मेडिसीननंच त्यात खो घातला होता! पण तरीही, आयडॉक प्रकरणात त्यांचा हात असेल असं म्हणणं, म्हणजे अंधारात तीर मारण्यासारखंच होतं.

''किंवा मेडिकल क्षेत्रातल्या शेअर्सवर पोसल्या जाणाऱ्या इतरही कोणाचं हे काम असू शकतं.'' पॉला पुढे म्हणाली, ''म्हणजे उदाहरणार्थ, बड्या औषध कंपन्या किंवा अमेरिकन हॉस्पिटल असोसिएशन. कारण आयडॉकचा प्रसार झाला की या दोन्ही संस्थांना चांगलाच आर्थिक फटका बसेल.''

जॉर्जनं मान डोलावली. त्याला आता सुरक्षित आणि जरा सैलावल्यासारखं वाटू लागल्यामुळेच झोपेला अडवून ठेवणं जड जाऊ लागलं होतं. तो कोणत्याही क्षणी कोसळेल आणि झोपी जाईल इतका दमला होता.

''तुला झोपेची आवश्यकता आहे.'' जॉर्जला डोळे उघडे ठेवायलासुद्धा त्रास होतोय हे पाहून पॉला म्हणाली. त्याच्या मांडीवर हातानं थोपटत ती म्हणाली, ''चल, झोप काढ बरं एक! नंतर जेवायच्या वेळी बोलू आपण. तुला चालणार असेल तर मी घरीच काहीतरी खायला बनवते. म्हणजे आपल्याला बाहेर पडायला नको.''

''हं... जरा पडतो मी.'' जॉर्जनं कबूल केलं. तो पॉलाच्या हाताचा आधार घेत उठला. त्याला क्षणभर चक्कर आल्यासारखं वाटलं. ''तासभरच झोपतो हां मी. जास्त नाही; पण त्यापूर्वी आपण काय पावलं उचलणार आहोत ते ठरवायला आवडेल मला. जर हे मुद्दाम केलेले खून असतील, तर ते थांबायलाच हवं. आणि माझ्या सुनावणीची तयारीही करायला हवी मला.''

''कधी आहे तुझी सुनावणी?''

''लवकरच. जुलैमध्ये. तारीख विसरलो मी; पण फार दिवस नाहीयेत.''

''मला वाटतं आपण सरळ थॉर्नला भेटावं. मी जितका विचार करतीये तितकं मला असं वाटतंय की, हे सगळं सांगायला तोच एक योग्य माणूस आहे. तो किमान तुला तुझ्या कायदेशीर बाबींमध्येतरी मदत करेल.'' पॉला आपल्या म्हणण्यावर ठाम होती.

जॉर्जचे डोळे मिटत होते. तो उत्तर देण्याच्याही अवस्थेत नव्हता. अचानक त्याचा तोल गेला आणि पॉलानं त्याला सावरलं.

''चल झोपायला! नाहीतर तू पडशील आता!'' ती म्हणाली.

पॉलानं त्याला घरातून गेस्टरूममध्ये नेलं. जॉर्जनं काहीच प्रतिकार केला नाही. गच्चीतल्या उष्म्यानंतर खोलीतला ए.सी.चा गारवा सुखद होता.

खोलीत गेल्यावर पॉलानं सगळे पडदे बंद केले आणि बाथरूममधला टर्किश टॉवेलचा बाथरोब पलंगाच्या पायाशी ठेवून दिला.

''इतकी झोप आलेला माणूस मी पहिल्यांदा पाहतीये, माहितीये? अति झालंय तुझं! झोप आता,'' पॉला म्हणाली.

जॉर्जनं तोंड उघडायचा प्रयत्न केला पण तिनं आपलं बोट त्याच्या तोंडावर ठेवलं.

''शू! झोप. नंतर बोलू.'' ती दाराकडे जात म्हणाली.

जॉर्ज पलंगावर कोसळला. मग तो अतीव प्रयत्नांनी शेवटचं वाक्य बोलला, ''जर माझी आयडॉकबद्दलची भीती खरी ठरली, तर आपल्याला मीडियाकडे जावंच लागेल. मग थॉर्न काहीही म्हणो!''

''बस्स झालं! तू उठलास की आपण बोलू.'' पॉला त्याला दरडावत म्हणाली. मग त्याच्याकडे पाहून हसत तिनं दार लोटून घेतलं.

खोलीत शांत, गार अंधार पसरला होता. जॉर्जनं आपले कपडे काढले आणि तो आनंदानं त्या मऊ पांघरुणात शिरला. आदल्या रात्रीच्या अनुभवापेक्षा हा अनुभव इतका वेगळा होता, की आपण दुसऱ्याच एखाद्या ग्रहावर आलोय की काय असं त्याला वाटलं.

झोपायच्या आधी जॉर्जच्या मनात एक विचार चमकून गेला; आपण कॉलेजमध्ये पॉलासारख्या मुलीशी ब्रेकअप करून किती मूर्खपणा केला! काय विचार करून वागलो मी असं? तो पॉलाच्या वागण्यानं जास्त जास्तच प्रभावित होत होता. आणि केसीच्या मृत्यूनंतर त्याला पहिल्यांदाच दुसऱ्या एखाद्या स्त्रीबद्दल अशी जवळीक वाटत होती. केसीशिवाय दुसऱ्या कोणाबद्दल आपल्याला कधी असं वाटू शकेल यावर त्याचाच आधी विश्वास नव्हता. तिच्याशी रोमान्स करण्याइतकी त्याची

मानसिक तयारी होती का, किंवा त्यांच्यात कॉलेजमध्ये जे घडलं ते पाहता पॉला पुन्हा त्याचा स्वीकार करेल का नाही, याबद्दल त्याला काहीच माहीत नव्हतं. आणि त्यातही त्याची सध्याची परिस्थिती केविलवाणीच होती. नोकरीवरून त्याला कमी करण्यात आलं होतं आणि कदाचित त्याचं संपूर्ण करिअरच बरबाद होण्याच्या मार्गावर होतं; पण या क्षणी त्याच्या मनात हे कोणतेच विचार येत नव्हते. सुनामीच्या लाटेप्रमाणे झोपेनं कळायच्या आत त्याचा कब्जा घेतला होता.

४८

पॉलाचं घर
सँटा मोनिका, कॅलिफोर्निया
रविवार, ६ जुलै २०१४, संध्याकाळचे ७.५१

जॉर्ज खडबडून जागा झाला. काही क्षण तो कुठं आहे हेच त्याला कळेना, इतका तो गाढ झोपला होता. मग त्याला सगळं आठवलं. बापरे! त्याची सुनावणी होती. कदाचित त्यानंतर त्याला कित्येक वर्षं तुरुंगात काढावी लागली असती. एक दिवस पोलीस कोठडीत काढल्यावरच जॉर्ज इतका हबकला होता की अशा परिस्थितीत अनेक वर्षं तुरुंगात काढायची तर तो जिवंत तरी राहील का, अशी त्याला शंका वाटत होती. त्यात भर म्हणजे त्याला रेसिडेन्सीमधून हाकलून देण्यात आलं होतं. खरंच आपलं रेडिऑलॉजीचं आणि एकूणातच मेडिकल करिअर बरबाद झालं आहे का? जॉर्जच्या मनात असंख्य प्रश्न पिंगा घालत होते. आता या क्षणी तरी तो पॉलाच्या घरात सुखरूप होता, हीच एक बरी गोष्ट होती.

पडद्यांच्या फटीतून त्याला बाहेरचा सोनेरी प्रकाश दिसत होता. म्हणजे सूर्यास्ताची वेळ असावी. आश्चर्य वाटून त्यानं मोबाईलमध्ये वेळ पहिली. बापरे! आठ वाजत आले होते! म्हणजे तो पाच तास झोपला होता! जॉर्जच्या कल्पनेनुसार त्याला झोपून फक्त एखादा तास झाला होता!

तो उठला. पॉलानं एवढ्या वेळात आपल्याला का उठवलं नाही याचा विचार करत तो शॉवर घ्यायला गेला. पॉला कुठे आहे, काय करतीये हे पाहायची त्याला घाई झाली होती. त्यानं इथे येण्यापूर्वी घरी शॉवर घेतला होता, पण आत्ता त्याला पुन्हा शॉवर घेताना खूप बरं वाटलं.

तो एव्हाना बराच फ्रेश झाला होता; झोप झाल्यामुळे त्याला जरा बरं वाटत

होतं. पॉलानं पलंगावर ठेवलेला ढगळ बाथरोब गुंडाळून तो खोलीतून बाहेर पडला. पॉला स्विमिंग पूलसमोरच्या खोलीत उभी होती. स्वयंपाकघरातून मस्त वास येत होते.

जॉर्जला पाहिल्यावर ती हसली, "उठलास वाटतं एकदाचा! भूक लागलीये ना?" ती म्हणाली.

"हो जाम भूक लागलीये. सॉरी, मी फारच झोपलो. उठवलं का नाहीस मला?"

"अरे, तुला तेवढ्या झोपेची गरजच होती!"

"माझ्यामुळे तुझी जेवायची वेळ टळून तर नाही ना गेली?"

"नाही, नाही. मी आत्ताच पूलच्या कडेला बार्बेक्यूमध्ये स्टेक ठेवायला चालले होते. आवडेल ना?"

"हो, प्रश्नच नाही!" जॉर्ज म्हणाला. तेवढ्यात तिनं टेबलावर काढून ठेवलेली वाईनची बाटली त्याला दिसली. त्याला काही त्यावरचं नाव ओळखीचं वाटलं नाही, पण बाटली महागडी वाटत होती. "उघडू का?" त्यानं पॉलाला विचारलं.

"हो, दोघांचे ग्लास भर."

वाईन ओतत असताना जॉर्जच्या मनात विचार आला; काल-परवापासूनच्या सगळ्या भयंकर घटनांनंतर हे असं सुंदर निवांत जेवण म्हणजे काहीतरी वेगळ्याच दुनियेतलं वाटतंय! खरं वाटतच नाहीये काही...

पॉला जेवणासाठी सलाड बनवत होती. जॉर्ज तिला न्याहाळत शांत बसून राहिला. मग तिच्या मागोमाग बार्बेक्यूपाशी गेला. बार्बेक्यूच्या ग्रिलचं तापमान पाहत पॉला म्हणाली, "अमाल्गमेटेड मेडिकेड आणि मेडिकेअर संदर्भात सीएमएसशी बोलणी करतंय, हे तुला माहितेय का?"

"हो," जॉर्ज उत्तरला.

"मग कदाचित म्हणूनच तुझ्या मित्राला- झीला- सरकारी सर्व्हर आणि अमाल्गमेटेडचे सर्व्हर यांचा संबंध सापडला असेल."

"असू शकेल... फक्त तसं असेल तर फार बरं होईल," जॉर्ज म्हणाला.

पॉलानं आता ग्रिलवर स्टेक ठेवले होते. जॉर्जला कितपत भाजलेले आवडतात हे तिनं विचारून घेतलं.

"मी काही मदत करू का?" जॉर्ज म्हणाला.

"नको अरे. फार काही करायचं नाहीये." पॉला उत्तरली. तिनं मक्याची कणसंही ग्रिल करायला ठेवली. काही वेळ दोघंही काही न बोलता वाईनचा आस्वाद घेत ग्रिलवर भाजल्या जाणाऱ्या रसरशीत स्टेककडे पाहत बसले. मग पॉलानं कणसं आणि स्टेक डिशमध्ये काढले. ते सगळं घेऊन दोघं पुन्हा आत गेले.

जेवायला बसल्यावर पॉला म्हणाली, ''मला तर आता ठामपणे असं वाटतंय की थॉर्नकडे जाऊनच हे सगळं सांगावं. माझ्यासोबत यायचं की नाही ते तू ठरव.'' ती लगेच म्हणाली.

''मी तर येणारच.'' जॉर्ज म्हणाला. अजूनही त्याला थॉर्नबद्दल पूर्ण विश्वास वाटत नव्हता; पण निदान काय पावलं उचलायची याचा निर्णय झाल्यानं त्याला बरं वाटत होतं.

पॉला हसली. ''गुड! कारण थॉर्न नक्कीच प्रश्नांची सरबत्ती करेल आणि मी काही सगळ्याची उत्तरं देऊ शकणार नाही ना.'' मग विषय बदलत तिनं विचारलं, ''तुला जबरदस्तीच्या रजेवर पाठवलंय त्याचं काय?''

''रजेवर पाठवलंय याचा अर्थ अजून पूर्णपणे नोकरीवरून काढलं नाहीये, पण काही काळ तरी कामावरून कमी केलंय असाच अर्थ असतो त्याचा.''

''पण मग तुझ्या रेसिडेन्सीवर याचा काय परिणाम होईल? कारण तुझं शेवटचं वर्ष होतं ना हे? तुला परत घेणार नाहीत का?''

''हं... ते तर संपलंच म्हणायचं. इतर कोणता प्रोग्रॅम मला परत घ्यायला तयार असेल तरच काही आशा आहे. मी काहीच सांगू शकत नाही. पण जर मी रेसिडेन्सी पूर्ण करू शकलो नाही तर मला बोर्डच्या अंतिम परीक्षेला बसता येणार नाही.

''पण म्हणजे त्याचा तुझ्या भविष्यातल्या करिअरवर काय परिणाम होईल?''

जॉर्जनं खांदे उडवले. काय बोलणार? सगळंच इतकं अनिश्चित होतं. ''कदाचित मला औषधविक्रेता व्हावं लागेल! खरं सांगू का, मी पूर्ण भंजाळलोय! मला काहीच कळत नाहीये. क्लेटनशी बोलावं लागेल. तोच मला यातून बाहेर काढेल, अशी मला आशा आहे. कारण तोच रेडिऑलॉजीचा प्रमुख आहे.''

''कदाचित थॉर्नसुद्धा तुला यात मदत करू शकेल. तो आणि क्लेटन मेहुणे आहेत ना. क्लेटनच्या धाकट्या बहिणीशी थॉर्नचं लग्न झालंय.''

''हं... एकदा मी क्लेटनला विचारलं होतं, की अमाल्गमेटेडमध्ये तू इतका गुंतलेला कसा, तेव्हा त्यानं मला हे सांगितलं होतं. बऱ्याच गोष्टी स्पष्ट होतात त्यामुळे...''

काही मिनिटं शांततेत गेली. मग एकदम पॉला उद्गारली, ''ए, ऐक ना! मला एक कल्पना सुचलीये. हे बघ, हा आयडॉकचा प्रॉब्लेम, झीचा मृत्यू, तुझं रेडिऑलॉजीतलं करिअर... हे सगळं काही तासांसाठी विसरायचा प्रयत्न करू या का? आणि जरा मजा करू! आराम करू. कारण तसंही आज रात्री आपण काहीच करू शकणार नाहीयोत याबद्दल.''

जॉर्जची काहीच हरकत नव्हती, ''मला चालेल. प्रयत्न तर करून पाहू. वाइनमुळे कदाचित सोपं जाईल! मला इतकी भूक कशी लागलीये याचंच आश्चर्य

वाटतंय. हां आणि पॉला, तू जेवण फारच मस्त बनवलंयस!''

''थँक्यू जॉर्ज. आणि वाईनबद्दल म्हणत असशील, तर आपल्याकडे भरपूर साठा आहे!'' असं म्हणत पॉलानं दोघांचे ग्लास भरले. मग एकदम ती म्हणाली, ''डेव्हिड स्पिट्झ आणि रेचल सिमन्स! आठवतायत का?''

जॉर्जला नक्कीच आठवत होते ते दोघं. कोलंबिया मेडिकल स्कूलमध्ये जॉर्ज आणि पॉलाचे वर्गमित्र होते ते. जॉर्जला दोघंही आवडत असत. पण ते मात्र सतत एकमेकांशी भांडत असायचे. ''आठवतायत की! भांडकुदळ जोडगोळी!''

पॉला खिदळली. ''हो; आणि गंमत माहितेय? त्यांनी लग्न केलंय!''

''काहीही! कसं शक्य आहे?''

''अरे हो! मी गेलेपण होते त्यांच्या लग्नाला, दोन महिन्यांपूर्वी.''

जॉर्जनं हलकेच शीळ घातली आणि म्हणाला, ''मी तर अशी कल्पनाही करू शकलो नसतो. काय काय आश्चर्यं घडत असतात ना जगात?''

''मला तर वाटतं, त्या दोघांनीही अशी कल्पना केली नसेल कधी!''

दोघंही हसले आणि मग त्यांचे मित्रमैत्रिणी, शिक्षक आणि कॉलेजच्या आठवणीत रंगून गेले. एकूणातच त्यांनी कॉलेज लाइफ मस्त एन्जॉय केलं होतं.

जॉर्ज म्हणाला, ''तुला माहितेय, एक गोष्ट मी तुला कधीच सांगितली नाही; पण मी तुझ्याबद्दल नेहमी विचार करायचो. तुला तर त्रासही दिलाय मी; पण खरं सांगू, तुला मेडिकल स्कूल आणि बिझनेस स्कूल दोन्हीचा अभ्यास कसा जमायचा, याचं मला नेहमीच कौतुक वाटायचं. माझ्यासाठी तर एकट्या मेडिकलचा अभ्यासच जास्त होता!''

''हो, पण तू ब्लड बँकेत नोकरीपण करायचास. इतरही काही जॉब करायचास. मला फक्त अभ्यास करावा लागायचा. माझा सगळा आर्थिक भार माझ्या आई-वडिलांनीच उचलला होता ना.''

''हो, पण तरी मी नेहमी प्रभावित व्हायचो.'' जॉर्ज म्हणाला. त्याला आर्थिक बाबींवर विषय यायला नको होता. कारण अजूनही इतकी वर्षं झाली तरी त्याची आर्थिक परिस्थिती म्हणावी तशी सुधारली नव्हती.

रात्र जशी पडत गेली तसे दोघंही अधिकाधिक सैलावले. या परिस्थितीतही आपण रिलॅक्स होऊ शकलो, याचं त्यांना फार आश्चर्य वाटत होतं. वाईनची अजून एक अख्खी बाटली पोटात गेली होती, त्यामुळेही हलकं वाटत होतं! त्यांच्या गप्पा जशा रंगत गेल्या, तसं त्यांनी आपल्या भूतकाळातील कटू आठवणींना मागे टाकलं. त्यांच्या कॉलेजमधील मूर्खपणावर हसलेही ते दोघं. पॉला म्हणाली, ''मीच तुझ्या मागे मागे करायला नको होतं. जरा जास्तच आगाऊपणाचं वाटलं असेल माझं वागणं.''

उलट जॉर्ज म्हणाला, ''त्या पिया ग्राइद्दानीमध्ये मी काय पाहिलं देवास ठाऊक! मी आता त्याबद्दल विचार करतो तर मला इतकी लाज वाटते ना,'' जॉर्जनं कबूल केलं, ''तिला माझ्यात काडीचाही रस नव्हता. कोणतीही नॉर्मल रिलेशनशिप कदाचित तिच्यासाठी कधीच शक्य नव्हती.''

मग जॉर्जनं पॉलाला पियाची कहाणी ऐकवली. ती लंडनमध्ये गायब झाली होती. तिचे वडील अल्बानियन माफियात उच्चपदस्थ होते, पण त्यांनाही तिला शोधता आलं नव्हतं!

''म्हणजे? तिचं पुढे काय झालं हे कोणालाच माहीत नाहीये?''

''हो. काहीच समजलं नाही तिच्याबद्दल कोणालाच. दोनेक महिन्यांपूर्वी तिच्या वडिलांचा फोन आला होता. काहीतरी माहिती मिळालीये म्हणत होते. ठोस बातमी कळली की कळवतो म्हणाले; पण नंतर त्यांचा काही फोन आला नाही. त्यांना तिचा ठावठिकाणा लागला असावा, अशी आशा आहे.''

काही क्षण जॉर्ज आणि पॉला एकमेकांकडे पाहत राहिले. समोरच्याच्या मनात आत्ता काय चालू असेल याचा अंदाज बहुधा ते दोघंही घेत होते. मग पॉला म्हणाली, ''अं... आपल्या डिशेस आवरू या आता.''

''हो, हो!'' जॉर्ज लगेच म्हणाला. मग डिशेस सिंकपाशी नेऊन काही वेळ दोघंही कामात गुंतले. कोणीच काही बोललं नाही.

काही वेळानं जॉर्ज म्हणाला, ''मी इतका रिलॅक्स्ड झालो आहे याचंच मला राहून राहून आश्चर्य वाटतंय.''

''तू खरंच ही सगळी परिस्थिती खूप धीरानं घेतोयस, पण तू पुन्हा जरा झोपायला हवंस.''

''हो, बरोबर आहे,'' जॉर्जनं कबूल केलं. ''मी लगेच झोपू शकतो आत्ता. आणि तो पलंग तर इतका सही आहे ना... तू झोपलीयेस का कधी तिथं?''

''नाही अजून तरी.'' ती हसून म्हणाली, ''तुला माहितेय ना, मी हवाईला जाणार होते. त्यामुळे सुट्टी घेतली होती. आता गुरुवारपर्यंत मला ऑफिसला जाण्याचं काही बंधन नाहीये. त्यामुळे पुढचा प्लॅन करायला भरपूर वेळ आहे आपल्याकडे. तुला हवं तितके दिवस राहा इथं.''

''थँक्स. इथं आलो नसतो तर माझं काय झालं असतं कुणास ठाऊक! कुठं गेलो असतो मी? कारण माझ्या घरी परत जाण्याची कल्पनाही मी आत्ता करू शकत नाही.''

''तुला माझी मदत झाली याचं मला बरंच वाटतंय. आता झोपायची वेळ झालीये. काल रात्री मी जेलमध्ये नसले म्हणून काय झालं, मीसुद्धा दमलीये!'' ती हसत म्हणाली.

जॉर्ज खोलीत जाण्यापूर्वी पॉलानं त्याला हलकीशी मिठी मारली. क्षणभरानंतर जॉर्जनंही आपले हात तिच्याभोवती टाकले. दोघांनी कडकडून मिठी मारली. शेवटी एकदाचे ते विलग झाले. पॉला एकदम गडबडून गेली आणि स्वयंपाकघरात शिरली, ''चल मग! उद्या ब्रेकफास्टला भेटू!'' ती म्हणाली.

काही मिनिटं दोघंही स्वयंपाकघरातच अवघडून उभे राहिले. दोघंही दमले होते पण एकमेकांची संगत सोडवतही नव्हती.

''ठीक आहे मग! गुड नाईट!'' पॉलानं जॉर्जचा हात प्रेमभरानं दाबला.

जॉर्जनंही तिचं अनुकरण केलं. ''गुड नाईट!''

पॉला जिने चढून वरच्या मजल्यावरच्या तिच्या बेडरूममध्ये गेली. जॉर्ज तिच्याकडे पाहत उभा राहिला. ती दिसेनाशी झाली तसा तो गेस्टरूमकडे वळला.

४९

पॉलाचं घर
सँटा मोनिका, कॅलिफोर्निया
रविवार, ६ जुलै २०१४, रात्रीचे ११.५३

जॉर्ज अजूनही खूप दमलेला होता; पण दुपारी पाच तास झोप काढल्यानंतर आता त्याला झोप लागत नव्हती. खोलीतला दिवा मालवून तो पलंगावर आडवा झाला खरा, पण त्याच्या सगळ्या काळज्या, भीती, करिअर आणि भविष्याचे प्रश्न त्याला ताबडतोब भेडसावू लागले. मघाशी गेले काही तास त्यानं आपले सगळे प्रॉब्लेम्स बाजूला ठेवले होते हे खरं, पण आता इथं एकटं पडल्यापडल्या ते विचार डोक्यातून काढून टाकणं अशक्य होतं. आयडॉक, झीचा मृत्यू, त्याची सुनावणी, रेसिडेन्सीमधून जबरदस्तीची रजा... कोणत्याच प्रश्नावर जॉर्जकडे उत्तर नव्हतं. आणि पॉला म्हणाली तसं, सकाळपर्यंत त्यांना काहीच करता येण्यासारखं नव्हतं.

साधारण तासभर तो नुसताच या कुशीवरून त्या कुशीवर तळमळत होता. शेवटी त्यानं पुन्हा खोलीतला दिवा लावला. मग उठून तो खोलीतल्या पुस्तकांच्या कपाटापाशी गेला. पॉलानं बरीच फिक्शन आणि नॉनफिक्शन पुस्तकं जमवलेली दिसत होती. त्यांच्या नावावरून नजर टाकत तो एखादं पुस्तक वाचायला शोधत होता. त्याचं मन जरा दुसरीकडे वळवलं जावं एवढाच खरंतर त्याचा हेतू होता. मग एक पुस्तक निवडून तो पलंगावर जाऊन वाचायला बसला. वाचता वाचता लवकरच झोप लागेल अशी त्याची अपेक्षा होती, पण पुस्तक इतकं चांगलं होतं की कितीतरी पानं त्यानं वाचली तरी तो टक्क जागाच होता! दुसरं पुस्तक घ्यावं का असा विचार करत असतानाच त्याला दारावर हलकीशी टकटक ऐकू आली. त्यानं कान देऊन पुन्हा नीट ऐकलं तर खरंच!

त्यानं जाऊन दार उघडलं तर समोर पॉला उभी! तीही त्याच्यासारखीच बाथरोबमध्ये होती. अचानक दार उघडलं गेल्यानं तीही आश्चर्यचकित झाली होती. दोघांनाही हसू फुटलं आणि किंचित अवघडल्यासारखं झालं.

“सॉरी, मी तुला त्रास तर देत नाहीये ना? अरे, माझ्या बेडरूममधून मला तुझ्या खोलीतला दिवा चालू असल्याचं दिसलं. मला माहीत नव्हतं की झोपलायस की जागा आहेस? म्हणजे मला तुला उठवायचं नव्हतं, पण म्हटलं बघावं जागा आहेस का. मला झोपच येत नव्हती. तुलापण येत नसेल तर मी बसू का तुझ्यासोबत जरा वेळ?”

“हो, ये ना!” जॉर्ज हसून म्हणाला, “काय हे, तुझ्याच घराच्या गेस्टरूममध्ये मी काय तुला बोलावतोय! ये की!”

दोघंही खोलीत जाऊन बसले. “तुला माहितेय, आपण अशा अवघड परिस्थितीत भेटलोय हे जरी खरं असलं, तरी माझी संध्याकाळ तुझ्या संगतीत खूप छान गेली.” पॉला म्हणाली.

“माझीही,” जॉर्ज उत्तरला.

पॉला सोफ्यावर बसली. मग म्हणाली, “माझ्या डोक्यातून काही विचार जातच नव्हते. म्हणजे हे विचार काही फक्त आयडॉकच्या प्रॉब्लेमचे नाहीयेत... मी तुला काही गोष्टी मघाशी सांगितल्या नाहीत.”

जॉर्जनं आपल्या भुवया उंचावल्या, “काय झालं, सांग...”

“मघाशी आपण कॉलेजमधल्या आपल्या रिलेशनशिपबद्दल बोलत होतो ना, तेव्हा मी तुझ्यावर किती चिडले होते ते मी तुला खरंखरं नाही सांगितलं.” मांडीवर ठेवलेल्या हातांकडे टक लावून पाहत पॉला म्हणाली. “तेव्हा माझा ईगो दुखावला गेला होता हे नक्की; पण त्याहीपुढे जाऊन मी असं ठरवलं होतं की मैत्री तर दूरच, मी तुझ्याशी कसलाही संबंध ठेवणार नाही.”

“पॉला, आपल्यात जे काय घडलं त्याबद्दल खरंच खूप सॉरी. आता विचार केल्यावर तर मला माझं वागणं इतकं मूर्खपणाचं वाटतं ना! कळतच नाही मी असा का वागलो तेव्हा ते.”

“पुढच्या तीन वर्षांत मी बरीच सावरले, पण पूर्णपणे नाही. नंतर तुझ्या रेसिडेन्सीच्या पहिल्या वर्षी तू मला फोन केलास आणि आपण भेटण्याविषयी बोललास... तेव्हा मला तुझा किती राग आलाय हे मला तुला सांगायचा मोह झाला होता; पण अचानक मी ठरवलं, की भेटून तर पाहू, काय हरकत आहे? तुला आठवतंय, तेव्हा आपण कशाबद्दल बोललो होतो ते?”

जॉर्जनं आठवायचा प्रयत्न केला; तो बहुधा पियाचंच पुराण पॉलाला सांगत बसला होता!

"अख्खी संध्याकाळ तू फक्त आणि फक्त पियाबद्दल बोलत होतास. ती तुझे फोन कसे उचलत नाहीये, मेलला उत्तर देत नाहीये, तुला कशी तिची काळजी लागून राहिलीये, वगैरे वगैरे..."

जॉर्जनं तोंड वाकडं केलं, "बापरे! मी खरंच असं बोललो का?" या प्रश्नाचं उत्तर त्याला मनोमन बरोब्बर माहीत होतं.

"हो! संपूर्ण संध्याकाळ तू तेच दळत बसला होतास. आणि त्यामुळे पहिल्या वर्षी तू जे मला दुखावलं होतंस, त्या सगळ्या आठवणी परत माझ्या मनात आल्या."

"खरंच सॉरी. मी किती मूर्ख होतो; पण मी आता थोडा मोठा झालोय!" जॉर्ज म्हणाला. पण हा चांगला बदल केसीमुळे घडलाय हे मात्र तो म्हणाला नाही.

पॉला पुढे बोलतच राहिली. आधी कधीही संधी न मिळाल्यानं तिनं आत्ता तिच्या मनातली सगळी मळमळ बाहेर काढली. जॉर्ज तिची वारंवार माफी मागत होता. पिया त्याला नकार देतच राहिली आणि त्यामुळेच तो आणखी तिच्याकडे ओढला जात होता, असं त्यानं कबूल केलं. मग मनातल्या सगळ्या गोष्टी बोलायची हीच वेळ आहे, असं जाणवून त्यानं केसीबद्दल खरंखरं सांगून टाकायचं ठरवलं.

"अं... मी मघाशी काही म्हणालो नाही, पण केसी लिंच- आयडॉक प्रॉब्लेमची पहिली बळी- ती माझी प्रेयसी होती. आमचं लग्न ठरलं होतं," जॉर्ज हळूच म्हणाला, "ती आयडॉक बीटा चाचणीत सहभागी झालेली होती. आणि त्याच सुमारास तिला तिसऱ्या स्टेजच्या ओव्हेरियन कॅन्सरचं निदान झालं." ती जॉर्जच्या शेजारी झोपलेली असतानाच गेली, हे त्यानं अजूनही सांगितलं नाही.

पॉला चकित होऊन त्याच्याकडे पाहतच राहिली. "जॉर्ज, सॉरी! तुझ्या प्रेयसीचा इतक्यातच मृत्यू झाला आणि मी इकडे सात वर्षांपूर्वीची माझी दुःखं उगाळत बसलीये! आणि मी निर्माण केलेल्या आयडॉकमुळेच कदाचित ती गेली! अरे देवा!" पॉलानं एक सुस्कारा सोडला, "कधी गेली ती?"

"झाले काही महिने."

"बापरे! तू अजून दुखवट्यात आहेस? अर्थातच! काही महिनेच झाले आहेत."

"हं... कदाचित तिच्या जाण्याच्या दुःखातून मी कधीच पूर्णपणे बाहेर येऊ शकणार नाही. तसं मी आता तिच्या मृत्यूचं सत्य स्वीकारलंय, पण तिच्या अशा अचानक जाण्याच्या धक्क्यातून काही मी पुरता बाहेर पडलो नाहीये. आयडॉकमध्ये नक्की काय प्रॉब्लेम आहे हे शोधण्याच्या माझ्या ध्यासामागे हेही एक महत्त्वाचं कारण आहे. मला साथ देशील का?"

"हो, जॉर्ज," पॉलानं त्याचा हात भावनावेगानं घट्ट दाबला.

जॉर्ज पुढे झुकला आणि त्यानं तिला मिठी मारली. या वेळी दोघांपैकी कोणीच

अवघडलेलं नव्हतं. कितीतरी वेळ ते तशाच अवस्थेत होते, मग हळूच त्यांनी चुंबन घेतलं. एकामधून एक गोष्टी वाढत गेल्या आणि अगदी कॉलेजच्या दिवसांत त्यांना एकमेकांबद्दल जसं आकर्षण वाटायचं अगदी तसंच आत्ताही वाटू लागलं. दोघांनाही याचं आश्चर्यच वाटलं; पण त्यांच्या आत्ताच्या भावना, आत्ताची परिस्थिती, प्रॉब्लेम्स... सगळ्यावर या आकर्षणानं मात केली.

काहीश्या अगतिकतेनं हे दोन मित्र एकमेकांमध्ये आधार शोधत होते, मग हळूहळू सगळीच बंधनं गळून पडली. एकमेकांचे बाथरोब टरकावून बाजूला करत ते पलंगावर कोसळले आणि त्यांनी एकमेकांवर प्रेमाचा वर्षाव केला. काही मिनिटं त्यांची शरीरं आणि मनं बाकी सगळं विसरून फक्त सुखाच्या सागरात डुंबत होती. काही वेळानं दमून भागून ते तसेच एकमेकांच्या मिठीत गाढ झोपी गेले. त्यांचं मीलन हे एक स्वप्न असावं, अशा भीतीनं त्यांनी झोपेतही एकमेकांना घट्ट कवटाळून ठेवलं होतं.

५०

पॉलाचं घर
सँटा मोनिका, कॅलिफोर्निया
सोमवार, ७ जुलै २०१४, पहाटेचे ३.२३

एका स्फोटानं पॉलाचं घर हादरलं, खिडक्यांच्या काचा वाजू लागल्या नि जॉर्ज आणि पॉला झोपेतून जागे झाले. क्षणभर दोघं काहीच न उमजून स्तब्ध झाले होते. जॉर्जला तर क्षणभर आपण कुठं आहोत, हेच कळेना.

मग घरातला अलार्म जोरजोरात कर्कश आवाजात वाजू लागला. भूकंप झाला की काय असं वाटून त्यांनी एकमेकांकडे पाहिलं. सगळा अंधार होता. फक्त स्विमिंग पूलच्या दिशेनं बाहेरचा थोडा प्रकाश पडद्यांमधून आत झिरपत होता.

मग पॉला एकदम उडी मारून उठली. तिचा सिल्कचा नाईटगाऊन तिच्या मागे फडफडत होता. भिंतीवर लावलेल्या एल.ई.डी. स्क्रीनपाशी ती पळतच गेली. त्यावर तिनं पटकन एक कोड टाईप केला.

जॉर्ज धडपडत उठला नि तिच्याशेजारी जाऊन उभा राहिला.

एल.ई.डी. स्क्रीन उजळला आणि त्याच्या प्रकाशात खोली न्हाऊन निघाली. स्क्रीनवर पॉलाच्या घरातल्या वेगवेगळ्या खोल्या झळकत होत्या. आणि पुढच्या मुख्य दारापाशी एक दिवा चमकत होता.

''कोणीतरी दार फोडलंय,'' पॉला कसंबसं म्हणाली. या सगळ्या प्रकारामुळे तिचा आवाजच फुटत नव्हता.

मग एकानंतर एक सगळ्या खोल्यांमधल्या सिक्युरिटी कॅमेऱ्यांमधून इमेजेस स्क्रीनवर दिसू लागल्या. पॉलानं काहीतरी सूचना दिल्यावर मुख्य दाराजवळचं दृश्य स्क्रीनवर उमटलं. दार उद्‌ध्वस्त होऊन सताड उघडं होतं. सगळीकडे धूर भरून राहिला

होता आणि त्या धुरातच त्यांना काळ्या कपड्यातली एक शस्त्रधारी आकृती पहारा देत उभी असलेली दिसली.

"बापरे!" पॉला उद्‌गारली. मग तिनं पुन्हा दुसरी सूचना दिल्यावर जिना आणि वरच्या मजल्यावरचा भाग स्क्रीनवर दिसू लागला. काळ्या कपड्यातल्या आणखी आकृत्या हॉलमधून मुख्य बेडरूमकडे धावत जाताना दिसल्या.

अचानक फोन वाजला.

पॉलानं तो पटकन उचलला, "हो कन्फर्म्ड! घरफोडी झालीये!"

जॉर्जला पलीकडचा आवाज ऐकू आला, "पोलीस येतच आहेत!"

पॉलानं फोन ठेवून दिला. मग जॉर्जकडे वळून ती म्हणाली, "आपल्याला सेफरूममध्ये जायला हवं! काहीही करून, आत्ताच्या आत्ता!"

"पण तिथपर्यंत पोहोचणार कसं आपण?" जॉर्ज बडबडला. एकीकडे तो आपली पँट चढवायचा प्रयत्न करत होता. का कुणास ठाऊक पण या सगळ्या भयंकर परिस्थितीतही त्याला आपली नग्नावस्था अजूनच अस्वस्थ करत होती!

पॉलानं पुन्हा स्क्रीनकडे आपली नजर वळवली. ते आत घुसलेले लोक आता मुख्य बेडरूममधून बाहेर येऊन, पुढे कुठे शोध घ्यावा या विचारात उभे होते.

"ते मला शोधतायत! कोण आहेत कोण पण ते?" पॉला कुजबुजली. अलार्मचा कर्कश आवाज अजूनही घुमतच होता.

"काय माहीत! एफबीआय किंवा स्वाट तर असू शकत नाहीत!" जॉर्ज म्हणाला. कारण त्याच्या घरी त्याला अटक करायला आलेल्या लोकांच्या युनिफॉर्मवर तशी नावं लिहिलेली होती. या लोकांचे युनिफॉर्म मात्र पूर्ण काळे होते.

एका माणसानं बहुधा आपल्या मोबाईलवरून कोणालातरी फोन केला.

"माझ्या मागे ये," पॉला हळूच म्हणाली. "मागच्या बाजूनं एक जिना आहे, वरच्या मजल्यावर जायला."

"पण का? सेफरूम तर तळघरात आहे ना?"

पॉलानं स्क्रीनकडे निर्देश करत सांगितलं, "अरे त्यांनी आत्ताच माझी रूम चेक केलीये. आपण तिथंच जाऊ आणि त्या घसरगुंडीवरून सेफरूममध्ये जाऊ."

जॉर्जनं होकारार्थी मान हलवली.

दोघंही गेस्टरूममधून गुपचूप बाहेर सटकले आणि मागच्या जिन्याकडे गेले. पॉला जॉर्जला आपल्या मागेमागे खेचत होती. मग हळूहळू त्यांनी एकेक पायरी चढायला सुरुवात केली. जिना जवळपास चढल्यावर पॉला अचानक थांबली. त्यामुळे मागून येणारा जॉर्ज तिच्यावर धडकलाच. नशीब ती पडता पडता वाचली. पॉलानं समोर बोट करून दाखवलं. आतमध्ये जिन्याच्या तोंडापाशी एक शस्त्रधारी आकृती पहारा देत उभी होती. लपून वाट पाहण्यापलीकडे जॉर्ज आणि पॉला काहीच करू

शकत नव्हते. मग एकदम अलार्मचा आवाज बंद झाला.

खालून कोणीतरी शिट्टी वाजवली आणि तो पहारा देणारा माणूस पळत पळत खालच्या मजल्यावर निघून गेला.

“चल!” पॉला कुजबुजली आणि घाईघाईनं बेडरूमकडे जायला लागली. जॉर्ज तिच्या मागे होताच.

त्यांच्या पायांचा आवाज आल्यानं मघाचच्या माणसानं वर पाहिलं. अर्धवट उजेडात त्याला दोघांच्या पळणाऱ्या आकृत्या दिसल्या. “थांबा!” तो ओरडला.

जॉर्ज आणि पॉला मात्र पळतच राहिले.

तो माणूस भराभर पायऱ्या चढत मागे आलाच. “लवकर या! ते इथं आहेत; मुख्य बेडरूममध्ये!” तो इतरांना उद्देशून ओरडत होता.

जॉर्ज आणि पॉला खोलीत शिरून दार बंद करतायत तोच तो माणूस दारावर धक्के देऊ लागला. जॉर्जनं कसंबसं दार धरून ठेवलं होतं. पॉला एकीकडे कुलूप लावायचा प्रयत्न करत होती. बाहेरून तो माणूस पूर्ण वजनानिशी धक्के देत होता; पण दाराला आतून लोखंडी चौकट होती. आधीच्या मालकानं या सुरक्षेचाही विचार केलेला दिसत होता. जॉर्ज आणि पॉलानं मनोमन त्या मालकाचे आभार मानले! त्या माणसाच्या धक्क्यांमुळे दार हलत होतं, पण अजून मोडलं मात्र नव्हतं.

बेडरूममध्ये पूर्ण अंधार होता. फक्त बंद पडद्यांमधून थोडीशी प्रकाशाची तिरीप आत येत होती. अंधारात चाचपडतच ते दोघं त्या घसरगुंडीच्या प्रवेशापाशी आले. जॉर्जनं पॉलाचा गाऊन धरून ठेवला होता. पॉलानं ते गुप्त दार उघडल्यावर तळघरातल्या शिळ्या, कोंदट हवेचा भपका एकदम वर आला.

पॉलानं जॉर्जचा दंड धरून त्याला पुढे ओढलं. जॉर्ज क्षणभर कचरला. अंधारात या घसरगुंडीवरून जायचं म्हणजे त्याला भीतीच वाटली. मघाशी जरी एकदा तो घसरला असला, तरी तेव्हा खोलीत दिवा चालू होता.

“जा!” पॉलाचा आवाज घोगरट बनला होता. अजूनही तो माणूस बाहेरून धक्के मारत होता. आता मात्र दाराच्या लाकडाला तडे गेल्याचं जाणवत होतं! कुठल्याही क्षणी दार बिजागरीतूनच निखळून येईल असं जॉर्जला वाटलं.

आता एक क्षणही दवडून चालणार नव्हतं. त्यानं स्वतःला त्या काळ्या विवरात झोकून दिलं. क्षणभरातच तो तळघराच्या मऊ गालिच्यावर पडला. अंधारात चाचपडत उठेपर्यंत पॉला त्याच्या अंगावर येऊन आदळली आणि ते दोघं पुन्हा खाली पडले.

“सॉरी!” ती म्हणाली.

“नाही, ठीक आहे!” जॉर्ज पुन्हा उठला आणि सेफ रूमचं दार जिथं आहे असा त्याचा अंदाज होता, त्या दिशेला जाऊ लागला. काहीच दिसत नसल्यानं त्यानं आपले हात पुढे धरले होते आणि तो चाचपडत होता. हाताला काहीतरी लागलं असतं तर

निदान दिशा तरी कळली असती.

पॉला त्याच्या मागून त्याच्या पाठीवर हात ठेवून त्याला पुढे चलण्याचा आग्रह करत होती. तेवढ्यात अचानक ते दोघं जागेवरच खिळले. मघाशी दार फोडलं तेव्हा जो स्फोट झाला त्यापेक्षाही भयंकर भीती त्यांना आत्ता वाटली.

५१

पॉलाचं घर
सँटा मोनिका, कॅलिफोर्निया
सोमवार, ७ जुलै २०१४, पहाटेचे ३.३१

जॉर्ज आणि पॉलाच्या डोळ्यांवर कोणीतरी प्रखर प्रकाशझोत टाकला. त्या उजेडात काहीच न दिसून ते दोघं होते त्याच जागी गोठले. पुढच्याच क्षणी त्या लोकांपैकी अनेक जण त्यांच्या अंगावर आले आणि त्यांनी दोघांचे हात पाठीमागे बांधून टाकले.

"कोण आहात तुम्ही लोक? काय हवंय तुम्हाला?" पॉला ओरडली. मघाचच्या पाठलाग आणि लपायच्या प्रयत्नांत ती खूप भेदरली होती, पण आता तिच्या भीतीचं रूपांतर रागात झालं.

तिच्या प्रश्नाकडे त्या लोकांनी साफ दुर्लक्ष केलं आणि दोघांच्या तोंडावर काळी कापडं टाकून चेहरे झाकून टाकले. मग जॉर्ज आणि पॉलाला अर्धवट खेचत, अर्धवट उचलत त्यांनी जिन्याकडे नेलं आणि मग भराभर ओढत ते मागच्या दाराकडे घेऊन गेले. त्यांचे अनवाणी पाय अंगणातल्या दगडी फरशीवर घासल्यानं दुखायला लागले.

जशी पॉला किंचाळू लागली तसं ताबडतोब तिच्या पाठीवर दंडुक्याचा फटका बसला. "पुन्हा जर तोंडातून आवाज निघाला तर सगळे दात पाडून टाकीन!" तिला पकडलेला माणूस ओरडला.

जॉर्ज ही धमकी ऐकून गप्पच बसला. एका व्हॅनमध्ये त्यांना कोंबलं जातंय हे पुढच्याच क्षणी त्यांना समजलं. गाडीत त्यांना सीटसमोरच्या खालच्या जमिनीवर झोपवण्यात आलं आणि त्यांच्या अंगावर एक मोठं काळं घोंगडं टाकलं गेलं. मग

व्हॅनचं दार धाडकन बंद झालं आणि गाडी चालू झाली. रस्त्याला लागल्यावर गाडीचा वेग वाढला. जॉर्ज आणि पॉलानं त्यातल्या त्यात हालचाल करून जरा श्वास घेता येईल असा प्रयत्न केला.

पण तेवढ्या हालचालीनंही त्या लोकांचा पारा चढला. सीटवर बसून त्यांनी आपल्या बुटांनी दोघांना जमिनीवर दाबून ठेवलं. दूरवर त्यांना पोलिसांच्या गाडीचा सायरन ऐकू आल; पण व्हॅन मात्र विरुद्ध दिशेला सुसाट निघाली होती.

काय पोलीस पण! जॉर्जच्या मनात विचार आला. तो निराश झाला. आता पोलीस पॉलाच्या घरी गेले तरी त्यांना काहीच सापडणार नाही.

बरीच मिनिटं गेल्यावर जॉर्ज हळूच पुटपुटला, ''सॉरी, पॉला. माझ्यामुळे तुझ्यावर आज ही वेळ आलीये; पण कोणी माझा पाठलाग करत नाहीये याची मी खात्री केली होती.''

''तुझ्या गाडीच्या जीपीएसवरून तुझी जागा सापडली असेल त्यांना,'' पॉला कुजबुजली.

''कदाचित असेल...'' वायरलेस पद्धतीनंही कोणी त्याचा पाठलाग करू शकतं हा विचारच जॉर्जच्या मनाला शिवला नव्हता!

''पण, यात काही फक्त तुझी चूक नाहीये. त्यामुळे सॉरी!'' पॉला म्हणाली.

''शांत राहा!'' वरून एक जण ओरडला आणि त्यांनी आपले बूट आणखी जोरात दोघांच्या अंगावर दाबले.

जॉर्जला कळत होतं की ते शहरातल्या रस्त्यांवरून जातायत. तसंही या वेळेला रस्त्यांवर काहीच गर्दी नसणं स्वाभाविक होतं. विचित्र पद्धतीनं अवघडून झोपल्यामुळे जॉर्जनं जरा हालचाल केली. त्यामुळे पॉलालाही हलावं लागलं.

''हलू नका!'' पुन्हा वरून कोणीतरी दरडावलं.

आपल्याला कशासाठी पकडलंय, आता पुढे काय होणार, या गोष्टींचा विचार न करण्याचा जॉर्ज प्रयत्न करत होता. ज्या लोकांनी त्यांना पकडलं होतं ते नक्कीच यात तरबेज वाटत होते. त्यांनी किती सहजतेनं आणि व्यवस्थित सगळं केलं होतं, तेही एकमेकांशी काहीही न बोलता! सरकारचे लोक असतील का ते? पण त्यांच्या कपड्यांवर तर काहीच नाव लिहिलेलं नाहीये! आणि तसंही त्याला आदल्याच दिवशी तर अटक झाली होती. मग आज परत कशाला सरकारी लोक येतील? अशा पद्धतीनं फक्त एकच सरकारी संस्था काम करू शकते, ती म्हणजे सी.आय.ए. पण तो आणि पॉला अतिरेकी वगैरे आहेत असं कोणाला वाटणं कसं शक्य आहे?

पुढचा प्रवास शांततेत झाला. जॉर्जच्या मते सुमारे पाउण तास ते लॉस एंजलिसच्या रस्त्यांवर होते. मग गाडी एका चढावर धावू लागली. त्याला जमिनीवर झोपल्या-झोपल्याही हा चढ जाणवत होता. अजूनही या लोकांपैकी कोणीही काहीही

बोललं नव्हतं. याचा अर्थ कुठे जायचंय हे आधीच व्यवस्थित ठरलेलं असणार.

अचानक व्हॅनचा वेग कमी झाला आणि तिनं मुख्य रस्ता सोडला. जॉर्जला कच्च्या रस्त्याच्या दगड-गोट्यांचा आवाज गाडीच्या चाकांखाली येऊ लागला. मग व्हॅन थांबली आणि एक फाटक करकरत उघडलं. इतर काही आवाज येतायत का हे ऐकण्याचा जॉर्जनं खूप प्रयत्न केला. त्यावरून कदाचित ते कुठे आहेत याचा अंदाज करता आला असता. मग गाडी पुन्हा सुरू झाली आणि दोनेक मिनिटं जाऊन पुन्हा थांबली. या वेळी मात्र इंजिन बंद करण्यात आलं आणि व्हॅनची दारं उघडली गेली.

कोरडी आणि गार हवा भसकन गाडीत शिरली. ही जागा नक्कीच सँटा मोनिकापेक्षा गार होती. आणि उंचावर... म्हणजे आपण कुठंतरी हॉलिवूड हिल्सच्या भागात असू शकतो, असा जॉर्जनं अंदाज बांधला. कदाचित झीनं या भागातला जो हाय-ॲनॉनिमिटी प्रॉक्सी सर्व्हर शोधला होता, तीच ही जागा असेल!

जॉर्ज आणि पॉलाच्या अंगावरचं घोंगडं बाजूला झालं आणि त्यांना पुन्हा गाडीच्या बाहेर खेचून काढण्यात आलं. बाहेरच्या हवेत चांगलाच गारठा होता. जॉर्ज आणि पॉला कुडकुडत उभे राहिले, पण लवकरच त्यांच्या खांद्यांवर गोधड्या लपेटल्या गेल्या. या एकाच कृतीमुळे त्यांना जरा धीर आला. जर हे लोक आपल्या थंडी वाजण्याचा विचार करत असतील, तर त्यांच्याकडून थोडीतरी आशा बाळगायला हरकत नाही!

त्या खडीच्या रस्त्यावरून त्यांना चालायला भाग पाडण्यात आलं. शेवटी त्यांचे अनवाणी पाय जेव्हा फुटपाथला लागले तेव्हा त्यांना जरा बरं वाटलं.

जॉर्जच्या डोक्यावर घातलेल्या काळ्या फडक्याला गळ्यापाशी थोडी फट होती. त्यातून त्याला खालचा फुटपाथ थोडासा दिसत होता. त्यावर ओळीनं दिव्यांची रांग होती. लांबून कुठूनतरी कुत्र्याचं भुंकणं ऐकू आलं. तेवढ्यात दिव्यांनी उजळलेल्या एका इमारतीत त्यांना नेण्यात आलं. आश्चर्य म्हणजे त्यांच्या डोक्यावरची काळी फडकी काढून टाकण्यात आली आणि त्यांना पकडणारे पाचही लोक त्यांच्यासमोर चेहरे न झाकता उभे होते!

ते सगळे धिप्पाड, बळकट शरीरयष्टीचे आणि केसांचा 'क्रू-कट' असलेले लोक होते. सगळे भिन्न भिन्न देशांतले, कोणत्यातरी स्पेशल फोर्सच्या तुकडीतले असावेत, असं जॉर्जला वाटलं. सगळ्यांच्या हातात बंदुका होत्या. हे लोक आपल्याला चेहरे दाखवत उभे आहेत या गोष्टीनंच जॉर्ज हादरला. कारण जर पकडलेल्या लोकांच्या सुटकेची काहीच शक्यता नसेल, तरच अपहरणकर्ते आपला चेहरा दाखवतात, हे जॉर्जला माहीत होतं. म्हणजे आपल्या सुटकेची काहीच आशा नाही की काय? जॉर्जला भीती वाटली. त्याच्या मनात त्यानं सगळ्या शक्यतांचे उलटसुलट

विचार केले, पण त्याला काहीच आशादायक दिसेना. मग मात्र तो पुरता गळपटला.

पॉलासुद्धा नक्कीच खूप घाबरलेली होती; पण तिनं प्रचंड संतापून ओरडायला सुरुवात केली, "काय चाललंय हे सगळं? कोण आहात तुम्ही? का आणलंय आम्हाला इथं? असं कोणालाही अपहरण करून आणू शकत नाही तुम्ही लोक! समजलं! स्साले!"

जॉर्जला भीती वाटत होती की असं बोलून पॉलाला पुन्हा मार बसेल की काय!

त्या काळ्या कपड्यातल्या माणसांपैकी कोणीच काहीच उत्तर दिलं नाही. एक गोष्ट जॉर्जला जाणवली, ती म्हणजे हे लोक कशाचीतरी वाट पाहत होते; पण कोणाची आणि कशाची? त्यानं आजूबाजूला पाहिलं. ते एका मोठ्या रिसेप्शन रूममध्ये किंवा वेटिंगरूममध्ये होते. कोणतीतरी संस्था असावी असं वाटत होतं. कारण सगळं काही करडं आणि पांढऱ्या रंगात होतं. फर्निचरही जुनं होतं. एका टेबलावर काही जुनी मासिकं ठेवलेली होती. जमिनीवर जुन्या पद्धतीचं लिनोलियम घातलेलं होतं. आणि सगळीकडे उजेडासाठी भगभगीत दिवे लावलेले होते.

मग अचानकच एक दार उघडलं आणि तीन मध्यमवयीन पुरुष आणि तीन मध्यमवयीन बायका खोलीत आले. सगळ्यांनी इस्त्रीचे पांढरे शर्ट-पँट घातले होते. कोणीही हसलं किंवा बोललं नाही. या गटात दोन आफ्रिकन अमेरिकन होते, दोन लॅटिन, एक गोरा आणि एक एशियन होता. या सगळ्याचा काय अर्थ लावायचा हे जॉर्जला अजिबात कळत नव्हतं. त्या सगळ्यांमध्ये एक गोष्ट मात्र सारखी होती – सगळे उंचेपुरे, धिप्पाड आणि बळकट होते. सुटका करून घेऊ पाहणाऱ्या कोणाही माणसाला नीटच पकडून ठेवतील असं त्यांच्याकडे पाहून वाटत होतं.

हे लोक जॉर्ज आणि पॉलाची वाट पाहत होते हे नक्की. कारण कोणीच कोणाशी बोलत नव्हतं. नवीन आलेल्या लोकांकडे पाहून जॉर्ज आणि पॉलाच्या अपहरणकर्त्यांनी नुसती मान डोलावली आणि मग ते निघून गेले. बहुधा त्यांचं मिशन पूर्ण झालं असावं!

क्षणभर पॉला त्या जाणाऱ्या माणसांकडे पाहत राहिली. मग धक्क्यातून सावरत तिनं आपला मोर्चा नवीन आलेल्या लोकांकडे वळवला. मघाशी ती जे बोलली तेच तिनं आता या पांढऱ्या कपड्यातल्या लोकांना उद्देशून ओरडायला सुरुवात केली, "कुठं आहोत आम्ही? का आणलंय आम्हाला इथं? काय मूर्खपणा आहे हा सगळा! आमचं अपहरण कसं काय करू शकता तुम्ही?"

तिच्या आरडाओरडीचा काहीही परिणाम त्या लोकांवर झाला नाही. मग त्या गटातल्या बायकांनी तिला धरलं आणि त्या तिला बाहेर नेऊ लागल्या.

"काय करताय! सोडा मला; मी येणार नाही! ही जागा कसलीये?" पॉला किंचाळली.

त्या बायकांपैकी एक जण शांतपणे उत्तरली, ''मॅडम, तुम्ही एका खासगी मेंटल हेल्थ रीहॅबिलिटेशन सेंटरमध्ये आहात.''

''काय! का पण?'' पॉला उद्गारली. ती घाबरल्यापेक्षा जास्त चिडलेलीच वाटत होती. तिनं त्या बायकांसोबत जायला साफ नकार दिला.

पण बहुधा त्या लोकांना अशा माणसांची आणि प्रतिक्रियांची सवय असावी. कारण पॉलाचा विरोध पाहिल्यावर त्यातल्या एकीनं खिशातून इंजेक्शन बाहेर काढलं.

पॉलाचे डोळे विस्फारले. तिला काहीही टोचून घ्यायचं नव्हतं! ती जरा शांत झाली. ''ठीक आहे... मी येते!'' तिनं शेवटी एकदाचं त्या बायकांना तिला धरून नेऊ दिलं.

''पॉला! काळजी करू नकोस! सगळं ठीक होईल,'' जॉर्ज म्हणाला, ''आत्ता तरी हे लोक जे म्हणतायत तसंच वाग.'' जॉर्जच्या मनात विचारांचं काहूर माजलं होतं. कोण होते हे लोक? काय चाललं होतं हे सगळं? तेवढ्यात त्या पुरुषांनी जॉर्जचा दंड धरला आणि त्यालाही पॉलाच्या मागोमाग चालवलं.

खोलीचं दार त्यांच्या मागे बंद झालं. जणू त्यांचं इथून बाहेर पडणं किती अशक्य आहे असंच ते सुचवत होतं! मग दाराला कुलूप घातलं गेल्याचा आवाज ऐकू आला.

पॉलानंही तो आवाज ऐकला आणि ती वेडीपिशी झाली. अचानक तिनं सुटण्याची धडपड चालू केली. ''काय करताय तुम्ही हे? कळत नाहीये का तुम्हाला? आम्हाला अपहरण करून जबरदस्तीनं आणलं गेलंय इथं! पोलिसांना फोन केला पाहिजे!''

त्या बायका काहीही बोलल्या नाहीत. त्यांनी फक्त आपली पकड आणखी घट्ट केली.

त्यांच्या निर्विकार चेहऱ्यांकडे पॉला अविश्वासानं पाहत राहिली. ''मी म्हणाले की आमचं अपहरण झालंय. कळत नाहीये का तुम्हाला?''

एक जण शेवटी उत्तरली, ''हो. समजतंय आम्हाला. असं आम्हाला नेहमीच ऐकावं लागतं. इथं पहिल्यांदा येणारे बरेचसे लोक असंच काहीतरी बडबडत असतात.''

या उत्तरानं जॉर्ज आणि पॉलाला इतका धक्का बसला, की ते गप्पच झाले. पॉलानं जॉर्जकडे प्रश्नार्थक नजरेनं पाहिलं. जॉर्जसुद्धा पूर्णपणे गोंधळलेला होता. दोघांनाही काय चाललंय हेच समजत नव्हतं.

''हे बघा, प्लीज, उगाच विरोध करू नका. तुमच्याच भल्यासाठी सांगतोय. तुम्हाला इथं व्यवस्थित ठेवणार आहोत आम्ही.'' एक जण म्हणाला.

नाखुशीनंच का होईना, पण पॉलाचा विरोध मावळला.

मग त्या दोघांना दुसऱ्या एका कॉमन रूमसदृश खोलीतून पलीकडे नेण्यात आलं; पण कुठंच इतर कोणीही लोक दिसत नव्हते. मग एका भगभगीत प्रकाशानं न्हाऊन निघालेल्या कॉरिडॉरमधून त्यांना पुढे नेलं गेलं. कोणीही एकमेकांशी बोलत नव्हतं. पॉलानं आता बहुधा स्वतःला नशिबाच्या हवाली केलं होतं. कारण ती निमूटपणे चालत होती. मग एका दारापाशी आल्यावर त्या तीन बायकांपैकी एकीनं आपल्याकडच्या चावीनं ते उघडलं. तिनं पॉलाला आत जाण्याची खूण केली.

पॉला आत जायला कचरत होती. जॉर्ज थोडा पुढे झाला आणि त्यानं डोकावून पाहिलं. एकही खिडकी नसलेली ती दहा बाय दहा फुटांची एक छोटी खोली होती. तिथलं सगळं पांढऱ्या रंगाचं होतं. त्या खोलीत फक्त एक पलंग आणि खुर्ची होती. जॉर्जच्या पाठीमागून एकानं त्याला पुढे चलण्यास सांगितलं.

पॉलाला खोलीत जायचं नव्हतं. तिचा विरोध जॉर्जला ऐकू येत होता. जर तिनं ऐकलं नाही तर तिला इंजेक्शन मधून झोपेचं औषध देण्यात येईल असं त्यातल्या एका बाईनं तिला दटावलं. तेवढ्यात मघाचच्याच दारासारख्या एका दुसऱ्या दारासमोर जॉर्जला थांबवण्यात आलं.

"आत चल," एक जण म्हणाला.

याही खोलीला खिडकी नव्हती आणि एक पलंग आणि खुर्ची वगळता तिच्यात काहीही सामान नव्हतं. बाथरूम होती; पण त्याला दार नव्हतं. आतमध्ये एक संडास, शॉवर आणि बेसिन होतं. शॉवरलासुद्धा बाजूनं पडदे किंवा पार्टिशन काहीच नव्हतं. आणि पाणी वाहून जाण्याची जाळी बाथरूमच्या मध्यभागी होती. ही खोली म्हणजे एखाद्या 'टिपिकल' संस्थेमध्ये असते तशी होती.

हॉस्पिटलमध्ये देतात तशा प्रकारचे फिकट निळे कपडे पलंगावर ठेवलेले होते. आतले कपडे, मोजे आणि एक स्लीपर्सचा जोडसुद्धा होता. जॉर्जनं वर पाहिलं तर छतावर मध्यभागी एक कॅमेरा बसवलेला दिसत होता. एक जण जॉर्जसोबत खोलीत आला होता; त्यानं जॉर्जचे हात बांधलेले प्लॅस्टिकचे दोर कापून टाकले. जॉर्जच्या हातांवर खोलवर लाल व्रण उमटले होते; पण नशिबानं जखमा झाल्या नव्हत्या.

"हे कपडे घाल," तिसरा म्हणाला.

जॉर्जनं शेवटी तोंड उघडायचं ठरवलं. आपला आवाज शक्य तितका शांत ठेवायचा प्रयत्न करत तो म्हणाला, "आम्ही कुठं आहोत आणि आम्हाला इथं का आणलंय हे सांगू शकाल का तुम्ही?"

"सकाळी काय ते सगळं कळेल तुम्हाला," एक जण उत्तरला. एखाद्या लहान मुलाशी बोलावं तशा पद्धतीनं तो बोलत होता.

"तुम्ही मघाशी म्हणालात की खूप लोक तसंच म्हणतात, पण खरंच

सांगतोय, आमचं अपहरण झालंय.''

त्या माणसानं फक्त मान डोलावली आणि काहीही न बोलता कपड्यांकडे निर्देश केला. ''प्लीज, ते कपडे घाला पटकन. आणि हो, इथं येणारा जवळपास प्रत्येक जणच अपहरण झालंय असं सांगत असतो. आणि तेही एका अर्थानं बरोबरच आहे म्हणा.''

''कोण इतर लोक?'' जॉर्जनं विचारलं खरं, पण त्याला वाटलं, की इतर लोक म्हणजे कदाचित खूपच व्यसनाधीन माणसं वगैरे असतील. त्यांची कुटुंबं त्यांना इथं बळजबरीनं उपचारासाठी पाठवत असतील.

''प्लीज, रिलॅक्स व्हा जरा. तुम्हाला जे काही जाणून घ्यायचंय ते सगळं सकाळी समजेल तुम्हाला. तोवर थोडी झोप काढा.''

जॉर्जनं आणखी काही प्रश्न विचारायचा प्रयत्न केला; पण तिघांकडून काहीच उत्तर मिळालं नाही. 'सकाळपर्यंत थांबा' हे एकच पालुपद त्यांनी चालू ठेवलं होतं. शेवटी दार बाहेरून बंद करून ते तिघं निघून गेले.

तो पलंगावर बसून राहिला. दार बंद केल्यामुळे त्याला त्या छोट्या खोलीत जरा 'क्लॉस्ट्रोफोबिक' वाटत होतं. त्यानं जाऊन एकदा दाराचा नॉब फिरवून पहिला; न जाणो कदाचित काहीतरी चमत्कार घडून दार उघडूही शकलं असतं, काही सांगता येत नाही ना! पण नाही, दार बंदच होतं. मग पॉलाच्या खोलीची आणि जॉर्जच्या खोली दरम्यान जी एकच भिंत होती तिथं तो गेला आणि त्यानं भिंतीला कान लावून पहिला; पण काहीच ऐकू येत नव्हतं. मग त्यानं भिंतीवर जोरजोरात बुक्के मारले तर पलीकडूनही तसाच आवाज पुसटसा ऐकू आला. म्हणजे भिंती चांगल्याच जाड असणार आणि साउंडप्रूफही. त्यानं पॉलाला हाका मारल्या, पण काहीच उत्तर आलं नाही.

मग त्यानं बाथरूमची पाहणी केली. तिथं ज्या लोकांना ठेवलं जात असेल, त्यांनी स्वतःला कोणत्याही प्रकारे इजा करून घेऊ नये याची पूर्ण खबरदारी घेतलेली दिसत होती. त्या खोलीत आणि बाथरूममध्ये एकही टोकदार वस्तू नव्हती. मग तो परत पलंगावर येऊन बसला. अजूनही त्याच्या छातीतली धडधड थांबली नव्हती. हे अपहरण वगैरे सगळं काय चाललंय? गेल्या दोन दिवसांत त्याला अटक झाली, जेलमध्ये जावं लागलं आणि आता या मेंटल हेल्थ इन्स्टिट्यूटमध्ये डांबलं गेलं होतं! काय काय वाढून ठेवलंय पुढे कोण जाणे!

पॉला आपल्यामुळेच या परिस्थितीत अडकलीये अशी काळजी करत तो उताणा पडून राहिला. त्याला आता असं वाटू लागलं, की तो ज्या कुठल्या मुलीच्या जवळ येतो तिला काहीतरी भयंकर सोसावं लागतं- आधी केसी, पिया आणि आता पॉला!

मग तो ताडकन उठला आणि अस्वस्थपणे येरझारा घालू लागला. जणू त्या माणसांच्या 'झोपा जरा वेळ' या सूचनेला विरोध म्हणून तो चालत होता. त्याला झोप लागणं शक्यच नव्हतं. मग त्याच्या लक्षात आलं की खोलीतला दिवा बंद करायला किंवा निदान प्रकाश मंद करायला बटणच दिलेलं नव्हतं. इथं आत्महत्या वगैरे करू इच्छिणाऱ्या माणसांना सतत पहाऱ्याखाली ठेवतात की काय? त्याच्या मनात विचार आला. मग आपल्याला काय करायचंय, कशाला असले प्रश्न पडतायत आपल्याला, असाही विचार त्याच्या डोक्यात चमकून गेला.

खरंच उद्या सकाळी आपल्या सगळ्या प्रश्नांची उत्तरं मिळतील का? की या लोकांनी उगाचच आपल्याला पोकळ आश्वासन दिलं असेल? मग त्याच्या मनात आलं, आपण गायब झालोत हे कोणाच्या लक्षात येऊन कोणी आपला शोध घ्यायचा प्रयत्न करेल का? या विचारानं तो आणखीच उदास झाला.

काही वेळानं तो परत अडवा पडला पण खोलीतल्या भगभगीत प्रकाशाचा त्रास होत होता. डोळे मिटले तरी मनातले विचार बंद करता येत नव्हते. आजच्या युगात असं खरंच कोणाही माणसाला कितीही काळासाठी असं जगापासून लपवून दूर ठेवता येणं शक्य आहे? दुर्दैवानं त्याच्या मनानं 'हो' असं उत्तर दिलं. कदाचित त्याची जामिनावर सुटका करणारा बाँड्समन फक्त त्याला शोधेल, जॉर्जला वाटलं.

अचानक त्याच्या डोळ्यांत पाणी आलं. आपला चेहरा हातानं झाकत त्यानं रडून घेतलं. मग झीचा विचार मनात आला, तसं जॉर्जनं स्वतःला सावरलं. असं रडत बसून काय होणार? झीपेक्षा तरी आपण बऱ्या परीस्थितीत आहोत, असं त्यानं स्वतःला सांगितलं. कारण झी तर आता या जगातच नव्हता!

'सावर स्वतःला!' जॉर्ज मोठ्यानं म्हणाला. मग तो उठला आणि जागेवरच जॉगिंग करू लागला. कदाचित व्यायामानं स्वतःला दमवलं की मन जरा शांत होईल असं त्याला वाटलं. धाप लागेपर्यंत त्यानं जॉगिंग केलं. ते झाल्यावर जमिनीवर पालथं पडून वीस पुश-अप्स मारले.

हा व्यायाम झाल्यावर जॉर्ज पलंगावर बसला. त्याला धाप लागलेलीच होती, पण तो आता बराच सावरला होता. आपण कदाचित रिलॅक्ससुद्धा होऊ शकू, असं त्याला वाटलं.

५२

मेंटल हेल्थ फॅसिलिटी
हॉलिवूड हिल्स, लॉस एंजलिस, कॅलिफोर्निया
सोमवार, ७ जुलै २०१४, सकाळचे ८.१५

दार उघडल्याच्या आवाजानं जॉर्ज एकदम खडबडून जागा झाला. आपण खरोखरच झोपलो होतो या धक्क्यानं तो ताडकन उठून बसला. तेवढ्यात दार उघडून ते तिघं जण आत आले. एकाच्या हातात ट्रे होता; त्यात अल्पोपाहाराचे काही जिन्नस होते.

"किती वाजलेत?" जॉर्जनं विचारलं.

"सव्वा आठ."

"माझी मैत्रीण कशी आहे?"

"काळजी करू नका. तीही नाश्ता करतीये."

जॉर्जला जरा हायसं वाटलं, पण आपण या माणसाच्या बोलण्यावर कसा काय विश्वास ठेवतोय, हे त्यालाच कळेना.

"आम्हाला इथं का आणलंय आणि ही कोणती जागा आहे हे आम्हाला कधी कळणार आहे?"

"आत्ता खाऊन घ्या. अर्ध्या तासात आम्ही परत येतो." असं म्हणून ते निघून गेले.

'वा! काय उत्तरं दिली आहेत यांनी!' जॉर्ज उपहासानं म्हणाला. मग त्यानं नाश्त्याकडे लक्ष वळवलं. ट्रेमध्ये अंडी, बेकन, टोस्ट, ऑरेंज ज्यूस आणि कॉफी पाहून तो प्रभावित झाला. यात विष मिसळलेलं नसावं म्हणजे मिळवली! त्याच्या मनात विचार आला. नाश्त्यासोबत एल.ए. टाइम्ससुद्धा होता! 'वा! काय उत्तम बडदास्त ठेवतायत नाही!' जॉर्ज ऑरेंज ज्यूस प्यायला आणि त्यानं उगीचच थोडंसं

खाणं चिवडलं. त्याला भूकच नव्हती. झीच्या मृत्यूबद्दल किंवा पॉलाच्या घरफोडीबद्दल किंवा या दोघांच्या अपहरणाबद्दल पेपरात काहीच बातमी नव्हती.

मग बाथरूममध्ये जाऊन त्यानं चेहरा व्यवस्थित धुतला. पुन्हा त्या भिंतीपाशी जाऊन त्यानं त्यावर थापा मारल्या. पॉलानंही पलीकडून तसंच केलं. आत्ताही त्याच्या हाका पलीकडे पोहोचत नव्हत्या. घड्याळ नसल्यानं अजून किती वेळ वाट पाहावी लागणार हे त्याला कळत नव्हतं; पण थोड्याच वेळात दारावर टकटक झाली आणि दार उघडून तेच तिघं आत आले.

''तयार आहात ना?''

जॉर्जच्या मनात काहीतरी सणसणीत उत्तर द्यावं असं आलं, पण तो गप्प राहिला. आत्ता कोणत्याही प्रकारचा विरोध करण्यात काहीच शहाणपणा नव्हता. ''हं,'' तो उत्तरला आणि बाहेर आला.

त्याच वेळी पॉलाही तिच्या खोलीतून बाहेर आली. तिनंही जॉर्जसारखेच कपडे परिधान केले होते. तिच्यामागे त्या तीन बायका होत्याच.

जॉर्जला एकदम उचंबळून आलं, ''पॉला!''

त्यानं तिला घट्ट मिठी मारली. या वेळी त्या लोकांनी काहीही विरोध केला नाही. पॉला त्याच्या मिठीत असताना कुजबुजली, ''किती बरं वाटतंय तुला पाहून!'' खरोखरच तिला हायसं वाटल्याचं तिच्या आवाजात जाणवत होतं.

''तू ठीक आहेस ना?''

ती मागे सरली आणि तिनं स्वतःला सावरलं, ''हं... जितकी ठीक असू शकते या परिस्थितीत तितकी आहे!''

''मीपण.''

''हे काय चाललंय जॉर्ज?'' तिनं आजूबाजूला पाहिलं तर ते सहा जण शांतपणे यांचं बोलणं संपायची वाट पाहत उभे होते.

''काहीच कल्पना नाही; पण लवकरच काय ते समजेल अशी अपेक्षा आहे मला.''

''प्लीज, चला. नाहीतर उशीर होईल.'' एक बाई त्यांना पुढे चलण्याची खूण करत म्हणाली.

जॉर्ज आणि पॉला मुकाट्यानं चालू लागले. ते सगळे लोक त्यांच्या मागे मागे येत राहिले. जरा धीर आल्यानं जॉर्जनं पॉलाचा हात हातात घेतला आणि भावनावेगानं दाबला. तिनंही प्रतिसाद दिला. मग त्यांनी क्षणभर एकमेकांकडे पाहिलं आणि हातात हात धरूनच ते चालू लागले.

''आपण कुठं आहोत?'' पॉलानं कुजबुजत्या स्वरात विचारलं.

''मला वाटतं, हॉलिवूड हिल्समध्ये कुठंतरी.''

''जर तुझा अंदाज बरोबर असेल, तर हे सगळं विचित्रच आहे.''

त्यांना एका कॉन्फरन्स रूममध्ये नेण्यात आलं. दारावर ‘बोर्डरूम’ अशी पाटी होती. अजूनही त्यांना इतर कोणीही पेशंट किंवा कर्मचारीसुद्धा नजरेस पडला नव्हता.

त्या खोलीत एक लांबरुंद टेबल होतं. प्रत्येक बाजूला पाच-पाच खुर्च्या ठेवलेल्या होत्या. एका बाजूला एक फळासुद्धा ठेवलेला होता. खोलीतल्या मोठ्या खिडकीतून बाहेरची घनदाट झाडी दिसत होती. इतर कोणतीही इमारत मात्र दिसत नव्हती.

दारासमोरच्या खुर्च्यांवर जॉर्ज आणि पॉलाला बसायला सांगण्यात आलं. त्यांनी काहीही न बोलता ते ऐकलं. आता आपल्या सगळ्या प्रश्नांचा उलगडा होणार आहे, या आशेवर ते सगळं ऐकायला तयार होते. त्या सहा जणांपैकी तिघं, प्रत्येक भिंतीपाशी एकेक असे हाताची घडी घालून उभे राहिले.

जॉर्ज आणि पॉलानं आश्चर्यानं एकमेकांकडे पाहिलं. आता कशाची अपेक्षा करायची तेच त्यांना समजेनासं झालं होतं, पण अपहरण केलेल्या लोकांना नेहमी जसं वागवतात त्यापेक्षा त्यांना बरीच चांगली वागणूक मिळत होती. त्यांना एकमेकांशी बोलता तरी येत होतं.

काही मिनिटांनंतर जॉर्जनं हळूच पॉलाला विचारलं, “कालची रात्र कशी गेली?”

“फारच छान!” ती उपहासानं उद्‌गारली, “आणि तुझी?”

“पहिला अर्धा भाग फारच छान होता, नंतरच्यापेक्षा.” जॉर्ज म्हणाला.

पॉला हसली. तिनं टेबलाखालून जॉर्जचा हात धरला. “मलाही, पहिली अर्धी रात्र आवडली.”

“रूम सर्व्हिसबद्दल काय मत आहे तुझं?”

“मला वाटलं नव्हतं इतकी चांगली असेल असं. हे सगळं इतकं विचित्र घडतंय ना. असा नाश्ता आणि त्यासोबत पेपर! मला तर स्वप्नातही असं काही मिळेल असं वाटलं नव्हतं.”

“झोप लागली तुला?” जॉर्जनं विचारलं.

“कणभरही नाही. तुला?”

“हो. आश्चर्यच आहे, पण लागली झोप थोडी. बहुतेक जेलमधल्या रात्रीची अजूनही भरपाई होतेच आहे!”

“हं... बरं आहे तुला लागली झोप ते.” मग तिनं धीर एकवटून एकाला विचारलं, “अजून किती वेळ थांबावं लागणार आहे आम्हाला?”

“फार वेळ नाही,” उत्तर आलं.

जणू तिच्या प्रश्नासाठीच थांबले असल्याप्रमाणे, त्याच क्षणी दार उघडलं आणि तीन पुरुष आत आले.

जॉर्ज आणि पॉला ‘आ’ वासून पाहतच राहिले. आत्ता अमेरिकाचा अध्यक्ष जरी आत आला असता तरी जॉर्ज आणि पॉलाला याहून जास्त आश्चर्य वाटलं नसतं!

५३

मेंटल हेल्थ फॅसिलिटी
हॉलिवूड हिल्स, लॉस एंजलिस, कॅलिफोर्निया
सोमवार, ७ जुलै २०१४, सकाळचे ९.०५

ब्रॅडले थॉर्न, ल्युईस लँगली आणि क्लेटन हॅन्सन खोलीत शिरले आणि जॉर्ज आणि पॉलाच्या समोरच्या खुर्च्यांवर स्थानापन्न झाले. तिघंही जॉर्ज आणि पॉलाच्या नजरेला नजर देणं टाळत होते, जणू त्यांना स्वतःची लाज वाटत होती. उलट पॉला आणि जॉर्ज इतके चकित झाले होते की ते नुसतेच पाहत राहिले होते.

मग थॉर्ननं टेबलावर एक फोल्डर ठेवला. खुर्चीत नीट बसून घेत त्यानं जॉर्ज आणि पॉलाकडे शेवटी एकदाचं पाहिलं. आता लँगली आणि क्लेटनसुद्धा समोर पाहू लागले होते. काही क्षण जॉर्ज आणि पॉला आणि हे तिघं फक्त एकमेकांकडे टकामका पाहत राहिले.

त्यांना पाहून जॉर्जच्या मनात कुठंतरी आशा निर्माण झाली, की आपल्याला मारून टाकण्यासाठी काही इथं आणलेलं नसावं. त्याला जरा हायसं वाटलं. कारण या लोकांना पाहून त्याला असं वाटलं, की त्याला आणि पॉलाला अर्ध्या रात्रीतून असं जबदस्तीनं इथे आणण्यात नक्कीच काहीतरी वेगळं कारण असणार. ते तिघं प्रतिष्ठित व्यावसायिक आणि शिवाय डॉक्टरही होते, कोणी खून पाडणारे गुंड नव्हेत! आणि आणखीन हायसं वाटणारी एक गोष्ट म्हणजे या तिघांपैकी कोणीही कोणत्याही सरकारी संस्थेचा प्रतिनिधी नव्हता. निदान जॉर्जच्या माहितीनुसार तरी!

शेवटी एकदा घसा खाकरून थॉर्ननं बोलायला सुरुवात केली, "तुम्हाला खूप आश्चर्य वाटणं अगदी स्वाभाविक आहे. काल रात्री काय घडलं ते आम्हाला आत्ताच समजलं आणि त्याबद्दल सर्वांच्या वतीनं मी तुमची माफी मागतो. तुम्ही घडलेल्या

प्रकारानं खूप घाबरून गेला असाल, पण कालचा प्रसंग ही खरोखरच इमर्जन्सी होती याचा तुम्हाला लवकरच उलगडा होईल. आणि ज्या लोकांना ती परिस्थिती हाताळायला दिली होती, त्यांना कोणतीही रिस्क घ्यायची नव्हती. म्हणजे या सगळ्यामागे अमाल्गमेटेडचा सिक्युरिटी हेड गोथिएच होता.''

''काय?'' पॉला खुर्चीतून जवळपास उठून उभी राहत ओरडली. तिनं आपल्या मुठी टेबलावर जोरात आपटल्या. सगळे एकदम दचकले. ''आमच्या अपहरणाला अमाल्गमेटेड जबाबदार होतं? थॉर्न, तू?'' तिचे डोळे आग ओकत होते. तिचा आवाज रागानं चिरकला होता. खोलीत उभे असलेले ते कर्मचारी पुढे झाले. न जाणो पॉलाला पकडून ठेवावं लागलं तर!

थॉर्ननं बचावात्मक पवित्र्यात हात पुढे धरले. तो पॉलाच्या नजरेला नजर भिडवू शकला नाही. मग अत्यंत काळजीपूर्वक एकेक शब्द तोलूनमापून तो बोलू लागला, ''तसं पाहिलं तर हो, मीच जबाबदार आहे शेवटी या सगळ्याला; पण कालच्या इमर्जन्सीच्या परिस्थितीत काय निर्णय घ्यायचे आणि ती कशी हाताळायची हे सगळं गोथिएनंच ठरवलं होतं. आणि मला, म्हणजे आम्हाला सगळ्यांना त्याबद्दल आत्ताच समजलं आहे.'' थॉर्ननं क्लेटन आणि लँगलीकडे नजर टाकली. त्या दोघांनीही संमतीदर्शक माना डोलावल्या.

''सिक्युरिटी हेड या नात्यानं हे निर्णय घेण्याची त्याला परवानगी होती. आणि परिस्थितीचं गांभीर्य पाहता त्यानं व्यावसायिक लोकांची मदत घेतली. म्हणून तुम्हाला या सगळ्याला सामोरं जावं लागलं. पण असो, शेवटी आम्ही सगळेच याला जबाबदार आहोत. त्यामुळे पुन्हा एकदा खूप खूप सॉरी.''

''पण का केलंत हे सगळं?'' आता पॉलाच्या आवाजात रागापेक्षा अविश्वास जास्त दिसत होता. ती नक्कीच थॉर्नला सहजासहजी सोडणार नव्हती!

''तेच सगळं सांगायला आम्ही इथं आलोय.'' थॉर्न शांतपणे म्हणाला, ''तुम्ही किती रागवाल हे मला स्वतःला माहीत होतं आणि तुमचा संताप योग्यच आहे. अर्ध्या रात्रीतून तुम्हाला असं पकडून इकडे आणलं त्यानं तुम्ही नक्कीच हादरले असणार; पण तरीही मी असं म्हणेन की त्या परिस्थितीत गोथिएला हाच मार्ग झटपट काम करण्यासाठी योग्य वाट...''

''हे... हे कुठे आणलंय आम्हाला?'' पॉला त्याचं वाक्य तोडत म्हणाली. ''आम्हाला फक्त इतकंच सांगण्यात आलंय की ही मेंटल हेल्थ फॅसिलिटी आणि व्यसनमुक्ती केंद्र आहे.''

''हो, बरोबर आहे,'' थॉर्न म्हणाला, ''पूर्वी तो अत्यंत गुप्त असा मिलिटरीचा फिल्म स्टुडिओ होता. साधारण चाळीसच्या दशकात. नंतर मग श्रीमंत आणि प्रसिद्ध लोकांच्या व्यसनाच्या प्रॉब्लेमसाठी गुप्तता बाळगता यावी म्हणून याचं

रूपांतर अशा संस्थेत केलं गेलं. इतर लोकांनाही बऱ्याचदा असंच रात्री गुपचूप इथं आणण्यात यायचं. अमाल्गमेटेडनं एक हॉस्पिटल्सची चेन विकत घेतली तेव्हा याही ठिकाणाची मालकी आपल्याकडे आली. आता मात्र त्याचा उपयोग बऱ्याच कारणांसाठी होऊ शकतो, हे आम्हाला उमजलं आहे.''

जॉर्जला आठवलं, झीला तो एक हाय-ॲनॉनिमिटी प्रॉक्सी सर्व्हर हॉलिवूड हिल्समध्येच आहे असं समजलं होतं. मग याच ठिकाणी असेल का तो सर्व्हर?...

''हे ठिकाण कुठं आहे?'' जॉर्जनं पहिल्यांदाच तोंड उघडलं.

''हॉलिवूड हिल्समध्ये. लॉरेल कॅनियनमध्ये. फार कोणालाच ही जागा माहीत नाहीये. इथेच आसपास राहणाऱ्या लोकांनाही या ठिकाणाचा काही पत्ताच नाहीये! सगळ्या जागेभोवती जंगल आहे. आणि भिंतींवर काटेरी तारांचं कुंपण आहे. त्यातून सतत विद्युत प्रवाह सोडलेला असतो.''

जॉर्जनं मान डोलावली. त्यानं शांत राहायचा खूप प्रयत्न केला. त्याच्या मते, थॉर्ननं आत्ता जे काही सांगितलं ते नुसतं माहिती म्हणून नक्कीच सांगितलं नव्हतं! त्यामागे त्यांना घाबरवण्याचा डाव असणार. तुम्हा दोघांना इथं कितीही दिवस बंदिवासात ठेवू शकतो आम्ही आणि कोणाला काहीही पत्ता लागणार नाही, असा संदेशच तर तो देतोय! जॉर्जला पुन्हा भीती वाटू लागली.

जॉर्जचे विचार थॉर्नला समजले असावेत. तसं तो बोलू लागला, ''या ठिकाणच्या सिक्युरिटीमुळे लोकांना आत यायला नि बाहेर जायला, दोन्हीला अटकाव करता येतो. इथले सगळे कर्मचारी या प्रकारे प्रशिक्षित केलेलेच आहेत. न ऐकणाऱ्या एखाद्या पेशंटशी कसं वागायचं ते त्यांना बरोब्बर शिकवलेलं आहे.'' खोलीत उभ्या असलेल्या त्या लोकांकडे निर्देश करत तो म्हणाला.

''ठीक आहे, ठीक आहे,'' पॉला स्वतःला काहीशी सावरत म्हणाली, ''आम्हाला किती काळ इथे राहावं लागेल? आणि का? अशी काय इमर्जन्सी आलीये?''

जॉर्जला तिच्या प्रश्नांनी कसंसंच झालं. बहुधा त्याला जसं जाणवत होतं, तसं पॉलाला अजून परिस्थितीचं गांभीर्य पूर्णपणे समजलेलंच दिसत नव्हतं.

''चांगले प्रश्न विचारलेस!'' थॉर्न म्हणाला. ''तू विचारलंस इथं किती काळ राहावं लागेल, तर मी म्हणेन की ते तुमच्याच हातात आहे. तुम्हाला लवकरात लवकर घरी सोडावं असं आम्हालाही वाटतंच आहे; पण काही गोष्टींचं वचन दिल्याशिवाय तुम्हाला इथून जाता येणार नाही.''

''म्हणजे काय?'' जॉर्ज म्हणाला.

''आत्ता जो काही प्रॉब्लेम झालाय, त्याबद्दल नीट जाणून घेण्यासाठी आमचं बोलणं तुम्हाला लक्षपूर्वक ऐकावं लागेल.''

जॉर्ज आणि पॉलानं एकमेकांकडे चकित होऊन पाहिलं. हे सगळं काय चाललं

होतं? खरंच यावर विश्वास ठेवणं अवघड वाटत होतं.

"म्हणजे काय! आम्ही तुमचं बोलणं नीटच ऐकतोय!" जॉर्ज रागावून म्हणाला. "हं! रात्री आम्हाला अपहरण करून इथं आणलं! आमची काय अवस्था झाली होती, ती आम्हालाच माहीत! प्लीज, आम्ही ऐकतोच आहोत ना!" जॉर्जला स्वतःच्या भावनांना आवर घालता येत नव्हता.

"हं... तुमचं दोघांचं उत्तर 'हो' असं आहे, असं गृहीत धरतो तर मग," थॉर्ननं घसा साफ केला आणि खोलीत उभ्या असलेल्या त्या कर्मचाऱ्यांना त्यानं बाहेर जायला सांगितलं. ते गेल्यावर तो जॉर्ज आणि पॉलाकडे पाहून हसला. नक्कीच हे सगळं नाटक आधी ठरवल्यानुसार घडत होतं. "त्यांची गरज पडली तर ते बाहेरच उभे आहेत," थॉर्न एका वायरलेस इलेक्ट्रॉनिक बटणाशी चाळा करत म्हणाला. मग त्यानं ती वस्तू मुद्दाम दिसेल अशी टेबलावर ठेवली. त्याचा अर्थ न कळण्याइतका जॉर्ज दुधखुळा नव्हता.

मग थॉर्ननं बोलायला सुरुवात केली, "पहिल्यांदा मी सांगू इच्छितो की, आयडॉक बीटा चाचणी आपल्या अपेक्षेपेक्षाही चांगल्या पद्धतीनं पार पडली आहे. पॉला, ही मुळात तुझीच कल्पना होती त्यामुळे तुझा या यशात मोठा वाटा आहे. आणि प्रोग्रॅमिंगसाठी लँगलीनं उत्तम काम केलंय. त्यामुळे तुमच्या दोघांचेही मी आभार मानतो."

लँगलीनं मान तुकवली.

थॉर्न पुढे म्हणाला, "पण... हे सगळं सुरळीत सुरू असतानाच मधेच एक अडचण निर्माण झाली. एक बारीकसा दोष, जो सुरुवातीला लक्षातही आला नाही. या घटनेला कितीतरी महिने झाले असतील, पण ती इतक्यातच नजरेस पडली. मागच्या आठवड्यात आम्हाला त्याविषयी ठोस काहीतरी समजलं. हां, एक सांगतो, आयडॉकच्या जनरल कामात या दोषामुळे काहीही प्रॉब्लेम येणार नाहीये. अजूनही हजारो लोकांनी आयडॉकला आनंदानं स्वीकारलंय. आयडॉक खरोखरच उत्तम प्रकारे काम करतोय. आपल्या देशातल्याच नाही तर जगभरातल्या पेशंटसाठी हे वरदान ठरणार आहे. आपली हेल्थ केअर सिस्टम पूर्णच बदलून जाईल."

जॉर्ज अस्वस्थपणे हातांशी चाळा करू लागला आणि स्वतःचा पाय जमिनीवर आपटू लागला. स्वतःला कितीही काबूत ठेवायचा प्रयत्न केला तरी त्याला थॉर्नचं लांबलचक पुराण ऐकवेना. कधी एकदा हा मुद्द्यावर येतोय, असं त्याला झालं.

पण थॉर्न बोलतच राहिला. लाखो लोकांना आयडॉकमुळे कसा फायदा होणार आहे आणि त्यांचे किती हजारो डॉलर्स वाचणार आहेत, वगैरे वगैरे तो बडबडत राहिला. तसंच डॉक्टरांना भेटायची गरज कमी होईल, इमर्जन्सी रूममध्ये जायची गरज उरणार नाही आणि त्यामुळेही कितीतरी पैसा वाचेल, असं तो म्हणाला.

तेवढ्यात जणू त्याला जॉर्जचा अधीरपणा जाणवला असावा, अशा प्रकारे तो म्हणाला, "तुम्हाला दोघांना हे माहीतच आहे. कारण मुळात जॉर्जनंच ही कल्पना पॉलाला दिली होती ना! त्याबद्दल अमाल्गमेटेड तुला काहीतरी मोबदला देऊ इच्छितं; पण त्याबद्दल नंतर बोलू," जॉर्जकडे पाहत थॉर्न म्हणाला, "पण आयडॉक ही अमाल्गमेटेडसाठी इतकी मोठी संधी आहे, कारण आपण आयडॉक वापरणाऱ्या लोकांना..."

"बस कर तुझी बडबड!" पॉला रागानं ओरडली. जॉर्जलाही मनातून अगदी असंच म्हणावंसं वाटत होतं. "आम्हाला जे माहितेय तेच तेच कशाला सांगतोयस? मुद्द्यावर ये ना सरळ. रटाळ पुराण बंद कर तुझं!"

"प्लीज, पॉला, धीर धर," एक बोट उंचावून तिला शांत करत थॉर्न म्हणाला. "काही गोष्टी तुला माहीत नाहीयेत. उदाहरणार्थ, मेडिकेड आणि मेडिकेअरबरोबर चालू असलेली बोलणी, किंवा सीएमएसबरोबरची बोलणी आता इतकी पुढे गेलीयेत की त्यांनी स्वतःची बीटा चाचणी घ्यायची तयारी दर्शवलीये. त्यांना हे सगळं खूपच भावलंय. पॉला, तू निर्माण केलेलं आहेस हे! तू त्याला तुझं अपत्य असं म्हणतेस ना? त्यांना आवडलंय तुझं बाळ!" थॉर्ननं हसत हसत पॉलाकडे पाहून डोळे मिचकावले. "याचाच अर्थ, जर सगळं काही सुरळीत झालं तर मेडिकेड आणि मेडिकेअरच्या प्रत्येक ग्राहकाला आयडॉक मिळेल. विचार कर, म्हणजे दहा कोटी लोकांना!

"आणि इतर देशांच्या, विशेषतः युरोपीय देशांच्या सरकारांशी बोलणी चालू आहेत. त्यांची प्रतिक्रियाही सकारात्मक आहे. इतकंच नाही तर काही मोठ्या हेज फंडवाल्यांनीही अमाल्गमेटेडमध्ये कितीतरी शेकडो लक्ष डॉलर्सची गुंतवणूक करायची तयारी दर्शवलीये. म्हणजे आयडॉकचा प्रसार लवकर आणि सुरळीत होईल!"

पॉलानं पुन्हा त्याचं बोलणं अर्धवट तोडत विचारलं, "हे सगळं ठीक आहे. छान आहे सगळं! पण माझा आणि जॉर्जचा काय संबंध या सगळ्याशी?"

थॉर्ननं पुन्हा हात पुढे करत तिला शांत केलं. "नाही, त्या प्रॉब्लेमबद्दल बोलण्यापूर्वी, मला फक्त तुम्हाला दोघांना या सगळ्या प्रगतीची आणि चांगल्या बातम्यांची आठवण करून द्यायची होती."

'प्रॉब्लेम' शब्दासरशी खोलीतलं वातावरण बदलल्यासारखं झालं.

"पहिल्यांदा सँटा मोनिका येथील हॉस्पिटलमधल्या एका पेशंटच्या बाबतीत हा प्रॉब्लेम नजरेस पडला. दुर्दैवानं त्या तरुण स्त्रीला बरेच गंभीर आजार होते आणि त्या प्रॉब्लेमचा परिणाम तिच्या मृत्यूत झाला."

जॉर्जचं सगळं अंग स्तब्ध झालं. कदाचित थॉर्न केसीबद्दलही बोलत असण्याची शक्यता आहे! ज्या पद्धतीनं थॉर्न एखाद्या पेशंटच्या मृत्यूबद्दल बोलत होता ते पाहून

त्याचा नुसता संताप झाला; पण त्यानं कसंबसं स्वतःला सावरलं आणि तो काहीही बोलला नाही.

"यानंतर हा प्रॉब्लेम एल.ए. युनिव्हर्सिटी मेडिकल सेंटरमध्ये दिसून आला. म्हणजे तो तुझ्या नजरेस पडला जॉर्ज."

जॉर्जनं मान डोलावली. मग अचानक तो म्हणाला, "याला नुसतं 'प्रॉब्लेम' असं म्हणून तुम्ही त्याचं खरं रूप लपवताय असं वाटतंय मला. खरं म्हणजे आयडॉक मुद्दाम लोकांचे जीव घेतोय. या लोकांनाही कुटुंब, मित्र-मैत्रिणी असतात... नुसत्या केसेस नाहीयेत या!"

जॉर्जच्या या विखारी बोलण्यानं थॉर्न काही क्षण गप्प झाला. मग त्यानं मान डोलावली. "मला मान्य आहे की या प्रॉब्लेमचा संबंध पेशंटचा अनपेक्षित मृत्यू होण्याशी आहे; पण हे काही मुद्दाम घडवलं जातंय असं मी म्हणणार नाही. किती पेशंटचा मृत्यू आशा प्रकारे झाल्याचं तुझ्या निदर्शनास आलंय?"

"तुम्ही फक्त एल.ए. युनिव्हर्सिटी मेडिकल सेंटरबद्दल विचारताय का?"

"हो."

"चार," जॉर्जला केसीचं नावही घ्यायची इच्छा नव्हती. या अशा परिस्थितीत तिचा उल्लेख करणं म्हणजे तिचा अपमान झाल्यासारखं वाटलं असतं त्याला.

थॉर्ननं क्लेटन आणि लँगलीकडे पाहिलं. दोघांनीही होकारार्थी मान हलवली.

"याखेरीज सँटा मोनिका हॉस्पिटल आणि हार्बर युनिव्हर्सिटी हॉस्पिटलमध्ये प्रत्येकी तीन मृत्यू झालेत," लँगलीनं माहिती पुरवली.

सँटा मोनिकाच्या तीन केसेसमध्ये केसी असेल का, असा प्रश्न जॉर्जला पडला; पण तो काहीच बोलला नाही.

"तू तपास केल्यावर काय उघडकीस आलं? त्यांच्या मृत्यूचं काय कारण सापडलं तुला?" थॉर्ननं जॉर्जला विचारलं.

क्षणभर काय उत्तर द्यावं या संभ्रमात जॉर्ज पडला. आत्ता अशा परिस्थितीत सगळे विचार सुसंगत मांडणं तसं अवघडच होतं.

"तू सहकार्य करशील, अशी आशा आहे जॉर्ज. म्हणजे तुला या ठिकाणाहून लवकर बाहेर पडायचं असेल तर..." थॉर्न कावेबाजपणे म्हणाला.

टेबलाखालून पॉलानं आपला हात जॉर्जच्या मांडीवर ठेवला. तिची घट्ट पकड त्याला जाणवत होती. त्यानं खोल श्वास घेतला. "जर तुम्हाला ठोस पुरावे हवे असतील तर मी फक्त सॅल डीअँजेलीसच्या केसबद्दल सांगू शकतो."

"काय सापडलं तुला? आणि कसं शोधलंस तू?"

कितपत उघडपणे सगळं खरं सांगून टाकावं ते जॉर्जला कळत नव्हतं. तो अस्वस्थपणे खुर्चीत चुळबुळत होता.

“तू खरं सांगशील अशी अपेक्षा आहे आम्हाला,” जणू जॉर्जचे विचार ओळखून थॉर्न म्हणाला, “आम्हीही नाही का सगळं खरं सांगायला तुमच्यासमोर बसलोय! आमची अशी इच्छा आहे की आपण एकमेकांच्या विरोधात उभं न ठाकता, सगळे एकाच बाजूचे झालो तर बरं होईल.” जॉर्ज, पॉला, क्लेटन आणि लँगली सगळ्यांकडे पाहत थॉर्न म्हणाला.

ते तिघं कितपत विश्वासार्ह आहेत, हे जाणून घ्यायचा प्रयत्न करत जॉर्ज त्यांच्याकडे आळीपाळीनं पाहत होता. त्याच्या नजरेला नजर देत ते तिघं त्याच्यासमोर बसून होते. खोलीत आल्यापासून क्लेटन तर काहीही बोललेला नव्हता. त्याच्या मनात काय चालू असेल, याची जॉर्जला काहीही कल्पना नव्हती.

मग जॉर्जनं घसा खाकरला आणि एकवार पॉलाकडे पाहिलं.

तिनं त्याच्याकडे पाहून मान डोलावली आणि पुन्हा त्याची मांडी अलगद दाबली.

“मला असं वाटतं की या सगळ्या लोकांच्या शरीरात बसवलेल्या औषधाच्या साठ्यानं महत्त्वाची भूमिका बजावली आहे. मी सॅल डीअँजेलीसच्या शरीरातला साठा मिळवण्यात यशस्वी झालो.”

“कसा काय मिळवलास तू तो साठा?” थॉर्ननं विचारलं.

“सोपं नव्हतं अजिबात. पहिल्यांदा मी शवागारात जायचा प्रयत्न केला, तेव्हाच मला क्लेटन दिसला. बहुधा तोही त्याच प्रयत्नांत होता.”

क्लेटन आणि थॉर्ननं एकमेकांकडे कटाक्ष टाकला.

मग पहिल्यांदाच क्लेटननं तोंड उघडलं, “हो, मी त्यासाठीच गेलो होतो शवागारात, पण मला तो साठा मिळाला नाही.”

थॉर्न जॉर्जकडे पाहत म्हणाला, “पुढे काय झालं ते सांग.”

“अं, तो साठा त्याच्या शरीरात नाहीये हे तेव्हा मला माहीत नव्हतं. त्यामुळे मी त्याच्या फ्युनरलला गेलो आणि त्याच्या बॉडीतून तो काढायचा प्रयत्न केला. तेव्हा मला कळलं की तो साठा त्याच्या शरीरात नाहीच आहे. त्याच्या घरात घुसून काही लोक काहीतरी शोधत होते हेही मी पाहिलं होतं. त्यामुळे मला वाटलं की कदाचित त्यानं गाडीत असतानाच तो कापून बाहेर काढला असेल. मी एका भंगार यार्डात त्याची गाडी शोधली आणि त्या गाडीत मला तो साठा म्हणजे ती चिप सापडली.”

“तुला सापडली ती चिप?” थॉर्न आता अस्वस्थ झाला होता. त्यानं पटकन इतर दोघांकडे पाहिलं.

“हो, खूप प्रयत्नांती सापडली.”

“तू तपासलीस का ती?”

"हो, म्हणजे काय! मायक्रोस्कोपखाली तपासली. तो साठा संपूर्ण रिकामा झालेला होता. त्यामुळे मी अस्वस्थ झालो. कारण तो साठा किमान दोन वर्षं पुरणं अपेक्षित होतं. दोन महिन्यांत तो रिकामा झाला म्हणजे नक्कीच काहीतरी गडबड होती."

"काय निष्कर्ष काढलास त्यावरून तू?"

जॉर्जनं थॉर्नकडे पाहिलं. हा मुद्दाम वेड पांघरून पेडगावला जातोय अशी त्याला शंका आली. "मला अशी भीती वाटली की कोणीतरी मुद्दाम हे असं..."

थॉर्न मध्येच त्याला अडवत म्हणाला, "मुद्दाम म्हणजे काय म्हणायचं तुला नक्की? उघड उघड बोल ना. हा खून आहे असं म्हणायचंय का तुला?"

"हो!" जॉर्ज मान डोलवत म्हणाला, "आणि मी त्यासाठी पुरावे गोळा करायला लागलो."

"आणि हे कसं जमवलंस तू?"

"माझ्याकडे सॅलचा मोडलेला स्मार्टफोन होता आणि मला माझ्या एका 'टेक-सॅव्ही' मित्रानं यात मदत केली. त्या फोनला संपूर्ण साठा एकदम रिकामा करण्याची काही सूचना मिळाली आहे का ते त्यानं तपासलं आणि माझा अंदाज खरा ठरला. तो फोन अपघातात मोडला असल्यानं आयडॉकनं त्याच्यावरचा संपूर्ण डेटा पुसून टाकला नव्हता. त्यामुळे फोनमध्ये शिल्लक राहिलेल्या डेटातून आम्हाला हे समजलं की त्या फोनला संपूर्ण साठा रिकामा करायची ऑर्डर मिळाली होती."

थॉर्ननं रागानं लँगलीकडे प्रश्नार्थक कटाक्ष टाकला, तेव्हा लँगली चुळबूळ करू लागला.

"तेव्हा मला समजलं की सॅलचा मृत्यू कोणीतरी मुद्दाम घडवून आणलेला आहे. त्यात फोन किंवा साठ्याचा बिघाड वगैरे काहीही नाहीये. मग मी माझ्या मित्राला, म्हणजे झी बोरगार्डला आयडॉकच्या सर्व्हर्समध्ये हॅक करायला उद्युक्त केलं. कारण मला ती ऑर्डर कुठून मिळाली आहे ते शोधायचं होतं. कदाचित कोणीतरी हॅकर्स वायरलेस यंत्रणेमार्फत हॅक करतायत की काय, अशी मला भीती होती!"

"आयडॉकच्या सर्व्हर्समध्ये हॅक करणं हा मोठा गुन्हा आहे हे माहीत असूनही तू तुझ्या मित्राला तसं करायला सांगितलंस?"

"हो! कारण परिस्थितीच तशी होती. मला रिस्क घ्यावीच लागली." जॉर्ज ताडकन उत्तरला.

"हो, हो. तुझ्या तर्कबुद्धीचं आणि याच्या मुळापर्यंत जाण्याच्या वृत्तीचं कौतुकच करतो मी."

"पहिल्यांदा सगळं नॉर्मल वाटलं. साठा रिकामा करण्याच्या ऑर्डरचा मागमूसही

नव्हता सापडत. म्हणजे याचा अर्थ सॅलचा फोन हॅक झाला असणार असं आम्हाला वाटलं; पण तेवढ्यात झीला काहीतरी सापडलं. तो त्याला 'आर्टिफॅक्ट' असं संबोधत होता. याचा अर्थ कोणीतरी मूळ डेटा बदलला होता, ओव्हरराईट केला होता. पाचही केसेसमध्ये त्याला हेच सापडलं आणि तेही बरोबर सतरा मिनिटांचा डेटा बदलण्यात आला होता, हा नक्कीच योगायोग नव्हता.''

थॉर्न रागानं लँगलीकडे रोखून पाहत आहे आणि लँगली त्याची नजर चुकवतोय हे जॉर्जला दिसलं. जॉर्जला कळलं, की लँगलीनंच हा डेटा ओव्हरराईट केला असणार आणि त्यानं ते काम नीट केलं नसल्यानं झीला ते सापडलं असणार.

थॉर्न पुन्हा जॉर्जकडे वळून त्याला म्हणाला, ''ठीक आहे, तुला हे खून आहेत असं वाटलं. मग तुझ्या मनात काय चालू होतं तेव्हा?''

जॉर्ज सांगावं की नाही या विचारात होता.

''प्लीज, जॉर्ज!''

''मला वाटलं, की अमाल्गमेटेडमधलं कोणीतरी किंवा एखादा गट, पैसे वाचवण्यासाठी हे करत आहे.''

''अजून स्पष्ट करून सांगशील?''

''मला वाटलं की कोणीतरी आयडॉकचा उपयोग 'डेथ पॅनेल' म्हणून करत आहे. आणि मग पुरावे नष्ट करण्यासाठी डेटा बदलण्यात येत आहे.''

थॉर्न आणि लँगलीनं मान डोलावली.

''पुन्हा मी तुझ्या विचारांचं कौतुक करतो. पण... पण मी तुला आता हे सांगायला हवं की तुला जे वाटतंय ते तर्क चुकीचे आहेत.''

जॉर्जनं गोंधळून थॉर्नकडे पाहिलं.

''ल्युईस सगळं समजावेल.'' थॉर्न म्हणाला.

जॉर्ज आणि पॉला कान देऊन ऐकू लागले. काही वेळासाठी ते आपली भीती आणि रागसुद्धा विसरून गेले.

५४

मेंटल हेल्थ फॅसिलिटी
हॉलिवूड हिल्स, लॉस एंजलिस, कॅलिफोर्निया
सोमवार, ७ जुलै २०१४, सकाळचे ९.२८

आता बोलायची पाळी लँगलीची होती. त्यानंही घसा साफ करून बोलायला सुरुवात केली, ''सगळ्यात पहिल्यांदा मी अगदी बेसिकपासून सुरुवात करतो.'' त्यानं अगदी हळू आवाजात सांगितलं. जणू काही बाकी कोणी लोक त्यांचं बोलणंच ऐकणार होते! ''तुम्हाला दोघांना ह्यूरीस्टिक प्रोग्रॅम म्हणजे काय ते नक्की माहीत आहे का ते मला जाणून घ्यायचंय.''

जॉर्ज आणि पॉलानं गोंधळून एकमेकांकडे पाहिलं. हे काय बोलायला लागला होता लँगली?

''ल्युईस, मला माहितीच आहे ना,'' पॉला म्हणाली, ''इतके दिवस याच वैशिष्ट्याबद्दल मी किती लोकांना माहिती सांगितली असेल, देव जाणे!''

''हं. मला डॉ. विल्सनच्या उत्तरात जास्त रस आहे; पण तरीही त्याची माहिती देणं आणि त्याबद्दल खरंच माहिती असणं यात फरक आहे.'' मग लँगली जॉर्जकडे वळला.

''अं... मला तसं माहीत आहे, पण नक्की नाही सांगता येणार.''

''ह्यूरीस्टिक ही एक कल्पना आहे. एक शिकवण्याची पद्धतही म्हणू शकतो आपण, किंवा एखाद्या प्रश्नावरचं उत्तर देणारं गाईड. म्हणजे यात विद्यार्थी हा स्वतःच शोधत जातो आणि आपला आपण शिकत प्रगती करत जातो.''

जॉर्ज आणि पॉलानं पुन्हा गोंधळून एकमेकांकडे पाहिलं. जॉर्जला तर लँगली हे सगळं काय सांगतोय तेच कळत नव्हतं. आणि झाल्या प्रकाराशी या सगळ्याचा काय संबंध?

''पण लँगली पुढे बोलू लागला, ''कॉम्प्युटर प्रोग्रॅमिंगमध्ये 'ह्यूरीस्टिक' म्हणजे प्रॉब्लेम सोडवणारं एक तंत्र. यात अगोदरच्या घटना आणि त्यावर केल्या गेलेल्या उपयांवरून तो प्रोग्रॅम चुका सुधारत जातो. आपल्या डेटाबेसमध्ये तो ही सगळी माहिती साठवतो आणि भविष्यात जर काही प्रॉब्लेम आला तर तो सोडवण्याच्या दृष्टीनं तो पूर्वीच्या या माहितीचा वापर करतो; परंतु मूळ प्रोग्रॅमिंगमध्ये हे प्रॉब्लेम सोडवायला त्याला शिकवलेलं नसतं. म्हणजेच तो स्वतः शिकत जातो!'' जॉर्जला समजतंय का हे पाहण्यासाठी लँगलीनं त्याच्यावर आपलं लक्ष केंद्रित केलं होतं.

जॉर्जनं मान डोलावली. म्हणजे 'प्रोग्रॅम आपला आपण शिकतो' हे सांगण्यासाठी या माणसानं एवढं सगळं अवघड भाषेत कशाला सांगितलं, जॉर्जच्या मनात आलं!

''आयडॉकचा अल्गोरिदम बनवताना तो या प्रकारे प्रोग्रॅम करणं गरजेचं होतं. कारण पूर्वीच्या पेशंटच्या केसेसचा अभ्यास करून नवीन पेशंटच्या बाबतीत निर्णय घेता येणं आवश्यक होतं. यासाठी किती काळ खऱ्या डॉक्टरांची मदत आयडॉकला लागू शकेल, हे बीटा चाचणीच्या आधीच्या अल्फा चाचणीत आम्हाला समजलं. म्हणून डॉक्टरांना घेऊन आम्ही ती कंट्रोल रूम चालू केली. त्यामध्ये...''

''अं, मी पाहिलीये ती रूम. मला पॉलानं दाखवली होती.'' जॉर्ज त्याचं बोलणं तोडत म्हणाला. हा लवकर मुद्द्यावर का येत नाहीये, असं त्याला झालं होतं.

लँगली हसला, ''गुड! बीटा चाचणीच्या सुरुवातीच्या दिवसांत, आयडॉकला वारंवार खऱ्या डॉक्टरांची मदत घ्यावी लागत होती; पण मग लवकरच ही वारंवारता कमी होत गेली. म्हणजेच आम्हाला जसा हवा होता अगदी तशाच पद्धतीनं आयडॉक काम करत होता. हळूहळू बऱ्याचशा केसेस तो एकटा हाताळू लागला. तो फारच भराभर शिकून प्रगती करत होता.'' लँगलीनं जॉर्ज आणि पॉलाकडे प्रतिक्रियेच्या अपेक्षेनं पाहिलं.

दोघांनी मान डोलावली.

''आता, आयडॉकमध्ये जो दोष आला आहे, तो समजून घ्यायचा असेल तर तुम्हाला आधी अल्गोरिदमविषयी समजून घ्यायला हवं. यामध्ये काही व्यक्तिसापेक्ष गोष्टींचा समावेश करण्यात आला आहे. उदाहरणार्थ, वेदना आणि त्यामुळे होणारा त्रास या गोष्टींचा संबंध काही उपचार आणि काही प्रतिबंधात्मक तपासण्यांशी लावण्यात आलेला आहे. निद्रानाश किंवा भूक न लागणे अशा साध्या गोष्टीसुद्धा साईड इफेक्ट म्हणून आयडॉकमध्ये टाकण्यात आलेल्या आहेत. इथं आपण जगण्याच्या दर्जाविषयी (क्वालिटी ऑफ लाइफ) बोलतोय. या गोष्टी डिजिटल उपकरणात मोजमाप करून सांगता येण्यासारख्या नाहीयेत. पण तरीही या गोष्टी खूप महत्त्वाच्या असतात. त्यामुळेच आम्ही त्यांचाही समावेश अल्गोरिदममध्ये केला आहे. हेल्थ केअरच्या निर्णयप्रक्रियेत याही गोष्टी लक्षात घेणं अत्यंत महत्त्वाचं आहे. त्याचप्रमाणे सध्याची हेल्थ केअर किती महाग झाली आहे, हे आयडॉकच्या अल्गोरिदमला माहीत आहे. हे सगळे खर्च

जी.डी.पी. मधून केले जातात आणि ते कमी झाले पाहिजेत. तरच सगळ्यांना समान प्रमाणात हेल्थ केअरच्या सुविधा मिळू शकतील. कळतंय ना मी काय म्हणतोय ते?''

जॉर्ज आणि पॉलानं मान डोलावली. न कळण्यासारखं काय आहे यात! जॉर्जच्या मनात आलं.

लँगली पुन्हा घसा खाकरून बोलू लागला, ''तर आता सत्य काय आहे ते सांगतो. कोणीही आयडॉकचा वापर करून मुद्दाम कोणाचे जीव घेतलेले नाहीत. आयडॉकमुळे काही थोड्या पेशंटचा मृत्यू झाला ही बाब आम्हालाही नवीनच होती. आम्हीही त्यानं आश्चर्यचकित झालो होतो. खरं काय घडलं ते असं- आयडॉकच्या अल्गोरिदमनं स्वतःच काही पेशंट निवडले. त्यांचे आजार, कॅन्सरच्या उपचारांमुळे त्यांना होणाऱ्या वेदना आणि त्रास, तसंच त्यातून काहीच निष्पन्न न होण्याची मोठी शक्यता आणि यासाठी होणारा अवास्तव खर्च, या सगळ्या बाबी ध्यानात घेऊन अल्गोरिदमनं त्यांचं आयुष्य संपवण्याचा निर्णय स्वतःच घेतला. त्यामध्ये बाहेरच्या व्यक्तींचा काहीही सहभाग नव्हता. म्हणजेच कोणीच 'व्हिलन' नाहीये! आयडॉकनंच अत्यंत वस्तुनिष्ठपणे हा निर्णय घेतला, इतकंच सांगायचंय मला.''

खोलीत शांतता पसरली होती. कोणीच काही बोललं नाही.

मग पॉलाच पहिल्यांदा बोलली, ''हे असं होतंय ते कळून किती दिवस झाले आहेत?'' तिचा राग आता बराच कमी झाला होता.

''एक आठवडा,'' लँगली उत्तरला. ''ज्या दिवशी आपण ते प्रेझेन्टेशन दिलं, त्याच दिवशी मला पहिल्यांदा याबद्दल लक्षात आलं,''

''मग तुम्ही त्यावर काय पावलं उचललीत?'' पॉलानं विचारलं.

''जेव्हा आम्हाला हे समजलं, तेव्हा आम्ही लगेच त्या 'साठा रिकामा करण्याच्या' सूचनांना आळा घातला.'' लँगली म्हणाला, ''मग हे कसं होतंय ते शोधायचा आम्ही प्रयत्न केला. डॉ. विल्सनला ज्याप्रमाणे हे काम एखाद्या हॅकरचं असेल अशी भीती वाटली होती, तीच शंका आम्हालाही पहिल्यांदा वाटली; पण आयडॉक स्वतःच या ऑर्डर्स देतोय हे कळल्यावर हॅकरच्या सहभागाचा प्रश्नच उद्भवत नव्हता. मग आम्हाला कळलं, की अल्गोरिदम स्वतःच हे निर्णय घेऊन त्याप्रमाणे ऑर्डर देतोय.''

''पण मग काय केलंत तुम्ही?'' पॉला अगदी जॉर्जच्या मनातलंच बोलली.

''सांगितलं ना, आम्ही आयडॉकची हा निर्णय घेण्याची क्षमता निकामी करून टाकली.''

''आणि... अल्गोरिदम अशा प्रकारच्या पेशंटची निवड करत होता... तेही तुम्ही थांबवलंत का?'' जॉर्जनं विचारलं.

''नाही. आयडॉक या पेशंटची निवड कशी करतो, त्यासाठी काय निकष लावतो

ते आम्हाला अभ्यासायचं होतं. म्हणजे मग आम्ही प्रोग्रॅमर्स आयडॉककडून काही गोष्टी शिकलो असतो.''

''जॉर्जच्या लक्षात आले त्याव्यतिरिक्त आणखी किती पेशंट होते?'' पॉलानं विचारलं.

''आठ. म्हणजे एकून बारा पेशंट होते.'' लँगलीनं कबूल केलं. ''एल.ए. युनिव्हर्सिटी मेडिकल सेंटरमध्ये अजून एक पेशंट होता, जो कदाचित डॉ. विल्सनला माहीत नसेल. आणि सँटा मोनिका युनिव्हर्सिटी हॉस्पिटलमध्ये चार, तर हार्बर युनिव्हर्सिटी हॉस्पिटलमध्ये तीन केसेस होत्या.''

''आणि या सगळ्या पेशंट्सचा मृत्यू झाला?'' पॉला जणू लँगलीची उलटतपासणी घेत असल्याच्या थाटात विचारत होती.

''हो.''

''हा प्रकार तुमच्या लक्षात आल्यानंतर, या निकषात बसणारे अजून काही लोक आयडॉकला सापडलेत का?''

''हो, तीन जणं. एल.ए. युनिव्हर्सिटी मेडिकल सेंटरमध्ये दोन आणि सँटा मोनिका युनिव्हर्सिटी हॉस्पिटलमध्ये एक.''

''म्हणजे, हे लोक अजून जिवंत आहेत ना?''

''हो; पण त्यांच्यावर अत्यंत अवघड असे उपचार चालू आहेत. त्यामुळे त्यांना पुन्हा नॉर्मल जीवन जगता येणं अवघड आहे आणि एवढं करून त्यांचे आजार पूर्णपणे बरे होऊ शकणार नाहीयेत.''

जॉर्ज मध्येच बोलला, ''मला वाटतं, आयडॉकला असेही पेशंट सापडले असतील की ज्यांचे जीव तर घ्यायचेत; पण हे 'वाईट' काम करण्यासाठी त्या लोकांच्या शरीरात औषधाचे साठे बसवलेले नाहीयेत?''

लँगलीनं पटकन थॉर्नकडे कटाक्ष टाकला. मग तो म्हणाला, ''हो.''

''असे किती लोक आहेत?''

''अं... मला नक्की सांगता येणार नाही, पण तुला हवं तर मी ती माहिती मिळवू शकतो.''

''चांगला प्रश्न आहे हा,'' थॉर्न मध्येच म्हणाला.

जॉर्जनं नुसती मान डोलावली आणि तो पुढे म्हणाला, ''झीनं जे शोधून काढलं होतं ते बरोबर होतं ना, म्हणजे या चारही पेशंट्सचा साठा रिकामा करण्याच्या सूचनेबाबतचा डेटा ओव्हरराईट केला गेला होता ना?''

''हो, आम्हीच केलं होतं तसं.'' लँगलीनं कबूल केलं.

''पण तुम्ही या सगळ्या पेशंटच्या फोनवरचा डेटा का पुसून टाकलात? आणि सॅलच्याही फोनवरचा पुसायचा प्रयत्न केलातच; पण का?'' जॉर्जनं विचारलं.

“बीटा चाचणी सुरू केल्यापासून आम्ही हेच करत आलोय. तशीच पद्धत आहे. एखाद्या पेशंटचा मृत्यू झालाय हे कळल्याबरोबर आम्ही डेटा पुसून टाकतो. हे आम्ही त्या पेशंटच्या डेटाच्या सुरक्षिततेसाठी करतो. त्याचा या साठा रिकामा करण्याच्या ऑर्डरशी काहीही संबंध नाही...”

थॉर्न मध्येच म्हणाला, “हो, ल्युईस सांगतोय ते बरोबर आहे. आम्ही काही लपवाछपवीच्या उद्देशानं हा डेटा पुसला नाहीये. कोणत्याही मृत्यूनंतर करायची ही सर्वसामान्य पद्धत आहे. आमच्या सर्व्हरवरचा डेटा आम्ही ओव्हरराईट केला हे खरं आहे. कारण आयडॉकमधल्या या प्रॉब्लेमबद्दल कोणाला कळावं अशी आमची इच्छा नव्हती. साठा रिकामा करण्याची ऑर्डर, त्यानंतर त्या पेशंटवर झालेले परिणाम हा डेटा आम्ही पुसला; पण याबद्दल फक्त आम्ही तिघं आणि अमाल्गमेटेडचा आणखी एक कर्मचारी इतक्यांनाच माहिती आहे. या सगळ्या प्रकाराबद्दल मीडियाला काही सुगावा लागू नये इतकाच आमचा हेतू होता आणि अजूनही आहे. कारण अशा प्रकारची बातमी फुटली तर मीडियावाले काय करतील, याची कल्पनाच केलेली बरी! सारा पॅलीननं पूर्वी एकदा वयस्कर पेशंटच्या इच्छामरणाचा मुद्दा उपस्थित केला होता, तेव्हाच किती गदारोळ झाला होता आठवतंय ना? तिनं तर फक्त डेथ पॅनेलचा विषय काढला होता. आयडॉक हे जगभरातल्या इतक्या लोकांना इतकं उपयुक्त ठरणार आहे की, त्यात एका छोट्या प्रॉब्लेममुळे काही अडचण येऊ नये असं आम्हाला वाटतं. आयडॉक हे मेडिसीन क्षेत्राचं लोकशाहीकरण करणार आहे आणि प्रतिबंधात्मक उपचारांवर भर असणार आहे हे एकदा का सगळ्या जगाला समजलं, की मग नंतर या प्रॉब्लेमवर उपाय शोधून काढता येईल की! त्यासाठी आयडॉकचा प्रसार व्हायच्या आधीच का त्याला बंद पाडायचं?”

थॉर्न थांबला आणि त्यानं खोल श्वास घेतला. कोणीच काही बोलत नव्हतं. सगळे थॉर्नच्या आत्ताच्या बोलण्यावर विचार करत होते.

जॉर्जच पहिल्यांदा बोलला. “हो ना, आयडॉक हा अमाल्गमेटेडसाठीसुद्धा खूपच फायदेशीर ठरणार आहे!” तो खोचकपणे म्हणाला.

“हो नक्कीच!” थॉर्ननं लगेच कबूल केलं. “मला फक्त तुला आणि पॉलाला हे सांगायचंय की, या सगळ्या प्रॉब्लेममागे अमाल्गमेटेडचा मुद्दामहून काही हात नाहीये. आम्ही काही डेथ पॅनेलविषयी बोलत नाहीयोत! खरं सांगायचं तर, असल्या गोष्टीची गरजच नाहीये आम्हाला.”

“मग तुम्ही सरळ आम्हा दोघांशी बोलायला का नाही आलात? असं मध्यरात्री आमचं अपहरण करण्याची काय गरज होती? आम्हाला काही इजा पोहोचली असती तर?” पुन्हा पॉलाचा पारा चढला होता.

“सॉरी, त्याबद्दल मी माफी मागतो. मी सांगितलं ना, हा निर्णय फक्त गोथिएनं

घेतलेला होता, पण मी त्याच्याशी बोलेन नक्कीच. काळजी करू नका. दुर्दैवानं काय झालं की, ते लोक काय करणार आहेत याबद्दल मला काहीच कल्पना नव्हती. आणि तुम्ही दोघं कोण आहात, हे त्यांना माहीत नव्हतं! त्यांना फक्त सांगण्यात आलं होतं की तुम्ही धोकादायक आहात. मला समजतंय, तुम्हाला काय वाटत असेल ते. योग्यच आहे तुमचा राग; पण लक्षात घ्या, ती एक इमर्जन्सी होती; पण तरीही, पुन्हा एकदा सॉरी.''

लँगली आणि क्लेटननं संमतीदर्शक माना डोलावल्या.

''तुम्हाला जो काही त्रास सहन करावा लागला ते पाहता, आम्ही त्याची भरपाई करू इच्छितो. हां, पण जर तुम्ही आम्हाला सहकार्य करायला तयार असाल तर.''

''सहकार्य! काय म्हणायचंय काय तुम्हाला?'' जॉर्ज ओरडला.

''म्हणजे, आयडॉकमध्ये जो प्रॉब्लेम होता तो तेवढ्यापुरताच होता, त्यात आणखी काही काळंबेरं नव्हतं, हे तुम्ही मान्य करणं. ज्या लोकांचा मृत्यू झालाय ती अत्यंत दुर्दैवाचीच गोष्ट आहे, कारण या सगळ्या प्रकरणात त्यांचं मत कोणीच विचारात घेतलेलं नव्हतं. पण हेही लक्षात घेतलं पाहिजे की, त्या सगळ्यांना जीवघेणे आजार होते आणि भविष्यात त्यांना अत्यंत वेदना आणि त्रास सहन करावा लागला असता. त्यामुळे त्यांच्या जीवनाचा दर्जा खालावला असता.''

जॉर्ज आणि पॉलानं चकित होऊन एकमेकांकडे पाहिलं.

''आम्ही जर तुमच्या म्हणण्यानुसार 'सहकार्य' केलं नाही, तर?'' जॉर्ज कडवटपणे म्हणाला.

थॉर्ननं मुद्दाम नाटकीपणे सुस्कारा सोडला. ''तुम्ही अमाल्गमेटेडविरुद्ध जे काही आरोप वगैरे केले आहेत किंवा कराल, त्यांना सयुक्तिक प्रत्युत्तर जोपर्यंत कंपनीकडे नाही, तोपर्यंत या प्रसन्न अशा ठिकाणी तुम्हाला नाइलाजानं आणखी काही दिवस राहावं लागेल आणि बाहेरच्या जगाशी कोणताही संपर्क ठेवता येणार नाही इथून!'' थॉर्न कुत्सितपणे हसत म्हणाला.

''तू आम्हाला असं डांबून ठेवू शकतोस असं तुला खरंच वाटतं?'' पॉला चिडून म्हणाली.

''हो, म्हणजे काय! आणि जर कोणी चौकशी केलीच तर व्यसनमुक्तीसाठी तुम्हाला इथं आणावं लागलं, असे पुरावे आम्ही सादर करू शकतो... म्हणजे तत्सम काहीतरी कारण देता येईल; त्यात काहीच कठीण नाही!'' थॉर्न एका हाताच्या इशाऱ्यानं तिचं बोलणं उडवून लावत म्हणाला.

''लोक शोधतील आम्हाला!'' पॉलाचा अजून विश्वासच बसत नव्हता.

''त्याची काळजी आम्ही घेऊ! हां, पण तुम्हा दोघांच्याही कामाच्या ठिकाणाहून काही तुम्हाला कोणी इतक्यात शोधायला येणार नाही, याची आम्ही खात्री देऊ शकतो.''

थॉर्न जॉर्जकडे पाहत म्हणाला, ''तुझ्याबाबत म्हणायचं तर, प्रश्न फक्त काही दिवसांचा नाहीये, हो ना? असो. आणि कामाव्यतिरिक्त कोण विचारणा करणार तुमच्यासाठी? तुम्हा दोघांनाही फारसे नातेवाईक किंवा मित्रपरिवारही नाहीये!''

पॉला काहीच न सुचून जॉर्जकडे पाहत राहिली. हे सगळं खरंच घडतंय? असं तिला वाटत होतं.

जॉर्ज लँगलीकडे वळला, ''तुम्ही मघाशी म्हणालात की हा प्रॉब्लेम अल्गोरिदममध्ये आपोआप तयार झाला होता म्हणून आणि तुम्ही तो तात्पुरता बंद केलाय, पण कायमस्वरूपी काढून टाकलेला नाही.''

लँगलीनं होकारार्थी मान हलवली, पण तेवढ्यात थॉर्न मध्ये पडला.

''तुला कसली काळजी वाटतीये ते मला समजतंय. मी म्हणालो ना, की मेडिकेड आणि मेडिकेअरच्या सगळ्या पेशंटना आयडॉक उपलब्ध व्हावं यासाठी अमाल्गमेटेड सीएमएसबरोबर बोलणी करतंय. याचा एक भाग म्हणून यू.आर.आय. म्हणजेच युनिव्हर्सल रिसोर्स इनिशिएटिव्ह आमच्या चाचण्यांवर देखरेख करतं. ही संस्था आय.पी.ए.बी.च्या म्हणजेच इन्डिपेंडन्ट पेमेंट ॲडव्हायझरी बोर्डखाली काम करते. आणि या सगळ्यावर अफोर्डेबल केअर ॲक्टचा अंकुश आहे. ज्या वेळी आम्हाला हा प्रॉब्लेम आढळून आला, त्याच वेळी नेमका यू.आर.आय.ला देखील तो लक्षात आला.''

झीला हाच सर्व्हर मेरीलँडमध्ये सापडला होता आणि यात सरकारी संस्थेचा हात आहे असं वाटल्यामुळे झी घाबरला होता, हे जॉर्जला आठवलं.

''अन्य काही बाबींच्या बरोबर, यू.आर.आय. कोणाही व्यक्तीच्या आयुष्यातल्या शेवटच्या काही महिन्यांत लागणाऱ्या वैद्यकीय सुविधांसंदर्भात 'रेशनिंग' करण्यासंबंधी विचार करत आहे, विशेषतः 'मेडिकेअर'च्या बाबतीत,'' थॉर्न म्हणाला.

जॉर्ज आणि पॉला हे ऐकून हादरलेच!

त्यांची प्रतिक्रिया पाहून थॉर्न म्हणाला, ''प्रचंड खर्चाला कुठंतरी आळा घालण्यासाठी अशा रेशनिंगचा विचार करावाच लागतो. बऱ्याच देशांत आत्ताही, आयुष्याच्या शेवटच्या टप्प्यात अशा प्रकारे वैद्यकीय सेवांचं रेशनिंग केलं जातं. आणि अगदीच भ्रष्टाचार नाही, तरी यात लाडकं-दोडकं असं अनेकदा होताना दिसतं. त्यामुळे आयडॉकनं जेव्हा नकळत अशा प्रकारचं रेशनिंग केलं, तेव्हा यू.आर.आय.ला त्यात बराच रस निर्माण झाला. यामध्ये कोणत्याही प्रकारचा भेदभाव, विषमता नाहीये ही गोष्ट त्यांना आवडली आहे. त्यांनी आम्हाला 'या प्रॉब्लेमबद्दल कोणतीही उपाययोजना करू नका' असं सांगितलंय. फक्त आयडॉकच्या अल्गोरिदममध्ये 'साठा रिकामा करायची सूचना' तेवढी बंद करा, असं त्यांचं म्हणणं आहे. म्हणजे, त्यांना या 'निवडक' पेशंटना मारायचं नाहीये, पण तरीही त्यांना

अशी निवड व्हायला हवीये. कदाचित या पेशंटच्या उपचारांची दिशा त्यांना बदलायची असेल... ते काही अजून स्पष्ट झालेलं नाही.

"हां, तर तुझ्या प्रश्नाचं उत्तर द्यायचं, तर, हो. अजूनही आयडॉक असे पेशंट निवडतंय. या अर्थानं त्याच्यातला दोष पूर्णपणे दुरुस्त केला गेला नाहीये; पण तो फक्त लोक निवडतोय, त्यांना मारत नाहीये." जॉर्जकडे रोखून पाहत थॉर्न म्हणाला.

जॉर्ज आणि पॉलानं पुन्हा एकमेकांकडे पाहिलं. ते जे काही ऐकत होते ते सगळं पचवणं इतकं कठीण होतं!

"ऐक," थॉर्न म्हणाला, "अमाल्गमेटेड असो किंवा इतरही कोणती इन्श्युरन्स कंपनी असो, आम्हाला अशा डेथ पॅनेलची बिलकूल गरज नाहीये. आपल्या देशाला आणि एकूणच जगाला जीवनाच्या अंतिम टप्प्यात केल्या जाणाऱ्या उपचारांबद्दल काहीतरी वस्तुनिष्ठ अशा विचारांची गरज आहे. अमाल्गमेटेड कोणत्याही विशिष्ट पद्धतीचा पुरस्कार करणार नाहीये. जर सरकारला मेडिकेअर आणि आयडॉकचं एकत्रित पॅकेज हवं असेल, तर तो त्यांचा निर्णय आहे, आमचा नाही."

एवढं बोलून थॉर्ननं क्लेटनकडे पाहिलं. तो इशारा उचलून धरत क्लेटन बोलू लागला, "तू जर सहकार्य केलंस तर त्याचे इतरही फायदे मिळतील तुला जॉर्ज. पहिल्यांदा तर मी तुला रेसिडेन्सीमध्ये परत घेईन. हिपा कायद्याच्या उल्लंघनाचे आरोप ताबडतोब मागे घेतले जातील. तुला माहितेय ना, अशाच प्रकारे हिपा नियम मोडलेले आपल्या क्षेत्रातले काही लोक अजून जेलमध्ये आहेत ते..."

"त्याचप्रमाणे तुझ्याविरुद्ध असलेले हॅकिंगचे सगळे आरोप मागे घेतले जातील. आणि तुला अमाल्गमेटेडचे शेअर्ससुद्धा देऊ आम्ही. कारण आयडॉकची सुरुवातीची कल्पना तुझीच तर होती. आणि पॉला, तुलाही आणखी शेअर्स दिले जातील." थॉर्न म्हणाला.

जॉर्जनं शांतपणे पण कठोरपणे थॉर्नच्या नजरेला नजर देत उत्तर दिलं, "तुम्ही लाच देताय मला?"

"तू याकडे 'योग्य मोबदला' म्हणून बघ. तुम्ही दोघंही तुमची मतं मांडू शकताच ना, पण फक्त आयडॉकचा देशभर प्रसार झाला की मगच. एकदा त्याला एफ.डी.ए.ची फायनल मान्यता मिळाली की तुम्ही त्या अल्गोरिदमविरुद्ध जे काही वाटतंय ते खुशाल जगाला सांगा.

"आणि जॉर्ज, आयडॉकमधला दोष लवकरात लवकर दुरुस्त करायला हवा आहे हे आम्हाला तुझ्यामुळेच लक्षात आलं. त्यासाठीसुद्धा आम्ही तुझे आभारी आहोत. नाहीतर मीडियानं या प्रकरणाचा खूपच गाजावाजा केला असता."

जॉर्ज आणि पॉला चकित झाले होते.

"हां, जर आता तुम्हाला आणखी काही विचारायचं नसेल, तर मी तुमची रजा घेतो. तुम्ही दोघं खासगीत चर्चा करू शकता. आणि मग आम्ही जे काही म्हणालो त्याबद्दल तुमचा निर्णय ठरला की आम्हाला सांगा." थॉर्न म्हणाला.

"हो, माझा आणखी एक प्रश्न आहे." जॉर्ज म्हणाला, "माझा मित्र झीच्या मृत्यूसाठीही अमाल्गमेटेड जबाबदार आहे का?"

५५

मेंटल हेल्थ फॅसिलिटी
हॉलिवूड हिल्स, लॉस एंजलिस, कॅलिफोर्निया
सोमवार, ७ जुलै २०१४, सकाळचे ९.५८

''बरं झालं विचारलंस ते,'' थॉर्न म्हणाला, ''मी त्याविषयी मघाशी बोलणारच होतो. कारण तुला तशी शंका येईल असा माझा अंदाज होताच. पण नाही, आम्ही त्याच्या मृत्यूला जबाबदार नाही आहोत, निदान थेटपणे तरी नाहीच. त्याचं काय झालं, तुझ्यावर लक्ष ठेवण्यासाठी, तुला नक्की काय माहिती समजलीये ते पाहण्यासाठी आम्ही काही व्यावसायिक लोकांना नेमलं होतं. त्याच वेळी झी बोरगार्ड या प्रकरणात सहभागी झाला. आम्हाला वाटलं की तो तुला मदत करत असावा. नंतर आम्हाला समजलं की त्यानं आमच्या आयडॉक सर्व्हरमध्ये हॅक केलं आहे! पण शनिवारी सकाळी अचानक तो घरातून पळाला, तेव्हा आम्हाला जाणवलं की त्याला पकडून तुझ्याबरोबर इथं आणणं गरजेचं आहे. आमच्या माणसांनी त्याच्या गाडीचा पाठलाग केला. त्याला पकडलंच असतं, पण तेवढ्यात तो थांबला. कोणीतरी आपला पाठलाग करतंय हे त्याला समजलं होतं. मला वाटतं तो खूप घाबरला आणि त्यानं गाडीचा वेग फारच जास्त वाढवला. गाडी बरीच जुनी होती ना त्याची? बहुधा त्याचा गाडीवरचा ताबा सुटला आणि अपघात झाला.''

''मग त्याच्या गाडीचा ॲक्सिलरेटर अडकला होता, असं मीडियामध्ये का छापून आलंय?''

''माहीत नाही. ते त्यांनाच विचारावं लागेल ना! त्याच्या गाडीचं वय, कंपनीचं खराब झालेलं नाव आणि त्याचा वेग अशा सगळ्या गोष्टीवरून तसा अंदाज बांधला असेल. किंवा टी.आर.पी. रेटिंग वाढवायला असेल. कुणी सांगावं?''

''तुम्ही मला शनिवारी सकाळी पकडणार होतात?'' जॉर्जनं विचारलं.

''तसा प्लॅन होता असं मला सांगण्यात आलंय; पण माझी माणसं तुझ्या घरात जाण्याअगोदरच तुला हॅकिंगच्या संदर्भात अटक करण्यात आली होती. या नवीन घडामोडीमुळे आमची अवस्था फारच अवघड होऊन बसली. आता तू पोलिसांना आणि मीडियाला सगळं सांगशील आणि मग आयडॉकचा सगळा प्रोजेक्ट धुळीला मिळेल, अशी आम्हाला चिंता होती; पण मग तू आमच्या अपेक्षेपेक्षा फारच लवकर पोलीस कोठडीतून बाहेर पडलास आणि मग तुझ्यामागे आम्ही पॉलाच्या घरापर्यंत पोहोचलो.''

''तुम्ही माझा पाठलाग कसा काय केलात?''

''आम्ही नाही, आमच्या प्रोफेशनल्सनी केला.''

''मी तर पूर्ण काळजी घेतली होती. सावध होतो मी.''

''पण त्यांना उगाच नाही 'प्रोफेशनल्स' म्हणत! मला वाटतं त्यांनी फक्त तुझ्या मोबाईलच्या जीपीएसवरून तुझा माग काढला. किंवा कदाचित तुझ्या गाडीवर जीपीएस ट्रॅकर बसवला असेल.''

जॉर्जनं पॉलाकडे कटाक्ष टाकला. 'बघ, मी तुला सांगत होते ना,' असा भाव तिच्या चेहऱ्यावर होता.

''मग... आता आणखी काही प्रश्न नसतील तर...'' आळीपाळीनं जॉर्ज आणि पॉलाकडे पाहत थॉर्न म्हणाला. तो वाट पाहत होता.

सुरुवातीला जॉर्ज किंवा पॉलानं काहीच हालचाल केली नाही. मग पॉला म्हणाली, ''तुझ्या भाषेत ते जे 'प्रोफेशनल्स' आहेत, त्यांनी स्फोट करून माझ्या घराचं दार उडवलं आहे! त्याबद्दल काय म्हणणं आहे तुझं?''

''त्याची आधीच व्यवस्था लावण्यात आलीये. तुझ्या घराचं दार आणि सगळीच सुरक्षा व्यवस्था पुन्हा जशीच्या तशी नीट करण्यात आलेली आहे.'' थॉर्न उत्तरला.

तो काही क्षण आणखी थांबला, मग म्हणाला, ''आता निर्णय घ्यायची पाळी तुमची आहे. आम्ही निघतो. तुम्हाला इथे एकटं सोडतोय. तुम्ही आपापसांत चर्चा करून काय ते ठरवा; पण तरीही मला असं वाटतं, की सामान्य जनतेला आयडॉकच्या या प्रॉब्लेमबद्दल समजण्याची ही योग्य वेळ नाहीये. 'सरकारी निधी नेमका कसा वापरावा' या चर्चेला अजून समाज तयार नाहीये आणि यात आयडॉकचा बळी जावा असं आम्हाला मुळीच वाटत नाही. त्यामुळेच 'हे प्रॉब्लेम उघड करणार नाही' असं वचन तुम्ही द्यायला हवं. किमान अजून काही काळ तरी. एकदा आयडॉकचा प्रसार देशभर झाला आणि तो मेडिकेअर आणि मेडिकेडमध्ये समाविष्ट झाला की मग बघा. त्या वेळी अमाल्गमेटेड आणि सरकार तुमच्या महत्त्वाच्या सूचनांचा आदरच करेल.''

"आणि हा निर्णय घ्यायला आमच्याकडे किती वेळ आहे?'' पॉलानं विचारलं.

थॉर्ननं खांदे उडवले. "कितीही वेळ घेऊ शकता तुम्ही; पण आपण असं म्हणू या की, जितकं लवकर तितकं चांगलंच आहे! आणखी काही शंका असेल तर इथल्या कर्मचाऱ्यांना विचार. तुम्हाला इथल्या कॉमन रूममध्ये वेळ घालवता येईल. डायनिंग रूममध्ये जेवण मिळेल. काल जिथं तुम्हाला राहायला दिलं, तिथे तुम्हाला रात्री झोपावं लागेल. तुम्हाला कसल्याही प्रकारचा त्रास होणार नाही. या क्षणी या ठिकाणी तुम्ही फक्त दोघंच... आहात.'' थॉर्न म्हणाला. दोघंच 'पेशंट' म्हणावं की काय हे न कळून तो मग गप्प बसला.

"तुमच्याकडून लवकरच काहीतरी समजेल अशी आशा करतो,'' ओढून ताणून खोटं हसत थॉर्न म्हणाला.

एवढं झाल्यावर थॉर्न, लँगली आणि क्लेटन दार बंद करून निघून गेले.

जॉर्ज आणि पॉलाला या सगळ्या प्रकाराचा इतका धक्का बसला होता, की त्यांना काहीच सुधरत नव्हतं.

"आत्तापर्यंत मला आलेल्या अनुभवांपैकी हा सगळ्यात विचित्र अनुभव असेल!'' शेवटी जॉर्जनं तोंड उघडलं. "हो ना! मी काल रात्रीपासून कशाची अपेक्षा करत होते माहीत नाही. पण या...या प्रकारची नक्कीच नाही! मला कळतच नाहीये, यांचे आभार मानावे की त्यांच्यावर चिडावं की दोन्ही! नुसता फोन करून बोलावलं असतं तर काय बिघडलं असतं? च्यायला, त्या 'प्रोफेशनल' गुंडांना पाठवायची काय गरज होती?''

काही मिनिटांतच खोलीत ते कर्मचारी परतले आणि त्यांनी जॉर्ज व पॉलाला कॉमन रूममध्ये यायला सांगितलं.

५६

मेंटल हेल्थ फॅसिलिटी
हॉलिवूड हिल्स, लॉस एंजलिस, कॅलिफोर्निया
सोमवार, ७ जुलै २०१४, सकाळचे १०.३५

एखाद्या संस्थेची असते तशीच ही कॉमन रूम होती. प्रचंड मोठी खोली, ठिकठिकाणी ठेवलेले जुने सोफे आणि खुर्च्या आणि एक जुना टीव्ही. त्यावर काहीतरी खेळाचा कार्यक्रम लागलेला होता. याशिवाय त्या खोलीत पुस्तकांची दोन कपाटं आणि गेम्स खेळायला चार टेबल्स होती. कपाटांत मासिकं, 'रीडर्स डायजेस्ट'चे जुने अंक आणि काही जुनी पुस्तकं होती. संस्थेची खोली असल्यानं खिडक्यांना चांगले भक्कम गज होते!

खोलीच्या दरवाजापाशी काही कर्मचारी पहारा दिल्यासारखे उभे होते. दरवाजाबाहेर कॉरीडॉर होता आणि तिथूनच पुढे मघाचची कॉन्फरन्स रूम आणि जॉर्ज आणि पॉलाच्या खोल्या होत्या.

त्या दोघांना अर्थातच टीव्ही पाहण्यात रस नव्हता; पण त्याच्या आवाजात त्यांचं बोलणं कोणाला ऐकू गेलं नसतं म्हणून त्यांनी तो मुद्दाम चालूच ठेवला. त्या कर्मचाऱ्यांपासून शक्य तितक्या लांबच्या सोफ्यावर ते दोघं बसले होते.

पॉलाची अजूनही खूप चिडचिड होत होती. "मला समजतच नाहीये, हे लोक आपल्याला असं डांबून कसं काय ठेवू शकतात, या जुन्या मेंटल इन्स्टिट्यूटमध्ये!"

"हे जे काय सगळं घडतंय ना कालपासून, ते अक्षरशः कल्पनेच्या पलीकडचं आहे! पण एक नक्की, की माझ्या अपेक्षेपेक्षा मला आत्ता बरंच बरं आणि रिलॅक्स्ड वाटतंय."

"हं... खरं तर मलाही."

"इथं आपल्याखेरीज आणखी कोणी पेशंट असतील का? थॉर्न 'नाही' म्हणाला होता, पण तरी..." जॉर्ज इकडेतिकडे पाहत म्हणाला. नर्सेसच्या विभागातल्या टेबलावर एक कर्मचारी कोणाचे तरी पेपर्स, फॉर्म्स भरत होता.

"असतीलच तर त्यांना एकटं ठेवलं असेल मग." पॉलासुद्धा त्याच दिशेला पाहत म्हणाली.

"थॉर्न, लँगली आणि क्लेटनला इकडे पाहून आपल्याला पहिल्यांदा जो जबरदस्त धक्का बसला होता, त्यातून आता आपण तसे बऱ्यापैकी सावरलोय; पण आता आपल्याला चर्चा केली पाहिजे! थॉर्नच्या बोलण्यावर तुझं अंतर्मन काय म्हणतंय?" जॉर्जनं विचारलं.

पॉलानं मान हलवली. "अरे, मला अजून सगळं बोलणं पचवताच आलं नाहीये. मी अजून धक्क्यातून पुरती सावरले नाहीये. त्यामुळे नीट, सरळ विचार करताच येत नाहीये मला. खूप ताण आलाय माझ्यावर."

"हो, माझ्यावरही; पण तरी आपल्याला प्रयत्न केलाच पाहिजे. मला वाटतं आपण लवकरच काहीतरी निर्णय सांगू अशी त्यांची अपेक्षा असणार."

"हं, बहुतेक. बरोबर आहे तुझं. ऐक! या सगळ्या प्रकरणाबद्दल मला काय वाटतं ते मलाच अजून नक्की माहीत नाहीये; पण निदान त्यांनी आपल्याला जी 'ऑफर' दिलीय, त्यात काही महत्त्वाचे मुद्दे आहेत."

"म्हणजे काय म्हणायचंय तुला?"

"आयुष्याच्या शेवटच्या टप्प्यातल्या हेल्थ केअरला काहीतरी रेशनिंग करायची गरज आहे असं जे म्हणाले ते, ते तसं बरोबर आहे ना. आणि ही गोष्ट कायमच घडत आलीये. उघडपणे नाही, पण गुपचूप! कारण लोकांची हेल्थ केअरची गरज वाढतच चाललीये. आपल्या देशात नेहमीच काही प्रमाणात रेशनिंग होत आलं आहे; पण ते योग्य नव्हतं. सगळ्यांना सामान संधी नव्हती त्यात. पैसा, प्रसिद्धी आणि पॉवर असलेल्या लोकांना नेहमीच हवं ते, हवे तसे उपचार मिळू शकले आहेत. स्टीव्ह जॉब्ससारख्यांचं उदाहरण घे ना तू!"

"उगाच मढी उकरत बसू नका, हे थॉर्नचं वक्तव्य तुला पटलंय?"

पॉलानं खांदे उडवले. "असं काही नाही. मी फक्त मोठ्यानं माझे विचार मांडतीये. लँगलीनं जेव्हा सांगितलं ना, की आयडॉकच्या स्वतःच्या निर्णयानंच लोक मेलेत हे ऐकून मी हादरलेच. तुझ्याप्रमाणेच मलाही हे कृत्य हॅकरचंच असणार अशी खात्री वाटत होती. आयडॉकच्या अल्गोरिदमचं हे कृत्य असेल असं मला स्वप्नातही वाटलं नव्हतं! हां, म्हणजे कॉस्ट कंट्रोल किंवा जीवनाचा दर्जा याविषयी अल्गोरिदममध्ये जे मुद्दे समाविष्ट केले आहेत, असं लँगलीनं सांगितलं ते मुद्दे मला आधी माहीत होते, पण त्यावरून मी हा कधीच विचार

केला नव्हता. कारण आयडॉक हेच मुद्दे ताडून बघत, काही पेशंटना जगवण्यापेक्षा मारून टाकणं हा जास्त चांगला पर्याय आहे असं स्वतःच ठरवत होता! काहीही असलं तरी, रेशनिंग ही गोष्ट नेहमीच घडत आलीये. तसं पाहिलं तर एका अल्गोरिदमला हे रेशनिंग करू देणं हे सगळ्यात न्याय्य नाही का ठरणार? कारण तो कोणत्याही प्रकारची विषमता, भेदभाव करणार नाही. यापेक्षा अजून न्याय्य कोण असू शकणार?''

''तुझा निर्णय ठरलेला दिसतोय!''

''नाही रे. पण हे सगळं बोललं ना की ठरवायला सोपं जातं हे नक्की. हे बघ, या सगळ्या लोकांचा मी जेव्हा एक व्यक्ती म्हणून विचार करते, तेव्हा त्यांचा खून झाला हे अगदी अयोग्यच आहे, हे मला पटतं. पण दुसऱ्या बाजूनं विचार करता, कदाचित त्यांना हे त्रासदायक उपचार आणि औषधं नकोच असती तर? त्या उपचारांनी त्यांच्या जीवनाचा दर्जा सुधारणार नव्हता, ते पूर्ण बरे होणार नव्हते आणि कदाचित त्या औषधांचे दुष्परिणाम भयंकर असू शकले असते. कदाचित अशा केसेसमध्ये दयामरणाला किंवा वृद्धाश्रमात ('हॉस्पिस') प्रदीर्घ उपचारांना काहीतरी स्थान आहे.''

जॉर्जनं मान डोलावली. त्याला पॉलाचा मुद्दा कळत होता. ''हं... खरं सांगू का, या मुद्द्याचा मी कधीच इतका खोलात जाऊन विचार केला नव्हता.''

''कदाचित आता या मुद्द्याकडे आपण दुर्लक्ष करूच शकत नाही अशी परिस्थिती आहे.''

जॉर्जनं अस्वस्थपणे आपल्या केसांतून हात फिरवला. ''हेल्थ केअरच्या क्षेत्रात झपाट्यानं बदल होतायत. एकीकडे सरकारनं खासगी हेल्थ इन्श्युरन्सची सक्ती केलीये. त्यांनी खरंतर शिक्षण किंवा देशाच्या सुरक्षेच्या मुद्द्याप्रमाणे हेल्थ केअर ही सरकारची जबाबदारी मानून सर्वांना आरोग्याच्या सुविधा उपलब्ध करून दिल्या पाहिजेत.''

''असं कधीच होऊ शकत नाही जॉर्ज,'' पॉला म्हणाली. ''दुर्दैवानं, तू जे म्हणतोयस त्याला फार वर्षांपूर्वीच 'समाजवादी आरोग्यसेवा' असं चुकीचं नाव दिलं गेलंय, जेव्हा अशा विचारांशी भिडायचं धैर्य आपल्या लोकप्रतिनिधींमध्ये नव्हतं.''

''खरंतर आम्ही डॉक्टरांनी त्याच्या पाठीशी उभं राहायला हवं होतं; पण आम्हाला आमच्या व्यवसायावरचा आमचा ताबा जाईल की काय अशी भीती वाटली तेव्हा. पण आता डिजिटल युगात तेच होऊ घातलंय! खासगी वैद्यकीय सेवा पद्धतीचा प्रदीर्घ काळ पुरस्कार केल्यावर आता अशी अद्दल घडणारच.''

''अगदी बरोबर,'' पॉला म्हणाली. ''डॉक्टर मंडळी नवीन टेक्नॉलॉजी

स्वीकारायला कधीपासून तयारच नाहीयेत. त्यामुळेसुद्धा आयडॉकला प्रचंड यश मिळणार आहे!''

''हो, पण जर आयडॉक खून करतच राहिला तर मात्र तसं होणार नाही!''

''काही क्षणांपुरता तो मुद्दा बाजूला ठेवला, तर मग ते म्हणताहेत तसं करायला हरकत नाही असं मला वाटतं. मी गेली तीन वर्षं फक्त आयडॉकच्या निर्मितीसाठी स्वतःला झोकून देऊन काम केलंय, जॉर्ज. कदाचित तुलाही तसं वाटायला हवं, कारण आयडॉकची मूळ कल्पना तुझीच होती.'' पॉलानं भुवया उंचावत प्रश्नार्थक नजरेनं जॉर्जकडे पाहिलं. ती त्याच्या चेहऱ्यावरचे हावभाव जाणून घ्यायचा प्रयत्न करत होती.

तिचं बोलणं ऐकून जॉर्जला धक्काच बसला, ''म्हणजे, या सगळ्या लोकांच्या मृत्यूमध्ये आपणही भागीदार व्हायचं असं तर तुझं म्हणणं नाहीये ना?''

''अजिबात नाही. पण मला असं वाटतं, की थॉर्नच्या म्हणण्यानुसार हे मृत्यू म्हणजे चुकून घडलेल्या दुर्दैवी घटना होत्या. कारण या सगळ्या चाचण्यांमधूनच नवीन आयडॉकची सिस्टम तयार होईल, जी कित्येक लोकांच्या फायद्याची ठरेल. मेडिकल क्षेत्रातल्या कोणत्याही प्रयोगांमध्ये, विशेषतः नवीन औषधांच्या चाचण्यांमध्ये काही लोकांना आपला जीव गमवावाच लागतो. आणि हे बघ, आता आयडॉकनं लोकांना मारण्याची सूचना देण्याच्या या प्रॉब्लेमला आळा घातलाय ना लँगलीने. मग मला तरी असं वाटतं की याबद्दल काही काळ तरी गप्प राहायला मी तयार आहे. तुझं काय म्हणणं आहे?''

जॉर्जनं सुस्कारा सोडला. ''हे बघ, तुला माहितेय की मला हे पटत नाहीये. जे लोक मारले गेलेत ना, त्यात माझी प्रेयसी होती जिच्यावर माझं खूप प्रेम होतं आणि दुसरा माझा मित्र! त्यामुळे मी त्यांचा विचार 'दुर्दैवी मृत्यूच्या केसेस' असा त्रयस्थपणे नाही करू शकत! केसीसोबत आणखी सहा महिने, फक्त आणखी सहा महिने मिळाले असते ना मला, तरी मी त्यासाठी वाट्टेल ती किंमत मोजली असती! कदाचित तिला होणारा त्रास आणि वेदनेतून तिला सुटकारा हवा असता, अशी शक्यता आहे; पण तरीही तो निर्णय तिचा स्वतःचा असायला हवा होता ना, एखाद्या अल्गोरिदमचा नाही... देवा!'' जॉर्जनं निराश होऊन हात आपटले.

''मला माहीत आहे, अशा वेळी जेव्हा आपल्या भावना गुंतलेल्या असतात, त्या वेळी आणखी खूप अवघड जातं. सॉरी!'' पॉलानं आपला हात जॉर्जच्या हातावर ठेवला आणि तसाच राहू दिला.

जॉर्जनं एकदा पहाऱ्याला उभ्या असलेल्या कर्मचाऱ्यांकडे नजर टाकली. मग पॉलाच्या जवळ झुकत तो म्हणाला, ''थॉर्न तर असंही म्हणाला, की सरकारला हा अल्गोरीदममधला प्रॉब्लेम हवाच आहे उलट!''

"पण आता मृत्यूच्या घटना थांबल्या आहेत."

"पण जर हा प्रॉब्लेम प्रोग्रॅममधून पूर्णपणे काढून टाकला नसेल, तर तो फक्त एका क्लिकसरशी पुन्हा सुरू होईल!"

"हं, तुझा मुद्दा कळला मला." आपला हात काढत पॉला म्हणाली.

"इंडिपेंडन्ट पेमेंट ॲडव्हायझरी बोर्ड ही गुपचूपपणे काम करणारी एक भीतिदायक संस्था आहे. कारण याचे सभासद हे निवडून दिले जात नाहीत. सरकारच त्यांची नियुक्ती करतं. आणि युनिव्हर्सल रिसोर्स इनिशिएटिव्ह ही संस्था तर अजूनच भयानक आहे!"

"हो, मान्य आहे; पण थॉर्न म्हणाला ना, की सरकार या प्रॉब्लेमविषयी काय पावलं उचलेल हा वेगळा प्रश्न आहे आणि त्याविषयी आपली मतं विचारात घेतली जातील आणि त्यांचा आदर केला जाईल."

"हो. पण हा गुप्तता राखायचा जो प्रश्न आहे ना, त्याची मला भीती वाटते. आणि विचार केलाच तर शेवटी सरकारला जे करायचं आहे तेच ते करणार! जर आपण सुचवलेले मुद्दे त्यांना पटले नाहीत, तर ते थोडीच आपलं ऐकणार आहेत?"

"ही गोष्ट कायमच गुप्त ठेवणार नाही, असं आपण ठरवून टाकू. तोपर्यंत मला वाटतं आपण इथून बाहेर पडण्यावर लक्ष केंद्रित केलं पाहिजे. थॉर्न जे म्हणतोय ते आपल्याला तत्त्वतः मान्य आहे, असं आपण त्याला सांगू. याचाच अर्थ आपण काही लगेच मीडियाकडे धाव घेणार नाही. असं म्हटल्यावर ते आपल्याला इथून बाहेर जाऊ देतील. मग माझ्या घरी आपण पुढची बोलणी करू. ते जास्त बरं नाही का?"

"तुला असं वाटतं, की यावर थॉर्न विश्वास ठेवेल?"

"हो! मी नाही का त्याच्यावर ठेवला? जर आपल्याला इथून बाहेर पडायचं असेल तर दुसरा काही पर्यायच नाहीये आत्ता आपल्यापुढे."

"आयडॉकमधला प्रॉब्लेम तसाच ठेवायला परवानगी देताना मला असं वाटतंय की हे चुकीच्या मार्गावरचं पाऊल आहे. जणू माणसांमधल्या कमकुवत लोकांना एका बाजूला वेगळं काढून, पुढे त्यांना कसायाच्या हाती आपण स्वाधीन करतोय."

"हे बघ, तसं असेलही; पण आत्ता लोकांचे मृत्यू तर थांबलेत ना, मग? आपण विचार करू ना त्यावर. पण इथून बाहेर पडायलाच हवं! आणि तुला जेलमध्ये जायच्या ऐवजी रेसिडेन्सी पूर्ण करायला मिळेल, त्याचं काय!"

"ओके! ठीक आहे!" जॉर्ज म्हणाला.

"काय ठीक आहे?"

"म्हणजे, तू म्हणतीयेस तसा प्रयत्न करून पाहायला हरकत नाही. आपण

खरं बोलतोय असा विश्वास त्यांना वाटला म्हणजे मिळवली!''

''आपण मीडियाकडे जाणार नाही, एवढंच आत्ता कबूल करतोय. आणि ते खरंच आहे ना! या घडीला त्यांनाही तितकंच अपेक्षित आहे. नरो वा कुंजरोवा!''

५७

मेंटल हेल्थ फॅसिलिटी
हॉलिवूड हिल्स, लॉस एंजलिस, कॅलिफोर्निया
सोमवार, ७ जुलै २०१४, दुपारचे २.३०

पॉला आणि जॉर्ज यांनी थॉर्नला बोलावणं पाठवलं होतं. त्याची ऑफर ते स्वीकारायला तयार आहेत असं त्यांना त्याला सांगायचं होतं. पण इतका वेळ झाला तरी तो आला नाही म्हटल्यावर बहुधा तो आजच्या दिवसभरात काही येत नाही असं त्यांना वाटलं, पण तेवढ्यात तो हजर झाला. जेवणानंतर जॉर्ज आणि पॉला पुन्हा कॉमन रूममध्ये बसले होते. जेवायच्या खोलीतही ते दोघंच होते. तिथला एकांत, भयाण शांतता आणि जुन्या पद्धतीची इमारत आणि फर्निचर यांचा त्यांच्या मनःस्थितीवर परिणाम व्हायला सुरुवात झाली होती.

थॉर्ननं पुन्हा एकदा कर्मचाऱ्यांना बाहेर घालवलं आणि तो जॉर्ज आणि पॉलापाशी येऊन बसला.

"ही बातमी ऐकून खूप आनंद झाला!" थॉर्न म्हणाला. त्याच्या मघाचच्या बोलण्याचा हवा तो परिणाम झाल्याचं पाहून तो खरंच खूश झालेला दिसत होता.

तो यायच्या आधीच ठरवल्याप्रमाणे पॉला बोलू लागली आणि जॉर्ज गप्प राहिला. ही त्या दोघांची कल्पना होती, कारण एकतर पॉला थॉर्नला जास्त चांगलं ओळखत होती आणि त्यांच्या निर्णयाविषयी जॉर्जपेक्षा तिला जास्त आत्मविश्वास वाटत होता. ती सरळ मुद्द्यावर आली, "आम्ही चर्चा करून निर्णय घेतलेला आहे. या प्रॉब्लेमसाठी संपूर्ण आयडॉक प्रोग्रॅम बंद करायला नको यावर आमचं एकमत झालंय. कारण जर मीडियाला या प्रकरणाचा सुगावा लागला तर ते नक्कीच हे

सगळं बंद करायला लावतील. त्यामुळे आम्हाला जरी तुमचं म्हणणं पूर्णपणे पटत नसलं, तरी आम्ही मीडियाला काहीही सांगणार नाही किंवा इतरही कुणालाही काही बोलणार नाही.''

''बरं वाटलं हे ऐकून खूप!'' थॉर्न म्हणाला. त्याच्या चेहऱ्यावर समाधानाचं हसू स्पष्ट दिसत होतं. ''नक्की कोणती गोष्ट तुम्हाला अजूनही पटलेली नाही हे मला कळेल का?''

पॉलानं पटकन जॉर्जकडे एक कटाक्ष टाकला. तो काही बोलणार नाही आणि याही प्रश्नाचं उत्तर तिला देऊ देईल अशी तिला आशा होती. ''अल्गोरिदममधला तो प्रॉब्लेम अजूनही पूर्णपणे काढून टाकण्यात आलेला नाहीये, हीच आमची सगळ्यात मोठी काळजी आहे.''

थॉर्ननं जॉर्जकडे पाहिलं, ''तुझंही हेच मत आहे असं गृहीत धरू ना?''

जॉर्जनं होकारार्थी मान डोलावली.

पॉला पुढे म्हणाली, ''सीएमएसबरोबर तुमची जी बोलणी चालू आहेत त्यात आमचा सहभाग असला पाहिजे हे मी पुन्हा एकदा नमूद करतीये.''

''नक्कीच! मी तुला खात्री देतो की तसं होईल. उलट आम्हाला तुमच्या सूचना, तुमची मतं हवीच आहेत.'' थॉर्न पुन्हा जॉर्जकडे वळून म्हणाला, ''मिस. स्टोनब्रेनर जे बोलतीये ते तुलाही मान्य आहे याची मला खात्री करून घ्यायची आहे.''

जॉर्ज 'हो' म्हणाला.

''गुड!'' थॉर्न मांडीवर आपला हात आपटत म्हणाला, ''ही चांगलीच बातमी आहे. आता तुम्ही इथून बाहेर पडू शकता. पण मला असं वाटतं, की तुमच्या दोघांपैकी कोणीही, अं... किमान आठवडाभर तरी आपापल्या कामावर रुजू होऊ नका. मला असंही सुचवायचंय की या काळात तुम्ही दोघं शक्यतो एकमेकांसोबत राहावं. त्यामुळे तुम्हाला पुढे चर्चासुद्धा करता येईल. आम्ही आनंदानं तुमची एखाद्या हॉटेलमध्ये सोय करायला तयार आहोत.''

''मला नाही वाटत त्याची काही गरज आहे,'' पॉला म्हणाली, ''आम्ही सँटा मोनिकामध्येच राहणार आहोत.''

''हवाईमधल्या माउई इथे राहायला नाही आवडणार का तुम्हाला?'' थॉर्ननं विचारलं.

पॉलानं जॉर्जकडे प्रश्नार्थक नजरेनं पाहिलं. हवाईची कल्पना नक्कीच विचार करण्याजोगी होती.

जॉर्जनं मात्र खांदे उडवले, ''मला वाटतं तुझ्या घरीच ठीक आहे.'' त्याला अमाल्गमेटेडच्या पैशांनी मुळीच कुठेही राहायचं नव्हतं. त्याला त्यांच्याशी कुठल्याही

प्रकारचे संबंध जोडायचे नव्हते.

"चालेल, काहीच हरकत नाही!" थॉर्न म्हणाला. मग जॉर्जकडे वळून तो पुढे म्हणाला, "मेडिकल सेंटरमध्ये तुझ्या पुन्हा रुजू होण्याबद्दल क्लेटनशी बोलतो मी आणि तुला अमाल्गमेटेडचे शेअर्स देण्याविषयी पुढच्या बोर्ड मीटिंगमध्ये विषय काढीन."

"मला नाही वाटत मला ते शेअर्स हवे आहेत असं." जॉर्ज शांतपणे म्हणाला.

थॉर्नला हे उत्तर अपेक्षित नव्हतं. त्यानं जॉर्जकडे निरखून पाहिलं. मग म्हणाला, "तरीही मी मांडेन तो मुद्दा. आता तुमच्या इथून बाहेर पडण्याविषयी व्यवस्था करतो मी. जर तुम्ही विचार बदललात आणि हवाईला जायचं असेल तर सांगा!" असं म्हणून तो उठला.

त्यानं हस्तांदोलनासाठी आपला हात पुढे केला. पॉलानं तो हातात घेऊन हलवला. मग त्यानं जॉर्जशीही हस्तांदोलन केलं. "काल रात्री जे काही घडलं त्याबद्दल मी पुन्हा एकदा तुमची दोघांची माफी मागतो."

पॉला आणि जॉर्जनं फक्त मान डोलावली.

५८

मेंटल हेल्थ फॅसिलिटी
हॉलिवूड हिल्स, लॉस एंजलिस, कॅलिफोर्निया
सोमवार, ७ जुलै २०१४, दुपारचे ३.१५

थॉर्ननं शब्द दिल्याप्रमाणे एक तासाच्या आत जॉर्ज आणि पॉलाला बाहेर थांबलेल्या काळ्या गाडीकडे नेण्यात आलं. पुढच्या सीटवर काळ्या कपड्यातले दोन धिप्पाड, मिलिटरी हेअरकट केलेले पुरुष बसले होते. हे दोघं जरी काल रात्री आलेल्यांपैकी नसले तरी त्यांच्याप्रमाणे 'प्रोफेशनल्स'पैकीच होते हे जॉर्ज आणि पॉलानं ताडलं.

गाडीतून जाताना आजूबाजूला पाहून जॉर्ज चकित झाला. काल रात्रीतर त्यांना कुठं आणलं गेलं होतं याचा काहीच पत्ता लागला नव्हता, पण आता आजूबाजूच्या ओळखीच्या जागा दिसत होत्या.

गाडीत सगळे गप्प होते. त्या दोन लोकांसमोर जॉर्ज आणि पॉलाला कोणतीही चर्चा करायची नव्हती. ते दोन पुरुषही एकमेकांशी काहीच बोलले नाहीत. शेवटी त्यांना पॉलाच्या घरी सोडण्यात आलं. अजूनही त्यांच्या अंगात ते संस्थेचे फिकट निळे कपडे होते. पॉला त्या गाडीतल्यांना 'थँक्यू' म्हणाली, पण त्यांनी काहीच उत्तर दिलं नाही.

दूर निघून जाणाऱ्या गाडीकडे जॉर्ज आणि पॉला पाहत राहिले.

''काय खत्रूड माणसं आहेत ही!'' पॉला उद्गारली.

''त्यांच्या अशा चिडीचूप वागणुकीतून थॉर्न आपल्याला संदेश देऊ पाहतोय असं मला वाटतं.''

''म्हणजे?''

''म्हणजे असं की, बघा, काल रात्री तुम्हाला ज्या लोकंनी पकडून आणलं ती माणसं अजूनही आमच्यासाठी काम करतायत.''

पॉलानं मान डोलावली. ''हं. बरोबर आहे तुझं!''

फाटकातून आत जाऊन तिनं दारापाशी एका दगडामागे लपवलेली किल्ली बाहेर काढली आणि दार उघडलं.

सगळ्यात पहिल्यांदा पॉलाला आपलं दार नीट आहे ना हे पाहायचं होतं. ते एकदम पाहिल्यासारखं केलेलं दिसत होतं. मग जॉर्ज ज्या खोलीत झोपला होता तिथं त्यांनी जाऊन पाहिलं. तो पलंगही अजून जसाच्या तसा होता.

पॉला जॉर्जकडे वळून म्हणाली, ''तू इथे राहू शकतोस किंवा माझ्या खोलीत येऊ शकतोस. तू ठरव.''

''अं... आपण ठरवू या नंतर. संध्याकाळ कशी जातीये ते पाहू आधी... कारण आपण दोघंही शारीरिक आणि मानसिकदृष्ट्या दमलोय खूप.''

''अगदी बरोबर बोललास!''

मग दोघंही वरच्या मजल्यावर तपासायला गेले. पॉलाच्या खोलीतून तळघरात जाणारं ते दार तसंच उघडं होतं. पॉला ते बंद करायला गेली तर जॉर्जनं तिला अडवलं. ''काल रात्री अंधारात त्या घसरगुंडीवरून जायला खूप भीती वाटली होती, नाही? पण मला वाटतं आता आपण परत एकदा घसरू या का?''

पॉला हसली. ''मस्त आयडिया!''

दोन लहान मुलांप्रमाणे ते दोघं घसरले आणि एकमेकांच्या अंगावर वेडेवाकडे पडले. गंमत वाटून दोघंही मस्त हसले आणि त्यांच्यातला तणाव आणि अवघडलेपणा दूर झाला.

मग स्वयंपाकघरात जाऊन पॉलानं फ्रिज उघडला. ''काही फार नाहीये खायला. जेवायला काय करायचं?''

''आपण बाहेर जाऊ शकतो.''

''मला बाहेर लोकांमध्ये जायची फारशी इच्छा नाहीये. घरीच बरं वाटेल. चालेल ना तुला?''

''मला काहीच प्रॉब्लेम नाहीये. मलाही आवडेल उलट घरीच.''

''हं. पण मग मला जरा दुकानातून काही सामान आणावं लागेल.''

''मी येऊ का मदतीला?''

''नको अरे! तू आराम कर. हवं तर पूलमध्ये पोहू शकतोस. बरं वाटेल तुला.''

''खरं तर मला माझ्या घरी जरा जायला हवं. आता मी इथं एक आठवडा राहणार आहे म्हटल्यावर मला कपडेबिपडे आणावे लागतील. तू दुकानात जा, तोवर मी घरी जाऊन येतो.''

''चालेल. तसंच करू या मग. तुला जेवायला काय आवडेल?''

''काहीही चालेल. तू जेवताना बरोबर आहेस ना, मग मला बाकी काहीही

चालेल!'' जॉर्ज म्हणाला.

पॉला हसली. ''मी काही इतकी चांगली कुक नाहीये. तुला पुन्हा स्टेक आणि सलाड चालेल?''

''हो, मस्तच!''

''चला. बरं झालं! मग मी लगेचच जाते दुकानात. तू घरी जाऊन ये; पण एक कर बाबा! उशीर करू नकोस. इथं मला एकटीला थांबायला खूप भीती वाटेल.'' पॉला म्हणाली. तिनं जॉर्जसाठी रिमोट कंट्रोलनं गॅरेजचं दार उघडून दिलं.

''लवकर येईन मी.'' जॉर्जनं तिला हलकीशी मिठी मारली आणि तो बाहेर पडला.

गाडीत बसून पहिल्यांदा जॉर्जनं जी.पी.एस. उपकरण आहे का ते पाहिलं. मग त्यानं टपाखाली वगैरे कुठं काही बॉम्बसदृश उपकरण लपवलं आहे का, तेही तपासलं. तसं काहीच नव्हतं. मग त्यानं मुद्दामच आपला फोन गॅरेजमध्येच राहू दिला. एवढी सगळी सावधानता बाळगल्यावरच तो बाहेर पडला. रस्त्यातून जाताना तो सतत आजूबाजूच्या गर्दीत पाहत होता. कोणी पाठलाग करतंय का ते आरशात तपासत होता. बहुधा गेल्या काही दिवसांत घडलेल्या प्रसंगांनंतर कायमच त्याला अशी भीती वाटत राहील की काय, अशी त्याला शंका आली.

घरी पोहोचल्यावर त्यानं पहिल्यांदा कपडे बदलले. त्याला जरा बरं वाटलं. मग त्यानं पॉलाकडे काय काय न्यायचंय ते गोळा करायला सुरुवात केली. कपाट उघडल्यावर त्याला केसीच्या वस्तूंचा खोका दिसला. त्यानं तो खाली काढला आणि त्यातून तिचा फोन बाहेर काढला. त्यात थोडं चार्जिंग शिल्लक होतं. फोन चालू करून तो त्यावरच्या आयडॉकच्या लोगोकडे पाहत राहिला. अमाल्गमेटेडनं त्याच्या पुढे जी प्रलोभनं ठेवली होती, त्या 'भ्रष्ट' मार्गाशी त्याचं वैयक्तिक आयुष्य विचित्र पद्धतीनं जोडलं गेलं होतं. तो खरंच युनिव्हर्सल रिसोर्स इनिशिएटीव्हवर विश्वास ठेवू शकत होता का? किंवा त्यावर अंकुश ठेवणारं इन्डिपेंडन्ट पेमेंट ॲडव्हायझरी बोर्ड आयडॉकच्या या प्रॉब्लेमचा उपयोग स्वतःच्या फायद्यासाठी करून घेणार नाहीत कशावरून? तर ते नक्कीच तसं करू शकतील. हे सगळं त्यांच्यासाठी फारच सोयीस्कर, मोहात टाकणारं आणि आर्थिकदृष्ट्या फायद्याचं होतं. आणि गंमत म्हणजे हे दुर्लक्ष न करता येण्याइतकं बुद्धिसंगत आणि तर्कशुद्धसुद्धा होतं!

जॉर्जनं खोक्यातल्या वस्तू काळजीपूर्वक आत भरल्या आणि खोका परत कपाटात ठेवून दिला. त्यातून मग आपली बॅग काढून, तो घाईघाईनं गाडीपाशी गेला. घड्याळात पाहिलं; उशीर होत होता. पॉलाच्या घरी जाण्यापूर्वी त्याला वाटेत एक-दोन दुसरी कामं करायची होती. आणि ती उरकून, अंधार पडण्यापूर्वी त्याला पॉलाच्या घरी पोहोचायला हवं होतं.

५९

पॉलाचं घर
सँटा मोनिका, कॅलिफोर्निया
सोमवार, ७ जुलै २०१४, संध्याकाळचे ७.३४

ठरवल्याप्रमाणे सूर्यास्ताच्या अर्धा-एक तास आधीच जॉर्ज पॉलाच्या घरी पोहोचला.

त्यानं गॅरेजमध्ये तिच्या गाडीशेजारी आपली गाडी लावली आणि तिथं ठेवलेला आपला फोन परत घेतला. मग तो आत गेला. पॉलानं नुकतीच अंघोळ केलेली दिसत होती. तिनं टर्किश टॉवेलचा रोब गुंडाळला होता आणि ती खूपच फ्रेश दिसत होती.

"ये, ये जॉर्ज!" ती खूश होऊन हसत पुढे आली. स्वयंपाकघराच्या ओट्यावर ताजी फळं, भाज्या आणि इतर वाणसामान ठेवलेलं दिसत होतं. तिनं केलेलं शॉपिंग जॉर्जला दाखवत म्हणाली, "बघ, मी काय काय कामं केली ते. तू येईपर्यंत मी सामान आणलं, थोडी झोप घेतली आणि मस्त अंघोळसुद्धा केली!" जॉर्जला हलकीशी मिठी मारत ती म्हणाली, "आता मला इतकं फ्रेश आणि मस्त वाटतंय ना!"

"हं... तू दिसतेच आहेस सुंदर! हे बघ, मीपण सगळी कामं उरकून आलोय." आपली कपड्यांची बॅग दाखवत जॉर्ज म्हणाला.

मग त्याच्याकडे नीट निरखून बघत पॉला म्हणाली, "तू कपडे बदललेले दिसतायत; पण घरी शॉवर घेतलास की नाही?"

"नाही अगं, मला तिथं अजिबात जास्त वेळ काढायची इच्छा नव्हती. फक्त भराभर सामान भरलं आणि आलो."

"हं, पण मला वाटतं तू अंघोळ करून घे. त्या संस्थेचं घाणेरडं वातावरण

धुऊन टाक बरं! छान वाटेल तुला खूप. तुला हवं तर माझ्या बेडरूममधल्या बाथरूममध्ये जाऊ शकतोस. किंवा नाहीतर गेस्ट रूममध्ये... तुला हवं तसं कर. तोवर मी जरा जेवणाचं बघते. तुझं झालं की लगेच आपण जेवू शकतो.''

''मला वाटतं मी गेस्ट रूममध्येच जातो.'' जॉर्ज म्हणाला. मघाशी घरी असताना केसीच्या वस्तू पाहिल्यावर त्याच्या मनात कालवाकालव झाली होती. आणि आता त्याला पॉलाच्या रूममध्ये जावंसं वाटत नव्हतं. आपल्यावर केसीच्या नसण्याचा एवढा खोलवर परिणाम झाला असेल, याची त्याला कल्पना नव्हती.

अंघोळ केल्यावर त्याला खरोखर खूप बरं वाटलं. तो तब्बल दहा मिनिटं नुसता शॉवरखाली उभा होता. मग आपला रोब गुंडाळून तो स्वयंपाकघरात गेला. गेल्या कित्येक दिवसांत वाटलं नव्हतं तेवढं त्याला छान वाटत होतं.

पॉलानं सगळं करून ठेवलं होतं. बार्बेक्यूसुद्धा तयार होतं.

''मग, ही वाईनची बाटली उघडू का?'' पॉलानं टेबलावर आधीच आणून ठेवलेली बाटली पाहून जॉर्जनं विचारलं.

''हो! लगेच!''

मग वाईनचे ग्लासेस घेऊन दोघंही बाहेर जाऊन बसले. एकीकडे बार्बेक्यू ग्रिल होत होतं. हळूहळू अंधार पडला. जॉर्ज हलके हलके वाईनचे घुटके घेत होता. काय आयुष्य होतं हे! आपल्याला इतकं रिलॅक्स्ड यापूर्वी कधी वाटलं तरी होतं का? गेल्या अठ्ठेचाळीस तासांत काय काय घडलं होतं! पण आता तो सुखाच्या शिखरावर होता जणू!

जेवण त्यांनी आत जाऊन घेतलं. दोघंही अशाच इकडच्या तिकडच्या गप्पा मारत होते. या निवांतपणामुळे दोघांनाही कालच्या घटनांचा शांतपणे विचार करायची संधी मिळाली. थॉर्न, लँगली आणि क्लेटनच्या भेटीमधली प्रत्येक बारीकसारीक गोष्ट, तपशील यांचा त्यांना नीट विचार करता आला.

आयडॉक पूर्णपणे बंदच केलं तर ते नक्कीच समाजाच्या दृष्टीनं हानीकारक ठरेल, असं जॉर्ज आणि पॉलाचं मत पडलं. दोघांनीही त्यांच्या अपहरणाबद्दलही चर्चा केली. आता वाईन पोटात गेल्यावर आणि इथं सुरक्षित बसल्यावर ते दोघं काही गोष्टींवर हसलेसुद्धा! पण तरीही असं पकडून नेलं गेल्यामुळे ते अजूनही रागावलेले होते.

जेवण झाल्यावर बोलता बोलता मेडिकल उपचारांच्या खर्चाचा विषय निघाला. बहुधा 'खर्च' हाच हेल्थ केअरमधला सगळ्यात मोठा अडथळा आहे, असं त्यांना वाटलं. जर सगळ्या नागरिकांना समान आरोग्य सुविधा पुरवायच्या असतील तर खर्च कमी झालाच पाहिजे. या बाबतीत आयडॉकची खरोखरच मदत होणार होती. अफोर्डेबल केअर ॲक्ट हा जास्तीत जास्त लोकांपर्यंत आरोग्य सुविधा पुरवण्याकडे

लक्ष देतो, पण त्यानं खर्च कमी होण्याऐवजी उलट भरमसाट वाढेल, असं जॉर्जचं म्हणणं होतं. या विषयातूनच मग पुन्हा आयुष्याच्या किंवा आजारपणाच्या शेवटच्या टप्प्यातील रेशनिंगचा मुद्दा उपस्थित झाला.

''रेशनिंगबाबत काहीतरी विचार करावाच लागेल असं मला वाटतं. तुला नाही पटत का?'' पॉलानं विचारलं.

''अं... मलाच नक्की कळत नाहीये.'' जॉर्ज उत्तरला.

''मी जितका जास्त विचार करतीये, तितकं मला थॉर्नचं बोलणं आणि अमाल्गमेटेडची परिस्थिती कळतेय आणि पटतेय.'' पॉला म्हणाली.

''म्हणजे काय म्हणायचंय तुला?'' जॉर्ज तिच्याकडे निरखून पाहत म्हणाला.

''जोपर्यंत अल्गोरिदममधला तो प्रॉब्लेम फक्त डेटा गोळा करायचं काम करतोय तोवर त्याची भविष्यात मदतच होईल, असं मला वाटतं.''

जॉर्जनं काहीच प्रतिक्रिया व्यक्त केली नाही.

पॉलाला ते जाणवलं आणि ती जॉर्जचा चेहरा न्याहाळत म्हणाली, ''आपल्याला एकमेकांसारखंच वाटतंय की नाही?''

जॉर्जनं नकारार्थी मान हलवली.

''काय झालं आता? काय बदललंय एवढ्यात?''

''मी मघाशी केसीचा मोबाईल बघत होतो. तिच्या वस्तू पाहून मला पुन्हा प्रकर्षानं असं जाणवलं की, मला तिच्यासोबत आणखी काही दिवस तरी मिळायला हवे होते. ती माझ्यासाठी किती 'स्पेशल' होती, तिच्यामुळे माझ्या जीवनाला कसा अर्थ प्राप्त झाला होता, हे मला सांगायचं होतं तिला. हा सगळा विचार करताना, केसीनं कोणता पर्याय निवडला असता, असं मी स्वतःलाच विचारलं.''

''जॉर्ज! पण आयडॉक आता लोकांचा जीव घेत नाहीये.''

''आत्ता! जर तो प्रॉब्लेम कायमस्वरूपी दुरुस्त केला असता तर कदाचित माझं मत वेगळं झालं असतं. याच प्रोग्रॅमनं केसीला मारलंय, पॉला! आणि एकीकडे आपलं सरकार आयडॉक स्वीकारण्याबद्दल अनुकूल विचार करतंय! या सगळ्यानं ना मला भयंकर अस्वस्थ वाटतंय. या सगळ्या प्रकाराबद्दल जनतेत खुली चर्चा व्हायला हवी, डिबेट व्हायला हवं. कारण आयडॉकच्या क्षमता आणि तो काय काय करू शकतो हे लोकांना कळायलाच हवं.'' आपली वाईन ग्लासात घोळवत जॉर्ज म्हणाला.

पॉलानं सावकाश मान डोलावली.

''हे बघ पॉला, जे काही घडलंय, ते खून होते असंच बरेच लोक मान्य करतील. असं असताना तू ही गोष्ट लपवून नीट जगू शकशील?''

''मला नाही माहीत जॉर्ज! तू हे असं खून वगैरे दृष्टीनं बोलल्यावर मग मला...

जर तुला हे लपवून जगणं शक्य नसेल, तर मग मलाही नाही ते शक्य.'' ती म्हणाली.

तिच्या या उत्तरानं जॉर्ज चकित झाला आणि प्रभावितही. ''बरं वाटलं मला हे ऐकून,'' तो म्हणाला.

ती हसली आणि म्हणाली, ''चल, मी आपले ग्लासेस पुन्हा भरून आणते.''

''चालेल!''

पॉला ओट्यापाशी गेली. जॉर्जनं खोल सुस्कारा सोडला आणि डोळे मिटले. तो प्रचंड दमला होता. शनिवारी रात्री तर तो कणभरही झोपला नव्हता आणि काल रात्रीही थोडासाच. पण आपलं मत, आपल्याला वाटत असलेली काळजी सरळ सांगून टाकल्यानं त्याला मोकळंही वाटत होतं आणि हे बोलल्यानं आता त्याचं मत आणखी ठाम बनलं होतं. संपूर्ण दुपारभर त्याच्या डोक्यात ते विचार घोळत होतेच पण केसीचा फोन हातात धरल्यावर त्यानं आपला निर्णय पक्का केला होता. त्या वेळी त्यालाच हे पूर्ण उमजलं नव्हतं; पण आता सगळं स्वच्छ कळलं होतं.

पॉलानं दोन्ही ग्लास पूर्ण भरून आणले. मग ती म्हणाली, ''आपल्या आत्ताच्या निर्णयासाठी, चिअर्स!''

''आपल्या निर्णयासाठी! केवळ आत्ताच्या नाही, कारण मी माझा निर्णय बदलणार नाहीये.'' जॉर्ज म्हणाला.

''ठीक आहे. मग आपल्या आत्ताच्या फायनल निर्णयासाठी!'' पॉला हसत म्हणाली.

जॉर्जनं मान डोलावली आणि ते वाईन पिऊ लागले.

''थॉर्नला याबद्दल कधी सांगावं असं तुला वाटतं?'' पॉलानं विचारलं.

''इतक्यात तरी नको. हा आठवडा तरी आहे ना आपल्याकडे मुदत म्हणून.''

''आणि मग काय?''

''कधीतरी आपल्याला खरं मत सांगावंच लागणार आहे; पण जोपर्यंत आपण सर्व प्रकारे स्वसंरक्षणाची खबरदारी घेत नाही तोपर्यंत नाही.''

''म्हणजे काय?''

''सरळ आहे. आता जितक्या सहजतेनं आपण सावज बनलो, तसं पुन्हा होऊ न देणं फार महत्त्वाचं आहे.''

''हं, बरोबर आहे तुझं. ते जाऊ दे. या वाईनबद्दल काय मत आहे तुझं?'' पॉलानं एकदम विचारलं.

वाईनच्या माणकासारख्या गहिऱ्या रंगाकडे कौतुकानं पाहत जॉर्ज म्हणाला, ''छान आहे. पण मला वाईन्समधलं फार काही कळत नाही!''

''त्यात काही एक्स्पर्ट असायची गरज नाहीये; पण ही वाईन उत्कृष्ट प्रतीची

आहे. शवाल ब्लाँ नाव आहे तिचं. मी एखाद्या खास प्रसंगासाठी ही बाटली जपून ठेवली होती.''

जॉर्ज हसला. ''चव तर मस्तच आहे याची!'' त्यानं एक घोट घेतला आणि तो तोंडात घोळवला. मग काही वेळ अशाच गप्पा झाल्यावर पॉलानं विचारलं, ''आपण नेमकी कोणत्या प्रकारे खबरदारी घ्यायचीय?''

''काही कल्पना आहेत माझ्या, मी विचार केलाय त्यावर.'' जॉर्ज म्हणाला. ''तुला काय वाटतं? काय करू शकतो आपण?''

''अं... पण दोघांनी विचार केला तर नक्कीच काहीतरी सुचेल.''

जॉर्जनं मान डोलावली, पण त्याला आता जांभया येऊ लागल्या होत्या.

''दमला आहेस?''

''हं. खूपच.''

''कुठे झोपायचंय तुला आज?''

''मला वाटतं आजच्यासाठी गेस्टरूमच बरी. कारण मी रात्री काही फार करण्याच्या अवस्थेत नसेन...''

''काहीच हरकत नाही. मीसुद्धा खूप दमलेली आहेच.''

जॉर्जनं पुन्हा जांभई दिली.

''तू जाऊन झोप ना. मी जेवणाचं सगळं आवरते.''

''मी मदत करतो.''

''ओके, पण आधी ही वाईन संपवू या. इतकी उंची वाईन वाया नको जायला.''

तिनं उरलेली वाईन ग्लासात ओतली आणि दोघांनीही ती संपवली. मग पॉलानं डिशेस गोळा केल्या तसा जॉर्ज तिला मदत करायला उठला; पण त्याला धड उभंही राहता येत नव्हतं.

''अरे, मी करते. तू बस बघू तिकडे. मी फार काही करणार नाहीये. फक्त जरा आवरते.''

जॉर्ज 'हो' म्हणाला आणि कसाबसा सोफ्यापर्यंत पोहोचला. पुढच्याच क्षणी त्याची मान सोफ्यावर कलंडली आणि तो तोंड उघडं ठेवून गाढ झोपी गेला. त्याचा श्वासोच्छ्‌वास जड झाला होता आणि तो किंचित घोरत होता. त्याचे पाय सोफ्यावरून खाली अस्ताव्यस्त पसरले होते.

पॉला आतलं आवरून बाहेर आली. मग जॉर्जच्या खांद्याला हलवत ती म्हणाली, ''अरे, आत खोलीत जाऊन झोप ना. तुझ्या पलंगावर नीट झोपशील...''

पण जॉर्जनं काहीही हालचाल केली नाही. तो पार कामातनं गेला होता!

पॉलानं पुन्हा प्रयत्न केला; पण तसंच! मग तिनं खांदे उडवले आणि ती दुसऱ्या खोलीत गेली.

तिथला लँडलाईन फोन उचलून तिनं एक नंबर फिरवला. ''ब्रॅडले? मी बोलतीये. खूप उशिरा फोन करतीये ना?''

थॉर्नचा आवाज झोपेतून उठल्यासारखा जड येत होता. ''अजून काही दिवस तरी तुझा फोन येणं अपेक्षित नव्हतं मला!''

''हो, मलाही वाटलं नव्हतं इतक्या लवकर फोन करावा लागेल असं; पण दुर्दैवानं जॉर्ज स्वतःच्या मतावर अडून बसलाय. तुझा इतका गुंतागुंतीचा प्लॅन ओम फस झालाय!''

''खरंच? खात्री आहे का तुझी?''

''हो! म्हणजे काय! सगळं वाया गेलं! ते अपहरण काय, घरफोडी काय, धुराचा बॉम्ब काय, खोटे पोलीस सायरन! आता बस झालं हां! हे इथंच संपलं पाहिजे. त्याच्याच शब्दांत सांगायचं तर जॉर्ज संपूर्ण खबरदारी घेण्याबद्दल ठाम आहे.''

''म्हणजे याचा अर्थ काय?''

''मला वाटतं की त्याला सगळ्या जगाला हे प्रकरण सांगायचंय! गोथिएला सांग, त्याला इथून घेऊन जा म्हणून. आजच रात्री.''

क्षणभर पलीकडे शांतता पसरली. मग थॉर्न म्हणाला, ''काही गडबड तर होणार नाही ना?''

''नाही.''

''तुला इतकी खात्री कशी काय?''

''रोहिपनॉल! त्याच्या वाईनमध्ये दुप्पट डोस टाकला होता मी. तो आता बराच वेळ उठणार नाही! पण गोथिएला त्याला लगेच उचलायला सांग बरं का. मला आता अपराधी असल्यासारखं वाटतंय!''

''अपराधी? हे काही आपल्या प्लॅनमध्ये ठरलं नव्हतं!''

''हं, मला माहितेय. पण जॉर्ज खूप चांगला माणूस आहे रे! जरा जास्तच ध्येयवादी आहे. हां, आता तुझ्या मनात असूया वगैरे येऊ देऊ नकोस. तुझ्या-माझ्यामध्ये कोणीच येऊ शकत नाही! पण तरी गोथिएला म्हणावं की त्याला काळजीपूर्वक हाताळ.''

''आणखी काही?''

''हो. जॉर्जची गाडी. ती त्याच्या घरी नेऊन पार्क करायला सांग कोणाला तरी. आणि हां, ब्रॅडले! गोथिएला म्हणावं, या वेळी दार वाजवून ये!''

थॉर्न खळखळून हसला आणि त्यानं फोन ठेवून दिला.

◆

उपसंहार

एक आठवड्यानंतर
बोल्डर मेमोरियल हॉस्पिटल
ऑरोरा, कोलोरॅडो
सोमवार, १४ जुलै २०१४, सकाळचे ११.३७

डॉ. पॉल कॅल्डवेल यांना त्यांच्या पत्रपेटीत एक गुबगुबीत लिफाफा मिळाला. इतर जंक मेलमध्ये हा लिफाफा उठून दिसत होता. कॅल्डवेल यांनी पत्रावर पाठवणाऱ्याचा पत्ता दिसतोय का ते पाहिलं; पण तो नव्हताच. तेवढ्यात त्यांचं लक्ष पोस्टाच्या शिक्क्याकडे गेलं. लॉस एंजलिसचा शिक्का दिसत होता. बाकीची पत्रं कचऱ्यात भिरकावून डॉ. कॅल्डवेल हा लिफाफा घेऊन आत गेले.

ते हॉस्पिटलमध्ये इमर्जन्सी रूमचे डायरेक्टर होते. तिथं जाता जाता त्यांनी तो लिफाफा फोडला. त्यात आणखी एक लिफाफा होता. त्यावर फक्त त्यांचं नाव मोठ्या अक्षरात लिहिलेलं होतं. यावरही परतीचा काहीच पत्ता नव्हता. त्यांनी परत मोठ्या लिफाफ्यात पाहिलं. त्यात एकच कागद होता. ती चिठ्ठी त्यांनी बाहेर काढली. कोणीतरी आपल्या तिरक्या, सुंदर अक्षरांत; पण घाईघाईनं काहीतरी लिहिलं होतं. डॉ. कॅल्डवेलना हे अक्षर चांगलंच परिचित होतं. ते जॉर्ज विल्सनचं होतं! जॉर्ज विल्सन या रेडिओलॉजीच्या रेसिडेंटशी त्यांची ओळख होती. दोघांच्या ओळखीच्या एका मित्राबद्दल चर्चा करता करता मागच्या वर्षात जॉर्ज आणि कॅल्डवेल यांच्यात बरीच पत्रापत्री आणि मेलवरून बोलणं झालं होतं.

जॉर्जकडून असं काहीतरी आलंय हे पाहून डॉ. कॅल्डवेल गोंधळले होते. त्यांच्या कपाळावर त्यामुळे आठ्या पसरल्या होत्या. तिथंच उभं राहून त्यांनी ती चिठ्ठी वाचली.

"तुम्ही खुशालीत आहात अशी आशा करतो. तुम्हाला हे विचित्र वाटेल, पण मला तुमची मदत हवी आहे. आणखी एक आठवड्याभरात माझ्याकडून काहीच संपर्क झाला नाही, तर माझ्या या नंबरवर फोन करायचा प्रयत्न करा – (९१७)८४४-३२८९. तुमच्याकडून माझा नंबर हरवला असेल तर म्हणून परत देतोय. जर मी फोनवर भेटलो नाही तर तो दुसरा सीलबंद लिफाफा उघडा. त्यात लिहिलेलं वाचून मग तुम्हाला जे योग्य वाटेल ते पाऊल उचला. माझ्याबद्दल सांगायचं तर, बहुधा मी हॉलिवूड हिल्समधल्या लॉरेल कॅन्यन बुलेव्हार्ड इथल्या एका अतिसुरक्षित मेंटल हेल्थ फॅसिलिटीमध्ये असेन! आणि, कसं सांगू? तिथून माझी सुटका झाली तर मला अत्यानंदच होईल! पण हे एकट्यानं करायला जाऊ नका. बरोबर घोडदळ, म्हणजे मीडिया आणि पोलीस असू द्या. आणि जर मी तिथं नसेन तर कदाचित मी तोवर मेलेलो असेन. पण मी तिथंच असेन अशी आशा करू या! ही अत्यंत स्फोटक स्टोरी आहे."

– जॉर्ज

ता.क. असं करण्यात तुमच्या नोकरीलाही धोका असू शकतो!

◆